ಕೇಶವ ಮಳಗಿ

ಎಂಬತ್ತರ ದಶಕದಲ್ಲಿ ಬರೆಯಲಾರಂಭಿಸಿದ ಲೇಖಕರಲ್ಲಿ ಕೇಶವ ಮಳಗಿ ಕನ್ನಡದ ಪ್ರಮುಖ ಕಥೆಗಾರ ಮತ್ತು ಅನುವಾದಕ. ಹುಟ್ಟಿ, ಬೆಳೆದದ್ದು, ಶಿಕ್ಷಣ ಪಡೆದಿದ್ದು ವಿಜಾಪುರ, ಬಳ್ಳಾರಿ ಮತ್ತು ಕಲಬುರಗಿ ಜಿಲ್ಲೆಗಳಲ್ಲಿ ಹೀಗಾಗಿ ಆ ಪ್ರದೇಶದ ಭಾಷೆ, ಸಂಸ್ಕೃತಿಗಳ ಬನಿಯನ್ನು ತಮ್ಮ ಕಥನದಲ್ಲಿ ಹಿಡಿದಿಡಲು ಮಳಗಿ ಪ್ರಯತ್ನಿಸಿದ್ದಾರೆ. ಹೊಸ ಬಗೆಯ ಅಭಿವ್ಯಕ್ತಿ ಶೈಲಿ, ವಸ್ತು ಮತ್ತು ನಿರೂಪಣೆಗಳು ಮಳಗಿ ಅವರ ಕಥಾನಕದ ವಿಶಿಷ್ಟಗುಣವಾಗಿದೆ. ಕಥೆಗಳ ಗುಣಾತ್ಮಕತೆ ಮತ್ತು ಸಾತತ್ಯಗಳ ದೃಷ್ಟಿಯಿಂದಲೂ ಸಮಕಾಲೀನ ಕಥೆಗಳಲ್ಲಿ ಕೇಶವ ಮಳಗಿ ಅವರ ಕಥೆಗಳು ಪ್ರತ್ಯೇಕವಾಗಿ ನಿಲ್ಲುತ್ತವೆ.

ಈವರೆಗೆ ಮಳಗಿ ಐದು ಕಥಾ ಸಂಕಲನ, ಎರಡು ಕಾದಂಬರಿ ಮತ್ತು ಮಹತ್ವದ ಅನುವಾದ ಪುಸ್ತಕಗಳನ್ನು ಪ್ರಕಟಿಸಿದ್ದಾರೆ. ಅವರು ಪ್ರಕಟಿಸಿರುವ ಸಾಹಿತ್ಯ ವಾಚಿಕೆಗಳು ಮಳಗಿಯವರ ಪರಿಶ್ರಮ ಮತ್ತು ಕ್ರಿಯಾಶೀಲತೆಯ ದ್ಯೋತಕವಾಗಿವೆ.

ಮೂರುವರೆ ದಶಕಗಳಿಂದ ಪುಸ್ತಕ ಪ್ರಕಾಶನ (ಓರಿಯಂಟ್ ಲಾಂಗಮನ್), ಪತ್ರಿಕಾವೃತ್ತಿ (ಪ್ರಜಾವಾಣಿ, ಟೈಮ್ಸ್ ಆಫ್ ಇಂಡಿಯಾ), ಸಾಮಾಜಿಕ ಅಭಿವೃದ್ಧಿ (ನೊರಾಡ್ ಹಾಗೂ ಅಜೀಂ ಪ್ರೇಮ್‌ಜೀ ಫೌಂಡೇಶನ್) ಮತ್ತು ಶಿಕ್ಷಣ ಕ್ಷೇತ್ರ(ಸೃಷ್ಟಿ ಮಣಿಪಾಲ್ ಇನ್ಸ್‌ಟಿಟ್ಯೂಟ್) ಗಳಲ್ಲಿ ಕಾರ್ಯಪರಿಣತಿಯನ್ನು ಮಳಗಿ ಹೊಂದಿದ್ದಾರೆ. ಕಥಾಸ್ಪರ್ಧೆಗಳಲ್ಲಿ ಬಹುಮಾನ, ಮೂರು ಬಾರಿ ಕರ್ನಾಟಕ ಸಾಹಿತ್ಯ ಅಕಾಡೆಮಿ ಬಹುಮಾನ ಹಾಗೂ ಕೇಂದ್ರ ಸಂಸ್ಕೃತಿ ಇಲಾಖೆಯ ಸಿನಿಯರ್ ಫೆಲೋಶಿಪ್ ಮಳಗಿ ಪಡೆದುಕೊಂಡಿದ್ದಾರೆ.

ಕಥಾಸಂಕ್ರಾಂತಿ

ಸಂಪಾದಕರು
ಕೇಶವ ಮಳಗಿ

ವೀರಲೋಕ

ವೀರಲೋಕ ಬುಕ್ಸ್ ಪ್ರೈ.ಲಿ.
207, 2ನೇ ಮಹಡಿ, 3ನೇ ಮೇನ್, ಚಾಮರಾಜಪೇಟೆ
ಬೆಂಗಳೂರು–560018. ಮೊಬೈಲ್: 70221 22121
ಇಮೇಲ್: veeralokabooks@gmail.com
ವೆಬ್‌ಸೈಟ್: www.veeralokabooks.com

KATHA SANKRANTI
A collections of stories edited by **Keshava Malagi**

Published by:
VEERALOKA BOOKS PVT. LTD.
207, 2nd Floor, 3rd Main
Chamarajpet, Bengaluru-560018

Mobile: +91 7022122121
E-mail: veeralokabooks@gmail.com
Website: www.veeralokabooks.com

© **Publisher**

Price: Rs. 185/-
Pages: xii + 144 = 156
First Impression: March 2024

Paper used: 70 GSM NS Maplitho
Book size: 1/8th Demy

ISBN: 978-93-94942-74-5

ವೀರಲೋಕ
crew

Anand Rach
Anantha Kunigal
RajVishnu
Govind Vishnu
Vishwajith
Mamatha
Parvathi
Punith

Cover page illustration by:
Kiran Madalu

Inner pages design by:
Vijaya Vikram

ನವೀನ ಮಾದರಿಯ ಕಥಾಸ್ಪರ್ಧೆ, ಸಮೃದ್ಧ ಹೊಸ ಫಸಲು

ಕಥಾಸಂಕ್ರಾಂತಿ-2024 ಕಥಾಸ್ಪರ್ಧೆಯು ಅತ್ಯಂತ ವಿಶಿಷ್ಟವಾದ, ಕನ್ನಡದಲ್ಲಿ ಈವರೆಗಿನ ನಡೆದ ಕಥಾಸ್ಪರ್ಧೆಗಳಲ್ಲಿಯೇ ಭಿನ್ನವಾದ ಸ್ಪರ್ಧೆಯೆಂದು ಭಾಗವಹಿಸಿದವರು, ಕಥಾಸಕ್ತರು ಸ್ಪರ್ಧೆ ಪ್ರಕಟಿಸಿದ ದಿನದಿಂದಲೇ ಅರಿತಿರುವರು. ಕನ್ನಡದ ಕಥಾಸ್ಪರ್ಧೆಗಳಿಗೆ ದಶಕಗಳ ಕಾಲದ ದೊಡ್ಡ ಪರಂಪರೆಯೇ ಇದೆಯೆಂದು ನಾವೆಲ್ಲ ಬಲ್ಲೆವು. ಕನ್ನಡದ ಬಹುಮುಖ್ಯ ಲೇಖಕರು ಈ ಬಗೆಯ ಕಥಾಸ್ಪರ್ಧೆಗಳ ಮೂಲಕ ಹೊರಹೊಮ್ಮಿದ್ದಾರೆ, ಕಾಲಕಾಲಕ್ಕೆ ಹೊಸ ಕಥನ ಪರಂಪರೆಯನ್ನು ಕಟ್ಟುತ್ತ ಕನ್ನಡ ಕಥನವನ್ನು ಮೇಲುಸ್ತರಕ್ಕೇರಿಸಿದ್ದಾರೆನ್ನುವುದು ಕೂಡ ನಮಗೆ ತಿಳಿದಿರುವ ವಿಚಾರವೇ. ಬದಲಾದ ಕಾಲಮಾನದಲ್ಲಿ ಬರಹಗಾರರ ಸಂಖ್ಯೆ ಹೆಚ್ಚಾದಂತೆಯೇ ಕನ್ನಡ ಕಥಾಸ್ಪರ್ಧೆಗಳೂ ವಿಸ್ತಾರಗೊಳ್ಳುತ್ತಲೇ ಬಂದಿವೆ. ಇದ್ದರೂ, ಕೆಲವೊಮ್ಮೆ ಈ ಬಗೆಯ ಪೈಪೋಟಿಗಳ ಕುರಿತು ಅಸಮಾಧಾನ, ಟೀಕೆ-ಟಿಪ್ಪಣಿ, ವಿಮರ್ಶಾತ್ಮಕ ಅಭಿಪ್ರಾಯಗಳು ವ್ಯಕ್ತಗೊಳ್ಳುತ್ತಲೇ ಇವೆ. ಸಾರ್ವಜನಿಕವಾಗಿ ನಡೆಯುವ ಯಾವುದೇ ಕ್ರಿಯೆಗೆ ಪ್ರತಿಕ್ರಿಯೆ-ಅಭಿಪ್ರಾಯ ಮಂಡನೆ ಸಹಜ. ಅದು ಪ್ರಜಾಸತ್ತೆಯ ಲಕ್ಷಣ ಹಾಗೂ ಸಮಂಜಸವೆನ್ನಿಸುವ ಅಭಿಪ್ರಾಯಗಳನ್ನು ಸ್ವೀಕರಿಸಿ, ಅಳವಡಿಸಿಕೊಂಡು ಮುನ್ನಡೆಯುವುದು ಆಯಾ ಕ್ಷೇತ್ರಗಳ ಗುಣಾತ್ಮಕತೆ, ಕ್ಷಮತೆ ಹೆಚ್ಚುವಂತೆ ಮಾಡಬಲ್ಲುದು. ಕಥಾಸ್ಪರ್ಧೆಗಳು ಕೂಡ ಇದಕ್ಕೆ ಹೊರತಲ್ಲ.

ವೀರಲೋಕ ಪ್ರತಿಷ್ಠಾನದ ಶ್ರೀನಿವಾಸ್ ಅವರು ತಮ್ಮ ಸಂಸ್ಥೆಗೆ ಅರ್ಥಪೂರ್ಣ 'ಸಾಹಿತ್ಯ ಸಂಗತಿ'ಯೊಂದನ್ನು ನಡೆಸಿಕೊಡುವಂತೆ ಕೇಳಿದಾಗ ನನ್ನ ಪ್ರತಿಕ್ರಿಯೆ ಅಷ್ಟೇನೂ ಉತ್ಸಾಹದಾಯಕವಾಗಿರಲಿಲ್ಲ. ಪತ್ರಿಕೆ, ಪುಸ್ತಕ ಪ್ರಕಟಣೆ, ವಿಶೇಷಾಂಕ ಸಿದ್ಧಪಡಿಸುವುದು ಇತ್ಯಾದಿಗಳು ಅಪಾರ ಸಮಯವನ್ನು ಬೇಡುವಂಥವು. ಕೆಲವು ಕಥಾಸ್ಪರ್ಧೆಗಳಿಗೆ ತೀರ್ಪುಗಾರನಾಗಿ

ಪಾತ್ರ ನಿರ್ವಹಿಸುವಾಗ ಆ ಕೆಲಸದ ಶ್ರಮ ಮತ್ತು ಜವಾಬ್ದಾರಿ ನೆನೆದು ಪ್ರತಿಕ್ರಿಯಿಸದೆ ಸುಮ್ಮನಾಗಿದ್ದೆ. ಆದರೆ, ಶ್ರೀನಿವಾಸ್ ಬಿಡದೆ ಮತ್ತೆರಡು ಸಲ ಸಂಪರ್ಕಿಸಿದಾಗ ಮೌನವಾಗಿರುವುದು ಸಾಧ್ಯವಾಗಲಿಲ್ಲ. ಒಂದೆರಡು ವಿಷಯಗಳನ್ನು ಮನಸಿನಲ್ಲಿಟ್ಟುಕೊಂಡು ಅವರನ್ನು ಭೇಟಿಯಾದೆ.

ಎರಡು ಯೋಚನೆಗಳಲ್ಲಿ ಕಥಾಸ್ಪರ್ಧೆ ನಡೆಸುವುದೂ ಒಂದಾಗಿತ್ತು. ಆದರೆ, ಈಗಾಗಲೇ ಇರುವ ಸ್ಪರ್ಧೆಗಳಿಗಿಂತ ಭಿನ್ನವೂ, ವಿಶಿಷ್ಟವೂ ಆಗಿದ್ದು ಪ್ರಯೋಗಶೀಲತೆ, ಒರಿಜಿನಾಲಿಟಿ, ಭಾಷಾ ವಿಶಿಷ್ಟತೆ, ಸ್ಥಳೀಯತೆ–ಪ್ರಾದೇಶಿಕತೆಗಳಿಗೆ ಮಹತ್ವ ನೀಡುತ್ತಲೇ ಎಲ್ಲವನ್ನೂ ಸರಿಗಟ್ಟಿಸುವ, ಈವರೆಗೂ ಕಥಾಸ್ಪರ್ಧೆಗಳಲ್ಲಿ ಸಾಧಿಸದ ಹೊಸ ಅಂಶವೂ ಸೇರಿಕೊಳ್ಳಬೇಕಿತ್ತು. ಆಗ ಯೋಚಿಸಿದ್ದೇ ಅನುವಾದ ಸಾಧ್ಯತೆ. ಸ್ಪರ್ಧೆಯಲ್ಲಿ ಬಹುಮಾನ–ಮೆಚ್ಚುಗೆ ಪಡೆದ ಹತ್ತು ಕಥೆಗಳನ್ನು ಏಕಕಾಲಕ್ಕೆ ತೆಲುಗು, ಮಲಯಾಳಂ, ಇಂಗ್ಲಿಶ್ ಭಾಷೆಗಳಿಗೆ ಅನುವಾದಿಸಿ ಪ್ರಕಟಿಸುವ ಕಷ್ಟಸಾಧ್ಯದ ಕನಸದು. ಆ ಕನಸಿನ ಮುಂದುವರಿಕೆಯಾಗಿ ಕಳೆದ ಆರೇಳು ತಿಂಗಳಿನಿಂದ ಮಾಡುತ್ತಿರುವ ಕಥಾಸ್ಪರ್ಧೆಯ ಕೆಲಸಗಳು ಹೊಸ ಅನುಭವ, ಒಳನೋಟಗಳನ್ನು ಒದಗಿಸಿದೆ. ಸಂಕಷ್ಟವನ್ನು ಸಮಚಿತ್ತತೆಯಿಂದ ನಿಭಾಯಿಸುವ ವಿಧಾನವನ್ನು ಕಲಿಸಿಕೊಟ್ಟಿವೆ.

ಸ್ಪರ್ಧೆಗಾಗಿ ಪರಿಗಣಿಸುವಂಥ ಇನ್ನೂರೈವತ್ತು ಕಥೆಗಳನ್ನು ಎರಡು–ಮೂರು ಸಲ ಓದಿ, ಅವುಗಳ ಸಂಖ್ಯೆಯನ್ನು ಐವತ್ತಕ್ಕೆ ಇಳಿಸಿದ್ದು ಮೊದಲ ಹಂತದ ಪ್ರಕ್ರಿಯೆ. ಐವತ್ತು ಕಥೆಗಳನ್ನು ಎರಡು ಬಾರಿ ಓದಿದ ಮೇಲೆ ಇಪ್ಪತ್ತೈದು ಕಥೆಗಳಿಗೆ ನಿಗದಿಪಡಿಸಿದ್ದು ಎರಡನೆಯ ಹಂತದ ಕೆಲಸ. ಮೂರನೆಯ ಘಟ್ಟದಲ್ಲಿ ಹತ್ತು ಕಥೆಗಳನ್ನು ಆಯ್ದು, ಅವುಗಳಲ್ಲಿ ಬಹುಮಾನಕ್ಕಾಗಿ ಮೂರು ಕಥೆಗಳನ್ನು; ಮೆಚ್ಚುಗೆಯಾದ ಏಳು ಕಥೆಗಳನ್ನು **ಕಥಾಸಂಕ್ರಾಂತಿ–2024** ಸಂಕಲನಕ್ಕಾಗಿ ಆಯ್ಕೆ ಮಾಡಲಾಯಿತು. ಒಟ್ಟಾರೆ ಈ ಕೆಲಸದಲ್ಲಿ ಸಂಪಾದಕ ದೇವು ಪತ್ತಾರ, ಕಥೆಗಾರ ಮಂಜುನಾಥ ಲತಾ ಹಾಗೂ ಮಂಜುನಾಯಕ ಚೆಳ್ಳೂರ ಸಹಕರಿಸಿದರು.

ಸಂಕಲನಕ್ಕೆ ಆಯ್ಕೆಯಾದ ಹತ್ತೂ ಕಥೆಗಳು ತಮ್ಮ ಗುಣಾತ್ಮಕತೆ, ಸೋಪಜ್ಞತೆ, ಸಹಜ ಚೆಲುವುಗಳ ಜತೆಜತೆಗೆ ಕಥಾಸ್ಪರ್ಧೆಯ ಎಲ್ಲ ನಿರೀಕ್ಷೆ–ಅಪೇಕ್ಷೆಗಳನ್ನು ಸಾಧಿಸಿವೆ ಎನ್ನುವುದು ಅತ್ಯಂತ ಸಂತಸದ ವಿಷಯ. ಕಥೆಗಳನ್ನು ಮನನ ಮಾಡಿದಾಗ ಓದುಗರೇ ಅಂಥ ಅನುಭಕ್ಕೆ ಒಳಗಾಗುವರು. ಆ ಅರ್ಥದಲ್ಲಿ ಸ್ಪರ್ಧೆಯ ಸಾಧನೆ ಹೆಮ್ಮೆ ತರುವಂತಿದೆ. ಇಲ್ಲಿನ ಹತ್ತು ಕಥೆಗಳಿಗೂ ಮೂರು–ನಾಲ್ಕು ಸಾಲಿನ ಪ್ರತ್ಯೇಕ ಟಿಪ್ಪಣಿ ಆಯಾ ಕಥೆಗಳೊಂದಿಗೆ ನೀಡಲಾಗಿದೆ.

ಆಯ್ಕೆಯಾದ ಹತ್ತು ಕಥೆಗಳನ್ನು ಇಂಗ್ಲಿಶ್, ತೆಲುಗು ಮತ್ತು ಮಲಯಾಳಂ ಭಾಷೆಗಳಿಗೆ ಭಾಷಾಂತರಿಸುವ ಕೆಲಸ ಬಹುದೊಡ್ಡ ಸವಾಲಿನದ್ದೇ. ಅದಕ್ಕಾಗಿ ಅನುವಾದ ಕ್ಷೇತ್ರದಲ್ಲಿ ಪರಿಣತಿ ಸಾಧಿಸಿದ ಹಿರಿಯ–ಕಿರಿಯರು ಸಹಕರಿಸಿದ್ದಾರೆ. ಕನ್ನಡ ಕಥೆಗಳನ್ನು ಮಲಯಾಳಂಗೆ ಅನುವಾದಿಸಲು ಸುಧಾಕರ ರಾಮಂತಳಿ ಮತ್ತು ಪ್ರಭಾಕರ್ ಅವರಂತಹ ಹಿರಿಯರು, ಸುನೀತ ಕುಶಾಲನಗರ, ಮೇರಿ ಜೋಸೆಫ್, ಮನು ದೇವದೇವನ್‌ರಂತಹ ಉತ್ಸಾಹಿಗಳು ಜವಾಬ್ದಾರಿ ವಹಿಸಿದ್ದಾರೆ. ತೆಲುಗು ಭಾಷೆಯ ಕೃತಿ ಹೊರ ಬರಲು ಹಿರಿಯ ಅನುವಾದಕ ರಂಗನಾಥ ರಾಮಚಂದ್ರ, ಬದರಿನಾರಾಯಣ ರೂಪನಗುಡಿ, ಅಶೋಕ ಪಿನ್ನಮನೇನಿ ಮತ್ತು ಯುವ ತಲೆಮಾರಿನ ಸೃಜನ್ ಹೆಗಲು ನೀಡಿದ್ದಾರೆ. ಇಂಗ್ಲಿಶ್ ಅನುವಾದ ಸಾಧ್ಯವಾಗಿರುವುದು ಜಯಶ್ರೀನಿವಾಸ ರಾವ್, ಹೃಷಿಕೇಶ ಬಹಾದೂರ ದೇಸಾಯಿ, ಆಕರ್ಷ ಕಮಲ ರಮೇಶ್, ರವಿಕುಮಾರ್ ಕುಂಬಾರ್, ಫಕ್ಕೀರೇಶ್ ಹಲ್ಲಳ್ಳಿ, ಮನು ದೇವದೇವನ್, ನವೀನ್ ಹಳೆಮನೆ ಮತ್ತು ಶಶಿಕುಮಾರ್ ಅವರ ಸಹಕಾರದಿಂದ.

ಇವರೆಲ್ಲರಿಗೂ **ವೀರಲೋಕ ಪ್ರತಿಷ್ಠಾನ** ಮತ್ತು **ಸಂಪಾದಕೀಯ ಬಳಗ**ದಿಂದ ತುಂಬು ಹೃದಯದ ಧನ್ಯವಾದ ಹಾಗೂ ಕೃತಜ್ಞತೆಗಳು. ಅತಿ ಕಡಿಮೆ ಅವಧಿಯಲ್ಲಿ ಮೂಲ ಕಥೆಗಳ ಸೊಬಗಿಗೆ ಒಂದಿನಿತೂ ಧಕ್ಕೆ ತರದಂತೆ ತನ್ಮಯತೆಯಿಂದ ಅನುವಾದಿಸುವುದು ಸುಲಭದ ಕೆಲಸವಲ್ಲ. ಈ ಪರಿಶ್ರಮದಾಯಕ ಬೃಹತ್ ಕೆಲಸವನ್ನು ಭಾರವೆಂದುಕೊಳ್ಳದೆ ಗಾಳಿಯ ಹಗುರತೆಯಲ್ಲಿ ಸಾಧ್ಯವಾಗಿಸಿದ ಇವರೆಲ್ಲರಿಗೂ ಕೃತಜ್ಞತೆ ಹೇಳುವುದು ಔಪಚಾರಿಕ. ಈ ಕಾರ್ಯ ಪದಗಳನ್ನು ಮೀರಿದ್ದು.

ಇದಿಷ್ಟು ಕಥಾಸಂಕ್ರಾಂತಿ2024 ಸಂಕಲನಕ್ಕೆ ಸಂಬಂಧಿಸಿದ್ದಾಯಿತು.

*

ಸ್ಪರ್ಧೆಯ ಕೊನೆಯ ಹಂತದಲ್ಲಿದ್ದ ಇಪ್ಪತ್ತೈದು ಕಥೆಗಳ ಜತೆಗೆ ಪ್ರಕಟಣೆಗೆ ಅರ್ಹವಾದ ಅನೇಕ ಕಥೆಗಳಿದ್ದವು. ಆ ಕಥೆಗಳನ್ನು ಸೇರಿಸಿ 'ಕುಸುರೆಳ್ಳು' ಎಂಬ ಇನ್ನೊಂದು ಸಂಗ್ರಹವನ್ನೇಕೆ ಪ್ರಕಟಿಸಬಾರದು? ಎಂಬ ಯೋಚನೆಗೆ ತಕ್ಷಣವೇ ವೀರಕಪುತ್ರ ಶ್ರೀನಿವಾಸ ಅವರು ಸಮ್ಮತಿದರು. ಹೀಗಾಗಿ, ಕಥಾಸಂಕ್ರಾಂತಿ ಸಂಕಲನದ ಜತೆಗೆ ಇಪ್ಪತ್ತು ಕಥೆಗಳ 'ಕುಸುರೆಳ್ಳು' ಸಂಗ್ರಹದ ಪ್ರಕಟಣೆ ಸಾಧ್ಯವಾಗುತ್ತಿದೆ. ಈ ಸ್ಪರ್ಧೆಯಿಂದ ಕನ್ನಡ ಕಥಾಲೋಕಕ್ಕಾದ ಪ್ರಯೋಜನಗಳಲ್ಲಿ ಇದೂ ಒಂದು.

ಇಂತಹ ಕೆಲಸಗಳು ಯಶ ಸಾಧಿಸುವುದು ಸಮಷ್ಟಿ ಸಹಕಾರದಿಂದ. ಈ ಪ್ರಕ್ರಿಯೆಯಲ್ಲಿ ಪಾಲ್ಗೊಂಡ ಕಥೆಗಾರ/ಕಥೆಗಾರ್ತಿಯರಿಗೆ, ಪತ್ರಿಕೆಗಳಿಗೆ,

ಸ್ಪರ್ಧೆಯ ಪ್ರತಿ ಸಂಗತಿಯನ್ನು ಕಾಲಕಾಲಕ್ಕೆ ಓದುಗರಿಗೆ ತಲುಪಿಸುವಲ್ಲಿ; ಪುಸ್ತಕಗಳ ವಿನ್ಯಾಸ ಮತ್ತು ಪ್ರಕಟಣೆಯಲ್ಲಿ ತೆರೆಮರೆಯಲ್ಲಿ ಕೆಲಸ ಮಾಡಿದ ವೀರಲೋಕದ ಅನೇಕ ಶ್ರಮಜೀವಿಗಳಿಗೆ ಕೃತಜ್ಞತೆಗಳು.

ಈ ವಿಶಿಷ್ಟ ಪರಿಕಲ್ಪನೆಯ ಸಂಪಾದಕನಾಗಿ ಔಪಚಾರಿಕವಾಗಿಯಾದರೂ ಕೃತಜ್ಞತೆ ಹೇಳಬೇಕಿರುವುದು **ವೀರಲೋಕ ಪ್ರತಿಷ್ಠಾನದ** ವೀರಕಪುತ್ರ ಶ್ರೀನಿವಾಸ ಅವರಿಗೆ. ಆರಂಭದಿಂದ ಕೊನೆಯವರೆಗೆ ಸಂಪೂರ್ಣ ಸಂಪಾದಕೀಯ ಸ್ವಾತಂತ್ರ್ಯವನ್ನು ನೀಡಿ, ಯಾವ ವಿಷಯದಲ್ಲೂ ಹಸ್ತಕ್ಷೇಪ ಮಾಡದೆ, ಪ್ರತಿ ಹಂತದಲ್ಲೂ ಎಲ್ಲ ರೀತಿಯ ಸಹಕಾರ ನೀಡಿ ಅವರು ಮುಕ್ತತೆಯನ್ನು ಮೆರೆದಿದ್ದಾರೆ. ಅವರ ಆಸಕ್ತಿಯಿಂದಾಗಿ ಕನ್ನಡ ಕಥೆಗಳನ್ನು ಏಕಕಾಲಕ್ಕೆ ತೆಲುಗು, ಮಲಯಾಳಂ ಮತ್ತು ಇಂಗ್ಲಿಶ್ ಓದುಗರು ಕೈಗೆತ್ತಿಕೊಳ್ಳುವಂತಾಗಿದೆ. ಅದಕ್ಕಾಗಿ ಶ್ರೀನಿವಾಸ್ ಅವರಿಗೆ ಕೃತಜ್ಞತೆಗಳು.

ಕನ್ನಡದ ಕವಿಯ ಮಾತನ್ನು ಕೊಂಚ ಬದಲಿಸಿ ಹೇಳುವುದಾದರೆ, **ಕಥಾಸಂಕ್ರಾಂತಿ–2024:**

'ಅರ್ಥವಿದೆ
ಸ್ವಾರ್ಥವಿಲ್ಲ
ಬರಿಯ
ಕಥನಭಾವ'.

–ಕೇಶವ ಮಳಗಿ

ಪ್ರಕಾಶಕರ ಮಾತು

ಇಲ್ಲಿನ ಕಥೆಗಳ ಬಗ್ಗೆ ಈಗಾಗಲೇ ಸಂಪಾದಕರಾದ ಕೇಶವ ಮಳಗಿ ಅವರು ವಿವರವಾಗಿ ಹೇಳಿದ್ದಾರೆ ಮತ್ತು ತೀರ್ಪುಗಾರರ ಟಿಪ್ಪಣಿಗಳೂ ಇಲ್ಲಿವೆ. ನಾನು ಮತ್ತದೇ ಮಾತುಗಳನ್ನು ಆಡುವುದಕ್ಕಿಂತ ಈ ಕಥಾಸಂಕ್ರಾಂತಿಯ ಮೂಲಕ ನಾವು ಸಾಧಿಸಲು ಹೊರಟಿದ್ದೇನು ಎಂಬುದನ್ನು ಒಂದೆರಡು ಮಾತುಗಳಲ್ಲಿ ಹೇಳಲು ಇಚ್ಛಿಸುತ್ತೇನೆ. ಕನ್ನಡ ಸಾಹಿತ್ಯ ಲೋಕ ಒಂದು ಭ್ರಮೆಗೆ ಸಿಲುಕಿದೆ. ಅದು ನಮ್ಮಲ್ಲಿ ಓದುಗರಿಲ್ಲ ಎಂಬುದು! ಕನ್ನಡ ಚಿತ್ರರಂಗ ಮಾಡಿದ ತಪ್ಪನ್ನೇ ಸಾಹಿತ್ಯ ರಂಗವೂ ಮಾಡಿತು ಎಂಬುದು ನನ್ನ ಅಭಿಪ್ರಾಯ. ಸಿನಿಮಾದವರೂ ಸಹ ಕೋಲಾರದಲ್ಲಿ ಕನ್ನಡ ಸಿನಿಮಾ ಓಡುವುದಿಲ್ಲ, ಬಳ್ಳಾರಿಯಲ್ಲಿ ಸಿನಿಮಾ ಓಡುವುದಿಲ್ಲ, ಬೀದರಿನಲ್ಲಿ ಓಡುವುದಿಲ್ಲ ಎಂಬಂತಹ ನಿರ್ಧಾರಗಳಿಗೆ ಬಂದು ತಮ್ಮ ಮಾರುಕಟ್ಟೆಯನ್ನು ತಾವೇ ಕುಗ್ಗಿಸಿಕೊಂಡುಬಿಟ್ಟರು. ಸಾಹಿತ್ಯಲೋಕದಲ್ಲೂ ಅದೇ ಆಗಿದ್ದು; ಓದುಗರಿಲ್ಲ, ಓದುಗರಿಲ್ಲ ಎಂಬ ಮಾತನ್ನು ಪದೇಪದೇ ಹೇಳುತ್ತಾ ಪುಸ್ತಕಗಳನ್ನು ಗ್ರಂಥಾಲಯ ಸಲ್ಲಿಕೆಗೆ ಮಾತ್ರ ಮುದ್ರಿಸುವ ಸಂಸ್ಕೃತಿಯನ್ನು ಕನ್ನಡ ಸಾಹಿತ್ಯಲೋಕ ತನಗರಿವಿಲ್ಲದೆಯೇ ಒಪ್ಪಿಕೊಂಡುಬಿಟ್ಟಿತು. ಇದರಿಂದಾಗಿ ನಮ್ಮಲ್ಲಿ ಯಾವ ಪುಸ್ತಕ ಬಿಡುಗಡೆಯಾಗುತ್ತಿದೆ? ಯಾವ ಪುಸ್ತಕ ಚೆನ್ನಾಗಿದೆ? ಯಾವ ಪುಸ್ತಕ ಓದಲೇಬೇಕು? ಎಂಬಂತಹ ಯಾವ ಮಾಹಿತಿಯೂ ಓದುಗನಿಗೆ ದಕ್ಕದೇ ಹೋಯಿತು. ಪುಸ್ತಕ ಲೋಕವು ಸೇವಾ ಕ್ಷೇತ್ರವಾಗಿ ಉದ್ಯಮಶೀಲತೆಯನ್ನು ಕಳೆದುಕೊಂಡುಬಿಟ್ಟಿತು. ಆ ಕಾರಣದಿಂದ ಇಲ್ಲಿ ಹೊಸತೆಂಬುದು ಹುಟ್ಟಲೇ ಇಲ್ಲ. ಹಾಗೆ ನಿಂತ ನೀರಾದ ಜಾಗದಲ್ಲಿ ತುಸು ಹರಿವನ್ನು ತರುವ ಕೆಲಸವನ್ನು ಅನೇಕ ಹೊಸತನದ ಕೆಲಸಗಳ ಮೂಲಕ ವೀರಲೋಕ ತುಂಬಾ ಶ್ರದ್ಧೆಯಿಂದ ಮಾಡುತ್ತಿದೆ. ಅದರಲ್ಲಿ ಈ ಕಥಾಸಂಕ್ರಾಂತಿಯು ಒಂದು.

ಕನ್ನಡ ಪುಸ್ತಕಗಳು ಓದುವವರಿಲ್ಲ ಎಂಬ ಮಾತಿಗೆ ಬದಲಾಗಿ ಕನ್ನಡ ಪುಸ್ತಕಗಳನ್ನ ಬೇರೆ ಭಾಷೆಗಳಿಗೂ ತಲುಪಿಸಿ ನಮ್ಮ ಮಾರುಕಟ್ಟೆಯನ್ನು

ವಿಸ್ತರಿಸುವ ಮತ್ತು ಕನ್ನಡ ಸಾಹಿತ್ಯಕ್ಕೆ ಓದುಗರನ್ನು ಹೆಚ್ಚಿಸಿಕೊಳ್ಳುವ ಪ್ರಯತ್ನವೇ ಈ ಕಥಾ ಸಂಕ್ರಾಂತಿ. ಇಂತಹದ್ದೊಂದು ಪ್ರಯತ್ನಕ್ಕೆ ಹೆಗಲಾಗಿದ್ದು ಖ್ಯಾತ ಕಥೆಗಾರರಾದ ಕೇಶವ ಮಳಗಿ ಅವರು. ಈ ಕಥಾ ಸ್ಪರ್ಧೆಯ ಹೊಸ ನಿಯಮಗಳನ್ನು ರೂಪಿಸಿದ್ದು ಕೂಡ ಅವರೇ. ಆ ಕಾರಣದಿಂದಲೇ ಹೊಸ ಕಥೆಗಾರರು ಸ್ಪರ್ಧೆಯಲ್ಲಿ ವಿಜೇತರಾಗಲು ಸಾಧ್ಯವಾಗಿದ್ದು. ನಮ್ಮ ನಾಡಿನ ಬರಹಗಾರರ ಕಥೆಗಳ ಬಗ್ಗೆ ನನಗೆ ಅಪರಿಮಿತ ನಂಬಿಕೆ ಇದೆ. ಆ ನಂಬಿಕೆಯಿಂದಲೇ ಈ ಕಥೆಗಳನ್ನು ನಾವು ಪರಭಾಷೆಗಳಿಗೆ ಅನುವಾದಿಸುವ ಧೈರ್ಯ ಮಾಡಿದ್ದೇವೆ. ಇದುವರೆಗೆ ಸಿನಿಮಾರಂಗದಲ್ಲಿ ಇದ್ದಂತಹ ಪ್ಯಾನ್ ಇಂಡಿಯಾ ಪರಿಕಲ್ಪನೆ, ಕನ್ನಡ ಸಾಹಿತ್ಯ ಲೋಕಕ್ಕೂ ಬಂದಿದೆ ಎಂಬುದನ್ನು ಹೆಮ್ಮೆಯಿಂದ ಹೇಳಲು ತಿಳಿಸುತ್ತೇನೆ. ಅದು ವೀರಲೋಕದ ಮೂಲಕವೇ ಆಗಿದೆ ಎಂಬುದು ಮತ್ತೊಂದು ಹೆಮ್ಮೆ. ಇಲ್ಲಿನ ಕಥೆಗಳು ಖಂಡಿತವಾಗಲೂ ನಿಮ್ಮನ್ನು ನಿರಾಸೆಗೊಳಿಸುವುದಿಲ್ಲ.

ಓದುವ ಸುಖ ನಿಮ್ಮದಾಗಲಿ.

ವೀರಕಪುತ್ರ ಶ್ರೀನಿವಾಸ
ಪ್ರಕಾಶಕ, ವೀರಲೋಕ ಬುಕ್ಸ್

ಪರಿವಿಡಿ

ರವಿಕುಮಾರ್ ನೀಹ

ತುಮಕೂರು ಜಿಲ್ಲೆಯ ಕೊರಟಗೆರೆ ತಾಲೂಕು ನೀಲಗೊಂಡನಹಳ್ಳಿಯ ರವಿಕುಮಾರ್ ನೀಹ ಕನ್ನಡ ಸಾಹಿತ್ಯ ವಿಮರ್ಶೆ, ಗ್ರಂಥ ಸಂಪಾದನೆ, ಸಂಶೋಧನಾ ಕಾರ್ಯಗಳ ಮೂಲಕ ಓದುಗರಿಗೆ ಪರಿಚಿತರು. ಅವರ ಇತ್ತೀಚಿನ 'ಅರಸು ಕುರನ್ಗರಾಯ' ವಿದ್ವತ್ ವಲಯದಲ್ಲಿ ಗಮನ ಸೆಳೆದ ಕೃತಿ ಕ್ರಿಯಾಶೀಲ ಪ್ರಕಾರಗಳ ಆಳವಾಗಿ ಯೋಚಿಸುವ ರವಿ ಇದೀಗ ತಾವೇ ಕಥೆಯೊಂದನ್ನು ಬರೆಯುವ ಮೂಲಕ ಅದರ ಸಾಧ್ಯತೆಗಳನ್ನು ವಿಸ್ತರಿಸುವ ಪ್ರಯತ್ನದಲ್ಲಿ ತೊಡಗಿದ್ದಾರೆ. ಕಥೆ ಹುಟ್ಟುವ ಪರಿಯ ಕುರಿತು ನೀಹ ಅವರ ಮಾತುಗಳು ಹೀಗಿವೆ:

"ಕಿರುಬನಕಲ್ಲು ನನ್ನೂರಿನಲ್ಲಿ ಇರುವ ಬೆಟ್ಟ, ಇದನ್ನು ರೂಪಕವಾಗಿಸಿಕೊಂಡು ಬರೆದ ಕತೆ. ಕಳೆದ ಏಳೆಂಟು ವರ್ಷಗಳ ಹಿಂದೆ ನಮ್ಮೂರಿನ ಸಮೀಪದ ಬೆಟ್ಟಕ್ಕೆ ಮೊದಲ ಬಾರಿಗೆ ಕ್ರಷ್ಚರ್/ಕ್ವಾರಿ ಪ್ರವೇಶ ಆಯ್ತು... ಆ ಊರು ಬೆಟ್ಟದ ನಡುವೆ ಇದೆ. ಅಲ್ಲಿ ಜನ ವಾಸಿಸುತ್ತಿದ್ದಾರೆ ಎಂಬ ಲವಲೇಶ ಪರಿಜ್ಞಾನವಿಲ್ಲದೇ ಸುತ್ತ ಇರುವ ಬೆಟ್ಟಗಳನ್ನೆಲ್ಲ ಒಡೆದು ಪುಡಿ ಮಾಡಿದ್ದಾರೆ/ಮಾಡುತ್ತಿದ್ದಾರೆ. ಆ ಜನ, ಅಲ್ಲಿನ ಮಕ್ಕಳು ಪ್ರತಿನಿತ್ಯ ದೂಳಿನಲ್ಲಿ ಮಿಂದೇಳುತ್ತಿದ್ದಾರೆ. ಇಂಥ ಘಟನೆಗಳು ನಮ್ಮ ಸುತ್ತಲಿನ ಪ್ರತಿ ಹಳ್ಳಿಯಲ್ಲಿ ದಿನವೂ ಸಂಭವಿಸುತ್ತಿವೆ. ಆ ಬೆಟ್ಟಗುಡ್ಡಗಳನ್ನು ಮೂಲರೂಪದಲ್ಲಿ ಉಳಿಸಿಕೊಳ್ಳಬೇಕೆಂಬ ಹಂಬಲದಲ್ಲಿ ಈ ಕತೆ ಹುಟ್ಟಿತ್ತೆನಿಸುತ್ತದೆ."

ಕಥೆ ಕುರಿತು ತೀರ್ಪುಗಾರರ ಅಭಿಪ್ರಾಯ:

"ಬಹುಸಮುದಾಯಗಳ ಬದುಕಿನ ಸಂಕಥನ ಮತ್ತು ಕಲಾಪ್ರಜ್ಞೆಯನ್ನು ಹೊಸ ತಲೆಮಾರಿನ ಬರಹಗಾರರು ಹೇಗೆ ಹಿಡಿದಿಡಬೇಕು? ಎನ್ನುವ ತಾತ್ವಿಕ ಪ್ರಶ್ನೆಯನ್ನು 'ಕಿರುಬುನ್ಕಲ್' ಕಥೆ ಕೆನೆಗಟ್ಟಿದ ಭಾಷೆಯಲ್ಲಿ ಸಮರ್ಥವಾಗಿ ನಿರೂಪಿಸುತ್ತದೆ. ಜಾನಪದ, ಪುರಾಣ ಪ್ರತಿಮೆಗಳು, ಆಧುನಿಕ ಕಾಲದ ರೂಪಕ, ಅತಿಲೋಕ ವಾಸ್ತವ ಶೈಲಿಯನ್ನು ಕಥೆಯಲ್ಲಿ ಹದವಾಗಿ ದುಡಿಸಿಕೊಂಡಿದ್ದು ಈ ಅಂಶಗಳು ಈವರೆಗಿನ ದಲಿತ ಕಥನ ಮತ್ತು ಕಲಾಪ್ರಜ್ಞೆಯನ್ನು ವಿಸ್ತರಿಸುವಂತಿವೆ. ಸುಳ್ಳು–ಸತ್ಯಗಳ ನಡುವಿನ ಸೈದ್ಧಾಂತಿಕ ಮುಖಾಮುಖಿಯನ್ನು ಕಥೆ ಕ್ರಿಯಾಶೀಲವಾಗಿ ಸೆರೆ ಹಿಡಿದಿದೆ. ಲೇಖಕರ ಮಹತ್ವಕಾಂಕ್ಷೆ ಕಥೆಯನ್ನು ಮೇಲುಸ್ತರಕ್ಕೇರಿಸಿ, ಯಶಸ್ವಿ ಪ್ರಯೋಗಶೀಲ ಕಥೆಯನ್ನಾಗಿಸಿದೆ.

1

ಕಿರುಬುನ್ಕಲ್

–1–

'...ಅದ್ಯಾಕೆ ಅದ್ನ ಕಿತ್ಕಂಡ್ರೆ ನಾಯ್ ತಿಕ್ಕೆ ಕೋಲಿಕ್ದಂಗಾಡ್ತೀಯಾ? ಯಾವಾಗ್ನೋಡಿದ್ರೂ ಅದ್ರಾಗೆ ಮುಳ್ಗಿರ್ತಿಯಾ? ಮನೆಮಠ ಯಾವ್ದೂ ನಿಂಗೆ ಗೆಪ್ತಿ ಇರಲ್ಲ. ಒಂಚೂರನಾ ಅರಾಸ್ಯೆತ್ತ? ನಿನ್ಗ್ಯಾಕೋ ಮನೆ, ಮಠ, ಹೆಂಡ್ತಿ ನಿನ್ ಯಾಸಿಕ್ಕಿಷ್ಟು ಬೆಂಕಿಯಾಕ... ಮೂರೊತ್ತು ಅಲಿತಿರ್ತಿ, ಅವ್ಯಾವು ನಿನ್ಗೆ ಯ್ಯೋಳಲ್ವಾ? ಅವು ಅಂತವೇ ತಗಾ... ನಿಮ್ಮಪ್ಪ ನಿನ್ನುಟ್ಸಿ ನಂಗೇ ತಗ್ಲಾಕಿ ತಣ್ಗೋದ. ನಿನ್ ಸಾಕ್ತಾ ಸಾಕ್ತಾ ದಿನಾ ಬೆಂಕಿಬಿಸ್ನೀರು ಕುಡಿತೀವ್ನಿ... ಸಾಕಪ್ಪಾ ಸಾಕು ಈ ವನ್ವಾಸ... ನಿನ್ನ ರಾಮಾಣ್ಯ ನೋಡಕ್ಕೆ ನಾನಿನ್ನು ಈ ಘಟ ಹೊತ್ಕಂಡ್ವಿನಾ ಏನೋ?...' ನಡೀತಾನೇ ಇತ್ತು.

ಸೀನ ತನ್ಪಾಡಿಗೆ ಮೊಬೈಲ್ನಲ್ಲಿ ರೀಲ್ಸ್ ನೋಡೋದ್ರಲ್ಲಿ ಮುಳುಗಿದ್ದ. ಅಂದಚೆಂದದ ಹುಡ್ಗೇರು, ಹೆಂಗುಸ್ರು, ಗಂಡಹೆಂಡ್ತೀರು ಎಲ್ಲ ರೀಲ್ಸ್ನಲ್ಲಿ ಬಲು ಸೆಂದಾಗಿ ಕಾಣ್ತೀದ್ರು. ಜೊಲ್ಲು ಸುರಿಸುತ್ತಾ 'ಎಲಾ ಎಲಾ ಏಟೊಂದು ಚೆಂದಗಾವ್ರೇ ಇವ್ರು...' ಅಂತ ಇರುವಷ್ಟೂ ಕಣ್ಣರಳಿಸಿ ನೋಡ್ತಿದ್ದ. ಅದರೊಳಗಿನ ಸುಂದರಿರನ್ನ ನೋಡ್ದಾಗಲೆಲ್ಲ ಹೆಂಡ್ತಿ ಕರಿಮೂತಿ ಶಾಲಿನಿ ವಾಕರಿಕೆ

ತರೋಷ್ಟು ಕಣ್ಣಾಸಿ ಹಾದ್ದೋದ್ಲು. 'ವೋಗಿ ವೋಗಿ ಈ ಕರ್ಕಿನ ಮದ್ವೆ ಆದ್ನಲ್ಲ. ಇಲ್ನೋಡಿದ್ರೆ ಎಂತೆಂಥ ಹುಡುಗೇರು ಅವ್ರೇ. ನಮ್ಮವ್ವ ಸೇಡು ಇಟ್ಕಂಡು ಇವ್ನನ್ನಾ ಗಂಟಾಕವಳೇ... ಇವರಲ್ಲೇ ಯಾರನ್ನಾದ್ರೂ ಮದ್ವೆ ಆಗಿದ್ರೆ ಯೇಟು ಸೆಂದಾಗಿರೋದು. ಸೊಂಟ ಕುಣ್ಸೋದು ಏನ್ ಚೆಂದ. ಕಣ್ಣು ಮಿಟುಕ್ಸೋದ್ ಏನ್ ಚೆಂದ, ಕೈ ಆಡಿಸೋದು... ಅಬ್ಬಬ್ಬಾ... ಇಂಗೆಲ್ಲ ಇದಾವೆ. ಇವ್ಯಾವು ನಮ್ಮಮ್ಮಂಗೆ ಕಾಣ್ಲಿಲ್ವ... ನನ್ಗೆ ಗೊತ್ತಾಗ್ದೆ ಇರೋಟೇಮ್ನಾಗೆ ಇವ್ನನ್ನ ಕಟ್ಟವ್ಳಲ್ಲ. ಈಗೇನಾದ್ರೂ ಅಂತ ಛಾನ್ಸ್ ಸಿಕ್ರೆ ಇವರಲ್ಲೇ ಯಾರುನ್ನಾದ್ರೂ ಕೂಡಾವಳಿ ಆಗ್ಬೇಕು...' ರೀಲ್ಸ್ ಲೋಕ್ದಲ್ಲಿ ಮುಳ್ಗಿದ್ದ ಸೀನಂಗೆ ಅವ್ರಮ್ಮ ಈರಿಯ ಮಾತು ಕಿವಿಯೊಳಕ್ಕೆ ಹೆಂಗೆ ಬೀಳ್ತವೆ.

ಶಾಲಿನಿನೇ ಅಲ್ಲ. ಸೀನ ವಯಸ್ಗೆ ಬಂದ್ಮೇಲೆ ಗೊತ್ತಾಗಿದ್ದು ನಾ ಇಷ್ಟೊಂದು ಕಪ್ಪಗಿದ್ದೀನಿ ಅಂತ. ದಿನುಕ್ಕೆ ಮೂರ್ನಾಕು ಬಾರಿ ಲಕ್ಸ್ ನಿಂದ ಮೊಕ ತೊಳೆಯೋದೇನು? ಆಮ್ಯಾಲೆ ಆಮ್ಯಾಲೆ ಸಂತೂರು, ಪಿಯರ್ಸ್, ಡವ್... ಹಿಂಗೆ ಟೀವಿಯೊಳಗೆ ಯಾವ್ಯಾವ ಸೋಪಿನ ಅಡ್ವಿಟೇಜ್ ಬರುತ್ತಿದ್ದವೋ ಅದ್ನೆಲ್ಲ ಬಳ್ಸಿ ಮೊಕನ ಸೈನ್ಸ್ ಲ್ಯಾಬ್ ಮಾಡ್ಕಂಡಿದ್ದ. ಮೊಕ ತೊಳಿವಾಗ ಯಾರಾದ್ರೂ ಬೆಳ್ಗಿರೋರು ಕಂಡ್ರೆ, ನೆಪ್ಗೆ ಬಂದ್ರೆ 'ತತ್ರಿಕೆ' ಮೊಕ ಉಜ್ಜಿ 'ಎಲ್ರೂ ಕೆಂಪ್ಪುಗೆ ಅವ್ರೇ ನಾನ್ಯಾಕೆ ಹಿಂಗೆ ಹುಟ್ಟಿದಿನಪ್ಪ' ಅಂತ ತನ್ನುನ್ನೇ ಬೈಯ್ಕೊಳನು. ಮೀಸೆ ಒಂದೊಂದೇ ಚಿಗುರಕ್ಕೆ ಶುರುವಾದ ಮೇಲೆ ಮೊಕ ಮತ್ತಷ್ಟು ಕರ್ರಗಾಯ್ತು. ಏನೇನಲ್ಲಾ ಮಾಡುದ್ರೂ ಮೊಕ ಬೆಳ್ಳುಗೆ ಆಗ್ಲೇ ಇಲ್ಲ. ಎಲ್ಲ ವಿಫಲ. ಪ್ರಯತ್ನ ನಿಂತಿರಲಿಲ್ಲ.

ಸೀನ ಆಲಿಯಾಸ್ ಶ್ರೀನಿವಾಸ ಈರಿ–ಮೂಡ್ಲಿಯ ಏಕಮಾತ್ರ ಪುತ್ರ. ಸೀನ ದೇವರ ಪ್ರಸಾದದಿಂದ ಹುಟ್ಟಿದವ್ನೇನಲ್ಲ. ಯಜ್ಞಯಾಗಾದಿ, ಪುತ್ರಕಾಮೇಷ್ಟಿ ಇಂಗೇನೂ ಮಾಡ್ದಿದ್ರು ಈರಿಗೆ ಮೂಡ್ಲಿ ದಯಪಾಲ್ಸಿದ್ದ. ಮಕ್ಳಿಗಾಗಿ ಪೂಜೆ–ಪುನಸ್ಕಾರ, ಭಜನೆ, ಮಠ, ಸ್ವಾಮಿ... ಹಿಂಗೆ ಸುತ್ತೋರನ್ನು ಕಂಡಾಗ 'ಲಂಗಿಟ್ಕಂಡು ಗುಮ್ಮಿದ್ರೆ ಮಕ್ಳಾತವಾ? ದಮ್ ಕಟ್ಟಿ ಮೀಟ್ಬೇಕು. ಇದ್ಯಾವ್ದಿದು. ತುಂಬ್ದೂರಾಗೆ ತು...ಗೆ ಬರನಾ' ಮೂಡ್ಲಿ ವಾದ.

ಈರಿ ಹಟ್ಟೆಲ್ಲಾ ದೃಷ್ಟಿಬೊಟ್ಟು ಇದ್ದಂಗೆ. ಗುಂಡಾಗಿರೋ ಮೋರೆ, ಎದ್ದು ಕಾಣಂಗೆ ಇರೋ ಎದೆ ಊರೋರಿಗೆಲ್ಲ ಹಬ್ಬದೂಟ. ಬೆಳ್ಕರದಾಗ ಹಟ್ಟಿಗೆ ಕದ್ರು ಹಾಕಕೆ ಸೀರೆನ್ನೆತ್ತಿ ನಡ್ವಂತುಕ್ಕೆ ಸಿಕ್ಕಿಸ್ಕಂಡ್ರಂತೂ ನೋಡೋರ ಮನ್ಸು ಅವ್ರತ್ರುವಿಲ್ದೆ ಒದ್ದಾಡ್ತಿತ್ತು. ಊರಿನಲ್ಲಿರೋರ ಏಕಾಗ್ರತೆ ಕೆಡಿಸಿ ಊರ್ನ ಹಿತ ಕಾಯ್ತಿತ್ತು ಈರಿಸೌಂದರ್ಯ. ಇನ್ನು ಮೂಡ್ಲಿ ಪಗಡದಸ್ತಾದ ಕೊಡ್ತಿ ಇದ್ದಂಗೆ ಇದ್ದ. ಊರಿನಲ್ಲಿರೋ ಹೆಂಗುಸ್ರಿಗೆಲ್ಲ ದಂಡಿಮಕ್ಳುನ್ನು ಕೊಡೋ ಬೀಜ್ದೋರಿ ತರ ಇದ್ದ. ರಸಿಕ. ಮಾತ್ಗುಳ್ನು ಅಂಗೇ ಹುರಿತಿದ್ದ. ಇಂಗಿರೋ ಮೂಡ್ಲಿ ಒಬ್ಬ

ಮಗಂಗೆ ಸುಸ್ತಾಗೊಂಥ ಗಂಡ್ಸೇನೂ ಅಲ್ಲ. ಇದ್ದಿದ್ದರೆ ಐದಾರು ಮಕ್ಳುನ್ನಾದ್ರು ಈರಿಯ ಮಡಿಲು ತುಂಬಿಸುತ್ತಿದ್ದ. ಆದ್ರೇ ಅವತ್ತು ಆಗಿದ್ದೇ ಬೇರೆ.

ಅವತ್ತು ಹಿಂಗೆ ಅಮಾಸೆ ಕಾಲ. ರಾತ್ರಿ ಕರಡಿತಿಕದಂಗೆ ಕರ‍್ರಗೆ ಕಪ್ಪಿಟ್ಟಿತ್ತು. ಒಬ್ರು ಮೊಕ ಇನ್ನೊಬ್ರಿಗೆ ಕಾಣ್ತಿರಲಿಲ್ಲ. ತನ್ನೆಲ್ಲಾ ಸಾಪಾಸೋಪಗಳನ್ನು ಮುಗ್ಸಿ ಲೋಕವೇ ಮಲಗಿರೋ ಹೊತ್ತಲ್ಲಿ ಸೀನುನ್ನ ಹುಡುಕೊಂಡು 'ಕಿರುಬುನ್ಕಲ್'ದ ಕಡೆ ಬರ್ತಿದ್ದ ಮೂಡ್ಲಿಗೆ ಆ ಕಡೆ ಗಾಳಿಲ್ಲಿ ಏನೋ ನರಳಿದಂತೆ ಕೇಳುಸ್ತು. ಶಬ್ದ ಮಾತ್ರ ಕೇಳುಸ್ತಿದೆ. ಏನು ಕಾಣ್ತಿಲ್ಲ. ಶಬ್ದ ಬಂದ ಕಡೆ ಹೆಜ್ಜೆ ಹಾಕ್ತಾ ನಡೆದ... ಕತ್ತಲಲ್ಲಿ ಕರಗಿಹೋದ. ಆ ಶಬ್ದ ಏನು?... ಅದನ್ನು ಅಂಚರ್ಸಿಕೊಂಡು ಬಂದ ಮೂಡ್ಲಿ ಏನಾದ? ಎಂಬುದು ಗೊತ್ತೇ ಆಗ್ಲಿಲ್ಲ... ಬೆಳ್ಗಿಗ್ಗೆ ನೋಡುದ್ರೇ 'ಚಂದ್ರಣ್ಣನ ತೋಟ'ದ ಹೊರಗಡೆ ಗುಂಡಿಲ್ಲಿ ಮೂಡ್ಲಿ ಬಿದ್ದಿದ್ದ. ಉಸಿರಾಡಿ ಎಸ್ಟೋ ಹೊತ್ತಾಗಿತ್ತು.

–2–

...ಉಸುರಾಡಿ ಯೇಸೋ ವರುಸವಾಗಿತ್ತು. ಮೊದಲೇ ಜನ್ರಿಗೆ ಆಸ್ರಿಕೆ ಬೆಸ್ರಿಕೆ ಆಗಿ ಕತೆ ಕೇಳೋರು ಇಲ್ದೆ, ಹೇಳೋರು ಇಲ್ದೆ, ಬಲ್ಡಾಗೋಗಿತ್ತು. ಕತೆಗ್ಳು ಹುಟ್ಟಿ ಯೇಸ್ ವರುಸವಾಗಿತ್ತೋ. ಹಿಂದೆಲ್ಲಾ ಮಪ್ಪುರಜ್ಜ, ಸಣ್ರಾಂಗಿ, ಹೀರ್ನಾಗಿರ ಉಸ್ರಿದ್ದಾಗ ಕತೆಗಳ್ಗೇನು ಬರ ಇರ್ಲಿಲ್ಲೋ. ಈ ಊರಿಂದು. ಪರೂರಿಂದ್ದು. ಮೀರಿರೇ ರಾಮಲಚ್ಮಣ್ರ ಕತೆ, ಕೊಂತಿ ಗಂಡುನ ಕೈಯ್ಲಿ ಆಗ್ದಿದ್ಕೆ ಬೇರೆರಿಂದ ಮಕ್ಳುನ್ನ ಪಡುದ್ಕತೆ. ಹಿಂಗೆ ಕತೆಗ್ಳ ಕೋಟೇನೇ ಕಟ್ಟಿದ್ರು ಊರೂನ್ಸತ್ತ. ಆವೊಂದೊಂದು ಕತೆ ಊರು ಸುತ್ತಾಕೊಂಡು ಬರೋಷ್ಟತ್ತಿಗೆ ಎಸ್ಟು ವರುಷವಾತಿದ್ವೋ... ಅದಲ್ದೇ ಬಣ್ಣ, ಆಕಾರ, ವೇಷ, ಮೂಗುಮಟ್ಕನ್ನೆಲ್ಲ ಬದ್ಲಾಯ್ಸಿಕೊಂಡು ತಿರುಗ್ತಿದ್ವು, ಕೊನ್ಗೆ ಇವು ನಮ್ಮೂರಿನವೋ? ಪರೂರಿನವೋ? ಅನ್ನೋದ್ನಾ ನಿಗ ಮಾಡೋಕು ಆಗ್ತಿರಲ್ಲಿಲ್ಲ. ಹೊಸ್ಹೊಸ ಗೆಣೆಕಾರುನ್ನ ಸೇರಿಸ್ಕೊಳ್ಳೊದು. ಇಲ್ದಿದ್ರೆ ಒಬ್ಬರಿಗೆ ಬೇಸ್ರಿಕೆ ಆದ್ರೆ ಇನ್ನಂದು ಕತೆನ ಕೂಡ್ಸುಕೊಂಡು ಸರಸವಾಡ್ತ ಹಾದ್ಬೀದಿನೆಲ್ಲ ಸುತ್ತುತ್ತಿದ್ವು. ಸುತ್ತೋದು ಸಾಕು ಸುಧಾರ್ಸಿಕೊಳ್ಳೋಣ ಅಂತ ಒಂದುಮನ್ಗೆ ಒಂಭತ್ತು ವರುಷ ಉಸುರಾಡ್ಕೊಂಡು ಇದ್ಬಿಡವು. ಹಿಂಗಾಗಿ ಊರಿನ ಮನೆಗಳ್ನ ಹುಡುಕುದ್ರೆ ಏನಿಲ್ಲನಂದ್ರೂ ಒಂದೊಂದು ಮನ್ಗೆ ನೂರಾರು ಕತೆಗ್ಳು ಇರ್ತಿದ್ವು, ಆ ಕತೆಗಳ್ಗೆ ಮಕ್ಳಾಗಿ, ಮೊಮ್ಮಕ್ಳಾಗಿ, ಮುಮ್ಮಕ್ಳಾಗಿ ಮನ್ತುಂಬ ಸಂಸಾರ ಮಾಡ್ತಿದ್ವು. ಆ ಕತೆಗ್ಳೆ ಆ ಮನ್ಗೆ ನಿಜ್ವಾದ ಮನೆತನ್ದೋರು ಆಗಿದ್ವು. ಹಿಂದಿನ ಜನಗ್ಳು ನಮ್ಮಂಗೆ ಅವು ಬಾಳ್ಮೆ ಮಾಡ್ಕೊಂಡಿರ್ಲಿ ಬಿಡು ಅಂತ ಅವ್ಗುಳ ಪಾಡ್ಗೆ ಅವ್ಗುಳ್ನ ಬಿಟ್ಟಿದ್ರು.

ಆದ್ರೆ ಇತ್ತೀಚ್ಗೆ ಕತೆಗಳ್ಗೆ 'ನೀನು ಅನ್ನೋರು ಇಲ್ದಂಗೆ ಆಗೋಯ್ತು.' ಎಲ್ಗೆ ಹೋದ್ರು ಯಾವೂರು ದಾಸಯ್ಯ ಅನ್ನಲ್ಲ. ಕತೆಗುಳ್ನ ಕೇಳೋರು, ಹೇಳೋರು ಇಲ್ದಂಗೆ ಆಗ್ಬಿಟ್ರು. ಯಾವಾಗ್ಲೂ ಅದೇನೋ ಟಿವಿ ನೋಡೋದು. ಇಲ್ದಿದ್ರೆ ಮೊಬೈಲ್ನಲ್ಲಿ ಮುಳುಗಿರೋದು ಆಗೋಗಿ ಕತೆಗಳ್ಗೆ ಜೀಮಾನವೇ ಕೊನೆಯಾಗ್ತಿದೆಯೇನೋ ಅನುಸ್ಲಿಕ್ಕೆ ಸುರುವಾಯ್ತು. ಬೇಸ್ರಿಕೆ ಕಳಿತ್ತಿದ್ದ ಕತೆಗಳ್ಗೆ ಬೇಸ್ರಿಕೆ ಆಗಂಗೆ ಆಯ್ತು. ಜನ್ರಿಗೆ ತೊಂದ್ರೆ ತಾಪತ್ರಯ ಬಂದಾಗ ಕತೆಗ್ಳು ಅವ್ರುನ್ನು ಕೂರುಸ್ಕಂಡು ಅನುಭೋದ ಕತೆ ಹೇಳ್ತಿದ್ವು. ಎಲ್ಲಾ ನಿವಾರ್ಣೆ ಆಗ್ತಿತ್ತು. ಈಗ ಕತೆಗಳ್ಗೆ ಉಸಿರಾಡೋದೇ ಕಸ್ಟ ಆಗ್ತಿದೆ. ಆ ಉಸ್ರುನೀಡೋ ಭಗ್ವಂತ ಎಲ್ಲಿದ್ದಾನೋ? ಒಂದೊಂದೇ ಕತೆಗ್ಳು ತಮ್ಮ ಮೂಲಸ್ತಾನ ಬಿಟ್ಟು ಮನಿಂದ ಹೊರಗಡೆ ಬರೋದ್ಕೆ ಶುರುಮಾಡ್ಕಂಡ್ವು. 'ಇದು ನಮ್ಮನೆಗೇ ಮಾತ್ರನಾ? ಬೇರೆ ಮನೇಲ್ಲೂ ಇಂಗೇ ಅವಾ' ಅಂತ ಮೂಲೆಮುಡ್ಕು ತಡ್ಕಾಡಿ ಊರಿನ ಎಲ್ಲಾ ಜಾತಿ, ಧರ್ಮದೋರ ಮನ್ಗೊಳ ಸುತ್ತೆಲ್ಲ ಹುಡುಕಾಡಿದ್ವು. ನಿರುಮ್ಮಳಾಗಿ ಉಸುರಾಡೋ ಒಂದೇ ಒಂದು ಕತೆಯ ಸುಲಾಕು ಸಿಗ್ಲಿಲ್ಲ. ಎಲ್ಲಾವು ಉಸುರಿಲ್ದೆ, ಕೇಳೋ ಜೀವಾದಿ ಇಲ್ದೆ ಪರ್ದಾಡುತ್ತಿದ್ವು.

ಈ ವರುತಮಾನ ಕೊನೆಗಾಲ್ದಲ್ಲಿದ್ದ ಹಿರೀಕತೆಯಜ್ಜಿಗೆ ಯೋಚನೆ ತಂತು. ಎಲ್ಲ ಕತೆಗಳ್ಗೆ ಒಂದ್ಕಡೆ ಸೇರಲು, ಎಲ್ಲ ಹಟ್ಟಿ ಮನೆಗಳ್ಗೂ ಠರಾವು ಕಳಿಸಿತು. ಗುಡಿಸ್ಲಲ್ಲೇ ಕುಂತು ಬೆಳ್ಕೇ ಕಾಣ್ದೆ ಇರೋ, ರಂಗುರಂಗಿನ ಹಾರುವ ಚಾಪೆ, ಬುಡುಮೆಹಣ್ಣಿನ ಕತೆ, ಕುಂಟುಸೆನ್ನಿಗನ ಕತೆ, ಪ್ರಾಣಿ ಪಕ್ಸಿ, ನರಮನುಸರ ಕತೆಗಳೆಲ್ಲ ತಾವುಗಳಿದ್ದ ಮನೆಬಿಟ್ಟು ಹೊರಟ್ವು. ಬ್ರಾಹ್ಮಣರ ಹಟ್ಟಿಯಲ್ಲಿದ್ದ ಪುರಾಣಪುಣ್ಯ ಕತೆಗಳು 'ಹೋಗಬೇಕೋ ಬೇಡವೋ... ಹೋಗಿ ಅವುರ್ರನ್ನ ಮುಟ್ಟುಸ್ಕೊಂಡ್ರೆ ಮಡಿ-ಮೈಲಿಗೆ ಆಗಿಬಿಟ್ರೇ ಪ್ರಾಯಶ್ಚಿತಕ್ಕೆ ಎಲ್ಲಿಗಪ್ಪ ಹೋಗೋದು' ಅಂತ ಹೆದ್ರುಕೊಂಡು ಅಲ್ಲೇ ಕೂತವು. 'ನಮ್ಗೇನು ಕಷ್ಟವಾಗಲ್ಲ. ಬರೆದಿಡೋರು ಇದ್ದಾರೆ' ಅನ್ಕಂಡು ಹತ್ತದಿನ್ನೈದು ಬಾರಿ ಯೋಚಿಸಿದ್ವು. ಆದ್ರೆ ಎಲ್ಲ ಜ್ಯಾತ್ಯೆಗ್ಳಾ ಮನ್ಗೆಗಳಿಂದ ಕತೆಗ್ಳು ಸೋಲುಸೋಲಾಗಿ ಹೋಗ್ತಿರೋದನ್ನು ನೋಡಿ ಬಿಳಿಬಣ್ಣದ ಧೋತ್ರ ಉಟ್ಕಂಡು ಈಟೂದ್ದ ನಾಮ ಬಳ್ಕಂಡು 'ಸ್ವಲ್ಪ ದೂರ ದೂರ್ದಲ್ಲಿ ನಡ್ಕೊಂಡು ಹೋದ್ರಾಯ್ತು ಅವ್ರುನ್ನು ಮುಟ್ಸುಕೊಳ್ದಂಗೆ. ಅದೇನ್ ಆಗುತ್ತೋ ನೋಡ್ಬಿಡನ' ಅಂದ್ಕೊಂಡು ಹೊರಟ್ವು.

ಗವುಗುಟ್ಟೋ ಕತ್ಲು. ಒಬ್ಬರ ಮೊಕ ಒಬ್ರಿಗೆ ಕಾಣ್ತಿಲ್ಲ. ಊರಿನ ಅಳ್ಳಿಮರದ ಹತ್ತಿರ ಕತೆಗಳೆಲ್ಲಾ ಕೂಡಿಕೊಳ್ಳುತ್ತಿದ್ವು. ಇದುಕ್ಕಾಗಿ ಹಿರಿಕತೆಯಜ್ಜಿ ಬಾಳ ಶ್ರಮವಹಿಸ್ತಿತ್ತು. ಅದು ವರುಷಪೂರ ಹೇಳಿದ್ರೂ ಮುಗೀದ ಕತೆ. ಇದೇ ಈ ಊರಿಗೆ ಹಿರೀಕತೆ. ಇದ್ರ ಯೌವ್ವನ್ದಲ್ಲಿ ಅದರ ಹಿರೀಕತೆಗಳು ಹತ್ತುವರುಷ,

ಒಂದು ತಲೆಮಾರು ಮುಗಿದ್ರೂ ಮುಗಿತಾನೇ ಇರಲಿಲ್ಲವಂತೆ ಕತೆಗ್ಳು. ಆದ್ರೀಗ ವರುಸಪೂರಾ ಕತೆಯೇ ಈ ಹಿರಿಯಜ್ಜಿ. ಈ ಹಿರಿಕತೆಗಿದ್ದ ಆತಂಕ ಏನಂದ್ರೆ 'ನನ್ಕತೆಯೇನೋ ಮುಗಿತು. ವಂಶವೇ ಬೆಳಿದಿದ್ರೇ ಲೋಕ ಇರ್ತ್ತದ? ಈ ಲೋಕ ಕಡೆಯಾಗ್ಲಿಕ್ಕೆ ನಾನೇ ಕಾರಣ ಆಗ್ಬಿಡ್ತಿನಲ್ಲ' ಅಂತ. ಅದುಕ್ಕಾಗಿ ಏನಾದ್ರೂ ಪರಿಹಾರ ಹುಡುಕ್ಬೇಕು. ಕತೆಗಳ ವಂಶ ಮುಂದ್ವರಿಬೇಕು' ಅಂತ ಮುತುವರ್ಜಿ ತಗೊಂಡು ತನ್ನಷ್ಟು ಹಿರೀಕ ಅಲ್ಲದಿದ್ರೂ ಮೂರ್ರಾತ್ರಿ ಹೇಳಿದ್ರು ಮುಗಿದೇ ಇರೋ ಕತೆಗೆ ಜಬಾಬ್ದಾರಿ ವಯ್ಸಿತು. 'ಮೂರ್ರಾತ್ರಿ ಕತೆ'ಗೂ ಅರುವಾಗಿತ್ತು. 'ನಮ್ಕಾಲಕ್ಕೆ ಎಲ್ಲಾ ಮುಗ್ದು ಹೋಗ್ತದೆ' ಅಂತ. 'ಯಾರು ಏನೇನ ಅಂದ್ಕಳ್ಳಿ' ಅನ್ತ ಯಾರ ಮಾತಿಗೂ ಕಿವಿಗೊಡ್ದೇ ಎಲ್ಲ ಮನೆಗಳ್ಗೂ ಸುದ್ದಿ ಮುಟ್ಸಿ 'ಇಂಗಿಂಗೇ' ಅಂತ ಹೇಳಿ ಬಂದಿತ್ತು. ಆಗಲೇ ಮಾತಾಡುವುದನ್ನೇ ಮರ್ತಿದ್ದ ಕತೆಗಳು, ಕಣ್ಣು ಕಾಣದೇ ಇರೋ ಕತೆಗ್ಳು, ನಡಿಲಾಗದೆ ಇರೋ ಕತೆಗಳ್ಗೆ ಒಂದಷ್ಟು ಸತು ಬಂದಂಗಾಯ್ತು.

'ಮೂರ್ರಾತ್ರಿ ಕತೆ' ಪುರಾಣಪುಣ್ಯದ ಕತೆಗಳ್ಗೆ ಕರೆಯೋದೋ? ಬೇಡ್ವೋ ಎಂದು ಎರಡ್ದಿನ ಯೇಚ್ನೆ ಮಾಡಿ ಆದದ್ದು ಆಗೇಬಿಡ್ಲಿ ಅಂತ ಎಲ್ರೂ ಮಲ್ಗಿರೋ ಸರೋತ್ನಲ್ಲಿ ಬಾಗ್ಲಗೆ ನಿತ್ಕಂಡು ಪುರಾಣಪುಣ್ಯ ಕತೆಗಳ್ಗೆ 'ಇಂಗಿಂಗೆ' ಅಂತ ಹೇಳಿತು. ಆ ಪುರಾಣಪುಣ್ಯ ಕತೆಗುಳು 'ಅಯ್ಯೋ ಹೋಗಪ್ಪ ನಿಮ್ಗೆ ಮಾಡಕ್ಕೆ ಬೇರೆ ಕ್ಯಾಮೆ ಇಲ್ಲ. ಇಲ್ನೋಡುದ್ರೇ ನಮ್ಮಲ್ಲಿ ಹೊಸ ಹೊಸ ಕತೆಗಳು ಎಂಗೆಂಗೋ ಹುಟ್ತಾನೆ ಇವೆ. ಅವು ಕೆಟ್ಟ ಸಂತಾನಗಳೇ. ಆದರೆ ಕತೆಗಳಂತೂ ಹುಟ್ತಿದವೆ... ನೋಡಾನಾ... ಟೇಮಾದ್ರೇ ಬತ್ತಿವಿ' ಅಂತ ಹೇಳಿಕಳಿಸಿದವು. ಎಂಗೋ ಎಲ್ಲಾ ಕೇರಿಗಳ್ಗೂ ವರ್ತಮಾನ ಮುಟ್ಟಿಸಿದ್ದೀನಿ ಅಂದ್ಕಂತು 'ಮೂರ್ರಾತ್ರಿ ಕತೆ'. ಎಲ್ಲ ಕೇರಿಗಳಿಂದ ಬತ್ತಿರೋ ಕತೆಗ್ಳು ಏನಾದ್ರೂ ಇದ್ರಿಂದ ಉಳ್ಗಾಲ ಸಿಗಬೋದು ಅಂತ ಆಸೆಗಣ್ಣಲ್ಲಿ ಸೇರ್ಕೊಳ್ಳುತ್ತಿದ್ವು. ಕತೆಗ್ಳು ಬಂದು ಬಂದು ಆ ಅಳ್ಳಿಮರದ ಜಗ್ಲಿಕಟ್ಟೆ ತುಂಬ್ದೂದಾಯ್ತು.

–3–

ತುಂಬ್ದೂರಿನ ಚೆಲುವ ಮೂಡ್ಲಿ. ಮಗ ಸೀನ. ಕಿರಿಚೆಲ್ವನಾಗಿ ಬೆಳೆತ್ತಿದ್ದ ಸೀನಂಗೂ ತಾನು ಗಂಡಸಾಗಿ ಬೆಳೆತ್ತಿದ್ದೀನಿ ಅಂತ ಗೊತ್ತಾಗಿದ್ದೇ ತಡ ಮತ್ತಷ್ಟು ಗಂಡುಸ್ತನ ಬೆಳೆಸೋ ಹೊಲ ಹುಡುಕುತ್ತಿದ್ದ. ಆಗ ಸಿಕ್ಕಿದ್ದೇ ವಿಮ್ಲಿ. ಆಗ್ತಾನೇ ರುಕ್ಸಾಂತಿ ಆಗಿದ್ಳು. ವಿಮ್ಲಿಗೂ ತರಾವರಿ ಕ್ಯಾಮೆಗ್ಳು ಕಣ್ಗೆ ನಿದ್ದೆ ಕೊಡ್ತಿರಲಿಲ್ಲ. ಅಂತ ಟೇಮಲ್ಲಿ ಸೀನ ವಿಮ್ಲಿ ಕಣ್ಣಿಗೆ ಬಿದ್ದಿದ್ದ. ಅದೇನ್ಕತೆಯೋ ಇಬ್ರಿಗೂ ಹೊಸ್ದೊಸ್ದಾಗಿ ಏನೇನೋ ಕಾಣಕ್ಕೆ ಸುರುವಾತು. ರಾತ್ರಿ ಆಗ್ತಿದಂಗೆ ಊರಾಚೆ

ಇರೋ 'ಕಿರುಬುನ್ಕಲ್'ನ ಹತ್ತಿರ ಸೇರ್ತಿದ್ರು. ಕ್ಯಾಕೆ ಹೊಡಿತಿದ್ರು, ಮುಟ್ತಾ ತಟ್ತಾ ಲೋಕನೇ ಮರಿತಿದ್ರು ಯಾರಿಗೂ ಗೊತ್ತಾಗ್ದಾಗೆ. ವಿಮ್ಲಿಗೂ ಸೀನ ಅಂದರೆ ಪ್ರಾಣ. ಸೀನಂಗೂ.

ಯಾರೂ ನೋಡ್ದಂಗೆ ಎಷ್ಟು ದಿನ ನಡೆದಾತು ಈ ಬಾಳ್ವಾಟ? ಲೋಕ್ಲೋಕವೇ ಯಾವ್ದೋ ರೋಗದಲ್ಲಿ ನರಳ್ತಿದ್ರೆ ಇವ್ರಿಗೆ ಬಿಟ್ಟಿರಕಾಗದ ನರಳಾಟ. ಒಬ್ರಿಗೊಬ್ಬರು ಕದ್ದುಮುಚ್ಚಿ ಸೇರೋದು. ನರಮನುಸ್ಯರು ಓಡಾಟ ಇಲ್ದೇ ಇರೋ ಸರೋತ್ನಲ್ಲಿ ಇವುರ್ದು ಸುರುವಾಗ್ತಿತ್ತು. ಹಿಂಗೆ ಇರ್ಬೇಕಾದ್ರೆ ವಿಮ್ಲಿ ಅಪ್ಪ ಚಂದ್ರಣ್ಣಂಗೆ 'ಏನೋ ಸುಲಾಕು ಬಂದಂಗೆ ಆಯ್ತು. ಸುಲಾಕ್ನ ಮುಂದಿಕ್ಕಂಡು ನಡ್ಕಂಡು' ಬಂದ್ರೆ ಅಲ್ಲಿ ವಿಮ್ಲಿ ಸೀನನ್ನು ಚೆಲ್ಲಾಟ. ಯಂಗೆ ತಡೆದ್ಕೊಳ್ಳದು. ಗದರಿದ. ವಿಮ್ಲಿ ನಡುಕೊಂಡು ಅಪ್ಪನತ್ರ ಬಂದು ಏನೇನೋ ಕೇಳ್ಕಂಡ್ಳು. ಚಂದ್ರಣ್ಣ ಸೀನಂಗೆ ಹಿಗ್ಗಾಮುಗ್ಗ ಸಿಕ್ ಸಿಕ್ದಂಗೆ ಬಿಗ್ದು ಬಿಸಾಕಿ 'ಬತ್ತಿನಿ ತಳಿ ಐತೆ ನಿಂಗೆ' ಅಂದು ವಿಮ್ಲಿನ ದರದರ ಎಳ್ಕೊಂಡೋದ. ಕತ್ತಲಲ್ಲಿ ಗೊತ್ತೇ ಆಗ್ಲಿಲ್ಲ. ಸೀನ ಹಣ್ಣಾಗ್ಯಿ, ನೀರುಗಾಯಿ ಆಗಿದ್ದ. ರಕ್ತವೋ ನೀರೋ ಉದ್ದಮುಣ್ಕ ಹರೀತ ಇತ್ತು. ಕೈಯೆಲ್ಲ ಬಿಗಿತಿದ್ವು, ಮೈಯೆಲ್ಲ ಯಾತ್ನೆ. ಒಣ್ಗಿದ ಮರ್ದಂಗೆ ಬಿದ್ದಿದ್ದ ಎಷ್ಟೋವತ್ತು...

ದಿನರಾತ್ರಿ ಎದ್ದಂಗೆ ಒಂದಕ್ಕೋಗನ ಅಂತ ಮೂಡ್ಲಿ ಎದ್ದ. ಹೊರಗೋಗಿ ಒಂದ ಮಾಡ್ಕೊಂಡು ಚಾಪೆಮ್ಯಾಲೆ ಘಟ ಹಾಕ್ವಾಗ ಚಾಪೆಲ್ಲಿದ್ದ ಸೀನ ಕಾಣಲಿಲ್ಲ. ಎತ್ತೋದ? ಅಂತ ಅಂಗೇ ಕೂತ. ಹೊರಗಡಿಕೋ? ನೀರ್ ಕಡಿಕೋ ಹೋಗಿರಬಹುದು? ಎಷ್ಟೊತ್ತಾದ್ರು ಬರಲೇ ಇಲ್ಲ. ಎಲ್ಲೋದ? ಗುಡಿಸ್ಲಿಂದ ಹೊರಗ್ಬಂದು ಹುಡುಕಾಡ್ದ ಗವ್ಗತ್ಲು ಬೇರೆಲ್ಲೂ ಕಾಣ್ಲಿಲ್ಲ. ಜಗ್ತಿಕಟ್ಟೆ ತವಾಸಿ ಮೊಕದ ನ್ಯಾರಕ್ಕೆ ನಡ್ಕೊಂಡು ಊರಾಚೆನ 'ಕಿರುಬುನ್ಕಲ್'ತಕೆ ಬಂದ. ಅಲ್ನೋಡುದ್ರೆ ಮಗ ಸೀನ 'ಗ್ಯಾನಿಲ್ದೆ ಬಿದ್ದವ್ನೆ. ಕಟಬಾಯ್ಲಿ ಲೊದ್ದೆ ಕಿತ್ಕಂಡೈತೆ' ನಿಧಾನುಕ್ಕೆ ಎಲ್ಡು ಕೈಗುಳ್ನ ಆತಿಡ್ಕೊಂಡು ನಡುಸ್ಕೊಂಡು ಗುಡಿಸ್ಲಿಗೆ ಕರಕೊಂಡು ಬಂದ. ಇಬ್ರೂ ಎತ್ತೋದ್ರು ಅಂತ ಎಲಡಿಕೆ ಅಗಿತ ಕಾಯ್ತಿದ್ದ ಈರಿಗೆ ಮಗುನ್ನು ನೋಡಿ ಎದೆ ಒಡೆದೋಯ್ತು.'ಯಾಕೆ? ಏನಾಯ್ತು? ಯಾಕಿಂಗೆ ಅವ್ನೆ? ಅಯ್ಯೋ ದೇವ್ರೆ' ದಡದಡ ನೀರು ಕುಡ್ಸಿ. ಹೊರಗಡೆ ಹೋಗಿ ಏನೇನೋ ಸೊಪ್ಪು ಅರ್ದು ಗಾಯಕ್ಕೆಲ್ಲ ಕಟ್ಟಿ... ಉಸುರು ಸೊಲ್ಪ ತಾವ್ಗೆ ಬಂದ್ಮೇಲೆ 'ಯಾಕ್ ಮಗ ಏನಾತು? ಅಲ್ಯಾಕೆ ಬಿದ್ದಿದ್ದೆ? ಮೂಡ್ಲಿ ಕೇಳಿದ್ದಕ್ಕೆ ಸೀನ '...ಕಿ... ರು...ಬ...ನ...ಕ...ಲ್ಲಿ...ನ...ತ್ರ...' ಹೇಳೋವತ್ಗೆ ಒಂದ್ಗಂಟಾಯ್ತು.'ಅದೇನ್ ನೋಡ್ಕಬತ್ತಿನಿ ತಳಿ' ಅಂದ್ಕಂಡು ವಲ್ಲಿಬಟ್ಟೆ ಕೊಡುವ್ಕಂಡು ಹೊರಟ ಮೂಡ್ಲಿ. 'ಕಿರುಬುನ್ಕಲ್'ತಕೆ ಬಂದು ಹುಡುಕ್ದ. ಏನೂ ಕಾಣ್ಲಿಲ್ಲ. ಬರೀ ಗುಂಡಿಗಳೇ. ಯೇಟೆತ್ರ ಇದ್ದ 'ಕಿರುಬುನ್ಕಲ್' ಕರಗೋಗಿ ಆಳೆತ್ರದ ಗುಂಡಿಗಳೇ ಆಗಿಬಿಟ್ಟಿತ್ತು.

ಮಗ ಇಲ್ಲಿಗ್ಯಾಕೆ ಬಂದಿದ್ದ ಅನ್ನೋದು ಗೊತ್ತಾಗ್ಲೇ ಇಲ್ಲ. 'ಅಗ ಅಗ ಅಲ್ಲೇ ಅವ್ನೇ...' ಅನ್ನೋ ದನಿಗಳು ಕೇಳುದ್ವು. 'ಯಾರಲೇ ಅವ್ರು' ಕೂಗಾಕ್ದ ಮೂಡ್ಲಿ. ಐದಾರ್ಜನ ಬಂಧ್ಬಂದವರೇ ಮೂಡ್ಲಿಗೆ ದೊಣ್ಣೆಗಳಿಂದ ಚಚ್ಚಿದ್ರು. 'ಹಾಕ್ರೋ ಅವ್ನಿಗೆ. ಬದುಕ್ಲೇ ಬಾರ್ದು' ಅನ್ನೋ ಚಂದ್ರಣ್ಣನ ದನಿ ಮೂಡ್ಲಿಗೆ ಗುರುತಾಯ್ತು. 'ಯಾಕ್...'ಅಂತ ಕೂಗ್ಬೇಕು ಅನಿಸಿದ್ರು ಪದ ನಾಲಗಲ್ಲೇ ಉಳಿತು. ದನಿ ಇಲ್ದಂಗೆ ಮಾಡುದ್ರು ಉಳ್ದೋರು. ಅಲ್ಲಾಡ್ದಂಗೆ ಬಿದ್ಕಂಡ ಮೂಡ್ಲಿ. 'ಅದ್ರ ವಾಸ್ನೇನೂ ಸಿಗ್ದಂಗೆ ಮಾಡ್ರೋ' ಅನ್ನೋ ದನಿಗೆ ಸಪೋರ್ಟ್ ಮಾಡ್ದೆ ವಾಸ್ನೆ ಸಿಂಗ್ ಬಡ್ದಂಗೆ ಹಬ್ತಾಹೋತು.' ಕಿರುಬುನ್ಕಲ್' ದಾಟಿ... ಜಗ್ತಿಕಟ್ಟೆಗೂ ಬಂದ್ಸೇರ್ತು.

–4–

ಜಗ್ತಿಕಟ್ಟೆಲ್ಲಿ ಸೇರ್ದ ಎಲ್ರೂ ಒಬ್ರನ್ನೊಬ್ರು ಒಟ್ಗೆ ನೋಡಿ ಎಷ್ಟು ವರುಸ ಆಗೋಗಿತ್ತೋ. ಎಲ್ರೂ ಮೊಕ್ದಲ್ಲೂ ಸಂತಸ ಕುಣಿದಾಡ್ತಿತ್ತು. ಮುಟ್ತಾ ತಟ್ತಾ ಮಾತಾಡ್ತುಸ್ತಾ ಕ್ಷೇಮ ಸಮಾಚಾರಗಳನ್ನೆಲ್ಲ ಇಚಾರಿಸಿಕೊಳ್ತಿದ್ವು. ಈ ಸಂತೋಸನ ಯಾರಿಗೂ ಪದಗಳಲ್ಲಿ ಹೇಳಕ್ಕೆ ಆಗ್ತಿರಲಿಲ್ಲ. ಹಿರೀಕತೆಯಜ್ಜಿ 'ಇಂಗೇ ಆದ್ರೇ ಬೆಳ್ಕರಿತದೆ. ಆಮ್ಯಾಕೆ ನರಮನುಸ್ರು ಸಂಚಾರ ಸುರುವಾಗ್ತದೆ. ನಾವು ಸೇರಿರೋ ಉದ್ದೇಶ ಈಡೇರಲ್ಲ. ಮತ್ತೆ ಇಂಗೆ ಎಲ್ರೂ ಸೇರಕ್ಕಾಗಲ್ಲ. ಎಲ್ರಿಗೂ ಅವರವರದೇ ಆಗಿರ್ತದೆ. ಈಗ ಮಾತ್ನಾಡಿ ಒಂದು ಹಾದಿ ಕಂಡ್ಕಣನಾ' ಅಂತ ಮಾತು ಸುರುಮಾಡಿತು.

'ನೋಡ್ರಪ್ಪಾ ಕತೆಗುಳಾ ನಾವು ನೀವು ಸೇರಿ ತುಂಬ ವರುಸಗಳೇ ಆಗೋಗಿವೆ. ನಮ್ನಮ್ಮ ಮಕಗಳೇ ನಮ್ಗೆ ಮರ್ತೋಗಿದೆ. ಇನ್ನ ನಿಮ್ಮ ಮಕಗಳು ಎಲ್ಲಿ ನೆನಪುಳ್ದಾತು. ಹಿಂದಿನ್ಜನ್ಮದ ಪುಣ್ಯನೋ ಏನೋ ಈಗಾದ್ರೂ ಸೇರಿದ್ದೀವಿ. ಬರೀ ಮಕ ನೋಡ್ಕಂಡೇ ಸುಖಪಡೋದು ಬೇಡ. ನಾವು ಬದುಕ್ಬೇಕು. ನಮ್ವಂಸ ಮುಂದ್ವರಿಬೇಕು. ಈಗಂತೂ ನಾವು ಬಿತ್ತ ಬೀಜ ಊರ್ಜಿತಾನೇ ಆಗ್ತಾ ಇಲ್ಲ. ಎಲ್ಲ ಅಲ್ಲಲ್ಲೇ ಬಿದ್ದೋಗ್ತಿವೆ. ಕತೆ ಹೇಳೋರಿಲ್ಲ. ಹೇಳೋರು ನಾವಿದ್ದಿವಿ ಅಂದ್ರೂ ಕೇಳೋರಿಲ್ಲ. ಇಂಗೇ ಆದ್ರೇ ನಮ್ಗೂ ಉಳ್ಗಾಲ ಇಲ್ಲ. ಅಷ್ಟೇ ಅಲ್ಲ ಸಾವ್ರಾರು ವರುಸ್ಗಳಿಂದ ಸಾಗ್ಬಂದಿರೋ ಈ ನೆಲ ಯೆಂಗುಳಿತದೆ. ಅದಕ್ಕೂ ಜೀವಾದಿಗಳ್ನ ಸಾಗ್ಸೋ ಸತುವಾದ್ರು ಎಲ್ಲಿಂದ ಬತ್ತದೆ. ನಾವು ಕಾಲಕಾಲುಕ್ಕೆ ಕತೆಗಳ್ನ ಕಟ್ತಿದ್ರೆ ಈ ನೆಲ, ಗಾಳಿ, ಮರಗಿಡ್ಗಳು ನೆಗ್ತ ನೆಗ್ತ ಇರ್ತವೆ. ಆದ್ರೀಗ ಅವ್ಕೆಲ್ಲ ಕೊನೆಯಾಗ್ತಿದೆ ಅನುಸ್ತಿದೆ. ಯೇಟು ದಿನ ಅಂತ ಉಸ್ರುಕಟ್ಟಿ ಇರೋದು. ಇತ್ತ ಸಾಯಕ್ಕು ಆಗ್ದೆ, ಬದುಕಕ್ಕೂ ಆಗ್ದೇ

ಅಂತರಪಿಶಾಚಿ ಆಗ್ಬಿಟ್ಟಿದ್ದೀವಿ. ಸತ್ತು ಸೊರ್ಗಕೆ ಹೋಗನ ಅಂದ್ರೇ ಹಿಂದ್ನೋರು ನಮ್ಗೆ ಕೊಟ್ಟ ಬಳ್ವಳ್ಕೆನ ನಾವು ಮುಂದ್ನೋರ್ಗೆ ಕೊಡಕ್ಕಾಗ್ತಿಲ್ವಲ್ಲ ಅಂತ ಸಂಕ್ಟ ಆಗ್ತದೆ... ಇನ್ನೂ ಈ ಜೀವನ ಎಲ್ಲಿವರ್ಗು ಹಿಡ್ದು ಇಟ್ಕಳದು...' ಏದುಸಿರು ಬಿಡುತ್ತಾ ಮಾತು ನಿಲ್ಲಿಸಿತು.

ಮೌನ... ಮೌನ... ಹಿರಿಕತೆಯಜ್ಜಿಯ ಮಾತ್ಗುಳ್ನ ಕೇಳಿ ಅವ್ರೆಲ್ರಾ ಬಾಳ್ವಾಟ ಕಣ್ಮುಂದೆ ಹಾದೋಯ್ತು. ಅಲ್ಲೀವರೆಗೂ ತಡ್ಕೊಂಡಿದ್ದ ಪುರಾಣಪುಣ್ಯಾದ ಕತೆ ಮುಂದುವರ್ಸುತು... 'ನಿಮ್ದೇನೋ ಪರವಾಗಿಲ್ಲ. ನಿಮ್ ಕತೆ ಕೇಳೋರಿಲ್ಲ. ಹೇಳೋರಿಲ್ಲ. ಕತೆ ಕಟ್ಟೋರಿಲ್ಲ. ಅದ್ನಾ ಯೆಂಗಾದ್ರೂ ಸಯಿಸ್ಕಬೋದು. ಆದ್ರೇ ನಮ್ದು ಕಷ್ಟ. ಸುಳ್ಳು ಸುಳ್ಳು ಕತೆನ ಕಟ್ಟಿ ನಿಜ್ದ ಕತೆನೇ ಕಳ್ದುಬಿಟ್ತಾವ್ರೇ. ಪುರಾಣಪುಣ್ಯಾ ಕತೆಗಳು ಅಂದ್ರೇ ಎದೆಉಬ್ಬಿಸಿ ಬದುಕ್ತಿದ್ವಿ. ಈಗ ಅಂಗಿಲ್ಲ. ನಮ್ಗೆ ಮತ್ತೋರ್ಗಿದೆ. ಯಾವ್ದು ಪುಣ್ಯದ್ ಕತೆ, ಯಾವ್ದು ಸುಳ್ಳಿನ ಕತೆ ಅಂತ. ಒಂದೊಂದ್ಕು ನೂರಾರು ಕತೆ ಕಟ್ತಾವ್ರೇ. ಆ ಟಿವಿಗಳಲ್ಲಂತೂ ಸುಳ್ಕತೆಗಳ ಸುರಿಮಳೆ. ನಾವೆಲ್ಲ ಹುಟ್ದಾಗ ಕತೆ ಕಟ್ಟೋವಾಗ್ಲೆ ಹೇಳೋರು ಎಲ್ರೂ ಬದ್ಕೋ ತರ ಕತೆ ಕಟ್ಬೇಕು. ದ್ವೇಷಗಿಷ ಇರಬಾರದು. ಇರುವೆಂಬತ್ತು ಕೋಟಿ ಜೀವಾದಿಗಳೂ ಅದ್ರಾಗೆ ಜೀವ್ನ ಮಾಡ್ಬೇಕು. ಆದ್ರೀಗ ಮನುಸ್ರು ಮನುಸ್ರೇ ಸಹಿಸ್ದಂತ ಕತೆ, ಇನ್ನು ಬೇರೆ ಜೀವಾದಿಗಳಂತೂ ಅವ್ರ ಕತೆಗೂ ಇರಲ್ಲ. ಬದುಕ್ನಾಗೂ ಇರಲ್ಲ. ಆದ್ರೇ ಪೋಟೋಗ್ಳು ಮಾತ್ರ ಇರ್ತವೆ. ನಮ್ಗೂ ಸಾಕಾಗ್ಯೆತ್ತೆ ಈ ಸುಳ್ನ ಕತೆಗಳ್ನ ಕೇಳಿ ಕೇಳಿ... ನಿಜ. ಇವ್ಗಳ್ಗೆಲ್ಲ ಕೊನೆ ಹಾಡ್ಬೇಕು...' ಗದ್ದಲ ಎದ್ದಿತು.

ಇದುಕ್ಕೆಲ್ಲ ಕೊನೆ ಹೇಗೆ ಅಂತ ಗುಸುಗುಸು ಶುರುವಾಯ್ತು. ಆಗ್ಲೇ ಕಲ್ಲುನೀರು ಕರಗೋವತ್ತು... ಎಲ್ಲಾ ಕತೆಗಳು ಹಿರೀಕತೆಯಜ್ಜಿಗೆ 'ನೀನೇ ಹಿರಿಯಜ್ಜಿ. ಮೂಲಾದಿ. ನೀನೇ ಹೇಳು' ಅಂತ ಮುಂದಿನ ನಿರ್ಧಾರದ ಜಬಾಬ್ದಾರಿ ವಹಿಸಿದ್ವು. ಹಿರಿಕತೆಯಜ್ಜಿ ಏನು ಹೇಳುತ್ತೋ ಅಂತ ಮೌನವಾಗಿ ಆಲುಸ್ತಿದ್ವು. ಅದೇ ಹೊತ್ನಾಗೇ ಆ ಕಡಿಂದ ನರಮನ್ಸೊಬ್ಬ ಬರುತ್ತಿರೋದನ್ನು ನೋಡಿ ಕತೆಗಳು ಮತ್ತಷ್ಟು ಗಾಬರಿಯಾದ್ವು. ಅವನು ಈ ಜಗ್ತಿಕಟ್ಟೆ ನೋಡ್ದೇನೆ ಮೊಕುದ್ ನ್ಯಾರುಕ್ಕೋದ. ಅವ್ನು ಹೋದ್ಕಡೆನೇ ನೋಡ್ತಾ 'ಮೂರ್‍ರಾತ್ರಿಕತೆ' 'ನೋಡ್ರಪ್ಪಾ ಕತೆಗುಳ ಇಲ್ಲಿವರ್ಗೂ ಆ ನರುಮನುಸ್ರು ನಮ್ಮನ್ನು ಆಡುಸ್ತಿದ್ವು, ಇನ್ನ ನಾವ್ ಅವ್ರುನ್ನ ಆಡ್ಸಣಾ... ಎಲ್ರೂ ಆ ನರಮನುಸ್ರು ಬಗ್ಗೆನೇ ಕತೆ ಕಟ್ತಾ ಹೋಗಿ... ಯಂಗೆ ಬೇಕೋ ಅಂಗೆ... ನಾವು ಏನೂ ಅಂತ ತೋರುಸೋನಾ... ಈಗ್ನಿಂದಲೇ ನಾವ್ ಕತೆ ಸುರುಮಾಡ್ಕಳನ...' ಎಂದಾಗ ಎಲ್ಲಾ ಕತೆಗಳೂ ಈ ನರಮನುಸ್ರುಗೆ ಬುದ್ದಿ ಬರೋವರೆಗೂ ಯೆಂಗೆಂಗೋ ಕತೆ ಕಟ್ತಿರೋನ. ಅವಾಗ ದಾರಿಗೆ ಬತ್ತಾರೆ' ಎಂಬ ತೀರ್ಮಾನ ಮಾಡುದ್ವು. ಹಿರಿಕತೆಯಜ್ಜಿ

'ಬೇಡ್ರಪ್ಪ ಅದ್ರಿಂದ ತೊಂದ್ರೇ ಇನ್ನಷ್ಟು ಜಾಸ್ತಿ ಆತದೆ.' ಅಂದ್ರೂ ಕೇಳ್ಸಕಂಡಂಗೆ ಇದೆಲ್ಲಾ ನಡಿತಿತ್ತು.

–5–

...ಇದೆಲ್ಲಾ ನಡಿತಿತ್ತು ಅದ್ಯಾಕೋ ಏನೋ ಮೂಡ್ಲಿ ಸಾಯೋದಕ್ಕು ಮುಂಚೆ ಲೋಕ್ದಲ್ಲಿರೋ ಜನ್ಗಳೆಲ್ಲಾ ತರಗೆಲೆ ಉದ್ರೋದಂಗೆ ಅಲ್ಲಲ್ಲೇ ಬೀಳ್ತೀರೋ ಸುದ್ದಿ ಎಲ್ಲಾ ಕಡೆಯಿಂದ್ಲೂ ಬತ್ತಿತ್ತು. ಟೀವಿಯೊಳ್ಗಂತೂ ಸತ್ತ ಹೆಣಗಳ ರಾಶಿ, ಹೆಣಹೊತ್ತ ಆಂಬ್ಯಲೆನ್ಸ್‌ಗಳ ಸಾಲು ಸಾಲು, 'ಕೆಮ್ಮಿದ್ರೆ ಅಂಟ್ಕಣೋ ರೋಗ, ಮುಟ್ಟುದ್ರೆ ರೋಗ, ಅದ್ಬಂದ್ಮೇಲೆ ಮದ್ದೇ ಇಲ್ವಂತೆ, ಅಂತೋರು ಯಾರೋ ತಪುಸ್ಕಂಡ್ಬಿಟ್ರೆ ಹುಡಿಕೊಂಡ್ ಕೂಡಾಕ್ತಿದ್ರು...' ಎಂಬವೆಲ್ಲ ನಡೀತಿದ್ವು, ಇದ್ನ ನೋಡಿ ಕೇಳಿ ಜನ್ರು ಬೆದ್ರಿಹೋದ್ರು... ಯಾರೇ ಕೆಮ್ಮಿದ್ರೂ ದೂರಕ್ಕಿಡೋದು. ಜೊರ ಬಂದ್ರೇ ಅವುರ್ನ ವತ್ತಚ್ಚಿಗೆ ಬಿಡೋದು ಹೀಗೆ ಆತೀತ್ತು. ಅಂದವಾದ ಹಳ್ಳಿನೇ ಭಯ್ದಿಂದ ಅಳಚ್ಗೆ ಆಗಿಬಿಟ್ಟಿತ್ತು. ಯಾರಯಾರಿಗೆ ಏನೇನು ಆಗ್ಬಿಡುತ್ತೋ? ಅನ್ನೋತರ ಇಡೀ ಊರೇ ಉಸಿರು ಬಿಗಿಹಿಡಿದಿತ್ತು... ಒಬ್ಬೊಬ್ರೇ ಜೊರ ಬಂದು ಬೀಳ್ತಿದ್ರು. ಅದಾಗಿ ಹದಿನೈದು ದಿನಗಳಲ್ಲಿ ಮೂಡ್ಲಿ ಸಾವಾಯ್ತು. ಮೂಡ್ಲಿಗೆ ಆ ರೋಗ ಬಂತೋ ಇಲ್ವೋ? ಆದ್ರೇ ಮೂಡ್ಳಿ ಅಂತೂ ಇಲ್ದಂಗಾದ.

ಊರಿನ ಜನೆಲ್ಲಾ ಈರಿಗೆ ನಿನ್ಗಂಡ ಸತ್ತಿರೋದ್ಕೆ ಗೋರ್ಮೆಂಟ್ನೋರು ಪರಿಹಾರ ಕೊಡ್ತಾರೆ ಅರ್ಜಿ ಹಾಕು ಅಂತ ಉಯ್ಲೆಬ್ಬಿಸಿ ಹಾಕ್ಸಿದ್ರು. 'ಮೂಡ್ಲಿ ದಯ್ಪಾಲ್ಸಿರೋ ಇಂಗಿರೋ ಸೀನಂಗೆ ನೀರು ನಿಡಿ ತೋರಿಸಿ, ಅವ್ನಿಗೊಂದು ವಸಿಕರ ಮಾಡಿರೇ ನನ್ಜಬಾಬ್ದಾರಿ ಮುಗಿತತೆ' ಅನ್ಕಂಡು ಅರ್ಜಿ ಹಾಕಿದ್ಲು... ಇಗ ಬಂತು... ಇಗ ಬಂತು... ಅಂತ್ಲೇ ವರುಸಗಳು ಉರುಳಿ ಉರುಳಿ ಹೋದ್ವು, ಯಾವ್ದು ಬರಲೇ ಇಲ್ಲ. ಬತ್ತತೆ ಅಂತ ಕಾದಿದ್ದೇ ಬಂತು. ಈ ದರವೇಸಿ ಸೀನುನ್ನು ಬೆಳೆಸೋದರಲ್ಲೇ ಸೋತು ಸುಣ್ಣವಾದ್ಲು ಈರಿ. ಮೂಡ್ಲಿ ಬದ್ಕಿದ್ದ ಅನ್ನೋದಕ್ಕೆ ಇದ್ದ ಏಕೈಕ ಸಾಕ್ಸಿ ಅಂದ್ರೇ ಸೀನ ಮಾತ್ರ.

ತಂದೆಯಿಲ್ದ ತಬ್ಲಿ ಆಗ್ಬಿಟ್ನಲ್ಲ ಅನ್ಕಂಡು ಸೀನನ್ನು ಸೊಲ್ಪ ಮುತುವರಿಜಿಲಿ ಬೆಳ್ಸಿದ್ಲು ಈರಿ. ಮೂಡ್ಲಿ ತೀರೋದ್ಮೇಲೆ ಸೀನ ಒಂಥರಾ ಆಗೋಗಿಬಿಟ್ಟ. ಅದ್ಕಾಗೋ ಏನೋ ಅವ್ನು ಸೆಂದಾಗಿದ್ರೆ ಸಾಕೆಂದು ಕೇಳ್ಕೇಳ್ದನ್ನೆಲ್ಲ ಕೊಡ್ಸುತ್ತಿದ್ಲು. ಮೊಬೈಲ್ ಬೇಕು ಅಂದಾಗ ಸಾಲಸೋಲ ಮಾಡಿ ಕೊಡ್ಸಿದ್ಲು ಅವ್ವ. ಅದ್ರಾಗೆ ಬರೋ ಅಂದಚಂದ್ವ ನೋಡಿ ಸೀನ ನವೀರಾಗಿ ತಯಾರಾಗ್ತಿದ್ದ. ಯಾವಾಗ್ಲೂ ಅದೇನೋ ನೋಡೋದು, ಮಾತಾಡೋದು. ರಾತ್ರೊತ್ನಗೆ

ರಗ್ಗೊತ್ಕಂಡು ನೋಡೋದು. ಅದ್ರೊಳ್ಗಿನ ರಸಾತಳಗಳ್ನೆಲ್ಲ ಸುರಿಸಿ ತಣ್ಣಗೆ ಮಲ್ಗಿ ಬೆಳ್ಗೆ ಎಸ್ಟೊತ್ಗೋ ಎದೋಳನು. ಕೆಲುವ್ಸರಿ ಗ್ಯಾನಿಲ್ದೆ ಬಿದ್ದಿರೋನು... ಗ್ಯಾನ ಎಲ್ಲಿರುದೋ...

ಮೂಡ್ಲಿ ಲೋಕಬಿಟ್ಟು ನಡ್ದ. ಅದ್ನ ಸಾಹುಕಾರ್ ಚಂದ್ರಣ್ಣ ಸುಲಾಕೇ ಸಿಕ್ದಂಗೆ ಮೂಡ್ಲಿಗೆ ಯಾವ್ದೋ ರೋಗ ಬಂದೈತೆ. ದೇಶ–ದೇಶ್ದಗೆಲ್ಲ ಬಂದಿರೋ ಕಾಯ್ಲೇನೆ ಇರಬೋದು ಅಂತ ಉಯ್ಲಬ್ಸಿ ಮೂಡ್ಲಿ ಹೆಣನ ಐದಾರು ಹೆಂಗುಸ್ರ ಸೀರೆ ಸುತ್ಬಿಟ್ಟು ರಕ್ತ, ಗಾಯ ಕಾಣ್ದಂಗೆ ಮಾಡಿ ಜೆಸಿಬಿಂದ ಎಲ್ಡಾಳುದ್ದ ಗುಂಡಿ ತಗ್ಸಿ ಯಾರಿಗೂ ಮುಟ್ಟಕ್ಬಿಡ್ದಂಗೆ ಎಲ್ಡು ಕಡೆ ಸೀರೆಲ್ಲೇ ಕಟ್ಟಿ ಗುಂಡಿಯೊಳಕ್ಕೆ ಇಳಿಬಿಡ್ಸಿ. ಮಣ್ಣು ಮುಚ್ಚುಸ್ದ. ಅರೆಗ್ಯಾನದಲ್ಲಿದ್ದ ಸೀನುನ ಕೈಯ್ಲಿ ಏನೇನೋ ಮಾಡ್ಸಿದ್ರು.

ಅವತ್ನಿಂದ ಸೀನ ಮೊದ್ಲಂಗೆ ಆಗ್ಲೇ ಇಲ್ಲ... ಯಾವಾಗ್ಲೂ ನಗೋದು. ಮೊಬೈಲ್ನಾಗೆ ಮುಳ್ಗಿರೋದು ಇಷ್ಟೇ ಅವ್ನ ಜೀವ್ನ. ಮಗ ಇಂಗಾದ್ರೇ ಯಂಗೇ ಅಂತ ಗಂಡ ಸತ್ತ ಮೂರುವರುಸದಾಗೆ ಸುತ್ಮುತ್ತ ಹಳ್ಳಿಗೆಲ್ಲ ಹುಡ್ಕಿ ಶಾಲಿನಿನ ತಂದು ಮದ್ವೆ ಮಾಡಿದ್ಳು ಈರಿ. ಮಗ ಜೀವ್ನ ನ್ಯಾರ್ಪಗ್ಲಿ ಅಂತ. ಹೆಂಡ್ತಿಗಿಂತ್ಲೂ ಮೊಬೈಲ್ ಮ್ಯಾಲೆ ಸೀನಂಗೆ ಗ್ಯಾನ. ಉಣ್ಣಕೆ ಕೊಟ್ರೆ ಉಣ್ಣನು. ಇಲ್ದಿದ್ರೇ ಮೊಬೈಲ್ಲೇ ಎಲ್ಲಾ. ಅದೆಲ್ಲೆಲ್ಲಿಗೆ ಯೇಟು ಬಿದ್ದಿತ್ತೋ. ಕಿರ್ಬುನ್ ಕಲ್ಲು'ನ ಯಾವ ಪಿಶಾಚಿ ಹಿಡ್ಕಂಡಿತ್ತೋ. ಹಿಂದಿದ್ದು ಏನೂ ಗೆಪ್ತಿ ಆತಿರಲಿಲ್ಲ. ವಯ್ಸಿಗೆ ಬಂದುಡುಗ ಎಳೆಹುಡ್ಗ ಆಗ್ಬಿಟ್ಟಿದ್ದ. ಚಿಕ್ಕೋರೆಲ್ಲಾ ನಕ್ಸಾರುಕ್ಕೆ ಇಕ್ಕಂಡಿದ್ರು. 'ಆಡೋ ಹುಡ್ಗಂಗೆ ಮದ್ವೆ ಮಾಡುದ್ರೆ ಮಾಡೋ ಜಾಗ್ಕೆ ಮಣ್ಣೊಯ್ಕಂಡ್ರು'ಅನ್ನಂಗೆ ಆಗೋಯ್ತು ಸೀನುನ್ಪಾಡು. ಶಾಲಿನಿ ಜೊತೆ ಕಳ್ದ ಎಲ್ಲ ರಸಗಳ್ಗೇನು, ಶಾಲ್ನಿಯ ಉಬ್ಬುತಗ್ಗುಗಳ್ನು ತಬ್ಕೊಳ್ಳುದ್ನು ಯಾವ್ದೇ ನಿರ್ವಂಚ್ನೆ ಇಲ್ದೇ ಹೇಳ್ಕಂಡು ತಿರುಗ್ತಿದ್ದ. ಕೇಳುಸ್ಕಳ್ತಿದ್ದ ಊರ್ನೋರಿಗೆ ಕುಸ್ಯೋಕುಸಿ.

–6–

ಕುಸಿ ಕಳ್ಕೊಂಡಿದ್ದ ಕತೆಗುಳ್ಗೆ ಲೋಕ್ದ ಅರುತಮಾನ ಅರುವಾಗ್ತಾ ಹೋಯ್ತು. ಇಂಗೆಲ್ಲಾ ನಡಿತಾವೆ ನಾವಿನ್ನೂ ಲಾಗಾಯ್ತಂಗೆ ನಡ್ಕೊಳ್ತಿದ್ವಿ. ನಾವು ಬದ್ಲಾಗ್ಬೇಕು. ನಾವ್ ಕತೆನ ಅವ್ರಂಗೆ ಕಟ್ಟಾನ. ಅದ್ಕಂಡು ತರಾವರಿ ಸುರುಮಾಡ್ಕಂಡ್ವು, ಈ ಜನ್ರಿಗೆ ಬುದ್ಧಿ ಯೇಳವು ಬೇಡ' ಅಂತ ಗೊತ್ತಾಗಿ ವೇಷ ಬದ್ಲುಸ್ಕಳ್ಳಕ್ಕೆ ಸುರುಮಾಡುದ್ವು. ಉದ್ರೇಕಿಸೋ ಕತೆಗ್ಳು, ಗಂಡು–ಹೆಣ್ಣುಗಳ ಒಳಸಂಬಂಧದ ಕತೆಗ್ಳು, ಧರ್ಮ–ಜಾತಿ ಅಂತ ಕಿತ್ತಾಡೋವಂಥವು...

ಇಂಥವೇ ನಾಯ್ಕೊಡೆಯಂತೆ ಹುಟ್ಟಕ್ಕೆ ಸುರುವಾದ್ವು. ಕತೆಗುಳೇ ಈ ತರವಾದ್ರೇ ಮನುಸ್ರು ಕೇಳ್ಬೇಕ? ಅವ್ರು ಅದ್ನೆ ಎಂಜಾಯ್ ಮಾಡ್ತ ಯಾರ್ ಜೀವ್ನ ಯಂಗಾದ್ರೂ ಆಗ್ಲಿ ಅಂತ ತಮ್ಗೆ ಬಂದಂಗೆ ಹರಿಬಿಡ್ತಿದ್ರು. ಮೂಡ್ಲಿ ಸಾವು ಊರಿನಾಗೆ ಕತೆ ಹುಟ್ಸೋ ನೆಲ ಆಗೋಯ್ತು. ಬರಡೆದ್ದ ನೆಲಕ್ಕೆ ಮೂಡ್ಳಿ ಸತ್ತು ಮಳೆನ್ನೇ ಸುರಿಸಿದ. ತರಾವರಿ ಕತೆಗಳು ಹುಟ್ಟತೊಡಗಿದವು.

'... ಏ ಮೂಡ್ಳಿಯೆಣ ಸಾಹುಕಾರ್ ಚಂದ್ರಣ್ಣ ತೋಟುತ್ತವ ಬಿದ್ದೈತೆ ಅಂದ್ರೆ ಇದು ಅವ್ನೇ ಮಾಡ್ಸಿರೋ ಕೊಲೆ. ಯಾಕಂದ್ರೆ ಚಂದ್ರಣ್ಣನ ಯೆಂಡ್ತಿಗೂ ಈ ಮೂಡ್ಳಿಗೂ ಬಾಳದಿನ್ದಿಂದ ನಡೀತಿತ್ತು. ಚಂದ್ರಣ್ಣನ ಕಿವಿಗೆ ಬಿದ್ದು ಆ ಅಮಾಸೆ ರಾತ್ರಿ ಕಾದಿದ್ದು ಬಡ್ದಾಕವ್ರೇ...' ಅಂತ ಒಂದ್ಕತೆ ಪಿಚ್ಚರ್ ಬಿಟ್ಟಂಗೆ ಹೇಳ್ತಿದ್ರೇ...

ಇನ್ನೊಂದು 'ಇರ್ಬೋದು... ಮೂಡ್ಲಿ ಯಾವಾಗ್ಲೂ ಆ ಸಾಹುಕಾರ್ ಚಂದ್ರಣ್ಣನ ಕ್ವಾರಿತವ್ಲೆ ಬಿದ್ದಿರೋನು... ಆ ಕ್ವಾರಿನೇ ನಂದು ಅನ್ನಂಗೆ ಮ್ಯರಿಯೋನು... ಅಂಗೆ ಆದುದ್ದೇ ಸರಿ.'

'ಅಂಗಲ್ಲಣ್ಣೋ ಸಾಹುಕಾರ್ ಚಂದ್ರಣ್ಣನ ಮಗ್ಳು ವಿಮ್ಲ ಇಲ್ವ, ಅವ್ಳು ರುಷ್ಯಂತಿ ಆದ್ಲಲ್ಲ ಅವ್ಳಿಗೆ ರಸಲೋಕ ತೋರಿಸಿದ್ನಂತೆ ಈ ಮೂಡ್ಳಿ. ಇದ್ರಿಂದ ವಿಮ್ಲಳ ಮುಟ್ಟು ನಿಂತ್ಬಿಡ್ತಂತೆ. ಗಾಬ್ರಿ ಆಗಿ ಮಗ್ಳನ್ನ ಹಿಡ್ದು ಏನು ಯತ್ತ? ಅಂತ ತಿಳ್ಕಂಡು ಇಂಗೇ ಕಾದು ಕಾದು ಈ ಕತ್ಲರಾತ್ರಿಲೀ ಕತೆ ಮುಗ್ಸಿನಂತೆ...'

'... ಅಯ್ಯೋ ನಿನ್ದೊಂದು ಅದು ಬೇರೆ... ಆ ಸಾಹುಕಾರ್ ಚಂದ್ರಣ್ಣ ಮೂಡ್ಳಿ ಹೆಂಡ್ತಿನ ಇಟ್ಕಂಡಿದ್ನಂತೆ ದಿನರಾತ್ರಿ ಸೇರೋಹಂಗೆ ಅಮಾಸೆ ರಾತ್ರಿ ಇಬ್ರು ಕೂಡ್ತಿದ್ರಂತೆ ಅದ್ರ ಸಬ್ದು ಕೇಳುಸ್ಕಂಡು ಮೂಡ್ಳಿಗೆ ಗೊತ್ತಾಗಿ ಅವುರ್ರನ್ನೇ ಅಂಚರ್ಸಿಕೊಂಡು ಬಂದು ಜಗಳಗಿಗಳ ಆಗಿ ಕೊನ್ಗೆ ಮೂಡ್ಲಿನ ಇಲ್ಲಿ ಮಲುಗ್ಸಿದ್ರಂತೆ... ಬೇಕಾರೇ ಮೂಡ್ಳಿ ಮಗ ಸೀನುನ್ ನೋಡಿ ಕರಿಮೂತಿ ಸಾಹುಕಾರ್ ಚಂದ್ರಣ್ಣನ ಮೊಕುತರ ಕಾಣಲ್ವ...' ಎಂತು ಆತುರಕ್ಕುಟ್ಟಿದ ಕತೆ.

ಅಲ್ಲೀವಗರ್ೂ ಮೂಡ್ಳಿ ತರ ಕಾಣ್ತಿದ್ದ ಸೀನುನ ಮೊಕ ಆತುರಕ್ಕುಟ್ಟಿದ ಕತೆಯ ಮಾತ್ನಿಂದ ಸಾಹುಕಾರ್ ಚಂದ್ರಣ್ಣನ ಮೊಕದಂಗೆ ಕಾಣೋಕೆ ಸುರುವಾಯ್ತು... 'ಅವ್ದೌದು'... ಎಂದು ಎಲ್ರು ಕೈ ಕೈ ಹಿಚಿಕ್ಕೊಂಡ್ರು 'ನಮ್ಗೆ ಮೊದ್ಲೇ ಹೊಳಿಲಿಲ್ವಲ್ಲ' ಅಂತ. ಈ ತರಾವರಿ ಕತೆಗ್ಳು ಊರಾಗೆಲ್ಲಾ ಓಡಾಡಿ. ಈರಮ್ಮನ ಕಿವಿಗೂ ಬಿದ್ದು, ಮುಂದೆ ಸೀನುನ ಕಿವಿನೂ ದಾಟಿ ಹೋಗಿದ್ವು. ಈರಮ್ಮ ಏನೂ ಮಾತ್ನಾಡ್ದಾಗೇ ಕತೆಗುಳೇ ಬಾಯಿಮುಚ್ಸಿದ್ವು. ಸಿಕ್ಕಸಿಕ್ಕವರು ಅವ್ರಿಗೆ ಬೇಕಾದಂಗೆ ಕತೆ ಕಟ್ಕಂತಿದ್ರು. ನರಮನುಸ್ರು ಈ ಕತೆಗಳಿಂದ ತಮ್ತಮ್ಮ ಒಳಾಸೆಗಳ್ನ ಈಡೇರಿಸಿಕೊಳ್ತಿದ್ರು. ಒಂದಸ್ಟು ಕಾಲ ರಸವುಕ್ಕಿಸುವ ಕತೆಗಳಿಂದ ಊರಿನ ಗಂಡಸ್ರು ನಾಲ್ಗೆ, ಅಂಗ, ನರನಾಡಿಗಳೆಲ್ಲ ಈರಿ ನಲಿದಾಡಿದ್ದಳು.

ಆ ಕತೆಗಳ ನಿರೂಪಣೆಯಂತೆ ಮನೇಲಿದ್ದ ಸಾಹುಕಾರ್ ಚಂದ್ರಣ್ಣನ ಹೆಂಡ್ತಿ ದಡಕ್ಕನೆ ಓಡಿಬಂದು ಮೂಡ್ಳಿ ಜೊತೆ ಮಲುಗಬೇಕಾಗಿ ಬಂತು. ಮಗ್ಳೂ ವಿಮ್ಲನೂ ಮೂಡ್ಳಿ ಜೊತೆ ಮಲುಗಬೇಕಾಯ್ತು. ಮೂಡ್ಳಿ ಹೆಂಡ್ತಿ ಈರಿ ಸಾಹುಕಾರ್ ಚಂದ್ರಣ್ಣನ ಜೊತೆ ರಾತ್ರಿಹೊತ್ತು ಕೂಡಬೇಕಾಗಿ ಬಂತು. ಕತೆ ಕೇಳಿದವ್ರಂತೂ ಅದರೊಳಗೆ ತಾವೇ ಸುಖಿಸ್ತಿದ್ರು. ಸಾಹುಕಾರ್ ಚಂದ್ರಣ್ಣನ ಹೆಂಡ್ತಿ, ವಿಮ್ಲಿ ಜೊತೆ ಮಲಗುವಾಗ ತಾವೇ ಮೂಡ್ಳಿಯಾಗಿ, ಈರಿ ಜೊತೆ ಮಲಗುವಾಗ ತಾವೇ ಸಾಹುಕಾರ್ ಚಂದ್ರಣ್ಣ ಆಗಿ ಸ್ಖಲಿಸುತ್ತಿದ್ರು. ಗಂಡಸ್ರುಗೆ ತಮ್ತಮ್ಮ ಹೆಂಡ್ತಿಯರ ಮೊಕಗಳೇ ಮರೆತೋಗಿ ಸಾಹುಕಾರ್ ಚಂದ್ರಣ್ಣನ ಹೆಂಡ್ತಿ, ಈರಿ, ವಿಮ್ಲಿಯೇ ಮಿನುಗ್ತಿದ್ರು.

ಊರುನ ಗಂಡುಸ್ರ ಕತೆ ಇಂಗಾದ್ರೆ, ಹೆಂಗಸ್ರುದು 'ಈರಿ ಬಾಳು ಇಂಗಾದ್ದೆ' ಎಂದು ಪರಿತಪಿಸುತ್ತಿದ್ದರು. ಸಾಹುಕಾರ್ ಚಂದ್ರಣ್ಣನ ಜೊತೆ ಈರಿ ಮಲಗಿದ್ರೇ ಮಲ್ಗಲಿ ಬಿಡು ಅದೇನು ಹರಿದೋಗುತ್ತಾ...? ಇವ್ಯಾಕೆ ಇಂಗಾಡ್ತವೆ. ಅವರವರಿಷ್ಟ. ಪಾಪ ಆ ವಿಮ್ಲಿ ಏನಾದ್ಲೋ? ಎತ್ತೋದ್ಲೋ? ಅವ್ಳ ಜೀವ್ದಾಗೆ ಉಸ್ರು ಐತೋ? ಇಲ್ಲ ಉಸ್ರು ನಿಲ್ಸವ್ರೋ?... ಎಂಬೋ ತಾರಾಡೋ ಮಾತುಗಳು.

–7–

ಈ ತಾರಾಡೋ ಮಾತ್ಗುಳ ಕತ್ಗಳ್ನೆಲ್ಲ ಕೇಳಿ ಚಿಟ್ ಹಿಡ್ದ ಹಿರಿತಲೆಯಜ್ಜಿ 'ತೋ ಎಂತಾವ್ರಿಗೆ ಜಬಾಬ್ದಾರಿ ಕೊಟ್ನಪ್ಪಾ... ಗೂಟ ಸರಿಯಿಲ್ದೋನ್ಗೆ ಮೇಟಿ ಕೊಟ್ಟಂಗಾಯ್ತು... ಮನುಸ್ರುಗೆ ಮೊದ್ಲೇ ನಿಗ ಇಲ್ಲ. ಈಗ ಹೆಂಡ ಕುಡುಸ್ದ ಕೋತಿ ಆಡ್ದಂಗೆ ಆಡ್ತಾವ್ರೇ... ಇಂಗೇ ಆದ್ರೇ ನಮ್ಗೇ ಇದೇ ಕೊನೆಗಾಲ. ಇದ್ಕೆಲ್ಲ ಪರಿಹಾರ ಏನೂ ಇಲ್ವ. ಆ 'ಕಿರುಬನ್ಕಲ್ಲೇ' ಏನಾದ್ರು ದಾರಿ ತೋರುಸ್ಬೇಕು ಅಂದ್ಕಂಡು ಸಂಚಿ ಸೊಂಟಕ್ಕೆ ಸಿಕ್ಕಿಸ್ಕೊಂಡು ಕೋಲೂರ್ಕಂಡು ಬಂತು. 'ತಲ್ತಮಾರ್ಗಳಿಂದ ಕತೆ ಹುಟ್ಸುಸ್ತಿದ್ದ 'ಕಿರುಬುನ್ಕಲ್' ಈಗ ಇಂಥ ಕತ್ಗೆ ಸಾಕ್ಷಿ ಆಗ್ಬಿಟ್ಟಲ್ಲ...' ಏನಪ್ಪಾ ಕತೆಗಳ ಒಡೆಯ 'ಕಿರ್ಬುನ್ ಕಲ್ಲು' ನೀ ಮಾಡಿರೋದ್ ಸರಿನಾ? ಯಾಕಪ್ಪ ಇಂಗೇ ಲೋಕ್ದ ಹೊಟ್ಟೆ ಉರುಸ್ತಿ. ಹಿಂದೆಲ್ಲ ಎಂತೆಂಥಾ ಕತೆ ಹುಟ್ಸುಸ್ತಿದ್ದೆ. ನಾನು ಇಲ್ಲೇ ಹುಟ್ಟಿದ್ದು ನಿನ್ನ ಮಡ್ಲಲ್ಲೇ ಬೆಳ್ದದ್ದು. ಆ ಪ್ರೀತಿ ಮಮಕಾರ ಎತ್ತೋದ್ವು, ನಿಮ್ಮಂಥ ಊರ್ ಕಾಯೋರೇ ಇಂಗೇ ಊರುನ್ನ ಕೊಲ್ಲೋರಾದ್ರೆ ಯಾರುನ್ನ ದೂರೋದು. ನಿಂಗೆ ಯಾಕಿಂಗೆ ಮುನ್ಸು. ನಿಜ ನಮ್ಗೆ ಕತೆ ಕಟ್ಟಕ್ಕೆ ಉಸ್ರಿಲ್ಲ, ಸತು ಇಲ್ಲ. ಕಲಾಪ್ನೆನೂ ಇಲ್ಲ. ಅಂಗಂತ ಕೇಡ್ನ ಕತ್ಗಳ್ನ ಕಟ್ತಿರಲಿಲ್ಲ. ಈಗ್ನೋಡುದ್ರೇ ಅವೇ ಊರಿನ ತುಂಬ ಗಜಿಬಿಜಿ ಅಂತ

ಓಡಾಡ್ತಿವೆ. ನಿಜದ ಕತ್ಗಳು ಸೊರುಗ್ತ ಇವೆ. ಅವ್ಗೆ ವಸಿಕರ ನೋಡು. ಅವ್ಗಳೇ ನಮ್ಗೇ ಈ ಲೋಕಕ್ಕೆ ಜೀವ್ಗಳು. ನೀನು ಇಂಗೇ ಸುಮ್ನಿದ್ರೇ ಏನ್ಮಾಡೋದು... ಈಟು ವರುಸದಾಗೆ ನಿನ್ನ ನೋಡ್ಬೇಕು ಅಂತಾ ಒಂದಿನಾನು ಈ ಕಡೆ ತಲೆ ಹಾಕಿರಲಿಲ್ಲ. ಈಗ ಅಸಂದರ್ಪ ಬಂದಿವ್ನಿ. ನೀನು ಎಂತೆಂಥ ಕಾಲ್ದಿಂದ ಏನೇನೋ ನೋಡ್ಕಬಂದಿದ್ಯ. ನಂದೂ ಕಾಲ ಮುಗಿತು ನೀನೇ ಏನಾದ್ರೂ ಲೋಕ ಬದ್ಕೋ ಅಂತ ದಾರಿ ತೋರಿಸು...' ಹಿರಿಯಜ್ಜಿಯ ಮಾತ್ಗಳ ಬಾಣ 'ಕಿರುಬುನ್ಕಲ್'ನ ಮನ್ಸಿಗೆ ನಾಟ್ತು...

'ಏನ್ಮಗೈ ಹೇಗಿದ್ಯ? ಇಲ್ಲಿಂದೋದ್ಮೇಲೆ ನಿನ್ನೋಡ್ಲೇ ಇಲ್ಲ. ಈಗ ಬಂದ್ಯ? ಈ ಊರ್ ಹುಟ್ಟಕ್ಕೆ ಮುಂಚಿದ್ದೂ ಇಲ್ಲೇ ಇದ್ದಿವ್ನಿ. ಸುತ್ಮುತ್ತಿದ್ದ ಗಿಡ, ಮರ ಪಸುಪಕ್ಸಾದಿಗಳೆಲ್ಲ ಎತ್ತೆತ್ತಾ ಹೋದ್ವೋ. ಅವ್ಕೆ ಸತುವಿತ್ತು. ನಂಗೆ ಏನೂ ಇಲ್ಲ. ಏನಾ ಪರದ್ದೇಸಿ ಅನ್ನೋರು ಇಲ್ಲ. ದಿಕ್ಕಿಲ್ಲ. ಎತ್ಲೂ ಹೋಗೋಕ್ಕಾಗಲ್ಲ. ಈ ಜನ್ಗಳಾಡೋ ಆಟ ನೋಡಿ ನೋಡಿ ಸಾಕಾಗೋಯ್ತು. ಅವ್ರಿಗೆ ನೀನು ಅಂತ ಹೇಳೋರಿಲ್ಲ. ಎಲ್ರಿಗೂ ಅವ್ರದು ಅವ್ರೇ. ಇದ್ನೆಲ್ಲ ನೋಡ್ಕಂಡು ನಮ್ಮಂತ ಹಿರೀಕ್ರು ಯಾಕ್ ಬದುಕ್ಬೇಕು ಅನಸ್ತದೆ. ನನ್ ಪಕ್ಕೆಲುಬುಗಳ್ನ ಮುರುದು ಮುರುದು ಪುಡಿಮಾಡಿ ಬಿಸಾಕ್ತವ್ರೆ. ಬರೀ ಮೂಳ್ಗೆ ಮಾತ್ರ ಅಲ್ಲ. ಯೇಟೋ ಜನ್ರು ಜೀವ್ಗಳ್ನ ಕಳ್ಕಂಡು ಬರೀ ಚಕ್ಳ ಆಗಿ ಈ ಕ್ವಾರಿಯೊಳ್ಗೆ ಹುದ್ಗೋಗ್ಯಾವ್ರೇ. ಎದ್ರು ಬೆಳ್ಗೆ ಒಂದಲ್ಲ ಒಂದು ಅನಾಚಾರ. ಲಾಗಾಯ್ತಿಂದ ಊರ್ನ ಕಾಯ್ತಿದ್ದೆ ಈಗ ಸತ್ತಯೆಣ್ಗಳ ಕಾಯ್ಬೇಕು. ಗಾಳಿ, ಮಳಿ ಕೊಡ್ತಿದ್ದ ಗುಡ್ಡ ಆಗಿದ್ದ ನಾನು ಯೆಣ್ಗಳನ್ನ ಗುಟ್ಟಾಗಿ ಮಡ್ಕಂಡಿರೋ ಗುಡ್ಡ ಆಗಿದ್ದೀನಿ. ಎದ್ರು ಬಿದ್ದೋರ್ನ ಇದ್ರೊಳ್ಗೆ ಉಸ್ರಿಲ್ದಂಗೆ ಮಾಡವ್ರೇ. ಬರೀ ಹಸ್ರು ನೋಡ್ತಿದ್ದ ನಾನು ಕೆಂಪಾನೇ ಕೆಂಪು ರಕುತ ನೋಡಿ ಜೀವ್ನ ಸಾಕು ಅನುಸ್ತಿದೆ. ನನ್ ಒಡ್ಲು ಇನ್ನೆಷ್ಟು ಯೆಣ್ಗಳ್ಗೆ ಕಾಯ್ತಿದ್ಯೋ. ಇಷ್ಟೆಲ್ಲಾ ನಡಿತಿದ್ರು ಯಾರೂ ಎತ್ತಾ ಅನ್ನೋರಿಲ್ಲ. ಈಗ ನೀ ಬಂದು ಕೇಳ್ತಿದ್ದಿ. ಮೊದ್ಲಿದ್ದ ಊರು ಯೇಟು ಸೆಂದಾಗಿತ್ತೋ... ಯೀಗ ಹಾಳೂರಾಗಿದೆ. ನಮ್ನೆಲ್ಲ ಸಿಗ್ದು ಪಾಲಾಗ್ತಿದಾರೆ ಈ ನರಮನುಸ್ರು...' ಸೊಲ್ಪ ಉಸ್ರುನ ತಾವಿಗೆ ತಗೊಂಡು ಸುಧಾರಿಸಿಕೊಂಡು ಮುಂದುವರುಸ್ತು...

'ಹ್ಞೂಂ... ಅವ್ರಿಗೆ ಈ ಲೋಕ ಉಳಿಬೇಕು ಅಂದ್ರೇ ಎಲ್ರೂ ಜತೆ ಬಾಳ್ವೆ ಮಾಡ್ಬೇಕು. ತಾನು ತನ್ದು ಅನ್ಕಂಡ್ರೇ ಲೋಕನೇ ಉಪ್ಪು ಉದ್ರುದಂಗೆ ಉದ್ರೋಗ್ತದೆ. ಗಾಳಿಯೆಲ್ಲ ಆವಿಯಾಗಿ ಹಾರೋಗ್ತದೆ. ನೀರೆಲ್ಲಾ ನಿಗ ಇಲ್ದೆ ಹರಿದೋಗ್ತದೆ. ಉಸ್ರೆಲ್ಲ ಬಸ್ರಾಗ್ದೇ ಕೆಸ್ರಾಗ್ತಾದೆ. ಈ ಕಾಲ್ದೋರಿಗೆ ಹೇಳಕ್ಕಾಗಲ್ಲ. ಎಲ್ರೂ ಅವ್ರೇ ಲೋಕ ಕಟ್ಟೋರು ಅನ್ನಂಗೆ ಆಡ್ತರೆ. ಅವ್ರ ಕಾಲ ಮುಗಿತಾ ಬಂತು. ಅದ್ಕೆ ಇಂಗಾಡ್ತಾವ್ರೇ... ನಾವೂ ಕಾಯನ ಏನೇನೂ ನಡೀತದೋ ನಡಿಲಿ... ನಮ್ಕೈಯ್ಯಾಗೆ ಏನೈತೆ... ನಡ್ಯೋದ್ನೆಲ್ಲ ನೋಡ್ಕಂಡು

ಹೋಗ್ಬೇಕಷ್ಟೇ... ಈ ಕೇಡ ಆಳ್ಗಳ ಬದ್ಕು ಎಲ್ಗೆ ಬಂದು ನಿಲ್ತದೋ... ಯಂಗೆ ಕೊನೆಯಾಗ್ತದೋ...'

'ಇಂಗಾದ್ರೆ ನಮ್ಜೀವ್ನ ಏನು? ನಮ್ದು ಹೋಗ್ಲಿ ಈ ಜನ್ರ ಮುಂದ್ನ ಜೀವ್ನ ಏನು?' ಹಿರಿಕತೆಯಜ್ಜಿ ಪರಿತಪಿಸಿತು.

–8–

ಪರಿತಪಿಸುತ್ತಿದ್ದ 'ಕಿರುಬುನ್ಕಲ್' ಮೊದ್ಲೆಲ್ಲಾ ತುಂಬ್ದೂರಿಗೆ ತಡೆಗೋಡೆಯಂಗೆ ನಿಂತಿತ್ತು. ಗಾಳಿ ಮಳ್ಗೆ ಹೆದ್ರದೇ ಕಾಪಾಡ್ತಿತ್ತು. ತುಮ್ದೂರಿನ ಮೂಲಾದಿನೇ ಈ 'ಕಿರುಬುನ್ಕಲ್'. ಅದ್ರ ತಾವಲ್ಲೇ ಜೀವಾದಿಗಳು ಜೀವ ಮಡಿಕಂಡಿದ್ವು. ಕಾಲಕಾಲ್ಕೆ ಮಳೆ, ಬೆಳ್ಕು, ಗಾಳಿ ನಡುಸ್ತಿತ್ತು. ಮೋಡ್ಗಳು 'ಕಿರ್ಬುನ್ ಕಲ್ಲು' ಆಜ್ಞೆಯಿಲ್ಲದೆ ಒಂದು ಹೆಜ್ಜೆನೂ ಇಡುತ್ತಿರಲಿಲ್ಲ. ಸೂರಪ್ಪನೂ 'ಕಿರುಬುನ್ಕಲ್' ಕೇಳಿನೇ ಊರಿಗೆ ಬಂದೋಗ್ತಿದ್ದ. ಎಲ್ರೂಗೂ ಬೇಕಾಗಿದ್ದ 'ಕಿರುಬುನ್ಕಲ್' ಈಗ ಯಾರಿಗೂ ಬೇಡ್ದಂಗೆ ಆಗೋತು. ಈಗಂತೂ ಸುತ್ಮುತ್ತ ಇದ್ದ ಗಿಡ್ಮರಳನ್ನೆಲ್ಲ ಕಡ್ದು ಬಿಲ್ಡಿಂಗ್ ಮೇಲೆ ಬಿಲ್ಡಿಂಗ್ ಮಾಡಿ ಫ್ಯಾಕ್ಟ್ರಿ ಕಟ್ಟುಸ್ತಿದ್ರು. ಕ್ವಾರೆ ಮಾಡಿ 'ಕಿರುಬುನ್ಕಲ್' ಕರಗ್ಸುತ್ತಿದ್ರು. ದಿನದಿನುಕ್ಕೂ ಕರುಗ್ತ ಇತ್ತು.

ಕಾಲ ಉರುಳ್ತಾನೆ ಇದೆ. ಈಗ್ಲೂವೇ ಊರುನ್ನ ಉಳುಸ್ಬೇಕು ಅಂತ 'ಕಿರುಬುನ್ಕಲ್' ಪರಿಪಾಟ್ಲುಪಡ್ತಾನೇ ಇದೆ. ದಿನ ದಿನ ಸಿಡಿವ ಮದ್ದುಗಳಿಂದ ಉದ್ರುತ್ತಾ ಉದ್ರುತ್ತಾ ಇದೆ. ಅದ್ರ ಹೊಟ್ಟೆ ಸೀಳಿ ಹೆಜ್ಜೆಹೆಜ್ಜೆಗೂ ಮೂವತ್ನಲವತ್ತು ಮಟ್ಟಷ್ಟು ಆಳದಗುಂಡಿಗಳಾಗ್ತಿವೆ. 'ಕಿರುಬುನ್ಕಲ್' ಹೋರಾಟ್ತನೇ ಇದೆ...

ಇತ್ತ ಊರಿನಾಗೆ ಕತೆಗಳು ಮೂಡ್ಲಿ, ಈರಿ, ಸಾಹುಕಾರ್ ಚಂದ್ರಣ್ಣ, ವಿಮ್ಲಿ ಎಲ್ರನ್ನೂ ತಿಂದು ಮುಗಿಸಿ, ಜಾತಿ–ಜಾತಿ ನಡ್ವೆ ತಂದಾಕಿ ಕುಸಿ ತಗಂತಿವೆ. ಸೀನ ಸರ್ರೋಗ್ದೆ ಊರ್ತುಂಬಾ ಅಲಿತಾನೇ ಇದಾನೆ. ಈರಿ ಸೀನ ಸರ್ರೋಗೋ ಟೇಮ್ನ ಕಾಯ್ತಾ ಇದಾಳೆ. ಕತೆಗಳಂತೂ ಪ್ರೀತಿ ಹೆಸ್ರಲ್ಲಿ ಕೀಳ್ಜಾತಿವ್ರನ್ನ ಉಸ್ರು ಇಲ್ದಂಗೆ ಮಾಡೋದು, ಮೋಬೈಲ್ನಾಗೆ ಹೆಣ್ಮಕ್ಕಳು ಉಚ್ಚೆ ಉಯ್ಯೋದ್ನೆ ರೆಕಾರ್ಡ್ ಮಾಡೋದು... ಇಂತವ್ನೆಲ್ಲ ಹಬ್ಬಿಸಿ ಹಬ್ಬ ಮಾಡ್ಕಂಡು, ಯಾವಾಗ್ಲೂ ಅದ್ರಾಗೆ ಲೋಕ ಮುಳ್ಗೋಗಂಗೆ ಮಾಡ್ಬಿಟ್ಟವೆ. ನರಮನುಸ್ರಂತೂ ಇಂಥ ಕತೆಗಳ್ಗೆ ಕಾದು ಕುಂತವ್ರೇ. ಬರಪೂರ ಕತೆಗ್ಳು ನೀರು–ನಿಡಿ ಬಿಡ್ಸಿ ಹಸಿದು ಕಾಯುತ್ತಿವೆ. ತುಂಬ್ದೂರಲ್ಲಿ... ದಿನಕ್ಕೊಂದು ಹುಟ್ಟುತ್ತಿದ್ದ ಕತೆಗಳು, ಮೂರಾಗಿ, ಮೂವತ್ತಾಗಿ... ಮೂರು ನೂರಾಗಿ... ಮೂರು ಸಾವ್ರ ಆಗಿ... ಹೆಚ್ಚುತ್ತಲೇ ಇವೆ... ಸುಳ್ಳು ಕತೆಗಳ ತುಂಬಿದೂರಾಗಿ ತುಳುಕುತಿದೆ...

ಎಸ್.ಎಸ್.ಜಿ. ಶಶಿಕುಮಾರ್

ಹಾಸನ ಜಿಲ್ಲೆ ಅರಸೀಕೆರೆ ತಾಲೂಕು ಆಲದಹಳ್ಳಿಯ ಎಎಸ್‌ಜಿ ಹೊಸ ತಲೆಮಾರಿನ ನವೀನ ಪ್ರತಿಭೆ. ಪ್ರಾದೇಶಿಕತೆ ಮತ್ತು ಭಾಷೆಗಳನ್ನು ತಮ್ಮ ಕಥನಶಕ್ತಿಯನ್ನಾಗಿಸಿಕೊಂಡಿರುವ ಅವರು ತಮ್ಮ ಹೊಸ ಕಥಾಸಂಕಲನ 'ಬ್ಯಾಟೆಮರ'ದ ಮೂಲಕ ಕನ್ನಡ ಕಥಾಪ್ರಪಂಚವನ್ನು ಪ್ರವೇಶಿಸಿದ್ದಾರೆ. 'ಕಡ್ಲೇಏಏಏ... ಮಿಠಾಯ್' ಹುಟ್ಟಿದ್ದು ಹೇಗೆ?:

"ನನ್ನ ಕಥೆಗಳ ಹುಟ್ಟು ನನಗೆ ಇಂದಿಗೂ ಪ್ರಶ್ನಾರ್ಥಕವೇ ಆಗಿದೆ. ಈ 'ಕಡ್ಲೇಏಏಏಏ... ಮಿಠಾಯ್' ಕಥೆ ನಾನು ಇತ್ತೀಚೆಗೆ ಊರಿಗೆ ಹೋಗಿದ್ದಾಗ ಒಂದು ಮಧ್ಯಾಹ್ನ ಊರಿಗೆ ಕೂದಲಿಗೆಂದು ಬಂದ ಹೆಂಗಸಿನ ಕೂಗು ನನ್ನ ಕಿವಿಗೆ ಬಿದ್ದಾಗ ಅದು ನನಗೆ ನನ್ನ ಬಾಲ್ಯದ ಗೆಳೆಯ ಬಶೀರಣ್ಣನನ್ನು ನೆನಪಿಸಿತ್ತು. ಕಥೆಯ ಶೇಕಡ ತೊಂಭತ್ತು ಭಾಗ ನಿಜವೇ ಆಗಿದ್ದರಿಂದ ಅದು ನನ್ನಿಂದ ಯಾವುದೇ ಕೌಶಲವನ್ನು ಬೇಡಲಿಲ್ಲ."

ಕಥೆ ಕುರಿತು ತೀರ್ಪುಗಾರರ ಅಭಿಪ್ರಾಯ:

ಹಳ್ಳಿಯ ಮುಗ್ಧ ಬಾಲಕ ಬಾಬು ಮತ್ತು ವಯಸ್ಕನಾದರೂ ಮಗುವಿನ ಮನಸ್ಸಿನ ಮಿಠಾಯಿ ಬಶೀರಣ್ಣರ ನಿಷ್ಕಲ್ಮಶ ಸ್ನೇಹ-ಸಂಬಂಧ, ಒಡನಾಟವನ್ನು ತನ್ನ ನವಿರು ನಿರೂಪಣೆ, ಸಮರ್ಥ ಆಡುಭಾಷೆಯ ಬಳಕೆಯ ಮೂಲಕ ಸಾಧಿಸುವ 'ಕಡ್ಲೇ ಮಿಠಾಯ್' ಕಥೆಯ ಭಾವುಕ ಲೋಕ ಕಾಡುವಂಥದ್ದು. ಕಥೆಯ ಕಟ್ಟೋಣದಲ್ಲಿ ಕುಸುರಿತನವಿದೆ. ಕಥಾ ಒಳ ಪರಿಸರ ಸಹಜತೆಯಿಂದ ಕೂಡಿದೆ. ಕೋಮು-ಕಾಮಾಲೆ, ಅದರಿಂದಾಗಿ ಮುಗ್ಧ ಮಕ್ಕಳಲ್ಲಿ ಹುಟ್ಟುವ ದ್ವೇಷಾಸೂಯೆಯಂತಹ ವಸ್ತುವನ್ನು ನಿಭಾಯಿಸುವಾಗ ಕೃತಕ ಭಾವೋದ್ವೇಗಕ್ಕೆ ಒಳಗಾಗದೆ ಕಥೆಗಾರರು ತೋರಿರುವ ಅಪಾರವಾದ ಸಂಯಮ, ಸಮಚಿತ್ತತೆ ಕೂಡ ಗಮನ ಸೆಳೆಯುತ್ತವೆ. ಮುಖ್ಯ ಪಾತ್ರದ ಅಸಹಾಯಕತೆಯ ಚಿತ್ರಣ ಮನ ಮುಟ್ಟುವಂತಿದೆ.

2

ಕಡ್ಲೇಏಏಏಏ... ಮಿಠಾಯ್

ಊರಲಿದ್ ಗಂಡುಸ್ರುಗುಳೆಲ್ಲ ತ್ವಾಟ, ಹೊಲ ಅಂತ ಆಚೆಕ್ಕೋಗಿ ಹೆಂಗುಸ್ರೆಲ್ಲ ಅಡಿಗೆಮನೆ ಕೆಲ್ಸದಲ್ಲಿ ಬ್ಯುಸಿಯಾಗಿದ್ದಾಗ ಇಡೀ ಊರು ಸದ್ದಿಲ್ದೇ ಬಿಕೋ ಅನ್ನೋ ಹೊತ್ತಲ್ಲಿ ಒಂದಿಷ್ಟ್ ದನಿಗುಳು ಊರೊಳಿಕ್ ಬಂದು ಊರುನ್ನೆಲ್ಲ ಸುತ್ತಾಕ್ಯಂಡು ಹೋಗವು. ಅದ್ರಲಿ ಪಿನ್ನ ಹೇರ್ ಪಿನ್ನ ಮಾರರು, ಐಸ್ ಕ್ಯಾಂಡಿ ಮಾರರು, ಎಣ್ಣೆ ಮಾರರು, ಪ್ಲಾಸ್ಟಿಕ್ ಬಿಂದ್ಗೆ ಮಾರರು, ಪಾತ್ರೆ ಮಾರರು, ಬುಡ್ಬುಡ್ಕೆರು, ಬಿಕ್ಷೆಗ್ ಬತ್ತಿದ್ ಸ್ವಾಮ್ಗುಳು, ಕರಡಿ ಆಡ್ಸರು ಎಲ್ಲಾ ಸೇರ್ಕ್ಯಂಡಿದ್ರು. ಎಲ್ಲಾರು ಅವ್ರವ್ರೆದ್ದೆ ರೀತಿಲಿ ಕೂಗಾಕ್ತ ಅಥ್ವಾ ಮನೆ ಬಾಗ್ಲಿಗ್ ಬಂದು ಇಂತದ್ ಮಾರಕ್ ಬಂದಿದಿನಿ ಬೇಕೇನಕ್ಕ ಅಂತ ಕೇಳ್ತಾ ಬರರು. ಮೂರ್ನೇ ಕ್ಲಾಸ್ ಓದ್ತಿದ್ ಬಾಬುಂಗೆ ಇವೆಲ್ಲಾ ಸದ್ಗುಳು ಒಂಥಾರ ಖುಷಿ ಕೊಡವು. ಬಂದವ್ರ್ ಹಿಂದೆಲ್ಲ ಸ್ವಲ್ಪ ದೂರ ಹೋಗದು, ಅವ್ರ್ ಕೂಗೋ ತರ್ದಲ್ಲೇ ಕೂಗದು, ಅದುಕ್ಕೆ ಅವ್ರೇನಾರ ಬೇಜಾರ್ ಮಾಡ್ಕ್ಯಂಡ್ ಗದ್ಲಿಸಿರೆ ವಾಪಸ್ ಮನೆತಕ್ ಬತ್ತಿದ್ದಿದ್ದು ರೂಢಿ. ಅಮ್ಮಂಗಿಂತ ಮುಂಚೆ ತಾನೇ ಮನೆ ಬಾಗ್ಲು ತೊಲೆ ಸಂದಿ ಇದ್ದ ಕೂದ್ಲ ಕೊಟ್ಟು ಪಿನ್ನ ಈಸ್ಕಬಕು ಅನ್ನೋದು ಒಂದ್ ಹುಚ್ಚು ಅವ್ನಿಗೆ. ಅದ್ರಂತೆ ಒಂದಿಷ್ಟ್ ಸಲ ಕೊಟ್ಟು ಪಿನ್ನ ಈಸ್ಕಂಡು

ಅಮ್ಮ ಮನಿಗ್ ಬಂದಾಗ ಕೊಟ್ಟು ಅವ್ಳು 'ಅಷ್ಟೊಂದ್ ಕೂದ್ಲಿಗೆ ಮೂರೇ ಮೂರ್ ಪಿನ್ನ ಕೊಟ್ಟೋಗೆಳೆ ಯಾರೋ ಲೋಪರ್ ಲೌಡಿ ಸಣ್ಣುಡ್ಗಾಂತವ' ಅಂತ ಬಯ್ಯೋಳು. ಅಮ್ಮುನತ್ರವ ಅವ್ರುನ ಬಯ್ಯುಸ್ಬಾರ್ದು ಅನ್ನೋದೆಲ್ಲ ಏನು ಇಲ್ದಿದ್ರುವೆ ಕಮ್ಮಿಕೂದ್ಲು ಕೊಟ್ಟು ತಾನುವೆ ಜಾಸ್ತಿ ಪಿನ್ನ ಈಸ್ಕಂಡಿದಿನಿ ಅಂತ ಅನ್ನಿಶ್ಕಬಕು ಅಂತವ ಬಾಬು ಅಕ್ಕಪಕ್ಕುದ್ ಮನೆರ್ ಬಾಗ್ಲು ತೊಲೆ ಸಂದಿಗೆ ಕೈಹಾಕಿದ್ದು ಇದೆ. ಅದ್ರಿಂದ ಜಾಸ್ತಿ ಪಿನ್ನ ಈಸ್ಕಂಡು ಅಮ್ಮನತ್ರ ಹೊಗ್ಳಿಶ್ಕಂಡಿದ್ದು ಇದೆ. ಇದ್ರು ಜೊತಿಗೆ ಅಪ್ಪ ಕಡ್ಮೆ ಕುಡಿತಿದ್ರಿಂದ ಮನೆಲಿ ಬಾಟ್ಲು ಇರ್ದಿದ್ಕೆ ಯಾರ್ಯಾರೋ ಕುಡಿಯೋರ್ ಮನಿಗೋಗಿ ಕೇಳ್ಕ್ಯಂಡೋ, ಇಲ್ಲಾಂದ್ರೆ ಗೊತ್ತಾಗ್ದಂಗ್ ಕೈಹಾಕ್ಯೋ ಬಾಟ್ಲು ತಗಂಡ್ಬಂದು ಐಸ್ ಕ್ಯಾಂಡಿ ತಿಂದಿರೋದು ಇದೆ. ಜಾತ್ರಿಗೆ ದುಡ್ ಮಾಡ್ಕ್ಯಬಕು ಅಂತವ ಆಡ್ಗುಳ್ನ ಮೇಯ್ಸಕೋಗಿ ಅಲ್ಲಿ ಹೊಂಗೆಕಾಯ್ ಆಯ್ಕಂಡ್ ಬಂದು, ಅವ್ರುನ್ನ ಒಣುಗ್ಸಿ ಎಣ್ಣೆ ಮಾರೋಕ್ ಬಂದೋರಿಗೆ ಸೇರಿನ್ ಲೆಕ್ದಲ್ಲಿ ಮಾರಿ ಬತ್ತಿದ್ ಐದು ಹತ್ ರೂಪಾಯ ಇಟ್ಕ್ಯಂಡು ಜಾತ್ರೆಲೆಲ್ಲ ಧಾಮ್ ಧೂಮ್ ಅಂತ ಮೆರ್ದಿದ್ದು ಇದೆ.

ಆದರೆ ಇವ್ರೆಲ್ಲಾರತ್ರನು ವ್ಯಾಪಾರುದ್ ಸಂಬಂಧನೆ ಇಟ್ಕ್ಯಂಡಿದ್ ಬಾಬಗೆ ಆ ತರದಲ್ಲಿ ವ್ಯಾಪಾರ ಮಾಡಕ್ ಬರರ್‍ರಲಿ ಕೂಡ ಒಬ್ಬ ಪ್ರೆಂಡಿದ್ದ. ಅವ್ನು ಇವ್ನಿಗಿಂತ ಮೂವತ್ತೈದ್ ನಲ್ವತ್ ವರ್ಷುಕ್ ದೊಡ್ಡನು, ಎತ್ರುದಲ್ಲಿ ಇವ್ನಿಗಿಂತ ಒಂಚೂರ್ ಉದ್ದ ಅಷ್ಟೆಯ. ಬಾಬು ನೋಡಿದ್ ಮೊದುಲ್ನೆ ಸಾಬ್ರು ಜನ ಇವ್ನೆ ಅನ್ಸುತ್ತೆ. ಊರವ್ರೆಲ್ಲ ಅವ್ನುನ್ನ ಮುಲ್ಲಾಸಾಬಿ ಅಂತ ಕರುದ್ರೆ ಬಾಬ್ ಮಾತ್ರ ಅವ್ನ್ ಹೆಸ್ರು ಕೇಳಿ ಅವ್ರು ಮೊಹಮ್ಮದ್ ಬಶೀರ್ ಅಂತ ಉದ್ದುದ್ ಹೆಸ್ರೇಳಿ ಪೂರ್ತಿ ಕರಿಯಕ್ ಕಷ್ಟ ಅಂತ ಬಶೀರಣ್ಣ ಅಂತ ಕರಿತಿದ್ದ. ಅವ್ನು ತಲೆಮೇಲೆ ಟೋಪಿ, ಅದ್ರುಮೇಲ್ ಒಂದ್ ಸಿಂಬಿ ಇಟ್ಕ್ಯಂಡು ಅವ್ನೆತ್ರುಕ್ಕಿಂತ ಒಂಚೂರ್ ಕಮ್ಮಿ ಅಗ್ಲುದ್ ಬುಟ್ಟಿ ಹೊತ್ಕಂಡು ಜುಬ್ಬಾ ಮತ್ತೆ ರಪ್ ರಪ್ ಅಂತ ಸದ್ ಮಾಡೋ ದೊಗ್ಲೆ ಪ್ಯಾಂಟಾಕ್ಯಂಡು ಊರೊಳಿಕ್ ಬರ್ತಾ 'ಕಡ್ಲೆಏಏಏಏಏಏಏಏಏ...' ಅಂತ ಉದ್ದುಕ್ ರಾಗ ಎಳ್ದು ಕೊನೆಲಿ ಪಟುಕ್ ಅಂತ 'ಮಿಠಾಯ್' ಅಂತ ಕೂಗ್ತಿದ್ ಸದ್ದಿಗೆ ಊರುಡ್ರೆಲ್ಲ ಅಲರ್ಟ್ ಆದಂಗೆಯ ಬಾಬುವೆ ಎಲ್ಲಿದ್ರುವೆ ತಪ್ಪುಸ್ದಂಗ್ ಓಡಿ ಇವ್ನತ್ರುಕ್ ಬಂದು ನಿಂತ್ಕಳನು. ಅವಾಗಿನ್ ಟೈಮಲ್ಲಿ ಮನೆವ್ರು ಒಂದ್ ರೂಪಾಯ್ ಕೊಡಕೆ ಆಸ್ತಿನೆ ಹೋಯ್ತು ಅನ್ನವಷ್ಟ್ ಮಾತಾಡ್ತಿದ್ರಿಂದಲೋ, ಈ ಬಶೀರಣ್ಣ ಐದತ್ ರೂಪಾಯಿಗಿಂತ ಕಡ್ಮಿಗೆ ಮಿಠಾಯ್ ಕೊಡ್ದಿದ್ಕೋ ಬಾಬುನು ಸೇರಿ ಊರಿನ್ ಹುಡ್ರೆಲ್ಲ ಇವ್ನತ್ರ ಮಿಠಾಯ್ ತಗೊಳೋದು ಕನ್ಸಲ್ಲೇ ಅನ್ನೋ ತೀರ್ಮಾನ ಮಾಡ್ಕ್ಯಂಡಿದ್ರು. ಯಾರಾರ ಊರರು ತಗಳುವಾಗ ಬಾಯೊಳುಗ್ ಬತ್ತಿದ್ ಜೊಲ್ಲ ಹಂಗೆ ನುಂಗ್ಕ್ಯಂಡು ನೋಡ್ತ ನಿಂತ್ಕಳರು. ಅವ್ರ್ ಕೊಡ್ತಿದ್ ಚೂರೇ ಚೂರುನ್ನೋ,

ಅಥ್ವಾ ಈ ಬಶೀರಣ್ಣ ಊರೆಲ್ಲ ಓಡಾಡಿ ಮಾರಿ ಖಾಲಿಯಾದ್ಮೇಲೆ ಉಳ್ಕಂಡಿದ್ ಉಡಿಉಡಿ ಕೊಟ್ಬಾಗ್ಲೋ ಮಾತ್ರ ಬಾಬು ಇವ್ನ್ ಮಿಠಾಯಿ ರುಚಿನ ನೋಡಿದ್ದು. ಆ ಉಡಿನ ಹೆಂಗಾರ ಮಾಡಿ ಈಸ್ಕಬಕು ಅನ್ನೋ ಕಾರ್ಣುಕ್ಕೆ ಅವ್ನಿಂದೆ ಅವ್ನು ಊರೆಲ್ಲ ಸುತ್ತಾಡೋವರ್ಗು ಬಾಲುದ್ ತರ್ದಲ್ಲೇ ಹೋತಿದ್ದ.

ಇವ್ನು ಹಿಂದೆ ಬರುವಾಗ ನೋಡ್ತಿದ್ರಿಂದಲೋ ಏನೋ ಒಂದಿನ ಬಶೀರಣ್ಣ ಇವ್ನ್ ಮನೆ ಬೀದಿಗ್ ಬಂದಾಗ ಇವ್ನನ್ನ ನೋಡಿ ಎಲ್ಲಾರ್ನು ಮಾತಾಡ್ಸ ತರವ 'ಏನೋ ಸಾಹೇಬ? ಇಲ್ಲೇನ ನಿನ್ ಮನೆ?' ಅಂತ ಕೇಳಿ ಅವ್ನು 'ಹು' ಅಂತ ಮನೆ ಕಡಿಕೆ ಬೆಳ್ ಮಾಡಿ ತೋರ್ಶಿದ್ಕೆ ಉಫ್ ಅಂತ ತನ್ ಬುಟ್ಟಿಯ ಅವ್ನ್ ಮನೆ ಜಗ್ಲಿ ಮ್ಯಾಲಿಟ್ಟು 'ಹೋಗಿ ಒಂದೆಳ್ಡ್ ನೀರ್ ತಗಂಡ್ ಬಾರವ್ವ' ಅಂದಿದ್ದ. ಬಾಬು ಇವ್ನ್ ಬುಟ್ಟಿ ನೋಡೋ ಆಸೆಲಿ ಅಲ್ಲಿಂದಲೇ 'ಅಮ್ಮಾ ಬಶೀರಣ್ಣುಂಗೆ ನೀರಂತೆ ಕೊಡು' ಅಂತ ಜೋರಾಗ್ ಕೂಗಿ ಒಂದ್ ಬೆಳ್ಳಿನ್ ಉಗ್ರ ಬಾಯ್ಗಾಕ್ಯಂಡ್ ಕಚ್ಕ್ಯಂಡು ಇವ್ನ್ ಬುಟ್ಟಿ ಮೇಲಿದ್ದಿದ್ ಬಟ್ಟೆಯ ಎತ್ತಿ ಎತ್ತಿ ಸಂದಿಲೆ ಮಿಠಾಯ್ ಇರದ್ನ ನೋಡ್ತಿದ್ದ. ಅಷ್ಟೊತ್ತಿಗೆ ನೀರ್ ತಗಂಡ್ ಬಂದ ಅವ್ನಮ್ಮ ಬೆನ್ನ ಎಡಗೈಲಿ ತಿವುದ್ಮೇಲೆ ನೋಡದ್ ಬುಟ್ಟು ಬಶೀರಣ್ಣ ನೀರ್ ಕುಡಿಯದ ನೋಡ್ತ ನಿಂತ್ಕಂಡ. ನೀರ್ ಕುಡುದ್ಮೇಲೆ ಬಶೀರಣ್ಣ 'ನಿನ್ಸೆಸ್ರೇನು?' ಅಂದು ಅದುಕ್ಕವ್ನು 'ಬಾಬು' ಅಂದಿದ್ಕೆ 'ಇದೇನ್ ನಮ್ಮರೆಸ್ರಿಟ್ಟಿದಿರ?' ಅಂತ ಅವ್ನಮ್ಮುನ್ ಕೇಳಿದ್ಕೆ 'ಅಯ್ಯೋ ಅವ್ನೆಸ್ರು ಶಶಿಕುಮಾರುಂತವ, ನಮ್ಮಿರೆ ಹುಡ್ಗ ಇವ್ನುಟ್ದ್ಯಗ ಬಾಬಾ ಬಾಬಾ ಅಂತ ಕರ್ದು ಕರ್ದು ಅಭ್ಯಾಸಾಗಿ ಅದು ಹಂಗೆ ಉಳ್ಕಂಡೆತೆ, ನಾವೇನ್ಮಾಡದು ಬುಡ್ರಿ' ಅಂತ ಅಂದಾಗ ಬಾಬುನ್ ಕಡಿಕ್ ತಿರ್ಗಿ 'ಬತ್ತಿಯೇನೋ ನಮ್ಮನಿಗೆ ಕರ್ಕಂಡೋತಿನಿ' ಅಂತ ತಮಾಷಿ ಮಾಡಿದ್ದ. ಬಾಬುವೆ ನಗಾಡ್ಕ್ಯಂಡು ಇಲ್ಲ ಅಂತ ತಲೆಯಾಡ್ಸಿದ್ದ.

ಹಿಂಗೆ ಬಾಬುಂಗೆ ಈ ಬಶೀರಣ್ಣುನ್ ಕುಟೆ ಫ್ರೆಂಡ್ಶಿಪ್ ಬೆಳ್ಯಕ್ ಶುರುವಾಗಿತ್ತು. ಅವತ್ತಿಂದ ಬಶೀರಣ್ಣ ಬರ್ತಿದ್ ದಿನ್ಗುಳಲ್ಲಿ ಸ್ಕೂಲೊಂದ್ ಬುಟ್ಟು ಬಾಕಿ ಯಾವ್ದೇ ಜಾಗ್ದಲಿದ್ರುವೆ ಓಡಿ ಅವ್ನತ್ರುಕ್ಕೋಗನು. ಅವ್ನು ಇವ್ನನ್ನ ಜೊತಿಗಾಕ್ಯಂಡು ಊರೆಲ್ಲ ವ್ಯಾಪಾರ ಮಾಡ್ಕ್ಯಂಡ್ ತಿರುಗ್ತ ಇಬ್ರು ಮಧ್ಯುದ್ ವಯಸ್ಸಿನ್ ಅಂತ್ರುದ್ ಅಂದಾಜು ಇಲ್ದಂಗೆ ಮಾತಾಡರು. ಬಾಬು ಸ್ಕೂಲಲಾಗಿದ್ದುನ್ನೋ, ಊರಲ್ಲಿ ಹಬ್ಬುಗಳಲ್ಲಾಗಿದ್ದುನ್ನೋ ಹೇಳ್ತಾ ಹಿಂದಿಂದೆ ಹೋಗ್ತಿದ್ರೆ ಬಶೀರಣ್ಣ ಅವ್ನ್ ಊರಿಂದ್ಯಾವ್ದಾದ್ರು ಕಥೆನ ಹೇಳ್ಕ್ಯಂಡ್ ಕರ್ಕಂಡೋಗನು. ಪರಿಚಯ ಬೆಳೆಯಕ್ ಶುರುವಾದ್ಮೇಲೆ ಮಿಠಾಯಿ ವ್ಯಾಪಾರ ಆದ್ರೂ ಆಗ್ದಿದ್ರು ಬಾಬುಂಗೆ ಅದ್ರು ಉಡಿ ಮಾತ್ರ ಮಿಸ್ಸಿಲ್ದಂಗೆ ಸಿಗ್ತಿತ್ತು. ಇವ್ನು ಬಶೀರಣ್ಣುನ್ ಹಿಂದೆ ಹೋಗದ್ ನೋಡ್ತಿದ್ ಊರರು ತಮಾಷಿಗೆ 'ಹೆಸ್ರು ಸರ್ಯಾಗಿಟ್ಟೆರೆ ಕಣ್ಲಾ ಬಾಬುಂತವ, ಅವ್ನ್ ಪ್ಯಾಂಟೊಳಿಕ್ ತೂರ್ಕ್ಯಂಡ್ ತಿರ್ಗು'

ಅಂತ ರೇಗ್ಸರು. ಹಂಗೆಲ್ಲ ಆದಾಗ ಅವ್ನ್ ಹೆಸ್ರಿನ್ ಬಗ್ಗೆ ಬಾಬು ಬಶೀರಣ್ಣುನತ್ರ ತರತರುದ್ ಪ್ರಶ್ನೆ ಕೇಳನು. ನಾನಿಟ್ಕ್ಯಂಡಿರದ್ರಲಿ ತಪ್ಪೇನು? ಇದು ಬರೀ ಸಾಬ್ರಿಟ್ಕ್ಯಳದ? ಅಂತೆಲ್ಲ ಕೇಳನು. ಬಶೀರಣ್ಣ ನಗಾಡ್ಕ್ಯಂಡು ಏನುತ್ರ ಕೊಡದು ಗೊತ್ತಾಗ್ದಲೆಯ ಸಮಾಧಾನುಕ್ಕೆ ಏನೇನಾರ ಹೇಳಿ ಸಂಭಾಳ್ಸನು.

ಬಾಬುಂಗೆ ಬಾಡಿ ಹೀಟಿಗೆ ಆಗಾಗ ಮೂಗ್ ಬೆಚ್ಚಿ ರಕ್ತ ಬರದು. ಅದುಕ್ಕೆ ಅವ್ನ್ ಮನೆರು ಹತ್ತಾರ್ ಆಸ್ಪತ್ರೆ ಸುತ್ತಿ ಅವ್ರು ಏನೇನೋ ಔಷ್ದಿ ಕೊಟ್ಟು ಒಂದಿಷ್ಟ್ ದಿನ ಸುಧಾರಿಶ್ಕಳನು ಮತ್ತ್ಯಾವಗಾರ ಬೇಸ್ಗೆ ಟೈಮಲ್ಲಿ ಅದು ಬಂದೇ ಬರ್ತಿತ್ತು. ಇಂತ ಟೈಮಲ್ಲಿ ಬಾಬುನ್ ಅಮ್ಮುಂಗೆ ಯಾರ್ ಕಿವಿ ಊದಿದ್ರೋ ಗೊತ್ತಿಲ್ಲ 'ಸಾಬ್ರೆಸ್ರಿಟ್ಟೆ ಹಂದಿ ತಿಂದ್ರೆ ಇನ್ನೇನಾಗುತ್ತೆ? ಅದ್ಕೆಯ ರಕ್ತ್ ಬರದು' ಅಂದಿದ್ದುನ್ನ ಅವ್ರಮ್ಮ ಮನ್ಸಿಗ್ ತಗಂಡು ಆಗಾಗ ಮಗುನ್ ಜೊತಿಯ ಕೊಟ್ಗೆ ಮನೆಲ್ ಮಾಡ್ಕ್ಯಂಡ್ ತಿಂತಿದ್ ಹಂದಿ ಬಾಡಿಗೆ ಮಂಗ್ಳ ಹಾಡದ್ರು ಜೊತಿಗೆ ಮಗುನ್ನ ಕೂರಿಶ್ಕಂಡು 'ಯಾವ್ ಕಾಣ್ರ್ಬುಕ್ಕು ಅದ ಇನ್ಮೇಲೆ ಮುಟ್ಗಿಟ್ಟಿಯ ಕಣವ್ವ, ನಿನ್ನೆಸ್ರಿಗಾಗ್ಬರಕುವಂತೆ' ಅಂತ ಸಮಾಧಾನ್ವಾಗೆ ಹೇಳಿದ್ಲು. ಮೊದ್ಲೇ ಎಲ್ಲಾವ್ದುಕ್ಕು ಪ್ರಶ್ನೆ ಕೇಳೋ ಸ್ವಭಾವುದ್ ಬಾಬು 'ನನ್ನೆಸ್ರಿಗೇನಾಗೆತಮ್ಮ' ಅಂದಿದ್ದ. ಅದುಕ್ಕೆ ಅವ್ನಮ್ಮ 'ಸಾಬ್ರೆಸ್ರಲ್ವೇನವ್ವ ಅದು, ಅವ್ರು ಹಂದಿಯ ಪೂಜೆ ಮಾಡ್ತರಂತೆ ತಿನ್ನಕುವಂತೆ, ಅದ್ಕೆ ತಿನ್ಬಡ ನೀನು' ಅಂತವ ಹೇಳದ್ರು ಜೊತಿಗೆ ಎಲ್ಲಿಗೇ ಮಗುನ್ನ ಬಾಡೂಟುಕ್ಕೆ ಕರ್ಕಂಡೋದ್ರುವೆ ಅಲ್ಲೇನಾರ ಹಂದಿ ಬಾಡ್ ಮಾಡಿದ್ರೆ ಇವ್ನಿಗೆ ಮುಟ್ಟಕ್ ಬುಡ್ತಿರ್ಲಿಲ್ಲ. ಹಿಂಗಿರ ಟೈಮಲ್ಲಿ ಊರಲ್ಲಿ ಎಳ್ಡ್ ಟ್ರಾಕ್ಟ್ರು, ಜೆಸಿಬಿ ಎಲ್ಲನು ಇಟ್ಕ್ಯಂಡಿದ್ ಧರಣ್ಯಣ್ಣ ಅವ್ನ್ ತಮ್ಮುನ್ ಮದ್ವೆ ಬೀಗ್ರೂಟುಕ್ಕೆ ಚಿಕನ್ನು, ಮಟನ್ ಜೊತಿಗೆ ಹಂದಿಬಾಡುನ್ನು ಮಾಡ್ಸಿದ್ದ. ಅವತ್ ಭಾನುವಾರ ಬೇರೆ ಆಗಿದ್ಕೆ ಗೋಲಿ ಆಡ್ತಿದ್ ಹುಡ್ಳು ಕುಟೆಯ ಊಟುಕ್ಕೋಗಿದ್ ಬಾಬು ಪಂತಿಲಿ ಅವ್ನ್ ಮನೆರು ಯಾರು ಕಾಣ್ದಿದ್ಕೆ ಫ್ರೆಂಡ್ ಜೊತಿಗೆ ಹಂದಿಬಾಡಿನ್ ಕಡೆ ಪಂತಿಗೋಗಿ ಕೂತ್ಕಂಡು ಪಟ್ಟಾಗ್ ಬಾರ್ಸಿ ಮನಿಗ್ ಬಂದು ಮಲಿಕ್ಯಂಡಿದ್ದ. ಧೂಳ್ ಸಂಜೆ ಹೊತ್ತಲ್ಲಿ ಅವ್ನಮ್ಮ ಎಬ್ಸಿ ದೀಪ ಹಚ್ಚಕೆ ಅಂತ ಲೈಟಾಕಿದ್ದಾಗ ಅದೇನ್ ಕಾಕತಾಳೀಯ್ವೋ ಬಾಬುನ್ ಮೂಗಲ್ಲಿ ರಕ್ತ ಬಂದಿತ್ತು. ಮೊದ್ಲು ಅವ್ನುನ್ನ ಮ್ಯಾಕೆತ್ಕ್ಯಂಡು ತಲಿಗೆಲ್ಲ ನೀರಾಕಿ ತಟ್ಟಿ, ಮೂಗ್ ತೊಳ್ದು ಬೇಜಾರಲ್ಲಿ ಒಬ್ಬೊಬ್ಳೆ ಮಾತಾಡ್ಕ್ಯಂಡು ಆಚೆಕ್ ಪಾತ್ರೆ ತೊಳ್ಯಕ್ ಬಂದು ತೊಳಿತಿದ್ದಾಗ ಏನೋ ನೆನ್ಪಾದಳಂಗಾಗಿ ಒಳಿಕೋದ್ಲು. ತಲೆಯ ಮ್ಯಾಕೆತ್ಕ್ಯಂಡು ಲೈಟ್ ನೋಡ್ಕ್ಯಂಡ್ ಮಲ್ಗಿದ್ ಬಾಬುನತ್ರುಕ್ ಬಂದು 'ಹಂದಿ ಬಾಡೆಸ್ರಲುಂಡೇನ್ಲ?' ಅಂತ ಕೇಳಿದ್ಲು. ತಕ್ಷಣುಕ್ಕೆ ಇಲ್ಲ ಅಂದಿದ್ರೆ ನಂಬಿರಳೇನೋ ಒಂಚೂರ್ ಗ್ಯಾಪ್ ಕೊಟ್ಟು ಇಲ್ಲ ಅಂದಿದ್ಕೆ ಇವ್ನ್ ತಿಂದಿರ್ತನೆ ಅಂತ ಅವ್ಳಿಗವ್ಳೆ ಗ್ಯಾರಂಟಿ ಮಾಡ್ಕ್ಯಂಡು ಮನೆ ಪಡ್ಸಾಲೆ ಮೂಲೆಲಿ ಸೌದೆ

ಕಟ್ಟಲಿದ್ ಪುಳ್ಳೆ ತಗಂಡ್ ಬಂದು ಅದು ಮುರ್ದೋಗವರ್ಗು ಹೊಡುದ್ಲು. ಬಾಬು 'ಇನ್ಮೇಲೆ ತಿನ್ನಕುಲ ಕಣಮ್ಮ ಬುಟ್ಬುಡು ತಪ್ಪಾತು' ಅಂದ್ರುವೆ ಕೇಳ್ದಲೆ 'ಅಷ್ಟ್ ಗಿಣಿಗೇಳ್ದಂಗ್ ಕುಂಡ್ರಿಶ್ಕಂಡ್ ಹೇಳಿದಿನಿ ಅಷ್ಟ್ ಕೇಟ್ ಕುಂತೆತ ನಿನ್ ಬಾಯಿ, ನಿನ್ನೌಸಡ್ಗ' ಅಂತ ಬಯ್ಕಂಡು ಹೊಡ್ಡು ಮುಗ್ಸಿ ಅಮೇಲೆ ಅವ್ನ್ ಅಳ್ತ ಆಚಿಕ್ಕೋದ್ಮೇಲೆ ಇವ್ಳ್ ಒಳುಗ್ ಕುಂತ್ಕಂಡ್ ಅತ್ತಿದ್ಲು.

ಇದಾದ್ ಮುಂದಿನ್ ವಾರುಕ್ಕೆ ಬಶೀರಣ್ಣ ಬಂದಾಗ ಅವ್ನಿಂದೆ ಹೋಗ್ತಾ 'ನೀವ್ಯಾಕ್ ಹಂದಿಬಾಡ್ ತಿನ್ನಕುಲ ಬಶೀರಣ್ಣ' ಅಂತ ಕೇಳಿದ್ದ. ಸಣ್ಣುಡ್ಗ ಹೆಂಗೇಳಿ ಅರ್ಥ ಮಾಡ್ಸದೋ ಗೊತ್ತಾಗ್ದಲೆಯ 'ಈಗ ನಿಮ್ ದೇವ್ರುಗಳಿಗೆ ಒಂದಿಷ್ಟುಕ್ಕೆ ಬಾಡುಂದ್ರೆ ಆಕ್ಕುಲ್ವಲ ಹಂಗೆ ನಮ್ ದೇವ್ರಿಗೆ ಹಂದಿಬಾಡುಂದ್ರೆ ಆಕ್ಕುಲ' ಅಂತ ಹೇಳಿ ಬಾಯ್ಮುಚ್ಸಿದ್ದ. ಬಾಬುಂಗೆ ಉತ್ರುದಿಂದ ಏನ್ ಸಮಾಧಾನ ಆಗ್ದಿದ್ರುವೆ ಮತ್ತೆ ಅದ್ರುಮೇಲೆ ಏನು ಕೇಳ್ದಂಗೆ ಸುಮ್ನಾದ. ಅಮ್ಮುನ್ ಪೆಟ್ಟು ಬಾಬುನ್ನ ಇನ್ಮೇಲೆ ಹಂದಿ ಬಾಡ್ ಕಂಡ್ರೆ ದೂರ ಇರಂಗ್ ಮಾಡಿತ್ತು. ಒಂದ್ ದಿನ ಬಶೀರಣ್ಣ ಬಾಬುನ್ನ ಜೊತಿಗಾಕ್ಯಂಡು ಊರೊಳ್ಗೆ ಹೋಗುವಾಗ ಗುಡಿಮುಂದ್ ಕುಂತಿದ್ ನಾಕೈದ್ ಜನ ಪುಂಡುಡುಗ್ರು ಅವ್ನುನ್ನ ಕರುದ್ರು. ವ್ಯಾಪಾರ ಮಾಡಕ್ ಕರಿತಾವ್ರೆ ಅಂದ್ಕಂಡು ಅವ್ರತ್ರುಕ್ಕೋಗಿ ತನ್ ಬುಟ್ಟಿಯ ಗುಡಿ ಜಗ್ಲಿಮೇಲಿಟ್ಟು 'ಏನ್ ಕೊಡ್ಲಪ್ಪ ಸಾಹೇಬ್ರ?' ಅಂತ ನಕ್ಕೊಂಡೆ ಕೇಳ್ದ. ಅದುಕ್ಕೆ ಅಲ್ಲಿದ್ದಿದ್ ಹುಡ್ಗ ಒಬ್ಬ 'ಅದೆಲ್ಲ ಅಮೇಲ್ ಕೊಡಿವಂತೆ ಎಷ್ಟುದ್ದ ಐತೆ ನಿಂದು ಹೇಳು' ಅಂತಂದು ನಗೋಕ್ ಶುರು ಮಾಡಿದ್ರು. ಬಶೀರಣ್ಣುಂಗೆ ಅಲ್ಲಿರೋದು ಸರಿ ಅನ್ನುಸ್ದೆ ಬುಟ್ಟಿ ಎತ್ಕಳಕ್ ಹೊಂಟಾಗ ಅದ ಗಟ್ಟಿಯಾಗಿಡ್ಕಂಡು 'ಹೇಳೋ ಸಾಬಣ್ಣ ನಿಮ್ಮೋರ್ದು ಮೊದ್ಲೆ ಮೋಟುದ್ದ ಇರುತ್ತಂತೆ, ನೀನ್ ಬೇರೆ ಈಟುದ್ದ ಇದಿಯ ನಿಂದೆಷ್ಟುದ್ದ ಇರ್ಬೋದುಂತ ಒಂದ್ ಡೌಟು ನಮ್ಗೆ, ಹೇಳು ನಾವೇನ್ ಸಾಕ್ಷಿಗ್ ತಗುದ್ ತೋರ್ಸು ಅನ್ನಕುಲ' ಅಂದಾಗ ಬಶೀರಣ್ಣ ಒಂಚೂರ್ ಸಿಟ್ ಮಾಡ್ಕ್ಯಂಡು 'ವಯಸ್ಸಿಗ್ ತಕ್ನಗ್ ಮಾತಾಡೋ ಸಾಹೇಬ, ಅದೇನ್ ಹಿಂಗೆಲ್ಲ ಕೇಳ್ತಿಯ, ಬುಡು ನಾನೋತಿನಿ' ಅಂತಂದು ಬುಟ್ಟಿ ಕಿತ್ಕಂಡು ಹೊರಟ. ಮುಖ ಬಾಡೋಗಿತ್ತು, ಅಲ್ಲಿ ನಡ್ದಿದ್ದು ಬಾಬುಂಗೆ ಪೂರ್ತಿ ಅರ್ಥಾಗ್ದಿದ್ರು ಅವ್ರೆಲ್ಲ ಹೊಲ್ಸೊಲ್ಸೇನೋ ಮಾತಾಡವ್ರೆ ಅಂತ ಮಾತ್ರ ಬಾಬುಂಗನ್ಸಿ ಅವ್ನುವೆ ಬಶೀರಣ್ಣುನ್ನ ಏನು ಕೇಳಕೋಗ್ದೆ ಹಿಂದೆನೆ ಹೋದ. ಅವತ್ತು ಅರ್ಧಂಬರ್ಧ ವ್ಯಾಪಾರುಕ್ಕೆ ಬಶೀರಣ್ಣುಂಗೆ ಯಾಕೋ ಸಾಕು ಅನ್ಸಿ ಊರೆಬ್ಬಾಗ್ಲುತ ಇದ್ದ ಸೇತ್ವೆ ಕಟ್ಟೆ ಮೇಲೆ ಕುಂತ್ಕಂಡ. ಬಾಬುವೆ ಅವ್ನ್ ಪಕ್ಕ ಕುಂತ್ಕಂಡು ಏನಾರ ಮಾತಾಡ್ತನೆ ಅಂತ ಕಾಯ್ದ. ಬಶೀರಣ್ಣುನ್ ಮನ್ಸಲ್ ಪೂರ್ತಿ 'ನಾನು ವಯಸ್ಸಿಗ್ ತಕ್ನಾಗಿ ಬೆಳ್ದು ಗಟ್ಟಿಮುಟ್ಟಾಗಿದ್ದಿದ್ರೆ ಇವತ್ತ ಆ ನನ್ಮಕ್ಳುನ್ನ ಹಂಗ್ ಮಾತಾಡಿದ್ಮೇಲು

ಸುಮ್ಮುನ್ ಬುಟ್ ಬತ್ತಿದ್ರ್ಯ? ನನ್ಯಾಕಿಂಗ್ ಹುಟ್ಟಿಶ್ದ್ಯ ಅಲ್ಲಾಹ್' ಅಂತ ದುಃಖವ ಆಚಿಕ್ಕು ಹಾಕ್ದಂಗೆ ಒಳೊಳ್ಗೆ ಸಂಕ್ಟ ಪಡ್ತಿದ್ದವ್ನು ಬಾಬುನ್ ಕಡಿಕ್ ತಿರ್ಗಿ ಬುಟ್ಟಿ ಒಳಿಕ್ ಕೈಹಾಕಿ ಒಂದ್ ಉದ್ದನೆ ಮಿಠಾಯ್ ಪೀಸ ತಗ್ದು ಬಾಬುನ್ ಕಡಿಕ್ ಹಿಡ್ದು ತಗ ಅಂದ. ದಿನಾಲು ಅವ್ನಿಂದೆ ಆ ತರುದ್ದೊಂದ್ ಪೀಸಿಗೆ ಅಂತಾನೆ ಸುತ್ತುತ್ತಿದ್ ಬಾಬುಂಗೆ ಅವತ್ಯಾಕೋ ಅದು ಬೇಕು ಅಂತ ಅನ್ನುಸ್ಲಿಲ್ಲ. ಬ್ಯಾಡ ಅಂತ ಕತ್ತಲ್ಲಾಡ್ಸಿ ಅಲ್ಲಿಂದ ಎದ್ದು ಸುಮ್ಮುಕ್ ಮನೆತಕೋದ. ಮಿಠಾಯಣ್ಣುಂಗು ಅವ್ನುನ್ನ ಮತ್ತೆ ಕೂಗಕ್ ಮನ್ಸಾಗ್ದೆ ಅವತ್ತ ಬುಟ್ಟಿ ಎತ್ತಿ ತಲೆಮ್ಯಾಕಿಟ್ಕ್ಯಂಡು ಊರ್ ದಾಟವರ್ಗು ಕಣ್ಣೀರ ಒಳುಗ್ ತಡ್ಕಂಡಿದ್ದನು ಊರ್ ದಾಟ್ತಿದ್ದಂಗೆಯ ಬಸ್ ಸ್ಟಾಂಡ್ ಸಿಗವರ್ಗುವೆ ಕಣ್ಣೀರಾಕ್ಯಂಡೆ ಹೋಗಿದ್ದ.

ಅದಾದ್ಮೇಲೆ ಒಂದಿಷ್ಟ್ ದಿನ ಬಶೀರಣ್ಣ ಈ ಊರಿನ್ ಕಡಿಕ್ ಬಂದಿದ್ದಿಲ್ಲ. ಬಾಬುನುವೆ ಅವ್ನ್ ಇವತ್ ಬತ್ತನೆ, ನಾಳಿಕ್ ಬತ್ತನೆ ಅಂತ ಕಾಯೋನು. ಹದ್ನೈದ್ ಇಪ್ಪತ್ ದಿನ ಆದ್ರುವೆ ಬರ್ದಿದ್ಕೆ 'ಈ ನನ್ಮಕ್ಳು ಅವತ್ತ ಹಂಗೆ ಮಾಡಿದ್ಕೆ ಅವ್ನ್ ಬತ್ತೈಲ' ಅಂದ್ಕಂಡು ಅವ್ರುನ್ ಕಂಡ್ರೆನೆ ಹಿಡಿ ಶಾಪ ಹಾಕ್ಯಂಡ್ ಓಡಾಡನು. ಹಿಂಗೆ ಒಂದ್ ದಿನ ಬಾಬು ಅವ್ನ್ ಚಿಕ್ಕಮ್ಮುನೂರಿಗೋಗಿದ್ದಾಗ ಅಲ್ಲಿನ್ ಹುಡ್ಗು ಜೊತಿ ಸೇರ್ಕ್ಯಂಡು ಗೋಲಿ ಆಡ್ತಿದ್ದ. ಅದೇ ಹೊತ್ತಿಗೆ ಇಪ್ಪತ್ ದಿನುದಿಂದ ಕೇಳ್ದಿದ್ 'ಕಡ್ಲೇಏಏಏಏಏಏಏ..... ಮಿಠಾಯ್' ಅನ್ನೋ ಸದ್ದು ಕಿವಿಗ್ ಬಿತ್ತು. ಬಾಬುನ್ ಮುಖದಲ್ಲಿ ಖುಷಿ ಅಳ್ಳಿದ್ರೆ ಅಲ್ಲಿ ಆಡ್ತಿದ್ ಬಾಕಿ ಹುಡ್ಗು ಮುಖದಲ್ಲಿ ಭಯ ಹುಟ್ಕೊಂಡು ಆ ಹುಡ್ಗೆಲ್ಲ ತಮ್ ತಮ್ ಗೋಲಿ ಎತ್ಕ್ಯಂಡ್ ಓಡೋಗಿದ್ವು. ಅದೆಲ್ಲ ಬಾಬುಂಗೆ 'ಇವ್ರ್ಯಾಕ್ ಹಿಂಗ್ ಓಡ್ಯೋತಾವ್ರೆ?' ಅಂತ ಅನ್ನಿದ್ರುವೆ ತುಂಬಾ ದಿನುದ್ ಮೇಲ್ ಮಿಠಾಯಣ್ಣ ಸಿಗ್ತಿರ ಖುಷಿಯಿಂದಾಗಿ ಅವ್ರ್ ಕಡಿಕೆ ಗಮನ ಹೋಗ್ಲೇಯಿಲ್ಲ. ಬಶೀರಣ್ಣುಂಗು ಅಲ್ಲಿ ಇವ್ನುನ್ನ ನೋಡಿ ಭಾರಿ ಖುಷಿಯಾಗಿತ್ತು. ಇಬ್ರು ಹೋಗಿ ಅಳ್ಳಿಕಟ್ಟೆ ಮೇಲ್ ಕುಂತ್ಕಂಡು ಏನೋ ಜಗತ್ ನಡ್ಯೋ ಸಮಾಚಾರ್ಗುಳ್ನ ಮಾತಾಡ್ತಂಗಿದಿವಿ ಅನ್ನರಂಗೆ ಗಂಟೆಗಟ್ಲೆ ಕೂತು ಮಾತಾಡಿದ್ರು. ಆ ಊರಿನ್ ಸಣ್ಣುಡ್ಗು ಮಾತ್ರ ಅವ್ರತ್ರುಕ್ಕು ಬರ್ದಂಗೆ ಇನ್ನೊಂದ್ ಕೇರಿಗೋಗಿ ಆಟಾಡ್ತಿದ್ವು. ಅವತ್ತುವೆ ಮಿಠಾಯಣ್ಣ ಇವ್ನಿಗೆ ಒಂದ್ ಉದ್ದನೆ ಪೀಸ ಬುಟ್ಟಿಯಿಂದ ತಗ್ದು ಕೊಡಕ್ ಬಂದಾಗ ಬಾಬುಂಗೆ ಬ್ಯಾಡಾನ್ನುಸ್ತು. ಕಟ್ಟೆ ಮೇಲಿಂದ ಎದ್ದು 'ನಂಗ್ ಬ್ಯಾಡ ನಮ್ಮೂರಿಗ್ ಬಾ ಈಸ್ಕತಿನಿ' ಅಂತಂದು ಹುಡುಗ್ರತ್ರುಕ್ಕೆ ಆಟಾಡಕೋಗಿದ್ದ.

ಅಲ್ಲಿದ್ದಿದ್ ಹುಡ್ಗಿಗೆಲ್ಲ ಇವ್ನು ಬಶೀರಣ್ಣುನ್ ಜೊತಿ ಹೆಂಗ್ ಇಷ್ಟ್ ಚೆನ್ನಾಗೆನೆ ಅನ್ನೋದು ಸಿಕ್ಕಾಪಟ್ಟೆ ತಲೆ ಕೆಡ್ಸಿತ್ತು. ಇವ್ನುವೆ ಗೋಲಿ ಆಡಕ್ ಬಂದು 'ಯಾಕ್ರಲ ಬಶೀರಣ್ಣುನ್ ನೋಡಿ ಹಂಗೆದ್ರಿಕ್ಯಂಡ್ರಿ' ಅಂತ ಕೇಳಿ ಅದುಕ್ಕಿವ್ರು 'ಲೇ

ಅವ್ನು ಮಿಠಾಯ್ ಕೊಟ್ಕಂಡು ಹುಡ್ಳುನ್ನ ಚೆನ್ನಾಗಿ ಕ್ಲೋಸ್ ಮಾಡ್ಕ್ಯಂಡು ಮಾತಾಡ್ಕ್ಯಂಡ್ ಮಾತಾಡ್ಕ್ಯಂಡ್ ಹಂಗೆ ಅವ್ರೂರಿಗೆ ಕರ್ಕಂಡೋತನಂತೆ ಕಣ್ಲ' ಅಂದ್ರು. ಬಾಬುಂಗೆ ಯಾವತ್ತುವೆ ಅದೆಲ್ಲ ಅನ್ಸಿಲ್ದಿದ್ರಿಂದ 'ಹೋಗ್ರಿಲ ಸುಮ್ಕೆ' ಅಂತಂದು ಆಡೋಕ್ ಶುರುಮಾಡಿದ್ದ. ಆದ್ರುವೆ ಆ ಹುಡ್ಳು ಬುಡ್ದಂಗೆ 'ನಿಂಗ್ ಗೊತ್ತಿಲ್ಲ ನಮ್ಮೂರ್ರಲ್ಲಿ ಎಷ್ಟೋ ಹುಡ್ಳುನ್ನ ಎತ್ಕ್ಯಂಡೋಗೆನಂತೆ' ಅಂತ ಒಬ್ರಿಗ್ರಿಂತ ಒಬ್ರು ಗಟ್ಟಿಯಾಗ್ ಹೇಳುವಾಗ ಒಬ್ಬುಡ್ಗ 'ನೀನು ಅವ್ನತ್ರವ ಮಿಠಾಯ್ ಈಸ್ಕಳ್ದೆ ಒಳ್ಳೆ ಕೆಲ್ಸ ಮಾಡ್ದೆ, ಅವ್ನು ಬುಟ್ಟಿ ಒಳ್ಗೆ ಮಾರಕೆ ಒಂದಿಷ್ಟು ಮಕ್ಳಿಗ್ ತಿನ್ಸಿ ಕರ್ಕಂಡೋಗಕೆ ಒಂದಿಷ್ಟ್ ಮಿಠಾಯ್ ಇಟ್ಟಿರ್ತನಂತೆ. ಅವ್ನ್ ಕೊಟ್ಟಿದ್ದೇನಾರ ನಾವ್ ತಿಂದ್ರೆ ಅದ್ರಲಿರ ಔಷ್ದಿ ಅವ್ನ್ ಹೇಳ್ದ್ಯಂಗೆಲ್ಲ ನಾವು ಕೇಳಂಗ್ ಮಾಡುತ್ತಂತೆ' ಅಂತ ಅಂದಾಗ ಬಾಬು ಒಂಚೂರು ನಂಬ್ದಿರೋ ಮೊಂಡ್ತನುದಿಂದ ನಂಬ್ಲೋ ಬ್ಯಾಡ್ವೋ ಅನ್ನೊ ಗೊಂದ್ಲುಕ್ ಬಂದಿದ್ದ. ಯಾಕೋ ಆಟ ಮುಂದ್ವರ್ಸಕೆ ಮನ್ಸ್ ಬರ್ದೆ ಚಿಕ್ಕಮ್ಮುನ್ ಮನಿಗೋಗಿ ಮಲಿಕ್ಯಂಡಿದ್ದ.

ಇದಾಗಿ ಒಂದ್ ವಾರುಕ್ಕೋ ಹದ್ನೈದ್ ದಿನುಕ್ಕೋ ಬಶೀರಣ್ಣ ಬಾಬುನೂರಿಗ್ ಬಂದಾಗ ಬಾಬು ಮನೆ ಹತ್ರನೇ ಒಂದ್ ಕಡೆ ಆಟಾಡ್ತಿದ್ದೋನು ಇವ್ನ್ ದನಿ ಕೇಳಿ ಯಾಕೋ ಅವ್ನುನ್ನ ಮಾತಾಡ್ಸಕೆ ಹಿಂಜರ್ಕಂಡು ಮನೆ ಒಳಿಕೋಗಿ ಸೇರ್ಕ್ಯಂಡಿದ್ದ. ಬಶೀರಣ್ಣ ಊರ್ ಸುತ್ತಿ ಮುಗ್ಸವರ್ಗುವೆ ಇವ್ನ್ ಸಿಗ್ದಿದ್ಕೆ ಎಲ್ಲೋ ನೆಂಟ್ರುಮನಿಗೆಲ್ಲೋ ಹೋಗಿರ್ಬೇಕು ಅಂತಲೇ ಅಂದ್ಕಂಡ. ಅವ್ನು ನೆಕ್ಸ್ಟ ಸಲ ಊರಿಗ್ ಬರವಷ್ಟ್ರಲಿ ಬಾಬುನ್ ಮನ್ಸಲ್ಲಿ ಇದ್ದಿದ್ ಗೊಂದ್ಲ ಒಂದ್ ಮಟ್ಟಿಗ್ ಕಡ್ಮೆ ಆಗಿತ್ತು. ಆ ಸಲ ಅವ್ನ್ ದನಿ ಕೇಳುಸ್ತಿದ್ದಂಗೆ ಮನ್ಸ್ ತಡಿದೆ ಓಡೋಗಿದ್ದ. ಬಶೀರಣ್ಣನು ಇವ್ನುನ್ನ ನೋಡಿ ಖುಷಿಯಾಗಿದ್ದ. ಇಬ್ರು ಯಾವಾಗ್ಲು ಊರ್ ಸುತ್ಕೊಂಡು ಮಾತಾಡೋ ತರ ಮಾತಾಡ್ತ ಒಂದ್ ಕಡೆ ಬಂದು ಕುಂತ್ಕಂಡಿದ್ರು. ಅವತ್ತುನು ಬಶೀರಣ್ಣ ಆಸೆಲಿ 'ತಗ' ಅಂತ ಒಂದ್ ದೊಡ್ ಪೀಸ್ ಮಿಠಾಯಿನ ತಗ್ದು ಇವ್ನ್ ಕಡಿಕ್ ಕೈ ನೀಡ್ದ್ಯ. ಬಾಬುಂಗೆ ಮತ್ತೆ ಅವ್ನ್ ಚಿಕ್ಕಮ್ಮುನೂರಿನ್ ಹುಡ್ಳು ಮಾತ್ಗುಳೆಲ್ಲ ತಲೆಲಿ ಓಡಕ್ ಶುರುವಾಗಿದ್ವು. ಸುತ್ತಮುತ್ತ ಬೇರೆ ಒಬ್ರು ಕಾಣ್ತಿಲ್ದಿದ್ಕೆ ಬಾಬು ಸ್ವಲ್ಪ ಈಸ್ಕಳಕೆ ಹಿಂದೆಮುಂದೆ ನೋಡ್ಕ್ಯಂಡು 'ನೀನರ್ಧ ತಿಂತಿಯ' ಅಂದ. 'ನಂಗೇನ್ ತಿನ್ನಕೆ ಇಲ್ಲೆ ಆವಲ, ನಾನ್ ಬೇಕಾದಗ ತಿಂತಿನಿ ನೀನ್ ತಗ' ಅಂತ ಮತ್ತೆ ಬಶೀರಣ್ಣ ಹೇಳ್ದ್ಯಗ ಬಾಬುಂಗೆ ಚಿಂತೆ ಶುರುವಾಯ್ತು. ಅವ್ನತ್ರ ಈಸ್ಕಳ್ದೆ ಯೋಚ್ನೆ ಮಾಡ್ತಿದ್ದವ್ನು ಇದ್ಕಿದ್ದಂಗೆ 'ನೀನ್ ಮಕ್ಳು ಕದ್ಕಂಡೋಯ್ತಿಯಂತೆ ನಿಜ್ವ?' ಅಂದ. ಬಶೀರಣ್ಣ ನಗಾಡ್ತ 'ಅಯ್ಯೋ ಅದು ಸಣ್ಣುಡ್ಳು ಹಠ ಮಾಡ್ತವಲ ಅವಾಗ ಸಮಾಧಾನ ಮಾಡಕೆ ಹಂಗೇಳದು, ನಾನ್ಯಾಕ್ ಮಕ್ಳು ಕಳ್ತನ ಮಾಡ್ಲಿ?' ಅಂತ ಹೇಳಿದ್ದುನ್ನು

ಬಾಬು ನಂಬಕ್ ತಯಾರಿರ್ಲಿಲ್ಲ. ಹಂಗಾದ್ರೆ ಅರ್ಧ ನೀನ್ ತಿನ್ನು ಅಂತ ಬಾಬು ಒಂದ್ ಕಡೆ ಹೇಳ್ತಿದ್ರೆ ಇನ್ನೊಂದ್ ಕಡೆ ಬಶೀರಣ್ಣ ನನ್ ಮೇಲೆ ನಂಬಿಕೆ ಇಲ್ವ ತಿನ್ನು ಅಂತ ಹೇಳ್ತಿದ್ದ. ಕೊನಿಗೆ ಬಶೀರಣ್ಣಂಗು ಬೇಜಾರಾಗಿ ಆ ಪೀಸ್ನ ಬುಟ್ಟಿಗಾಕ್ಯಂಡು ಮ್ಯಾಕೆದ್ದು ಹೊಂಟ. ಬಾಬುಂಗೆ ತಾನೇನೋ ಅತಿ ಮಾಡ್ದೆ ಅನ್ನಿ ಅವ್ನಿಂದೆಲೆ ಕೂಗ್ಕ್ಯಂಡ್ ಕೂಗ್ಕ್ಯಂಡ್ ಹೋತಿದ್ದ. ಈಗ ಬಶೀರಣ್ಣ ಹಠ ಮಾಡ್ಯನಂಗೆ ಇವ್ನ್ ಕಡಿಕೆ ನೋಡ್ದಂಗೆ ಹೋಗುವಾಗ ಊರ್ ಮುಂದಿದ್ ಪುಂಡುಡುಗ್ರು ಹಿಂದ್ಗಡಿಂದ ಬಂದು ಇವ್ನ್ ಬುಟ್ಟಿ ಒಳಿಕ್ ಕೈಹಾಕಿ ಅದ್ರೊಳ್ಗಿಂದ 50, 100 ಗ್ರಾಮಿನ್ ತಕ್ಡಿ ಬೊಟ್ಟುನ್ನ ಎತ್ಕ್ಯಂಡ್ರು. ಇದುನ್ ನೋಡಿದ್ ಬಾಬು ಮಿಠಾಯಣ್ಣುನ್ ಜುಬ್ಬಾ ಹಿಡ್ದೆಳಿತ ಅವ್ರೆತ್ಕ್ಯಂಡಿದ್ ಹೇಳ್ದ. ಬಶೀರಣ್ಣ ಹಿಂದುಕ್ ತಿರ್ಗಿ ನೋಡವಷ್ಟ್ರಲಿ ಆ ಹುಡುಗ್ರು ನಗಾಡ್ಕ್ಯಂಡು ಬರಾಸಲಿ ನಡ್ಕಂಡೋತಿದ್ರು. ಅವ್ರಿಂದೇನೆ ಬುಟ್ಟಿ ಹೊತ್ಕಂಡು ಓಡೋಗಿ ಅಡ್ಡ ಹಾಕ್ಯಂಡ್ ನಿಂತ್ಕಂಡ ಬಶೀರಣ್ಣ. ಬಾಬುನು ಅವ್ನ್ ಜೊತಿಲೆ ಓಡ್ಬಂದಿದ್ದ. ಅಲ್ಲೇ ಬುಟ್ಟಿಯ ಪಕ್ಕುದ್ ಮನೆ ಜಗ್ಲಿ ಮೇಲಿಟ್ಟು ಅವ್ರುನ್ನ ತಕ್ಡಿ ಬೊಟ್ಟ ಅವ್ರ್ ಕೈಯಿಂದ ಈಸ್ಕಳಕೆ ಮುಂದುಕ್ಕೋದಂಗೆ ಅವ್ರು ಅದುನ್ನ ಮ್ಯಾಕು ತಳಿಕು ಮಾಡ್ತ ಆಟಾಡ್ಸಕ್ ಶುರುಮಾಡಿದ್ರು. ಬಶೀರಣ್ಣ ಒಂದಿಷ್ಟೊತ್ತು ತಮಾಷೆ ಅಂದ್ಕಂಡು ನಗಾಡ್ತಲೆ ಅದುನ್ನ ಹಿಡ್ಕಳಕೆ ಪ್ರಯತ್ನ ಪಟ್ಟ. ಅವ್ರು ಅದುನ್ನ ಕೊಡೋ ತರ ಕಾಣ್ದೆಯಿದ್ದಾಗ ಗೋಗರೆಯೋಕ್ ಶುರು ಮಾಡ್ದ. ಆ ಹುಡುಗ್ರು ಇವ್ನ್ ಗೋಳಾಟುಕ್ಕೆಲ್ಲ ಜಗ್ಗೆ ಇಲ್ಲ. ಒಂದಿಷ್ಟೊತ್ತು ಅಲ್ಲೇ ಜಗ್ಲಿ ಮೇಲ್ ಕುಂತ್ಕಂಡು 'ಕೊಡಕುಲ ಹೋಗು' ಅಂತ ಸ್ಟ್ರಿಕ್ಟಾಗಿ ಹೇಳ್ದಗ ಬಶೀರಣ್ಣಂಗೆ ಏನ್ ಮಾಡ್ಬಕು ಗೊತ್ತಾಗ್ದೆ ಅವ್ರ್ ಕುಂತಿದ್ ಜಗ್ಲಿಮೇಲೆ ಅವ್ನುವೆ ಕುಂತ್ಕಂಡ. ಬಾಬು ಇವ್ರ್ ಮಾಡ್ತೈರದ್ನೆಲ್ಲ ನೋಡ್ತ ಮನ್ಸಲ್ಲೆ ಅವ್ರಿಗ್ ಬಯ್ಕಳ್ತ, ಬಶೀರಣ್ಣುನ್ ಕಡಿಕ್ ನೋಡ್ಕ್ಯಂಡ್ ಬೇಜಾರಲ್ ನಿಂತಿದ್ದ. ಆ ಹುಡುಗ್ರು ಒಬ್ರಿಗೊಬ್ರು ಮಾತಾಡ್ಕ್ಯಂಡು 'ಮಿಠಾಯ್ ಕೊಡು ಬೊಟ್ ಕೊಡ್ತಿವಿ' ಅಂದ್ರು. ಬಶೀರಣ್ಣ ಹಿಂಗಾರ ಈಸ್ಕಂಡ್ ಇಲ್ಲಿಂದ ಹೋಗ್ಬುಡನ ಅಂತವ ಇದ್ದಿದ್ ನಾಕ್ ಜನಕ್ಕು ಒಂದೊಂದ್ ಪೀಸಿನ್ ತರ ನಾಕ್ ಪೀಸ್ ತಗ್ದು ಕೊಡಕೋದ. ಅವ್ರು ಅದುನ್ ನೋಡಿ ನಕ್ಕಂಡು ಮ್ಯಾಕೆದ್ದು ಅವ್ನ್ ಬುಟ್ಟಿತಕೋಗಿ ಒಬ್ಬೊಬ್ಬ ನಾಕೈದ್ ಪೀಸ ಎತ್ಕ್ಯಂಡು ಆ ತಕ್ಡಿ ಬೊಟ್ಟ ಆ ಬುಟ್ಟಿ ಒಳಿಕೆ ಬಿಸಾಕಿ ಹೋದ್ರು. ಬಾಬು ಬಶೀರಣ್ಣುನ್ನೆ ನೋಡ್ತ ನಿಂತಿದ್ದ. ಬಶೀರಣ್ಣ ಈ ಹುಡ್ಗು ಮಾಡೋಗಿದ್ದುಕ್ಕೆ ಸಿಕ್ಕಾಪಟ್ಟೆ ನೊಂದ್ಕಂಡು ಬಾಬುನ್ನು ಮಾತಾಡುಸ್ದಂಗೆ ಸಿಟ್ಟಲ್ಲೆ ಎದ್ದು ಅಲ್ಲಿಂದ ಹೋದ. ಬಾಬುಂಗೆ ಏನ್ ಮಾಡದು ಗೊತ್ತಾಗ್ದಲೆಯ ಅವ್ನಿಂದೆಲೆ ಬಾರೆ ಮ್ಯಾಗ್ಲು ಬಸ್ ಸ್ಟಾಂಡಿನ್ ತಕ ಹೋದ. ಅಲ್ಲಿಗೋದ್ರುವೆ ಬಶೀರಣ್ಣ ಇವ್ನುನ್ನ ಮಾತಾಡ್ಸಕ್ ಮನ್ಸ್ ಮಾಡ್ಲಿಲ್ಲ. ಹೋಗಿ ಒಂದ್ ಸ್ವಲ್ಪೊತ್ತಿಗ್ ಬಂದಿದ್ ಬಸ್ಸಿಗೆ

ಹತ್ಕ್ಯಂಡು ಬಶೀರಣ್ಣ ಹೋದ್ಮೇಲೆ ಬಾಬು ವಾಪಸ್ಸು ಊರಿನ್ ಕಡಿಕೆ ಹೆಜ್ಜೆ ಹಾಕ್ದ.

ಬಶೀರಣ್ಣುಂಗೆ ಈ ಹುಡುಗ್ರು ಮಾಡಿದ್ ಗಲಾಟೆ ಮನ್ಸೊಳ್ಗೆ ತುಂಬಾ ಗಟ್ಟಿಯಾಗಿ ಕೊರೆಯಕ್ ಶುರು ಮಾಡಿತ್ತು. ಅಲ್ಲಿಂದ ಮನಿಗ್ ಬಂದು ಕೂತ್ರುವೆ ಹಿಡ್ದಿದ್ ಮಂಕು ಇಳ್ದಿರ್ಲಿಲ್ಲ. ಏರಿ ಮ್ಯಾಲೋಗಿ ಒಂದಿಷ್ಟೊತ್ತು ಅರ್ಧ ತುಂಬಿದ್ ಕೆರೆ ನೋಡ್ಕ್ಯಂಡ್ ಕುಂತಿದ್ದೋನು 'ಇನ್ಮೇಲೆ ಆ ಊರಿಗೆ ಕಾಲಿಡ್ಬಾರ್ದು' ಅನ್ನೋ ತೀರ್ಮಾನುಕ್ ಬಂದಿದ್ದ. ಅದರಂತೇನೆ ಆ ಊರ್ ಕಡೆಗೋಗದುನ್ನೇ ನಿಲ್ಸಿದ್ದ. ಈ ಕಡೆ ಬಾಬು ಇವತ್ ಬತ್ತನೆ, ಈ ವಾರ ಬತ್ತನೆ ಅಂತೆಲ್ಲ ಅಂದ್ಕಂಡ್ ಕಾಯ್ದುದ್ರುವೆ ಬಶೀರಣ್ಣ ಬರ್ಲೇಯಿಲ್ಲ. ಬೇಸಿಗೆ ರಜ ಮುಗ್ದು ಸ್ಕೂಲ್ ಶುರುವಾದ್ಮೇಲು ಊಟುದ್ ಟೈಮಲೆಲ್ಲ ಸ್ಕೂಲ್ ಜಗ್ಲಿ ಮೇಲಿಂದ ಎಲ್ಲುವೆ ಕದ್ಲುದಂಗೆ ಅವ್ನ್ ಬರ್ಬೋದು ಅಂತ ಕಾಯನು. ಯಾವತ್ತು ಸಂತಿಗ್ ಕರ್ಕಂಡೊಗ್ದಿದ್ ಅಪ್ಪ ಎಕ್ಸಸೈಜು, ಪೆನ್ನು, ಜಾಮಿಟ್ರಿ ಬಾಕ್ಸ್ ಕೊಡ್ಸಕೆ ಅಂತ ಇವ್ನುನ್ನ ಸಂತಿಗ್ ಕರ್ಕಂಡೋಗಿದ್ದಾಗ ಸಂತೆ ತುಂಬಲು ಸುತ್ಕ್ಯಂಡು ಬಶೀರಣ್ಣುನ್ನೆ ಹುಡ್ಕಾಡಿದ್ದ.

ಸ್ಕೂಲಿಗೋಗಕ್ ಶುರುಮಾಡಿ ದಿನ್ಗಳು ಕಳಿತಾ ಕಳಿತಾ ಜೊತೆಲಿದ್ ಹುಡ್ಗು ಕುಟೆ ಆಟಾಡ್ಕ್ಯಂಡು ಓದ್ಕ್ಯಂಡು ಕಾಲ ತಳ್ತಿದ್ದ ಬಾಬು ಆಗಾಗ ಈ ನಾಕ್ ಜನ ಪುಂಡುಡುಗ್ರು ಕಣ್ಣಿಗ್ ಬಿದ್ರೆ ಉರುದ್ ತಿನ್ನನಂಗೆ ನೋಡ್ಕ್ಯಂಡು ಅವ್ರಿರ ಜಾಗ್ದಲಿ ನಿಲ್ದಂಗೋಗನು. ಅವ್ನೊಳ್ಗೆ ಬಶೀರಣ್ಣುನ್ ನೆನ್ಪು ಪೂರ್ತಿ ಇಲ್ಲದಂಗಾಗ್ದಿದ್ರುವೆ ಒಂಚೂರ್ ಚೂರೆ ಕಮ್ಮಿಯಾಗ್ತ ಇತ್ತು. ಇತ್ತ ಕಡೆ ಬಶೀರಣ್ಣ ಹೆಂಡ್ತಿ ಕುಟೆ ಈ ಹುಡ್ಗುನ್ ಬಗ್ಗೆ ಮಾತಾಡ್ದಿರ ದಿನವೇ ಇಲ್ವೇನೋ ಅನ್ನಬೋದು. ಬಾಬುನ್ನ ನೊಡೋ ಆಸೆ ದೊಡ್ ಮಟ್ದಲಿದ್ರುವೆ ಆ ಹುಡುಗ್ರು ಮಾಡಿದ್ ನೋವು ಅವ್ನೊಳ್ಗೆ ಆ ಊರಿಗೋಗದುನ್ನ ತಡಿತಲೇ ಇತ್ತು. ಒಂದಿಷ್ಟ್ ದಿನ ಹೋಗನ ಅತ್ಲಗೆ ಅಂತ ಹೊಂಟನು ಮತ್ಯಾಕೋ ಬ್ಯಾಡ ಅನ್ಸಿ ಸುಮ್ನಾಗಿದ್ದ.

ಒಂದಿನ ಬಾಬು ಸ್ಕೂಲಲ್ಲಿ ಕುಂತು ಪಾಠ ಕೇಳುವಾಗ ಜೋರಾಗಿ 'ಕಡ್ಲೇಏಏಏಏಏಏಏ... ಮಿಠಾಯ್' ಅನ್ನೋ ಸದ್ದು ಕಿವಿಗ್ ಬಿತ್ತು. ಅವ್ನಿಗೆ ಬೆಂಚಿನ್ ಮೇಲೆ ಕುಂತ್ಕಳಕೆ ಮನ್ಸಾಗ್ದೆ 'ಎದ್ದೋಗನ ಎದ್ದೋಗನ ಬಶೀರಣ್ಣ ಬಂದನೆ' ಅಂತ ಅನ್ಸಿದ್ರುವೆ ಮೇಷ್ಟ್ರು ಹೊಡುದ್ಬುಟ್ರೆ ಅನ್ನೋ ಭಯುಕ್ಕೆ ಹಂಗೆ ಆಸೆಯ ತಡ್ದಿಟ್ಕ್ಯಂಡು ಕುಂತಿದ್ದ. ಬಶೀರಣ್ಣ ಕೂಗೋ ಸದ್ದು ಊರೊಳಿಕ್ ಅವ್ನೋದಂಗ್ ಹೋದಂಗೆ ಬಾಬುಂಗೆ ಸಣ್ದಾಗ್ ಕೇಳ್ಸಕ್ ಶುರುವಾಗಿ ತಡಿದೆ ಮ್ಯಾಕೆದ್ದ. ಮೇಷ್ಟ್ರು ಏನೋ? ಅಂದ್ರೆ 'ಎಳ್ಡಕೋಬಕು ಸಾ ಅರ್ಜೆಂಟು' ಅಂದ್ಬುಟ್ಟು ಅವ್ರು ಹು ಹೋಗು ಅಂತ ಹೇಳದ್ಕು ಕಾಯ್ದಂಗೆ ಓಡಕ್

ಶುರುಮಾಡ್ದ್ಯನು ಬಂದು ನಿಂತಿದ್ದು ಬಶೀರಣ್ಣುನ್ ಮಗ್ಗಲೆಯ. ಹೇದುಸ್ರು ಬುಡ್ತಿದ್ ಬಾಬುನ್ನ ನೋಡಿ ಬಶೀರಣ್ಣುನ್ ಮುಖದಲ್ಲು ನಗು ಅಳ್ತು. ಇಬ್ರುವೆ ನಗಾಡ್ಕ್ಯಂಡು ಮಾತಾಡ್ತ ಬಾಬುನ್ ಮನೆತಕೆ ಬಂದ್ರು. ಅಮ್ಮುನತ್ರುಕ್ಕೋಗಿ 'ಬಶೀರಣ್ಣ ಬಂದೆತೆ' ಅಂತ ಖುಷಿಲಿ ಹೇಳ್ಕ್ಯಂಡು ಒಂದ್ ಗ್ಲಾಸ್ ಟೀ ಮಾಡ್ಸಿ ತಂದ್ಕೊಟ್ಟು ಅವ್ನ್ ಜೊತೆಲೆ ಕುಂತ್ಕಂಡ್ ಕುಡ್ದು ಅವ್ನಿಂದ್ಲುಗಟೆನೆ ಊರೊಳಿಕೆ ಹೊಂಟ.

ಅವತ್ತ ಬಶೀರಣ್ಣ ಬಾಬುನ್ ಮಾತಾಡಿಕ್ಶಂಡ್ ಸುಮ್ಕೆ ಹೋಗ್ದೆ ಊರೊಳ್ಗಡೆ ಹೋಗಿದ್ದು ಅವ್ನುನ್ನ ಮತ್ತೆ ಈ ಊರಿಗೆ ಬರ್ದಂಗ್ ಮಾಡ್ತು. ಅವತ್ತ ಬಾಬುನ್ ಮನೆತಯಿಂದ ಊರೊಳಿಕೊಂಟಿದ್ ಬಶೀರಣ್ಣುನ್ನ ಆ ನಾಕ್ ಜನ ಪುಂಡುಡ್ಗು ಜಗ್ಲಿ ಮೇಲ್ ಕುಂತ್ಕಂಡು 'ಹೇ ಮುಲ್ಲಾಸಾಬಿ ಏನೋ ನಮ್ಮೂರಿಗೆ ಬರದ್ ಬುಟ್ಟಿದಿಯ... ಬಾರೋಯ್ಲಿ' ಅಂದ್ರು. ಇವ್ರ್ ಜೊತೆ ಇಲ್ಲುದ್ ರಗಳೆ ಯಾಕೆ ಅಂತ ಬಶೀರಣ್ಣ ದಪ್ಪೆಜ್ಜೆ ಹಾಕ್ಯಂಡೋಗಕ್ ಶುರು ಮಾಡ್ದ್ಯ, ಬಾಬುವೆ ಹೆದ್ರಿಕ್ಯಂಡೆ ಅವ್ನಿಂದೆ ಓಡ್ಕ್ಯಂಡೋತಿದ್ದ. ಭಯದಲ್ಲೇ ಹೆಜ್ಜೆ ಹಾಕ್ತಿದ್ ಬಶೀರಣ್ಣುಂಗೆ ಅದೇನನ್ನುಸ್ತೋ ಧೈರ್ಯವಾಗಿ ಹಿಂದುಕ್ ತಿರ್ಗಿ 'ನನ್ನೊಯಸ್ಸೇನು ನಿಂದೇನ್ಲ, ಸರಿಯಾಗ್ ಮಾತಾಡ್ಸಂಗಿದ್ರೆ ಮಾತಾಡುಸ್ರಿ' ಅಂತಂದು ಹೋಗ್ತಿದ್ ವೇಗವ ಕಮ್ಮಿ ಮಾಡ್ಕ್ಯಂಡು ನಾರ್ಮಲ್ಲಾಗಿ ನಡಿಯಕ್ ಶುರು ಮಾಡ್ದ್ಯ. ಬಾಬುಂಗುವೆ ಇವ್ನ್ ಧೈರ್ಯ ಖುಷಿ ಕೊಟ್ಟಿತ್ತು. ಮುಂದುಕ್ಕೊಂದತ್ ಹೆಜ್ಜೆನು ಇಟ್ಟಿರ್ಲಿಲ್ಲ ಅನ್ನುತ್ತೆ ಆ ನಾಕುಡ್ಗಳ್ಲಿ ಒಬ್ಬ ಬಂದು ಇವ್ನ್ ದೊಗ್ಲೆ ಪ್ಯಾಂಟ ಕೆಳಿಕೆಳ್ದ. ಬಶೀರಣ್ಣುನ್ ಮೈಯೆ ಕಂಪಿಶ್ದಂಗಾಗಿ ತಲೆ ಮೇಲಿದ್ದಿದ್ ಬುಟ್ಟಿಯ ಕೆಳಿಕಿಟ್ಟು ಪ್ಯಾಂಟ್ ಮ್ಯಾಕೆತ್ಕ್ಯಂಡು ಆ ಟೈಮಿಗ್ ಬಾಯಿಗ್ ಬಂದ ಒಂದೆಲ್ಡ್ ಉರ್ದು ಬೈಗುಳ್ಗಳ ಬೈದ. ಅದು ಬಾಬುಂಗು ಅರ್ಥಾಗ್ಲಿಲ್ಲ, ಆ ಹುಡ್ಗಿಗು ಅರ್ಥಾಗ್ಲಿಲ್ಲ ಆದ್ರೆ ಬೈದ ಅನ್ನೋದ್ ಮಾತ್ರ ಅವ್ನ್ ಸಿಟ್ ತುಂಬಿದ್ ಮುಖದಿಂದ ದೊಡ್ಡಗೆ ಗೊತ್ತಾತಿತ್ತು. ಇವ್ರಲೊಬ್ಬ 'ಅರ್ಥಾಗುದ್ ಭಾಷೆಲೇನ್ಲ ಬೈತಿರದು ಅರ್ಥಾಗಂಗ್ ಬಯ್ಯಿ ನೋಡನ' ಅಂತ ಮತ್ತೆ ಕೆಣ್ಕಂಗೆ ಕೇಳ್ದ್ಯ. 'ಮಲ್ಲಿ ಕೇವಿದ್ರೆ ಮಾಡೋಗ್ರಿ, ಊರ್ ಮುಂದ್ ಕುಂತ್ಕಂಡು ಹೋಗಬರರ್ ಕುಟೆಲ್ಲ ಇಲ್ಲುದ್ ಜಗ್ಳ ತಗಿಬೆಡ್ರಿ' ಅಂತ ಬಶೀರಣ್ಣ ಒಂಚೂರ್ ಸಮಾಧಾನದಲ್ಲೇ ಹೆದ್ರಿಕ್ಯಂಡೇಳ್ದ. ಅದುಕ್ಕೆ ಗುಂಪಲಿದ್ದನಿನ್ನೊಬ್ಬ 'ನಿನ್ನವ್ವುನ್ ಸಾಬಿ ನಿಮ್ ಭಾಷೆಲಿ ಇದ ನೀನ್ ಹೇಳಿದ್ದು? ಲಂಡು ಗಿಂಡು ಚೋದು ಪಾದು ಅಂತಿದ್ದೆ ಅದೇನನ್ನು ಇನ್ನೊಂದ್ಸತಿಯ ನೋಡನ್ ನಿನ್ ಧೈರ್ಯವ' ಅಂತ ಬಶೀರಣ್ಣುನ್ ತಲೆಮ್ಯಾಕ್ ಹೊಡ್ದ. ಸಮಾಧಾನ್ವಾಗಿದ್ ಬಶೀರಣ್ಣುಂಗೆ ಇನ್ನೊಂಚೂರ್ ಕೋಪ ಬಂದು 'ನಿಮ್ಮವ್ವಿದ್ನಿರ್ನಾಕ್ಕೆಯ ಮಾಡಕೇನ್ ಕೆಲ್ಸಿಲ್ವ, ಹೋಗ್ ಸಾಯ್ರಿ ನಮ್ಮುನ್ಯಾಕಿಂಗ್ ಗೋಳುಯ್ಕತಿರ'

ಅಂದ. ಅಷ್ಟೊತ್ತಿಗೆ ಅಕ್ಕಪಕ್ಕುದ್ ಮನೆಲಿದ್ ಹೆಂಗುಸ್ರೆಲ್ಲ ಆಚೆಕ್ ಬಂದು ಜಗಳ ನೋಡ್ತ ವಟ್ಗುಡಕ್ ಶುರುಮಾಡಿದ್ರೋ ಹೊರ್ತು ಮುಂದುಕ್ ಬಂದು ಬುಡ್ಸ ಧೈರ್ಯ ಮಾಡ್ಲಿಲ್ಲ. ಗುಡಿಮುಂದ್ಲು ಮನೆ ಮಾಲಿಂಗಣ್ಣ ಆ ಕಡೆಲೆ ಹೋತಿದ್ದನು 'ಅವ್ನ್ಯಾಕ್ ಹಿಡ್ಕಂಡು ರೋಸ್ತಿರ ಬುಟ್ ಕಳುಸ್ರಿಲ' ಅಂದ್ರೆ ಈ ಪುಂಡುಡ್ಗ ಅವ್ನನ್ನು ಬೈದು ಕಳ್ಸಿದ್ರು. ಈ ಜಗಳ ಮಾತಿಗ್ ಮಾತ್ ತಗಂಡು ಬೆಳಿತನೆ ಇದ್ದಗ ಗುಂಪಿನೊಬ್ಬುಡ್ಗ ಅಮ್ಮನ್ ಅಕ್ಕನ್ ಅಂದ್ಕೊಂಡು ಬಶೀರಣ್ಣುನ್ ಕಪಾಳುಕ್ಕೆ ಜೋರಗ್ ಹೊಡ್ದ. ತಲೆ ಗಿರ್ರಂದಂಗಾಗಿ ಬಶೀರಣ್ಣ ಕೆಳಿಕ್ ಬಿದ್ಮೇಲೆ ಆ ಹುಡ್ಗ ಇವ್ನ್ ಬುಟ್ಟಿ ತಗಂಡು 'ಅದ್ಯಾವನ್ನ ಕರ್ಕಂಡ್ ಬಂದು ಈಸ್ಕಂಡೋತಿಯ ಈಸ್ಕಂಡೋಗು, ನಮ್ಮೂರಿಗೆ ಬಂದು ನಮ್ಮತ್ರಲೆ ಗಾಂಚಲಿ ತೋರುಸ್ತಿಯ' ಅಂದ್ಕಂಡು ಅವ್ನ್ ಮನಿಗ್ ತಗಂಡೋಗಿ ಒಳ್ಗಿಂದ ಚಿಲ್ಕ ಹಾಕ್ಯಂಡ್ ಕುಂತ್ಕಂಡ. ಅವ್ನ್ ಜೊತಿ ಇದ್ದರುವೆ ಇವ್ನನ್ನ ಬಯ್ಕ್ಯಂಡು ಅಲ್ಲಿಂದ ಹೋದ್ರು. ಅವ್ರೆಲ್ಲ ಹೋದ್ಮೇಲೆ ಬಾಬು ಬಶೀರಣ್ಣುನ್ನ ಮ್ಯಾಕೆತ್ಕ್ಯಂಡು ಕೂರ್ಸವೊತ್ಗೆ ಅಲ್ಲಿದ್ ಒಬ್ಬೆಂಗ್ಸು ನೀರ್ ತಂದ್ಕೊಟ್ಳು.

ನೀರ್ ಕುಡ್ದು ಸುಧಾರಿಶ್ಕಂಡ್ ಬಶೀರಣ್ಣುಂಗೆ ಮತ್ತೆ ಇವ್ರತ್ರ ಹೋಗಿ ಕೂಗ್ಯಾಡೋ ಅಷ್ಟ್ ಶಕ್ತಿ ಇರ್ಲಿಲ್ಲ. ಆ ಹುಡ್ಗುನ್ ಮನೆ ಬಾಗ್ಲುತಕ್ ಬಂದು ಒಂದಿಷ್ಟೊತ್ತು ಬಾಗ್ಲು ಬಡ್ಕಂಡು 'ನಂದೇ ತಪ್ಪಾತು ಕಣ್ ಬುಟ್ಟಿ ಕೊಡಪ್ಪ' ಅಂತ ಅಂಗ್ಲಾಚ್ಕ್ಯಂಡ್ ಕಣ್ಣೀರಾಕ್ಯಂಡ್ ನಿಂತಿದ್ದ. ಆ ಹುಡ್ಗ ಎಷ್ಟೊತ್ತಾದ್ರು ಬಾಗ್ಲು ತಗಿಲಿಲ್ಲ. ಬಾಬುಂಗೆ ಇದುನ್ನೆಲ್ಲ ನೋಡ್ತ ಏನ್ ಮಾಡ್ಬಕು ಬುಡ್ಬಕು ಅನ್ನದು ಗೊತ್ತಾಗ್ದಲೆಯ ಮನೆತಕೆ ಓಡೋಗಿ ಹೊಲುಕ್ಕೆಲ್ಲೋ ಕೆಲ್ಸುಕ್ಹೋಗಿ ಆಗ್ತಾನೆ ಮನಿಗ್ ಬಂದಿದ್ ಅಪ್ಪುನ್ನ ಹಿಂಸೆ ಮಾಡ್ಕ್ಯಂಡು ಇಲ್ಲಿಗ್ ಕರ್ಕಂಡ್ ಬಂದು 'ಬುಟ್ಟಿ ಕಿತ್ಕಂಡ್ ಒಳಿಕಿಟ್ಕ್ಯಂಡನೆ ಈವಣ್ಣುಂಗ್ ಹೊಡ್ದು' ಅಂದ. ಬಾಬುನಪ್ಪ ಬಶೀರಣ್ಣುನ್ ಮುಖ ನೋಡ್ದ್ಕ್ಯ, ಅವ್ನಿಗು ಕಳ್ ಚುರ್ರಂತು. ಜೋರಗ್ ಕೂಗಾಡ್ಕ್ಯಂಡು ಬಾಗ್ಲು ಬಡ್ದು ಆ ಹುಡ್ಗುನ್ನ ಕರ್ದ. ಅವ್ನು ಕಿಟ್ಕಿತಕ್ ಬಂದು 'ನಿಂಗ್ಯಾಕ್ ಬೇಕು ಹೋಗ ನಾಗ್ರಾಜಣ್ಣ, ನಮ್ ನಮ್ ಜಗ್ಳ ನಾವೇನೋ ಮಾಡ್ಕ್ಯತಿವಿ' ಅಂದ. ಇವ್ನಿಗೆ ಸಿಟ್ಟತ್ತಿ 'ತಗಿಯ ನಿನ್ನವ್ವುನ್ ಬಾಗ್ಲ, ಊರಲಿ ಬ್ಯಾರೆರ್ ಕುಟಾಡ್ದ್ಯಂಗೆ ನನ್ನತ್ರ ಆಡ್ಬಡ. ಗಂಡ್ಸಿಗೋಗಿ ಪೊಲೀಸ್ನಾರ್ ಕರ್ಕಂಡ್ ಬಂದು ಚರ್ಮ ಎಬ್ಬುಸ್ತಿನ್ ನೋಡು ಈಗ ತಗ್ದಿಲ್ಲಾಂದ್ರೆ' ಅಂತ ಕೂಗಾಡಿದ್ಕೆ ಆ ಹುಡ್ಗ ಬಾಗ್ಲು ತಗ್ದು ಇವ್ನ್ ಬುಟ್ಟಿಯ ಆ ಜಗ್ಲಿ ಮೇಲಿಟ್ಟ.

ಅಳ್ತಲೇ ಕುಂತಿದ್ ಬಶೀರಣ್ಣ ಬುಟ್ಟಿ ಆಚೆಕ್ ಬತ್ತಿದ್ದಂಗೆಯ ಯಾರ್ ಕುಟು ಮಾತಾಡ್ದಂಗೆ ಬುಟ್ಟಿ ತಗಂಡ್ ತಲೆ ಮ್ಯಾಕಿಟ್ಕ್ಯಂಡು ಅಲ್ಲಿಂದ ಎದ್ದು ಹೊಂಟ. ಬಾಬುವೆ ಅಪ್ಪ ಮಗ್ಗಲಿದ್ದಿದ್ಕೆ ಇವ್ನಿಂದೆ ಹೋಗಕೆ ಭಯ ಬಿದ್ದು ಅವ್ನನ್ನ ನೊಡ್ಕ್ಯಂಡೆ ನಿಂತ್ಕಂಡ. ಅವತ್ತು ಬಶೀರಣ್ಣುನ್ನ ಹಿಂದ್ಗಡಿಂದ ನೋಡಿದ್ದೆ ಲಾಸ್ಟು

ಬಾಬು ಅದಾಗಿ ಇಪ್ಪತ್ ವರ್ಷ ಕಳುದ್ರುವೆ ಅವ್ನುನ್ನ ನೋಡಕಾಗಿಲ್ಲ. ಎಲ್ಲೇ ಇದ್ರೂನು ಯಾರಾರ ವ್ಯಾಪಾರ ಮಾಡೋರ್ ಕೂಗ್ದ್ಯಗೆಲ್ಲ ಬಶೀರಣ್ಣುನ್ ಮುಖ ನೆನಿಶ್ಕಂಡು ಕಣ್ಣೀರಾತನೆ. ಅವ್ನ್ ಮುಖ ಹಿಂಗ್ ನೆನ್ಪಾದಗೆಲ್ಲ ಮನ್ಸೊಳ್ಗೆಯ ಬಶೀರಣ್ಣ ಕೂಗ್ತಿದ್ದಂಗೆ 'ಕಡ್ಲೇಏಏಏಏಏಏಏಏ... ಮಿಠಾಯ್' ಅಂತ ಅವ್ನಿಗವ್ನೆ ಕೂಗ್ತಿರ್ತನೆ.

ಭಾಗ್ಯಜ್ಯೋತಿ ಗುಡಗೇರಿ

ಧಾರವಾಡ ಜಿಲ್ಲೆ ಕುಂದಗೋಳ ತಾಲೂಕು ಗುಡಗೇರಿಯವರಾದ ಭಾಗ್ಯಜ್ಯೋತಿ ಗುಡಗೇರಿ ಕಾವ್ಯದಿಂದ ಗದ್ಯಕ್ಕೆ ಹೊರಳುತ್ತಿರುವ ಲೇಖಕಿ. 'ಪಾದಗಂಧ', 'ಬಿದಿರ ಬಿನ್ನಹ' ಅವರ ಪ್ರಕಟಿತ ಕವಿತಾ ಸಂಗ್ರಹಗಳು. ಕವಿಯಾಗಿ ವಿಮರ್ಶಕ ಮಾನ್ಯತೆ ಗಳಿಸಿರುವ ಭಾಗ್ಯಜ್ಯೋತಿ ಕಥೆಗಳಲ್ಲಿಯೂ ತಮ್ಮ ಪ್ರತಿಭಾ ವಿಲಾಸವನ್ನು ತೋರುತ್ತಿದ್ದಾರೆ. ಕಾವ್ಯಕ್ಕೂ ಕಥೆಗೂ ಇರುವ ವ್ಯತ್ಯಾಸವನ್ನವರು ಹೀಗೆ ಗುರುತಿಸುತ್ತಾರೆ:

"ಕವಿತೆಯ ಅಮೂರ್ತ ಅನುಭವಕ್ಕೆ ನಿಲುಕದ ಆದರೆ ಹೇಳಬೇಕಾದ ಅನೇಕ ಸಂಗತಿಗಳಿರುತ್ತವೆ. ಕಥೆ ಅಂತಹ ಭಾವಕ್ಕೆ ಸೂಕ್ತವೆನ್ನಿಸಿ ಕಥೆಗಳನ್ನು ಬರೆಯುತ್ತಿರುವೆ. 'ಗೋಲಗುಂಬಜ್ ಎಕ್ಸ್‌ಪ್ರೆಸ್' ಕಥೆ ರೈಲು ಪ್ರಯಾಣವೊಂದರಲ್ಲಿ ಬದುಕಿನ ಬೇರೆ ಬೇರೆ ಮುಖಗಳನ್ನು ಗಮನಿಸುತ್ತ ತನ್ನ ಸಂಕಟಗಳಿಗೆ ಸಮಾಧಾನ ಕಂಡುಕೊಳ್ಳುವ ಪಾತ್ರವೊಂದರ ಒಳತೋಟಿಗಳನ್ನು ಹೇಳಲು ಯತ್ನಿಸಿರುವೆ. ಇಲ್ಲಿನ ಕಥಾನಾಯಕಿಯ ಅಂತರಂಗದ ಭಾವನೆಗಳು ಓದುಗರ ಭಾವಗಳಾಗಿ ಬದಲಾದರೆ ಸಮಾಧಾನವಾಗುತ್ತದೆ."

ಕಥೆ ಕುರಿತು ತೀರ್ಪುಗಾರರ ಅಭಿಪ್ರಾಯ:

'ಗೋಳಗುಂಬಜ್ 16536' ಕಥೆ ರೈಲು ಪ್ರಯಾಣವೊಂದನ್ನು ನಿಮಿತ್ತವಾಗಿಟ್ಟುಕೊಂಡು ಬದುಕನ್ನು ನಿಕಟವಾಗಿ ನೋಡುವ ಪ್ರಯತ್ನ ಮಾಡುತ್ತದೆ. ಸುತ್ತಲಿನ ಬದುಕನ್ನು ನಿರುಕಿಸುತ್ತಲೇ ಖಾಸಗಿ ಜೀವನದ ಸಂಕಟಗಳನ್ನು ಸಮಚಿತ್ತದಿಂದ ಕಾಣುವ ಪಕ್ವತೆಯನ್ನು ಮುಖ್ಯ ಪಾತ್ರ ಸಾಧಿಸುತ್ತದೆ. ಕಥಾವಿನ್ಯಾಸ, ಮುಖ್ಯ ಕಥೆಯೊಳಗೆ ಅಡಗಿದ ಉಪಕಥೆಗಳ ಬಳಕೆಯ ಶೈಲಿ ಸೊಗಸಾಗಿದೆ. ವಸ್ತುವನ್ನು ನಿಧಾನಗತಿಯಲ್ಲಿ ವಿಸ್ತರಿಸುವಾಗ ತೋರಿರುವ ತಾಳ್ಮೆಯಿಂದ ಕಥೆ ಆಪ್ತವೆನ್ನಿಸುತ್ತದೆ. ರೈಲಿನಲ್ಲಿ ತೆರೆದುಕೊಳ್ಳುವ ಪಾತ್ರಗಳು, ವೈವಿಧ್ಯಮಯ ಅನುಭವವನ್ನು ನೀಡುವ ರೈಲುಡಬ್ಬಿಯಲ್ಲಿನ ಆಗುಹೋಗುಗಳು ಓದುಗರನ್ನು ಮನಸ್ಸನ್ನು ಆವರಿಸುವಂತಿವೆ. ಕಥೆಯ ಬಿಗಿಪು, ಸಂಯಮ, ಪ್ರಾದೇಶಿಕ ಭಾಷಾ ಬಳಕೆಯ ಅಥೆಂಟಿಸಿಟಿ, ನಿರ್ಮಿತಿಯಲ್ಲಿನ ಅಚ್ಚುಕಟ್ಟುತನ ಆಕರ್ಷಕ. ಕಥೆಯ ಅಂತ್ಯ ಸೂಚ್ಯ.

3

ಗೋಳಗುಂಬಜ್ ಎಕ್ಸ್‌ಪ್ರೆಸ್ 16536

ಬೆಂಗಳೂರಿಗೆ ಹೊರಡುವ ಸೊಲ್ಲಾಪುರ್ ಟು ಮೈಸೂರು ಗೋಳಗುಂಬಜ್ ರೈಲು 'ಇನ್ನೂ ಕೆಲವೇ ಸಮಯದಲ್ಲಿ ಪ್ಲಾಟ್ಫಾರಂ ಬಂದು ಸೇರಲಿತ್ತು'. ವಿಚಿತ್ರ ಒತ್ತಡ, ಸಂಕಟ. ಯಾಕೆ ಹೀಗೆ? ಎಲ್ಲಿದ್ದರೂ ಅವನು ಮನಸ್ಸನ್ನು ನಿಯಂತ್ರಣ ಮಾಡ್ತಾನಲ್ಲ ಎಂದು ಕೆಂಡಾಮಂಡಲವಾದೆ. ವಿಪರೀತ ತಲೆನೋವು. ವೃಥಾ ವ್ಯಾಕುಲತೆ ಬೇಡ ಅಂದುಕೊಳ್ಳುತ್ತ ಟಿಕೇಟ್ ಕೌಂಟರಿನಲ್ಲಿ ರಿಸರ್ವೇಷನ್ ಫಾರ್ಮ್ ತೆಗೆದುಕೊಂಡೆ. ತುಂಬಬೇಕೆಂದರೆ ಪೆನ್ನು ಸಿಗಲಿಲ್ಲ. ಪಕ್ಕದಲ್ಲಿ ನನ್ನ ಹಾಗೆ ಫಾರ್ಮ್ ತುಂಬಿಕೊಟ್ಟ ಸುಮಾರು ಹತ್ತು ಹನ್ನೆರೆಡು ವಯಸ್ಸಿನ ಹುಡುಗ 'ಅಕ್ಕ ತಗೋಳಿ' ಎಂದು ಪೆನ್ನು ಕೊಟ್ಟ. ಫಾರ್ಮ್ ತುಂಬಿ ಟಿಕೇಟು ಪಡೆದು ಎಂದಿಗಿಂತ ಅರ್ಧಗಂಟೆ ತಡವಾಗಿ ಬರಲಿದ್ದ ಗಾಡಿಗಾಗಿ ಬಿಜಾಪುರ ಸ್ಟೇಶನ್ನಿನ ಪ್ಲಾಟ್ಫಾರ್ಮಿನ ಕಟ್ಟಿಗೆಯ ಬಾಕಿನ ಮೇಲೆ ಸ್ತಬ್ಧಳಾಗಿ ಕೂತೆ. ಪ್ಲಾಟ್ಫಾರ್ಮ್ ಗಿಜಗುಡುತ್ತಿತ್ತು. ಚಿಕ್ಕಪುಟ್ಟ ಸಂಗತಿಯಲ್ಲಿ ತಲ್ಲೀನರಾಗಿದ್ದ ಜನ. ಕೆಲವರು ಫೋನಿನಲ್ಲಿ ಪಿಸುಗುಡುತ್ತಿದ್ದರೆ, ಇನ್ನೂ ಕೆಲವರು ಗಂಟಲು ದೊಡ್ಡದು ಮಾಡಿ ಒದರುತ್ತಿದ್ದರು. ನೀಲಿಯಾಕಾಶದಲ್ಲಿ ನಿಧಾನವಾಗಿ ಕೊಡವಿಕೊಳ್ಳುತ್ತಿದ್ದ ಮೋಡಗಳು.

ರೈಲು ದೂರದ ಸಿಗ್ನಲ್ ದಾಟಿ ಎದೆ ನಡುಗಿಸುವ ಕರ್ಕಶ ದನಿಯೊಂದಿಗೆ ಬಂದು ನಿಂತಿತು. ಜನ ಸಟಸಟನೆ ಹತ್ತಿ ಇಳಿಯತೊಡಗಿದರು. ಬೋಗಿ ಹತ್ತಿ, ಕಿಟಕಿಗೆ ಮುಖಮಾಡಿ, ಸಳಿಗೆ ತಲೆಯಾನಿಸಿ, ಕಣ್ಣು ಮುಚ್ಚಿ ಹೆಪ್ಪುಗಟ್ಟಿದ ಸಂಕಟವನ್ನು ಜಗಿಯುತ್ತ ಕುಳಿತೆ. ದಗೆಯ ಗಾಳಿಯ ಧೂಳಿನ ಕಣಗಳು ಮುಖಕ್ಕೆ ರಾಚುತ್ತಿದ್ದವು. ತುಂಬಿ ತುಳುಕಿದ ರೈಲು ಕೆಲವೇ ಕ್ಷಣಗಳಲ್ಲಿ ಹೊರಟಿತು. ಸಂಜೆಯ ಆಕಾಶದ ಮೈಗೆ ಕೆಂಪು ಆವರಿಸತೊಡಗಿತು.

** ** **

ಭಾರತೀಯ ವಿದ್ಯಾಭವನದಲ್ಲಿ ಸಿನಿಮಾ ಸಾಹಿತ್ಯ ಕುರಿತು ಪ್ರಬಂಧ ಮುಂಡಿಸಲು ಬೆಂಗಳೂರಿಗೆ ಹೋದಾಗ 'ಕ್ಲಿಚ್‌ಕ್ಲಿಚ್' ಕಣ್ಣು ಮಿಟುಕಿಸುವಲ್ಲಿ ಎಲ್ಲರ ಫೋಟೋಗಳನ್ನು ಶಾಶ್ವತ ಸಾಕ್ಷಿ ಎಂಬಂತೆ ಕ್ಯಾಮಾರಾದಿಂದ ಸೆರೆ ಹಿಡಿಯುತ್ತಿದ್ದುದು ಗುಂಗುರು ತಲೆಗೂದಲು, ಸಾಧಾರಣ ಮೈಕಟ್ಟು, ಕೆನ್ನೆ ತುಂಬಿದ ಗಡ್ಡ, ಜೀನ್ಸ್ ಪ್ಯಾಂಟಿನ ಮೇಲೆ ಕಪ್ಪು ಟೀ ಶರ್ಟ್ ಧರಿಸಿದ್ದ ಯುವಕ. ನಗುನಗುತ್ತ–

'ಯಾರಿಗಾದರು ಫೋಟೋ ಬೇಕಾದಲ್ಲಿ ಇದು ನನ್ನ ನಂಬರ್. ಯಾವ ಫೋಟೋ ಬೇಕು ಆಯ್ಕೆ ಮಾಡಿ ಹೇಳಿ. ತಲುಪಿಸುವ ಜವಾಬ್ದಾರಿ ನನ್ನದು. ಮರೆಯದೇ ಗೂಗಲ್ ಅಥವಾ ಫೋನ್ಪೇ ಮಾಡಬೇಕಾಗಿ ರಿಕ್ವೆಸ್ಟ್' ಎಂದು ಹೇಳಿ ಮರೆಯಾದ.

ಅವನು ಅರುಣ. ಮತ್ತೆ ನನಗೆ ಸಿಕ್ಕಿದ್ದು ಮಲ್ಲೇಶ್ವರಂನ ಕೃಷ್ಣ ಭವನದಲ್ಲಿ ನಾಲ್ಕು ದಿನದ ನಂತರ. ನಾನು ಅಂದೇ ಹುಬ್ಬಳ್ಳಿಗೆ ಹೊರಡುವುದಾಗಿ ಆನಂದರಾವ್ ಸರ್ಕಲ್ನಿಂದ ಬಸ್ ಟಿಕೇಟ್ ಮಾಡಿಸಿದ್ದೆ. ಇನ್ನೆರಡು ದಿನ ಉಳಿಯಲು ಗೆಳತಿ ಅಶ್ವಿನಿ ಜುಲುಮಿ ಮಾಡಿದಳು.

'ಮನೆಯಲ್ಲಿ ಅಪ್ಪ–ಅವ್ವಗ ಎರಡs ದಿನಕ್ಕ ಬರ್ತೀನಿ ಅಂದವಳು ನಾಲ್ಕು ದಿನವಾಯ್ತು. ಗಾಬರಿ ಆಕ್ಕಾರ. ಮತ್ಯಾವಾಗರs ಸವಡ ಮಾಡಕೊಂಡು ಬರ್ತೇನ್ಲೇ ಅಶ್ವೀ' ಎಂದು ಸಮಾಧಾನ ಮಾಡಿದ್ದೆ.

'ಆತು ಬಿಡು. ಇಲ್ಲಿ ತನಾ ಬಂದಿದಿ ಮಗಳs, ಬಾ ಮಂತ್ರಿ ಮಾಲ್ಗೆ ಹೋಗಿ ಶಾಪಿಂಗ್ಮಾಡಕೊಂಡು, ಹೊರಗಡೇನ ಊಟ ಮಾಡಿ ಮನಿಗೆ ಹೋಗೂಣು' ಅಂತ ಶಾಪಿಂಗ್ ಮುಗಿಸಿ ಊಟಕ್ಕ ಬಂದಾಗ ಈ ಅರುಣನ ಮರು ಭೇಟಿಯಾದುದು. ಮಾತಾಡುತ್ತ,

'ಏನ್ರಿ, ನಿಮಗೆ ಫೋಟೋ ಬೇಡವಾ'

'ಹಾಗೇನಿಲ್ಲ ಬೇಕು'

'ಮತ್ಯಾಕೆ ನಿಮ್ಮ ನಂಬರ್ ಬರೆದು ಹೋಗಲಿಲ್ಲ. ಫೋಟೋನೂ ಸೆಲೆಕ್ಟ್ ಮಾಡಲಿಲ್ಲ.'

'ಇರಲಿ ಬಿಡಿ. ಚೆನ್ನಾಗಿ ಅನ್ನಿಸುವ ಎರಡು ಮೂರು ನೀವೇ ಕಳಸಿ' ಅನ್ನುವಷ್ಟರಲ್ಲಿ, ಊಟ ಬಂತು.

'ಓಕೆ ಯೂ ಕ್ಯಾರಿ ಆನ್. ಹೇಗೂ ನಂಬರ್ ಕೊಟ್ರಲ್ಲ ಕಳಸ್ತೀನಿ. ಅಂದಹಾಗೆ ತಮ್ಮ ಹೆಸರು?'

'ವಾಣಿ.'

'ಓಕೆ ಬೈ ವಾಣಿ ಅವರೆ.'

ಟೇಬಲ್ಲುಗಳಲ್ಲಿ ತಿನ್ನುವುದರಲ್ಲಿ ಮಗ್ನವಾಗಿದ್ದ ಜನರನ್ನು ದಾಟುತ್ತ ಮರೆಯಾದ. ಹೀಗೆ ಶುರುವಾದ ಅರುಣನ ಪರಿಚಯ, ಸ್ನೇಹವಾಗಿ ಬದಲಾಗಲು ಹೆಚ್ಚು ಸಮಯ ಹಿಡಿಯಲಿಲ್ಲ.

** ** **

ತನ್ನ ಲವಲವಿಕೆಯ ಮಾತುಗಳಿಂದ ಮರುಳು ಮಾಡುವ ಅರುಣನ ಪೂರ್ವಾಪರ ಇಂದಿಗೂ ನನಗೆ ಸರಿಯಾಗಿ ಗೊತ್ತಿಲ್ಲ. ಬುದ್ಧಿಭಾವವನ್ನು ಆವರಿಸುವ ಅವನ ನೆನಪು. ಆತನ ಸಲುಗೆಗೆ ಒಮ್ಮೊಮ್ಮೆ ಭಯವಾಗುತ್ತಿತ್ತು. ನನ್ನ ನಾಲ್ಕಾರು ಫೋಟೋಗಳನ್ನು ಒಂದೇ ಫ್ರೇಮ್ನಲ್ಲಿ ಕೂರಿಸಿ ನನ್ನ ಹುಟ್ಟುಹಬ್ಬಕ್ಕೆ ಉಡುಗೊರೆಯಾಗಿ ನೀಡಿ, ಜೊತೆಗೊಂದು ಗ್ರೀಟಿಂಗ್ ಕಾರ್ಡ್ನಲ್ಲಿ 'ಲವ್ಯೂ ವಾಣಿ' ಎಂದು ಬರೆದಿದ್ದ. ಒಮ್ಮೆ ಖುಷಿ, ಮತ್ತೊಮ್ಮೆ ಭಯ. ಮಗದೊಮ್ಮೆ ಇಂತಹ ಆಕರ್ಷಣೆಗೆ ಒಳಗಾಗಬಾರದು ಎಂಬ ಎಚ್ಚರ. ಒಳಗೇ ಆತನ ಕುರಿತು ಸೆಳೆತವಿದ್ದರೂ ಒಪ್ಪಿಕೊಳ್ಳಲು ಆಗುತ್ತಿಲ್ಲ. ನಿಯಂತ್ರಣ ತಪ್ಪಿ ಅವನ ಮೇಲಿನ ನಂಬಿಕೆ ಬೆಳೆಯುತ್ತಿತ್ತು. ಅದು ಹೇಗೋ ನನ್ನ ಬಗ್ಗೆ ಎಲ್ಲವನ್ನೂ ತಿಳಿದುಕೊಂಡಿದ್ದ. 'ಎಲ್ಲರನ್ನು ಒಪ್ಪಿಸಿ ಮದುವೆ ಆಗೋಣ' ಎಂದು ಆಸೆ ಹುಟ್ಟಿಸಿದ್ದ. ಫೋಟೋ ಫ್ರೇಮಿನಲ್ಲಿನ ನನ್ನದೇ ಚಿತ್ರಗಳು ನನ್ನಲ್ಲಾದ ಬದಲಾವಣೆಯನ್ನು ಗಮನಿಸಿದಂತೆ ಕಂಡಿತು.

** ** **

ಅದಾಗಲೇ ಹುಬ್ಬಳ್ಳಿ-ಧಾರವಾಡದ ಕೆಲವು ಕಾಲೇಜುಗಳಿಗೆ ಉಪನ್ಯಾಸಕ ಹುದ್ದೆಗೆ ಅಪ್ಲೈ ಮಾಡಿದ್ದೆ. ಬೆಂಗಳೂರಿನಿಂದ ಬಂದ ವಾರೊಪ್ಪತ್ತಿಗೆ ಒಂದು ಕಾಲೇಜಿನವರು ಜಾಯಿನ್ ಆಗಲು ಸೂಚಿಸಿದ್ದರು. ಮನೆಯಲ್ಲಿ ಅಪ್ಪ-ಅಮ್ಮನಿಗೆ ಖುಷಿ. ಡಿಪ್ಲೋಮಾ ಓದುತಿದ್ದ ತಮ್ಮ ವಿನಯ,

'ನನಗ ಪಾಕೇಟ್ಮನಿ ಕೊಡಬೇಕು ಆದರ ಮನ್ಯಾಗ ಹೇಳಬೇಡ' ಎಂದು ಬೇಡಿಕೆಯಿಟ್ಟಿದ್ದ.

'ಗಾಳಿ ದುರ್ಗಮ್ಮಗ ಜೋಡಗಾಯಿ ಒಡಸ್ಕೊಂಡು ಬಾ' ಅವ್ವನ ಆಜ್ಞೆ.

'ನೌಕರಿ ಸರಿಯಾಗಿ ಮಾಡು. ಯಾರೂ ಬಟ್ಟ ತೋರಿಸಲಾರದ ಹಾಂಗ ನಡಕೋ' ಎಂಬುದು ಅಪ್ಪನ ಹಿತನುಡಿ. ಬೆನ್ನ ಹಿಂದಿದ್ದ ಬಡತನದಲ್ಲಿ ದೊಡ್ಡ ಕೂಡು ಸಂಸಾರದ ನೊಗವನ್ನು ಹೊತ್ತು ಎಂದಿಗೂ ಭಾರವಾಗಿದೆ ಎಂದು ತೋರಿಸಿಕೊಳ್ಳದಂತೆ ಬದುಕಿದ್ದ ಕನ್ನಡ ಸಾಲಿ ಮಾಸ್ತರ ಅಪ್ಪ ಇನ್ನೇನು ಹಿತನುಡಿ ಹೇಳಬಹುದು? ಹೊಂದಾಣಿಕೆ, ಒಳ್ಳೆಯತನ, ಸ್ವಯಂ-ನಿಯಂತ್ರಣದಂಥ ವಿಷಯಗಳನ್ನು ಬಿಟ್ಟು? ಕುಟುಂಬದ ಏಳಿಗೆಗಾಗಿ ದುಡಿದಿದ್ದ ಆತ ಒಳಗೊಳಗೆ ಸವೆದಿದ್ದ. ನನಗೆ ಸಿಕ್ಕ ಕೆಲಸ ನಮ್ಮ ಮನೆಗೆ ದೊಡ್ಡ ಆಸರೆಯಲ್ಲದಿದ್ದರೂ ಶೇಂಗಾ-ಪುಠಾಣಿ-ಬೆಲ್ಲದ ಖರ್ಚಿಗಾದರೂ ಆದೀತು. ಸಾಲಸೋಲ ಮಾಡಿ ಎಲ್ಲರನ್ನೂ ದಂಡೆಗೆ ಹಚ್ಚಿದ ಅಪ್ಪ, ಆಗೀಗ, 'ಮಕ್ಕಳಿಗೆ ಹೆಚ್ಚಿನದೇನೂ ಮಾಡಾಕ ಆಗಲಿಲ್ಲ ನೋಡು. ಜೀಂವ ಮರಗುಟ್ಟತೈತಿ', ಎಂದು ಅವ್ವನಿಗೆ ಹೇಳುತ್ತಿದ್ದ ಮಾತುಗಳು ಸದಾ ನನ್ನ ತಲೆಯನ್ನು ಕಟಿಯುತ್ತಿದ್ದವು.

** ** **

ನನ್ನ ಬದುಕು, ಕುಟುಂಬದಲ್ಲಿನ ಕೆಲವು ಘಟನೆ, ನನ್ನೊಳಗೆ ಹುಟ್ಟುತ್ತಿದ್ದ ಪ್ರಶ್ನೆಗಳು ಗೊಂದಲ ಮೂಡಿಸುತ್ತಿದ್ದವು. ಗತಕಾಲ ಪಿಸುಗುಟ್ಟುವಾಗ ನನ್ನ ಮುಂಗೈಯನ್ನು ಯಾರೋ ಬಲವಾಗಿ ಎಳೆದಂತಾಯಿತು.

'ಅಕ್ಕ ಪೆನ್ನು.'

'ಸ್ಸಾರಿ ಪಾ ತಗೊ. ನಾ ಅವಸರದಾಗ ಮರೆತು ಬಿಟ್ಟೆ.' ವ್ಯಾನಿಟಿ ಬ್ಯಾಗಿನ ಜಿಪ್ ತೆಗೆದು, ಪೆನ್ನನ್ನು ಹುಡುಗನ ಅಂಗಿಯ ಕಿಸೆಗೆ ಸಿಕ್ಕಿಸಿದೆ. ಹೆಸರೇನು? ಕೇಳಬೇಕೆನ್ನುವಷ್ಟರಲ್ಲಿ ಹುಡುಗ ಪಕ್ಕದ ಸಿಂಗಲ್ ಸೀಟಿನಲಿ ಕುಳಿತು ಚರಪರ ಸದ್ದು ಮಾಡಿ ಚಿಪ್ಸ್ ಪಾಕೇಟ್ ಹರಿದು ಒಂದೇ ಗುಟುಕಿಗೆ ಎಂಬಂತೆ ತಿಂದು ಮುಗಿಸಿ ಗಟಗಟ ನೀರು ಕುಡಿದ. ಈ ಲೋಕದ ಮಂದಿಗೂ ತನಗೂ ಸಂಬಂಧವಿಲ್ಲವೆಂಬಂತೆ ಕಳೆದು ಹೋಗಿದ್ದ. ಸುತ್ತೂ ಕಡೆ ನೋಡಿದೆ. ಅವನ ಪೈಕಿ ಯಾರೂ ಬರಲಿಲ್ಲ, ನಾನು ಅಷ್ಟು ಕುತೂಹಲ ಹೆಚ್ಚಿಸಿಕೊಳ್ಳಲಿಲ್ಲ. ಬಾಗೇವಾಡಿಯಲ್ಲಿ ಇನ್ನಷ್ಟು ಜನ ಹತ್ತಿದರು. ಹುಡುಗ ಇನ್ನೇನೋ ತಿನ್ನುವುದರಲ್ಲಿ ನಿರತನಾಗಿದ್ದ. ಹೊಸ ಬದುಕಿನ ಸಂಕಲ್ಪ ಮುರಿದ ಅರುಣನ ಘಾತುಕತನ ನೆನಪಿಗೆ ಬಂದು ಉಮ್ಮಳಿಸತೊಡಗಿದೆ. ತಟ್ಟನೆ ಎದ್ದು ಮುಖ ತೊಳೆಯಲು ಸಿಂಕಿನತ್ತ ನಡೆದೆ. ಸಿಂಕಿನಲ್ಲಿ ನೀರು ಕಡ್ಡಿಯಂತೆ ಹರಿಯುತಿತ್ತು. ಪಕ್ಕದ ಬೋಗಿಯ ಕೆಲವು ಹೆಂಗಸರ ಗುಂಪು ದುಂಡಗಡ ಕುಳಿತು

ಜೋರು ದನಿಯಲ್ಲಿ ನಗುತ್ತಿತ್ತು. ಪಕಪಕ ನಗು. ಗುಡುಗುಡು ಮಾತುಗಳು. ಪಾಯಖಾನೆಯ ಹೊಲಸು ವಾಸನೆ. ಇನ್ನೇನು ಮುಂದಿನ ನಿಲ್ದಾಣ. ಆಲಮಟ್ಟಿ. ಕೃಷ್ಣಾ ನದಿಯನ್ನು ನೋಡಲು ಕೆಲವರು ಬಾಗಿಲ ಹೊರಗೆ ಕಾಲು ಇಳೆ ಬಿಟ್ಟು ಕುಳಿತಿದ್ದರು.

ತುಸು ದೂರದಲ್ಲಿ ಕುಳಿತಿದ್ದ ತೊಟ್ಟ ಸೀರೆ, ಕುಂಕುಮ, ಕಿವಿಯೋಲೆಗಳಿಂದ ಆಕರ್ಷಕವಾಗಿ ಕಾಣುತ್ತಿದ್ದ, ಮರಾಠಿ ಮಾತನಾಡುವ ವಯಸ್ಸಾದ ಹೆಂಗಸು ತನ್ನ ಮಲಿಕಟ್ಟಿನಿಂದ ಪರ್ಸನ್ನು ಹಿಗ್ಗಿಸಿ ಚಿಲ್ಲರೆ ಹುಡುಕುತಿದ್ದಳು. ಅವಳ ಜೊತೆಯಲ್ಲಿ ಮಧ್ಯ ವಯಸ್ಸಿನ ಗಂಡಸರಿಬ್ಬರಿದ್ದರು. ಆಕೆಯ ಮಕ್ಕಳಿರಬೇಕು.

'ನಾಳೆ 'ಕಾಕಪಿಂಡ' ಕಾರ್ಯ ಮುಗಿಸಿ ಬೇಗ ಹೊಂಡೂಣು. ಸಂಬಂಧಿಕರು, ಪರಿಚಯಸ್ಥರು ಎಂದು ಎಲ್ಲರನ್ನೂ ಸೇರಿಸಿ ಜಾತ್ರಿ ಮಾಡಬ್ಯಾಡ' ಎಂದು ಅವರಲ್ಲೊಬ್ಬ ಗದರಿದ. ಮುದುಕಿ ಕಣ್ಣುಮುಚ್ಚಿ ಗೊಣಗುತ್ತಿದ್ದಳು. ಮುಂದುವರೆದು,

'ಹೇಳಿ ಹೇಳಿ ಸಾಕಾತು. ಮನಿ ಸತ್ಯಾನಾಶ ಆದರೂ ಬುದ್ದಿ ಬಂದಿಲ್ಲ.' ಬೋಗಿಯಲ್ಲಿದ್ದ ನಮಗೆಲ್ಲ ಕೇಳುವಂತೆ ಒದರುತ್ತಿದ್ದ. 'ಮುದಕರಾದ್ರೂ ಮನಿ ಮುರಿಯುವ ಕೆಲ್ಸಾ ಮಾಡ್ತಾರ ನಿಮ್ಮ ತವರ ಮನಿಯವರು, ಇನ್ನೂ ಬಡಕೊಂಡು ಸಾಯ್ತೀ.' ಮಾತಿನಲ್ಲಿಯೇ ಅವರಿಬ್ಬರೂ ಮುದುಕಿಯನ್ನು ಹಣಿಯುತಿದ್ದರು, ಮುದುಕಿಗೆ ಬಾಗಿಲ ಹೊರಗೆ ಏನು ಕಾಣುತಿತ್ತೋ ಪದೇ ಪದೇ ಕೈ ಉದ್ದ ಚಾಚಿ ನಮಸ್ಕರಿಸಿ, ಹಣೆಗೆ, ಎದೆಗೆ ಕೈ ಒತ್ತಿಕೊಳ್ಳುತಿದ್ದಳು. ದೂರದಲ್ಲಿ ಡ್ಯಾಮ್ಕಾಣುತಿತ್ತು, ಆಲಮಟ್ಟಿಯಲ್ಲಿ ಜಾಸ್ತಿ ಜನ ಇಳಿಯಲಿಲ್ಲ. ಬೋಗಿ ಹತ್ತಿದ ಕಟ್ಟುಮಸ್ತಾದ ಗಂಡಸು ನನ್ನ ಎದುರಿನ ಸೀಟಿನಲ್ಲಿ ಕುಳಿತ.

'ಒಳಗ ಬಾ ಅನ್ರೀ. ನಿಮ್ಮ ಅವ್ವಾರು ಇನ್ನಾ ಯಾಕ ಅಲ್ಲೇ ನಿಂತಾರ' ಕೇಳಿದೆ.

'ಇನ್ನೂ ಏನು ಉಳದೈತಿ. ಯಾವ ಪುರುಷಾರ್ತಕ್ಕ ಹರಕಿ ಹೊತ್ಕಂಡಾಳೋ ತಿಳಿಯದು. ಕೃಷ್ಣಾ ನದಿಗೆ ರೊಕ್ಕಾ ಒಗೀಲಾಕ ನಿಂತಾಳ' ಎಂದು ಆಕೆಯ ಮಗ ಅಸಹನೀಯ ದನಿಯಲ್ಲಿ ಹೇಳಿದ.

ಉದ್ದನೆಯ ಸೇತುವೆಯ ಮೇಲೆ ರೈಲು ನಿಧಾನ ಚಲಿಸುತ್ತಿತ್ತು. ಕೆಳಗೆ ಕೃಷ್ಣಾ ಹರಿಯುತ್ತಿದ್ದಳು. ಜನ ತಮ್ಮ ಇಷ್ಟಾರ್ಥ ನೆರವೇರಲೆಂದು ಹರಕೆ ಹೊತ್ತು ಕೃಷ್ಣೆಗೆ ಕೈ ಮುಗಿದು ನಾಣ್ಯವನ್ನು ಅವಳ ಮಡಿಲಿಗೆ ಬೀಸುತ್ತಿದ್ದರು. ಮರಾಠಾ ಮುದುಕಿಯೂ ಕೈಗಳಿಂದ ಶರಣು ಮಾಡಿದಳು. ನಾಣ್ಯವನ್ನು ತೂರಿದಳು. ನಾನೂ ಬ್ಯಾಗಿನಿಂದ ಒಂದೆರಡು ನಾಣ್ಯ ತೆಗೆದು ಕೃಷ್ಣೆಗೆ ಅರ್ಪಿಸಿದೆ. ಯಾವ ಹರಕೆ? ಯಾರಿಗೆ? ಯಾವ ಕೆಲಸಕ್ಕೆ? ಮುದುಕಿಯ ಕಣ್ಣುಗಳು ತುಂಬಿದ್ದವು. ಕೃಷ್ಣೆ ಕೆಳಗೆ ಸದ್ದಿರದೆ ಹರಿಯುತ್ತಿದ್ದಳು. ರೈಲು ವೇಗ ಹೆಚ್ಚಿಸಿತು. ಪ್ರತಿಯೊಬ್ಬರು

ಅವರವರ ವ್ಯವಹಾರಗಳಲ್ಲಿ ತಲ್ಲೀನರಾಗಿದ್ದರು, ನನ್ನ ಕಣ್ಣುಗಳು ಎಲ್ಲವನ್ನು, ಎಲ್ಲರನ್ನು ಸೂಕ್ಷ್ಮವಾಗಿ ಅವಲೋಕಿಸಿದವು. ಎದುರಿಗಿನ ವ್ಯಕ್ತಿ ಕಿವಿಗೆ ಇಯರ್ಪ್ಯಾಡ್ಹಾಕಿ, ಮೊಬೈಲಿನಲ್ಲಿ ಮುಳುಗಿದ್ದ. ಹುಡುಗನ ಕಡೆಯವರು ಯಾರೂ ಇರಲಿಲ್ಲ. ಮುದುಕಿ ಮೌನವಾಗಿದ್ದಳು. ಅವಳ ಮುಖದ ಗೆರೆಗಳು ಕೈಗೆರೆಗಿಂತ ನಿಚ್ಚಳಿದ್ದವು. ಕಣ್ಣುಗಳು ರೇಖಾಚಿತ್ರ ಬಿಡಿಸಿದಂತಿದ್ದವು. ಕೊರಳಿನಲ್ಲಿ ಹವಳದ ಸರ ಸಿಲುಕಿತ್ತು. ಬಚ್ಚುಬಾಯಿ ಬಡಬಡಿಸುವಾಗ ಉಗುಳು ಹಾರಿ ಎದುರಿನವರಿಗೆ ಸಿಡಿಯುತ್ತಿತ್ತು. ಅವಳ ಜೊತೆಯವರ ಬಾಯಿ ಮುಚ್ಚಿತ್ತು. ಸೊಲ್ಲಾಪುರದಿಂದ ಹತ್ತಿದ್ದ ಅವರು ಬಾಗಲಕೋಟೆಯಲ್ಲಿ ಇಳಿದರು.

ಹತ್ತು ನಿಮಿಷ ರೈಲು ತಡವಾಗಿ ಹೊರಡುವುದಾಗಿ ಪ್ರಯಾಣಿಕರ ಗಮನಕ್ಕೆ ರೆಕಾರ್ಡು ಒರೆಯುತಿತ್ತು. ಹುಡುಗ ಕೆಳಗಿಳಿದು ತಣ್ಣಗೆ ಕೊರೆವ ಇಡ್ಲಿ ಬಡಬಡ ತಿಂದು ಜ್ಯೂಸ್ಕುಡಿಯುತ್ತ, ಭಣಗುಡುವ ಎದುರಿಗಿನ ಖಾಲಿ ಹಳಿಯಲ್ಲಿ ಉಚ್ಚೆ ಹೊಯ್ದು ಗಾಡಿ ಹತ್ತಿದ. ನಾನು ಕೆಳಗಿಳಿದು ಏನೂ ತಿನ್ನುವ ಮನಸಿಲ್ಲದಿದ್ದರೂ ಬಿಂದುಜೀರಾ ತಗೊಂಡೆ, ಎದುರಿಗೆ ಕುಳಿತಿದ್ದವ ನೀರು ಖರೀದಿಸಿ ಸ್ಕ್ಯಾನ್ಮಾಡಿದರೂ ಹಣ ಸೆಂಡ್ಆಗದ್ದನ್ನು ಗಮನಿಸಿ 'ಏನ್ರೀ ಪ್ರಾಬ್ಲಮ್' ಕೇಳಿದ. ನಾನು ಗೋಣು ಅಲುಗಿಸಿದೆ. 'ಪರವಾಗಿಲ್ಲ ನಾನು ಪೇ ಮಾಡುವೆ, ಟ್ರೈನು ಹೊರಡುತ್ತೆ.' ನಾನು ಅವನ ಮಾತುಗಳನ್ನೇ ಹಿಂಬಾಲಿಸಿದೆ, ವೇಗ ಹೆಚ್ಚಿಸಿ ಗಾಡಿ ಹೊರಟಿತು.

'ಥ್ಯಾಂಕ್ಯೂ ರೀ.'

'ಹೇ ಇಟ್ಸ್ ಓಕೆ.'

'ನಾನು ನಿಮಗೆ ಚೇಂಜ್ ಕೊಡ್ತೀನಿ

'ನೋ ಪ್ರಾಬ್ಲಮ್. ನೀವು ಹುಬ್ಲೀ.'

ನಾನು ಕತ್ತು ಹೊರಳಿಸಿ, 'ಬೆಂಗಳೂರು' ಎಂದು, 'ನೀವು?' ಹಲ್ಲು ಒತ್ತಿ ಹಿಡಿದು 'ನಾನು ಗೂಡ' ಅನ್ನುವಲ್ಲಿ ಅವನು ಮಲಯಾಳಿ ಎಂದು ತಿಳಿಯಿತು.

'ನಮ್ಮದು ಹುಬ್ಬಳ್ಳಿನೇ. ಒಂದು ಪ್ರೋಗ್ರಾಂ ಇತ್ತು ಬಿಜಾಪುರ ಬಂದಿದ್ದೆ, ಅರ್ಜಂಟ್ ಕೆಲಸ ಬಂತು, ಸೋ, ಬೆಂಗಳೂರಿಗೆ ಹೊರಟಿದೇನಿ'

'ನಾನೂ ಬೆಂಗಳೂರಿಗೇನೆ. ಪ್ರಾಪರ್ ಕೇರಳ, ಜಾಯಾಲ್ಯುಕಾಸ್ನಲ್ಲಿ ಕೆಲಸ. ಬೇರೆ ಬೇರೆಗಡೆ ಆಲ್ ಕರ್ನಾಟಗ ಕೆಲ್ಸ ಮಾಡಿದೇನಿ ನಿಮ್ಮ ಹುಬ್ಲಿಯಲ್ಲೂ ಟೆನ್ ಮಂಡ್ಸ್. ಈಗ ಫ್ಯಾಮಿಲೀ ಎಲ್ಲಾ ಬ್ಯಾಂಗಲೂರ್. ನಾನು ಅಲ್ಲೇ ಬೇರೆ ಬೇರೆ ಬ್ರ್ಯಾಂಚ್ನಲ್ಲಿ ವರ್ಕ್. ಇವಾಗ ಏರ್ಪೋರ್ಟ್ ರೋಡ್, ಕಮ್ಮನಹಳ್ಳಿ ಬ್ರಾಂಚ್, ಸ್ಸಾರಿ ರುಂಬ ಮಾತು, ನಂದ ಹೆಸರು ಅಖಿಲ್ ಕೈ ಕುಲುಕಲು ಬಂದ ನಾನು ಹ್ಲಂ ವಾಣಿ ಎನ್ನುತ್ತ ಕುಲುಕಿದೆ. ಇಲ್ಲಿ, ಫ್ರೆಂಡ್ ಮದುವೆ, ಲವ್ ಕಮ್ ಅರೇಂಜ್ ಮ್ಯಾರೇಜ್.

** ** **

ಮನಸ್ಸು ಚಡಪಡಿಸತೊಡಗಿತು. ಅರುಣನ ಹುಸಿ ಮಾತಿನ ಹಬೆ ಮತ್ತೆ ದಾಳಿ ಮಾಡತೊಡಗಿದವು. ಅವೆಲ್ಲ ಮಾತುಗಳು ಸುಳ್ಳು ನುಡಿಗಳಾಗಿದ್ದವೆ? ಮದುವೆಯ ಮಾತನಾಡಿ ವಿರುದ್ಧ ವರ್ತನೆ ಮಾಡುತ್ತಿದ್ದಾನಲ್ಲ. ಯಾವುದು ಸತ್ಯ? ಪ್ರೇಮದ ದೈವಿಕತೆಯ ಪ್ರಮಾಣಗಳು ಹುಸಿಯೆ? ಅದು ಪ್ರೀತಿಯಾಗಿರಲಿಲ್ಲವೇ? ನಾನೇ ದೈವಿಕ ಪ್ರೇಮದ ಭ್ರಮೆಯಲ್ಲಿದ್ದೆನೆ. ಈಗ ಪ್ರೀತಿಯ ಹೂವು ಬಾಡಿ ಒಣಗಿದೆ. ಅದರ ಮಕರಂದ ವಿಷವಾಗಿದೆ. ಅಲ್ಲಿ ಕಾಮದ ಕಾವೇ ಮುಖ್ಯವಾಗಿತ್ತೆ? ಅನುರಾಗದ ಗೋಡೆಗಳು ಕುಸಿಯ ತೊಡಗಿದ್ದವು.

** ** **

ಒಂದೆಡೆ ನನ್ನ ಪ್ರೀತಿಯ ತೀವ್ರತೆ ಗಾಢವಾಗುತ್ತ ಹೋದಂತೆಲ್ಲ ಅರುಣನ ಒಳಲೋಕದ ರಹಸ್ಯಗಳು ಸ್ಫೋಟಗೊಳ್ಳುತ್ತಿದ್ದವು. ಆತನ ಕೋಣೆಗೆ ಹೋದಾಗಲೊಮ್ಮೆ ಆಕಸ್ಮಿಕವಾಗಿ ಕಂಡ ತರಹೇವಾರು ಫೋಟೋಗಳು. ಮೊಬೈಲ್ನಲ್ಲಿನ ವಾಯ್ಸ್ ರೆಕಾರ್ಡ್ಗಳು! ವಾಟ್ಸಪ್ನ ಚಾಟ್ಗಳು ಅವನ ಇಬ್ಬಗೆಯ ಬದುಕನ್ನು ಬಯಲು ಮಾಡುವಂತಿದ್ದವು. ಅರುಣನ ವಿಕೃತಿಯನ್ನು ಪರಿಚಯಿಸಿದವು. ನನಗೆ ಆತನೇ ಲೋಕದ ಎಲ್ಲವೂ ಆಗಿದ್ದರೆ, ಅವನಿಗೆ ತನ್ನ ಲೋಕದಲ್ಲಿ ನಾನೂ ಒಬ್ಬಳು ಮಾತ್ರವಾಗಿದ್ದೆ. ಫೋಟೋದಂತೆಯೇ ಮರುಳು ಮಾಡಿ ಮಾರುವ-ಕೊಳ್ಳುವ ಸರಕಾಗಿದ್ದೆ. ಆತನ ದನಿ ಕರ್ಕಶವಾಗತೊಡಗಿತು. ಆತನ ಮಾತುಗಳು ಗುಳ್ಳೆಗಳಂತೆ ಒಡೆಯತೊಡಗಿದವು. ಆತ ಕೈಕಾಲು ಹಿಡಿದು ಕೇಳಿದ ಕ್ಷಮೆ ಕೂಡ ನಾಟಕದ ಒಂದು ದೃಶ್ಯವಾಗಿ ಕಾಣತೊಡಗಿದವು. ವಿಧೇಯತೆ ನಟಿಸುವುದು, ರಕ್ಕಸನಂತೆ ಎರಗುವುದು ಕೂಡ ಅವನ ತಾಲೀಮಿನ ಭಾಗವೇ ಆಗತೊಡಗಿದಾಗ ವ್ಯೂಹದಲಿ ಸಿಲುಕಿದಂತೆ ನಾನು ನಿರಂತರವಾಗಿ ನರಳ ತೊಡಗಿದೆ. ಒಮ್ಮೆ ಕಣ್ಣೀರು ಹಾಕಿ ಕ್ಷಮಿಸು ಎನ್ನುವ ದೈನ್ಯತೆ, ಇನ್ನೊಮ್ಮೆ ಸದೆಬಡೆವ ದೈಹಿಕ ದಾಳಿ. ಇಲ್ಲ, ಇದು ನನ್ನ ಬದುಕಲ್ಲ. ಇಂತಹ ಚಕ್ರದ ಸುಳಿಯಲ್ಲಿ ಸಿಲುಕಿ ಬದುಕುವ ಬದುಕಿಗೇನು ಅರ್ಥ? ಇಂತಹ ತಾಕಲಾಟದಲ್ಲಿ ಕಳೆದ ಹಗಲುರಾತ್ರಿಗಳನ್ನು ಲೆಕ್ಕವಿಡುವುದನ್ನೂ ಮರೆತು ಎಷ್ಟೋ ಕಾಲವಾಗಿತ್ತು...

** ** **

'ಹೇ... ಹ್ಣಂ, ಇನ್ನೊಂದು ವಾರಕ್ಕೆ ಅಲ್ಲೆ ಬರ್ತಾರೆ ಕಪಲ್ಸ್' ಅನ್ನುತ್ತ, ತನ್ನ ಬ್ಯಾಗಿನಿಂದ ಊಟದ ಬಾಕ್ಸ್ ಹೊರ ತೆಗೆದು ಫ್ರೆಂಡ್‌ಅಮ್ಮ ಅನ್ನುತ್ತ, ಡಬ್ಬಿ ಮುಚ್ಚಳ ತೆಗೆದ. ನ್ಯೂಸ್ಪೇಪರಿನಲ್ಲಿ ಸುತ್ತಿದ ಚಪಾತಿಗಳು ಹರವಿಕೊಂಡವು. ನಿಮ್ದು ಊಟ? ಹಸಿವಿಲ್ಲ... ಅರೇ ಬನ್ನಿ ಅಂದವನೆ ಎರಡು ಚಪಾತಿಯಲ್ಲಿ

ಹಿಟ್ಟಿನ ಪಲ್ಯ, ಮಡಿಕಿ ಕಾಳು ಹಚ್ಚಿ ಕೊಟ್ಟ. ಇನ್ನೂ ಇಬ್ಬರು ಉಣ್ಣುವಷ್ಟು ಡಬ್ಬಿ ಬಿಗಿಯಾಗಿತ್ತು. ಹುಡುಗ ಬಿರಬರ ನೋಡುತಿದ್ದ. ಗಂಟಲು ಗುಟುಕರಿಸುತಿದ್ದ.

'ಬಾ ಇಲ್ಲೇ ಅಪ್ಪಾ' ಎಂದಿದ್ದೆ, ಅನ್ನವುದೇ ತಡ ಪಕ್ಕದಲ್ಲೇ ಕುಳಿತ. ಅಖಿಲ ಅವನಿಗೂ ಊಟ ಕೊಟ್ಟ, ಹೆಸರೇನೋ ನಿಂದು? ಯಾರೂ ಬಂದಿಲ್ಲ ನಿನ್ನ ಜೋಡಿ?'

'ಇಲ್ಲ. ಬಂದಾರಕ್ಕ. ಸಾಲಿಯಿಂದ ಪ್ರವಾಸಕ್ಕ ಅವರು ಬ್ಯಾರೆ ಬೋಗಿಯೊಳಗ ಅದಾರ.'

ಅವನ ಮಾತು ನಂಬುವಷ್ಟು ಸರಳವಿರಲಿಲ್ಲ. ಇಷ್ಟು ಸಣ್ಣ ಹುಡುಗ ಒಬ್ಬಂವನ ಬೆಂಗಳೂರು ಹೆಂಗ ಹೋಗ್ತಾನ? ಇರಬಹುದು, ನನ್ನ ಉದ್ವಿಗ್ನದಲ್ಲಿ ಅವೆಲ್ಲ ಅಮುಖ್ಯ ಅನಿಸಿದ್ದವು. ಏ ನಿನ ಹೆಸರೇನು ಅಪ್ಪಾ? 'ಮಣಿಕಂಠ ಅಕ್ಕ.' ಚಪಾತಿ ಸುರಳೀ ಮಾಡಿಕೊಂಡು ತನ್ನ ಜಾಗೆಗೆ ವರ್ಗಾವಣೆಗೊಂಡ.

ಆ ಹುಡುಗನ ಹಸಿವಾದರು ಎಂಥದು, ಪಾಪ ಅದಕ್ಕ ತಿಂದಿದ್ದು, ಹೊಟ್ಟಿ ತುಂಬಿದ್ದು ಗೊತ್ತಾಗವಲ್ದು. ನಾನು ಎದ್ದು ಕೈ ತೊಳೆದು, ಮೂಗಿಗೆ ಓಡಣಿ ಸುತ್ತಿಕೊಂಡು, ರೆಸ್ಟ್ರೂಮಿಗೆ ಹೋಗಿ ಬಂದೇ. ಮೇಲಿನ ಆಸನದ ಹುಡುಗಿ,

'ಅಪ್ಪಾ, ಆಮಾರಾಗಿ ಮನೆಗೆ ಹೋಗಿ. ನಾನು ಹುಷಾರಿಂದ ಹೊಕ್ಕೇನಿ. ಆಯಿಗೆ, ಮುತ್ಯಾಗ ಹೇಳ್ರೀ. ಬೆಳಿಗ್ಗೆ ಬೆಂಗಳೂರು ಮುಟ್ಟಿಂದ ಫೋನು ಮಾಡ್ತೀನಿ' ಎಂದು ಬೈ ಹೇಳುತ್ತಿದ್ದಳು. ಆ ಹುಡುಗಿಯಲ್ಲಿ ಆತ್ಮವಿಶ್ವಾಸ ತುಳುಕುತ್ತಿತ್ತು. ಗುಳೇದಗುಡ್ಡ, ಬಾದಾಮಿ, ಹೊಳೆ ಆಲೂರು ಕ್ರಮಿಸಿದ್ದೆ ಗೊತ್ತಾಗಲಿಲ್ಲ. ರೈಲು ಗದಗ ಜಂಕ್ಷನ್ನಿನಲ್ಲಿ ನಿಂತಿತ್ತು.

'ವಾಣಿ ಅವರೆ ನನಗೆ ನಿದ್ದೆ ಬರುತ್ತಿದೆ, ನಿಮಗೆ?' ಎಂದು ಕೇಳಿ ಅಖಿಲ್ ಮೌನವಾದ.

** ** **

ಮನಸ್ಸು ತಡೆಯದೆ ಅರುಣನಿಗೆ ಫೋನ್ ಮಾಡಿದೆ. ನಂಬರ್ ಬ್ಲಾಕ್ ಮಾಡಿದ್ದ. ಇದೇನು ಹೊಸ ವಿಷಯವಲ್ಲ. ಬ್ಲಾಕ್ ಮಾಡುವುದು. ತೆಗೆದು ಫೋನ್ ಮಾಡಿ ವಿಕ್ಷಿಪ್ತವಾಗಿ ವರ್ತಿಸಿ ಫೋನ್ ಇಟ್ಟಿದ್ದೆ ಮತ್ತೆ ಬ್ಲಾಕ್ ಮಾಡುವುದು ಅವನಿಗೆ ಮಾಮೂಲು. ಇಂಥವನಿಗಾಗಿ ನಾನೇಕೆ ಬೆಂಗಳೂರಿಗೆ ಹೋಗಬೇಕು? ಅಲ್ಲಿ ಹೋಗಿ ಸಾಧಿಸುವುದೇನಿದೆ? ಹುಬ್ಬಳ್ಳಿಯಲ್ಲಿಯೇ ಇಳಿದು ಬಿಡಲೇ? ಗೊಂದಲಲ್ಲಿ ಕಣ್ಣು ಮಂಜಾದವು

ಪ್ಲಾಟ್ಫಾರಂನಲ್ಲಿ ಮೈಮುರಿಯುತ್ತಿದ್ದ ನಿಂತಿದ್ದ ಅಖಿಲ್ ಸಿಗ್ನಲ್ ಬಿದ್ದ ತಕ್ಷಣ ಗಾಡಿ ಹತ್ತಿ ಕುಳಿತ. ತಾಜಾತನದಿಂದ ಅವನ ಮುಖ ಕಂಗೊಳಿಸುತಿತ್ತು. ಮಣಿಕಂಠನಿಗೆ ನಿದ್ರೆ ಹತ್ತಿತ್ತು. ಹುಬ್ಬು ಏರಿಸಿ ಏನಾಯ್ತು ಕೇಳಿದ ಅಖಿಲ್.

'ನೀರು...' ಕೈಗೆ ಬಾಟಲನ್ನು ಕೊಟ್ಟ. ಕುಡಿಯುವ ರಭಸಕ್ಕೆ ನೀರು ಬಾಯಿಮೀರಿ ಗಂಟಲು, ಎದೆ ಒದ್ದೆಯಾಯಿತು, ಆಚೀಚೆ ಓಡಾಡುತ್ತಿದ್ದ ಈಗ ರೈಲು ಹತ್ತಿದ ಹುಡುಗರು ನನ್ನನೇ ದುರುದುರು ನೋಡಿದರು. ಅದರಲ್ಲೊಬ್ಬನ ಕಣ್ಣು ಎದೆಯ ಮೇಲೆಯೇ ನೆಟ್ಟಿತ್ತು. ಪಕ್ಕದಲ್ಲಿ ಬಂದ ಕುಳಿತ ಅಖಿಲ್‌ಅವರನ್ನು ಕಣ್ಣಲ್ಲೇ ಕೆಕ್ಕರಿಸಿ ಕಳಿಸಿ, ಏನಾಯ್ತು ಕೇಳುವಷ್ಟರಲ್ಲಿ ವಾಸ್ತವ ಅರಿವಿಗೆ ಬಂತು. 'ಆರ್ ಯೂ ಆಲ್ರೈಟ್' ಕೇಳಿದ. ಹ್ಞಂ ಕತ್ತು ಅಲ್ಲಾಡಿಸಿದೆ. ಚಿಯರ್ ಮಾಡುತ್ತಲೇ ಇದ್ದ. ಮನುಷ್ಯ ಸ್ವಭಾವದ ಬಗ್ಗೆ ಯಾವತ್ತೂ ಕುತೂಹಲವೆ. ಆದರೆ ಎಲ್ಲವೂ ಗೊತ್ತಿದೆ ಅನ್ನುವ ಭ್ರಮೆಯಲ್ಲಿ ಸಣ್ಣವರಾಗುವುದು ಕಾಣುವುದೂ ಇಲ್ಲ, ಕಾಡುವುದೂ ಇಲ್ಲ. ಅಂಥದ್ರಲ್ಲಿ ಕೆಲವರು ಅಪರಿಚಿತರಾಗೇ ಜೀರ್ಣಗೊಳ್ಳುತ್ತಾರೆ. ಅಣ್ಣಿಗೇರಿ ಹಾದು ಹುಬ್ಬಳ್ಳಿ ಜಂಕ್ಷನ್ನಿಗೆ ರೈಲು ರಾತ್ರಿ ಹನ್ನೊಂದರ ಹೊತ್ತಿಗೆ ನಾಲ್ಕನೇ ಪ್ಲಾಟ್ಫಾರ್ಮ್ನಲ್ಲಿ ನಿಂತಿತು ರೆಕಾರ್ಡು ಧ್ವನಿ ಪ್ರಯಾಣಿಕರ ಗಮನಕ್ಕೆ 'ಗಾಡಿ ಸಂಖ್ಯೆ 16536 ಸೋಲಾಪುರದಿಂದ ಮೈಸೂರಿಗೆ ಹೊರಡುವ ಗೋಲ್ಗುಂಬಜ್ ಎಕ್ಸ್‌ಪ್ರೆಸ್ ರೈಲು ನಾಲ್ಕನೇ ಪ್ಲಾಟ್ಫಾರ್ಮ್ನಲ್ಲಿ ಬಂದು ನಿಂತಿದೆ. ಯೂ ಆರ್ ಅಟೆನ್ಶನ್ ಪ್ಲೀಸ್' ಎಂದು ಮೂರ್ನಾಲ್ಕು ಭಾಷೆಯಲ್ಲಿ ಒಟಗುಟ್ಟುತ್ತಿತ್ತು. ಮಣಿಕಂಠನಿಗೆ ಎಚ್ಚರವಾಗಿ ಕೆಳಗಿಳಿದ. ನಾವೂ ಇಳಿದೆವು. ರೈಲ್ವೇ ಸ್ಟೇಶನ್ ಜನಜಾತ್ರೆಯಂತಿತ್ತು. ಎಲ್ಲ ಕಡೆ ಜನ ಹತ್ತುವುದು, ಇಳಿಯುವುದು ನಡೆದಿತ್ತು. ದೂರದೂರಿನವರು ರೈಲು ಕಾಯುತ್ತಾ ಅಲ್ಲಲ್ಲಿ ನೆಲದ ಮೇಲೆ ಮಲಗಿದ್ದರು. ನೂರಾರು ಕಣ್ಣುಗಳು ಮಿಲನವಾಗಿ ಸರಿಯುತ್ತಿದ್ದವು. ಗ್ಯಾಂಗ್ಮನ್ಗಳು ಹಳಿ ಗಮನಿಸುತ್ತಿದ್ದರು. ಬೇರೆ ಬೇರೆ ರೈಲಿನ ಟಿ.ಸಿ.ಗಳು ಕೆಲವರು ಕೋಟ್ ಹಾಕಿದ್ದರು. ಇನ್ನು ಕೆಲವರು ಬಿಳಿ ಶರ್ಟಿನವರು ಒಂದು ಕಡೆ ಸೇರಿ ಚದುರಿದರು. ನಾನು ಅಖಿಲ್ ಕಬ್ಬಿಣದ ಬಾಕಿನ ಮೇಲೆ ಕುಳಿತೆವು. ರಾತ್ರಿಯ ತೇವಾಂಶ ಹೆಚ್ಚಿತ್ತು. ಪ್ಲಾಟ್ಫಾರ್ಮಿನ ದೊಡ್ಡ ಗಡಿಯಾರದ ಮುಳ್ಳು ಕಾಣಿಸಿದಾಗ ಗಂಟೆ 11:20. ಜಾಹೀರಾತಿನ ದೊಡ್ಡ ದೊಡ್ಡ ಬೋರ್ಡುಗಳು ನಿಯಾನ್ ಬೆಳಕಿಗೆ ಫಳಗುಟ್ಟಿದ್ದವು. ಮಣಿಕಂಠ ಐದುನೂರು ರೂಪಾಯಿ ತೆಗೆದು ಅಲ್ಲಿಯೇ ಇದ್ದ ಅಂಗಡಿಯಲ್ಲಿ ಪಾವು ಕಿಲೋ ಮಿಶ್ರಾ ಪೇಡ ತೆಗೆದುಕೊಂಡ. ಇಷ್ಟೊಂದು ಹಣ ಇವನಲ್ಲಿ ಹೇಗೆ ಬಂದಿತೊ ಎಂದು ಸಂಶಯಗೊಂಡೆ. ತನ್ನ ಕಡೆಯವರು ಹಿಂದಿನ ಬೋಗಿಯಲ್ಲಿದ್ದಾರೆಂದು ಅವನು ಹೇಳಿದ್ದರೂ ಈವರೆಗೆ ಅವರ ಸುಳಿವೂ ಕಾಣಲಿಲ್ಲ. ಹುಡುಗ ಸುಳ್ಳು ಹೇಳಿರುವುದು ಖಾತ್ರಿಯಾಯ್ತು.

ಅಖಿಲನಿಗೆ ಎಲ್ಲ ವೃತ್ತಾಂತ ತಿಳಿಸಿದೆ, 'ಇರಿ ಇದು ಸೆನ್ಸಿಟಿವ್ ವಿಷಯ ನಾನು ವಿಚಾರಸ್ತೇನೆ. ನಮ್ಮ ಊಹೆ ಸುಳ್ಳೂ ಆಗಿರಬಹುದು', ಎಂದು ಆತ ಹೇಳಿದ. ಬಾಗಲಕೋಟೆಯಲ್ಲಿ ಹತ್ತಿದ ಮೇಲಿನ ಆಸನದಲ್ಲಿ ಮಲಗಿದ್ದವಳು ಕೆಳಗಿಳಿದು ಫೋನಿನಲ್ಲಿ ಮಾತನಾಡುತ್ತ ಅಡ್ಡಾಡುತ್ತಿದ್ದಳು. ರೈಲಿಗೆ ನೀರು ಭರ್ತಿ

ಮಾಡುತ್ತಿದ್ದರು. ಹರೆಯದ ಹುಡುಗರು ಚಟಪಟ ಕಣ್ಣು ಮಿಟುಕಿಸುವಲ್ಲಿ ಸ್ವಚ್ಛತಾ ಕಾರ್ಯದಲ್ಲಿ ನಿರತರಾಗಿದ್ದರು. ಪೋರ್ಟರ್ ಗಂಡಸರು ನೀರಿನ ಟ್ಯಾಂಕ್ ತುಂಬಿಸಿದರು. ರೈಲಿನ ಕೋಳವೆಯಿಂದ ದಬದಬ ನೀರು ಹರಿಯಿತು. ಹೆಗ್ಗಣದಂತಹ ಇಲಿಗಳು ಹಳಿಗಳಲ್ಲಿ ಓಡಾಡುತ್ತಿದ್ದವು. ಇಂಜಿನ್ಗಳು ಟೂsಸ್ಸೂsಸ್, ಗರ್s ರ್s ರ್s ಶಬ್ದ ಮಾಡುತ್ತಾ ಪ್ರಯಾಣ ಬೆಳಸಲು ಸಿದ್ದತೆ ನಡೆಸಿದ್ದವು. ಪೋರ್ಟರ್‌ಗಳು ಮೀನಿನ ಬಾಕ್ಸ್‌ಗಳು, ದೊಡ್ಡ ದೊಡ್ಡ ಮೂಟೆಗಳು, ಕಬ್ಬಿಣದ ಸಲಕರಣೆಗಳನ್ನು ಪಾರ್ಸಲ್ ಬೋಗಿಗೆ ಹೇರುತಿದ್ದರು. ಬೆಂಗಳೂರು ಕಡೆ ಹೋಗುವ ಇನ್ನೂ ಎರಡು ರೈಲು ಬಂದವು, ನಾನು ಅಲ್ಲೇ ನಲ್ಲಿಯಲ್ಲಿ ಮುಖ ತೊಳೆದುಕೊಂಡೆ. ನಮ್ಮ ರೈಲು ಶುಚಿರ್ಭೂತವಾಯಿತು. ನಮ್ಮೂರಲ್ಲಿ ಇಳಿದು ಬಿಡುವ ಇರಾದೆ ಮಸುಕಾಯಿತು, ಹೆಚ್ಚಿನ ಪ್ರಯಾಣಿಕರಿಂದ ರೈಲು ತುಂಬಿತು ಟಿಸಿಗಳು ಗಾಡಿ ಹತ್ತಲು ಸಜ್ಜಾದರು, ಹುಡುಗಿ, ಮಣಿಕಂಠ, ನಾವು, ನಮ್ಮ ನಮ್ಮ ಸ್ಥಳವನ್ನು ಆಕ್ರಮಿಸಿದೆವು. ಗೋಳಗುಂಬಜ್ ಎಕ್ಸ್‌ಪ್ರೆಸ್ ಹುಬ್ಬಳ್ಳಿಗೆ ವಿದಾಯ ಹೇಳಿತು. ಮೊದಲಿನ ದುಗುಡ ನನ್ನಲ್ಲಿ ಇಲ್ಲದಿರುವುದು ನನಗೆ ಅರಿವಾಗತೊಡಗಿತು. ದೀರ್ಘವಾಗಿ ಒಂದೆರೆಡು ಸಲ ಉಸಿರಾಡಿದೆ. ತುಸುತುಸುವೆ ನಿಲುವು ನಿಚ್ಚಳವಾಯಿತು. ನಮ್ಮ ಬೋಗಿಯಲ್ಲಿ ಇನ್ನು ನಾಲ್ವರು ಒಂದೇ ಕುಟುಂಬದವರಿದ್ದರು. ದುಗುಡ ಅವರನ್ನು ಆವರಿಸಿತ್ತು. ಅವರೆಲ್ಲ ಹೆಚ್ಚಿನ ಚಿಕಿತ್ಸೆಗೆ ಬೆಂಗಳೂರಿಗೆ ಹೊರಟಿದ್ದು ಅವರ ಮಾತಿನಿಂದ ಅಲ್ಲಿದ್ದವರಿಗೆ ಮನವರಿಕೆಯಾಗುವಂತಿತ್ತು. ನಾವು ಕೆದಕಲು ಹೋಗಲಿಲ್ಲ.

ಮಣಿಕಂಠನನ್ನು ವಿಚಾರಿಸಲು ಅವನು ಮತ್ತೆ ತಡವರಿಸತೊಡಗಿದ. 'ನಿನ್ನ ಗೆಳ್ಯಾರು ಎಲ್ಲಿ? ಮಾಸ್ತರು ಎಲ್ಲಿ? ಯಾಕ ಅವರು ನಿನ್ನನ್ನು ನೋಡಾಕ ಬಂದಿಲ್ಲ?' ಕೇಳಿದ ಪ್ರಶ್ನೆಗೆ ಮಾತಿಲ್ಲ... 'ನಿಜ ಹೇಳು. ಇಲ್ಲದಿದ್ದರೆ ಪೊಲೀಸ್ರ ಕೈಯಾಗ ಕೊಡ್ತೀವಿ ಗದರಿದ ಧ್ವನಿಯಲ್ಲಿ ಅಖಿಲ್ಕೇಳಿದ... ಹುಡುಗನ ಮೈ ಥರ ಥರ ನಡುಗುತಿತ್ತು.

'ನಮ್ಮ ದೊಡ್ಡಪ್ಪಾರ ಬೆಂಗಳೂರಾಗ ಇರ್ತಾರ ಅವರು ಡ್ರೈವರ್ ಅದಾರ. ಬಂದು ಕರಕೊಂಡು ಹೊಕ್ಕಾರ' ಎಂದು ರಾಗವೆಳೆದ.

'ನಿಮ್ಮ ಅಪ್ಪಾರ ಏನು ಮಾಡ್ತಾರ? ನಿಮ್ಮ ಊರು ಯಾವುದು?' ಎಂದು ಜಬರಿಸಿ ಕೇಳಿದಾಗ ಭಯಗೊಂಡ ಹುಡುಗ,

'ನಮ್ಮ ಅಪ್ಪ ಬಿಜಾಪುರ ಇಂಡಿ ಕೆಎಸ್ಆರ್‌ಟಿಸಿ ಬಸ್ ಹೊಡಿತಾನ ಇಂಡಿಯಿಂದ ಬಂದೇನು' ಎಂದು ಅಳಕುತ್ತ ಹೇಳಿದ. ಅಷ್ಟೊತ್ತಿಗೆ ಟಿ.ಸಿ. ಸಮೇತ ಪಕ್ಕದ ಬೋಗಿಯ ಜನರೂ ಸೇರಿದ್ದರು. ರಹಸ್ಯ ಬೇಧಿಸುವಲ್ಲಿ ಯಶಸ್ವಿಯಾದ ನೆರೆದವರು ಬಿಜಾಪುರ ಡಿಪೋಗೆ ಫೋನ್ ಮಾಡಿ ರಾಚಪ್ಪ ಪಾಟೀಲ್ ಮಣಿಕಂಠನ ತಂದೆ ಎಂಬುದನ್ನು ಖಾತ್ರಿ ಮಾಡಿಕೊಂಡು

ಅವರಿಗೆ ಫೋನ್ಹಚ್ಚಿದ್ದರು. ಅವರು ಈ ಹುಡುಗನಿಗಾಗಿ ಊರೆಲ್ಲಾ ಹುಡಕಾಡಿ ಕಣ್ಣೀರಾಗಿದ್ದರು. ನಡೆದ ವಿಷಯವನ್ನು ನಾನೇ ಹೇಳಿದೆ. ಹೆಂಗದಾನ್ರೀ ಅವ್ವಾರ? ಶಾಲಿಗೆ ನೆಟ್ಟಗ ಹೋಗು ಅಂತ ಬೈದಿದ್ದಕ್ಕ ಹಿಂಗ ಮಾಡಿ ಕುಂತಾನ್ರಿ. ನಮಗ ಜೀಂವಾನೇ ಹೋಗಿತ್ತರಿ,' ಎಂದು ಅಳತೊಡಗಿದ. ಟಿ ಸಿಯವರು ಮಾತನಾಡಿ ಮಾತು ಮುಗಿಸಿದರು. ಮಣಿಕಂಠನನ್ನು ಕರೆದೊಯ್ದರು. ಅವನ ಕಣ್ಣಿನ ಹೊಳಪು ಒಮ್ಮೆ ಮುಗ್ಧವಾಗಿ, ಇನ್ನೊಮ್ಮೆ ಹುಡುಕಾಟಿಕೆಯಾಗಿ ಹೊಳೆಯಿತು.

'ನೀವು ಕೂಲಾಗಿರಿ ವಾಣಿ. ನಾನು ವಿಚಾರಿಸುವೆ' ಎಂದು ಹೇಳಿದ. ಕೊನೆಗೆ ಮಣಿಕಂಠನ ದೊಡ್ಡಪ್ಪ ಯಶವಂತಪುರ ರೈಲ್ವೇ ಪೊಲೀಸ್ ಠಾಣೆಗೆ ಬಂದು ಆತನನ್ನು ಕರೆದೊಯ್ಯುತ್ತಾರೆಂದು ಅಖಿಲ್ ಸುದ್ದಿ ಹೇಳಿದ.

ತನ್ನ-ನನ್ನ ಪರಿಸ್ಥಿತಿ ಮನಸ್ಥಿತಿ ಬಗ್ಗೆ ಅಖಿಲ ಗಮನಿಸುತಿದ್ದ. ಅವನ ಕಣ್ಣುಗಳು ಲೋಕದ ಜಂಜಡಗಳನ್ನು ನಿರ್ಲಕ್ಷಿಸುತಿದ್ದವು.

'ವಾಣಿಯವರೆ, 'ಲೈಫ್ ಇಸ್ ಸ್ಮಾಲ್. ಬಟ್ ಇಟೀಸ್ ಬ್ಯೂಟಿಫುಲ್. ನಾವು ಅದನ್ನು ಬದುಕಬೇಕಷ್ಟೇ' ಅಂದ. ತಟ್ಟನೆ ಮಲಗಿ, ರೆಪ್ಪೆಗಳನ್ನು ಜೋರಾಗಿ ಒತ್ತಿ, ಕೆನ್ನೆ ಉಬ್ಬಿಸಿ ನಕ್ಕ. ನಾನು ನಿಧಾನಕ್ಕೆ ತೂಕಡಿಕೆಯಿಂದ ನಿದ್ದೆಗೆ ಜಾರಿದೆ. ನಸುಕು ಹರಿಯುವಲ್ಲಿ ದೊಡ್ಡ ದೊಡ್ಡ ಕಟ್ಟಡಗಳು ಕಣ್ಣು ತೆರೆಯತೊಡಗಿದ್ದವು. ಇನ್ನೂ ಯಶವಂತಪುರ ಬಂದಿರಲಿಲ್ಲ. ಕ್ರಾಸಿಂಗ್. ಮಾಲುಗಾಡಿ ಇರಬೇಕು. ನಾನು ಪ್ರೇಶ್‌ಅಪ್‌ಆಗಿ ಟೀ, ಕಾಫೀ ಕುಡಿಯೋಣವೆಂದು, ಮುಖ ತೊಳೆದು ಪಳಪಳ ಹೊಳೆಯುವ ಬೆಳಕನ್ನು, ಬೆಳಗುವ ಅಖಿಲನ ಕಣ್ಣನ್ನು ನೋಡಿದೆ. ಈ ರೈಲಿನ ಪಯಣದಲ್ಲಿ ಕಂಡ ಜನ, ಅವರ ಸುಖ-ಸಂಕಟಗಳನ್ನು ನೋಡಿ ನನ್ನ ದುಗುಡಗಳೆಲ್ಲ ಇಂದಿನ ಬೆಳಗಿನೊಂದಿಗೆ ಕರಗಿ ಹೋಗಿವೆ ಅನ್ನಿಸಿತು. ಅಖಿಲ ಕೈಯಲ್ಲಿ ಕಾಫಿ ಹಿಡಿದು ನಿಂತಿದ್ದ. ಚದುರಿದವರೆಲ್ಲ ಗಾಡಿ ಹತ್ತಿದರು.

ಸ್ಟೇಶನ್ ಬಂದಿದ್ದೇ ಜನ ಮುಗಿಬಿದ್ದು ಇಳಿಯತೊಡಗಿದರು. ನನ್ನ ಮನಸ್ಸು ಅರುಣನ ನೆನಪಿಗೆ ತರ್ಪಣ ಬಿಟ್ಟಿತ್ತು. ಅಂತೆಯೇ, ಆತನೊಂದಿಗೆ ಕಟ್ಟಿಕೊಂಡಿದ್ದ ಭ್ರಮೆಯ ಬದುಕಿಗೂ. ಇದೀಗ ನಿರಾಳತೆ ಮೈಯೆಲ್ಲ ವ್ಯಾಪಿಸಿ ಗಾಳಿಯಂತೆ ಹಗುರಾಗಿತ್ತು. ಬದುಕಿನ ಗೊಂದಲಗಳು ಮುಗಿದು ಎಲ್ಲವೂ ತಿಳಿಯಾಗಿ ಕಾಣತೊಡಗಿತ್ತು. ಮುಖದಲ್ಲಿ ಸಣ್ಣ ನಗುವೊಂದು ಅರಳಿತು. ನನ್ನ ಕೈ-ಕಾಲುಗಳಿಗೆ ಹೊಸ ಕಸುವು ತುಂಬಿಕೊಂಡಿತ್ತು.

ಮಣಿಕಂಠ ದುಡುದುಡು ಎಂದು ಟಿ. ಸಿಯನ್ನು ಹಿಂಬಾಲಿಸಿಕೊಂಡು ಓಡುತ್ತಿದ್ದ. ಅಖಿಲನೂ ಅವರ ಹಿಂದೆಯೇ ನಡೆಯುತ್ತಿದ್ದ.

ಕೆಲವು ಪ್ರಯಾಣಿಕರು ಮುಂದಿನ ನಿಲ್ದಾಣಕ್ಕೆ ಇಳಿಯಲು ಸಿದ್ಧತೆ ನಡೆಸಿದ್ದರು. ನಾವು ಎಲ್ಲಿಯಾದರೂ ಒಂದೆಡೆ ಇಳಿದು ತಂಗುದಾಣವನ್ನು

ಸೇರಲೇ ಬೇಕಲ್ಲವೆ. ಇಳಿದ ನಿಲ್ದಾಣ ತನ್ನದಲ್ಲವೆನ್ನಿಸಿದಾಗ ಪಯಣ ಮುಂದುವರೆಸಿ ಕೂಡ ಬೇಕಾದ ತಾವು ಕೂಡಿಕೊಳ್ಳಲೇಬೇಕಲ್ಲವೆ?

ನಾನು ನಿರಾಳತೆಯಲ್ಲಿ ನನ್ನ ಬ್ಯಾಗಿಗೆ ಕೈ ಹಾಕಿ, ಹೆಗಲಿಗೇರಿಸಿಕೊಂಡೆ.

ಮುಂದಿನ ರೈಲಿಗೋ, ಬಸ್ಸಿಗೋ ಊರಿಗೆ ಮರಳಿ ಮನೆ ಸೇರಿಕೊಂಡರೆ ಹೊಸ ಬದುಕು ತೆರೆದುಕೊಳ್ಳಲಿತ್ತು.

ದೀಪಾ ಹಿರೇಗುತ್ತಿ

ಉತ್ತರ ಕನ್ನಡ ಜಿಲ್ಲೆಯ ಕುಮಟ ತಾಲೂಕು ಗೋಕರ್ಣದವರಾದ ದೀಪಾ ಹಿರೇಗುತ್ತಿ ಕಥೆ, ಅಂಕಣ ಬರಹಗಳ ಮೂಲಕ ಪರಿಚಿತರು. ಕಥಾಸ್ಪರ್ಧೆಗಳಲ್ಲಿ ಅವರ ಹೆಸರು ಸದಾ ಮುಂಚೂಣಿಯಲ್ಲಿತ್ತದೆ. 'ಪರಿಮಳವಿಲ್ಲದ ಹೂಗಳ ಮಧ್ಯೆ' ಅವರ ಕವನ ಸಂಕಲನ. ತಮ್ಮ ಕಥೆ ರೂಪುಗೊಂಡ ಹಿನ್ನೆಲೆಯನ್ನು ದೀಪಾ ಹೀಗೆ ದಾಖಲಿಸುತ್ತಾರೆ:

"ನನ್ನ ಕತೆಗಳ ಹುಟ್ಟಿಗೆ ನಾನು ದಿನನಿತ್ಯ ನೋಡುವ, ಕೇಳುವ ಸಂಗತಿಗಳೇ ಕಾರಣವಾಗಿರುತ್ತವೆ. 'ತಪ್ತ' ಕತೆ ಬರೆಯಲೂ ಇಂತಹ ಸಂಗತಿಗಳು ಕಾರಣ. ಸಣ್ಣ ಪುಟ್ಟ ಕೆಲಸ ಮಾಡಿಕೊಂಡಿರುವ ಕೆಲವು ಹುಡುಗರು ನಮ್ಮ ಪರಿಚಿತರ ಮನೆಯ ಪಕ್ಕವೇ ಮಹಡಿಯ ಮೇಲಿನ ಕೋಣೆಯೊಂದರಲ್ಲಿ ಬಾಡಿಗೆಗಿದ್ದರು. ಒಂದು ದಿನ ಆ ಕೋಣೆಯಲ್ಲಿ ಹೆಚ್ಚು ಜನರು ಬಂದು ನೀರು ಖರ್ಚಾಗಿ ಅವರು ಪಕ್ಕದ ಮನೆಯ ನಲ್ಲಿಯಿಂದ ಸ್ವಲ್ಪ ನೀರು ತೆಗೆದುಕೊಂಡು ಆ ಪಕ್ಕದ ಮನೆಯವರು ಅದನ್ನು ಓನರ್‌ಗೆ ಹೇಳಿ ಓನರ್ ಆ ಹುಡುಗರಿಗೆ ಬೈದರೆಂಬ ಸುದ್ದಿ ಕೇಳಿದೆ. ಮರುದಿನ ಬೆಳಿಗ್ಗೆ ವಾಕ್ ಹೋಗುವಾಗ ಕೊಂಚ ಬೇಸರದಲ್ಲೇ ಹೊರಟೆ. ಏನೋ ಹುಡುಗರು ಸ್ವಲ್ಪ ನೀರು ತೆಗೆದುಕೊಂಡುದಕ್ಕೆ ಅವರಿಗೆ ಬೈಸಿಬಿಟ್ಟರಲ್ಲಾ ಎನಿಸುತ್ತಿತ್ತು. ಮಾನವತೆಯ ದೀಪ ನಮ್ಮೆದೆಗಳಲ್ಲಿ ಸದಾ ಉರಿಯುತ್ತಿರಲಿ ಎಂಬ ಆಶಯದಿಂದ ಬರೆದ ಕಥೆ ಇದು."

ಕಥೆಯ ಕುರಿತು ತೀರ್ಪುಗಾರರ ಅಭಿಪ್ರಾಯ:

ಕೆಳ ಮಧ್ಯಮ ವರ್ಗದ ಮಹತ್ವಾಕಾಂಕ್ಷಿ ತರುಣರ ಬದುಕನ್ನು ಜನಪ್ರಿಯ ಭಾವುಕ ಧಾಟಿಯೊಂದಿಗೆ ತಪ್ತ ಕಟ್ಟಿಕೊಡಲು ಯತ್ನಿಸುತ್ತದೆ. ಈ ಬಗೆಯ ತರುಣರ ನಿತ್ಯ ಸಂಕಟ, ತಳಮಳ, ಆತಂಕಗಳನ್ನು ವಿವರಿಸುತ್ತದೆ. ಹಾಗೆ ಮಾಡುವಾಗ ಸಮಕಾಲೀನ ಸಮಾಜದಲ್ಲಿ ಪ್ರಚಲಿತವಿರುವ ಯಶಸ್ವಿ ಬದುಕಿನ ಮಾದರಿಗಳನ್ನು ಬಳಸಿಕೊಂಡು ತರುಣರು ಹೇಗೆ ಬದುಕು ಕಟ್ಟಿಕೊಳ್ಳಬಲ್ಲರು ಎಂಬುದನ್ನು ನಿರೂಪಿಸುತ್ತದೆ. ಕಥೆ ಜನಪ್ರಿಯ ಶೈಲಿಯ ಭಾಷೆ, ವಿನ್ಯಾಸವನ್ನು ಹೊಂದಿದ್ದು ಆ ಚೌಕಟ್ಟಿನಲ್ಲಿ ಯಶಸ್ವಿಯಾಗಿದೆ.

4

ತಪ್ತ

ಯಾವತ್ತೂ ಕೋಣೆಯ ಕಡೆಯೇ ಸುಳಿಯದ, ಅಕಸ್ಮಾತ್ ಆ ದಾರಿಯಲ್ಲಿ ಬಂದರೂ ದೂರದಿಂದಲೇ ಕೆಲಸಕ್ಕೆ ಹೋಗಬೇಕಾ ಅಥವಾ ಕೆಲಸ ಮುಗೀತಾ ಎಂಬೆರಡು ಮಾತನಾಡಿ ಹೋಗಿಬಿಡುವ ಮನೆಯ ಓನರ್ ರಘುರಾಮ ಶೆಟ್ಟರು ಅವತ್ತು ಮೂರು ಮಹಡಿ ಹತ್ತಿ ಕೋಣೆಗೆ ಬಂದಿದ್ದೂ ಅಲ್ಲದೇ ಪರೀಕ್ಷಾರ್ಥ ದೃಷ್ಟಿಯಿಂದ ಕೋಣೆಯನ್ನೆಲ್ಲ ಸ್ಕ್ಯಾನ್ ಮಾಡಿ ಹೋಗಿದ್ದು ಸಂದೇಶನಲ್ಲಿ ವಿಚಿತ್ರ ತಳಮಳವನ್ನು ಉಂಟುಮಾಡತೊಡಗಿತ್ತು. ಯಾವಾಗಲೂ ಬಿಳಿ ಪಂಚೆ ಉಟ್ಟು ಗರಿಗರಿ ಬಿಳಿ ಶರಟು ತೊಟ್ಟು, ಅಚ್ಚಬಿಳಿಯ ಗಿರಿಜಾ ಮೀಸೆಯನ್ನು ಬಲಗೈನಿಂದ ನೀವುತ್ತ, ವಾಕಿಂಗ್ ಕೋಲಾಗಿಯೂ ಉಪಯೋಗಿಸಬಲ್ಲ ಬೆತ್ತದ ಛತ್ರಿಯನ್ನು ನೆಲಕ್ಕೂರಿ, ಚರ್ ಪರ್ ಎನ್ನುವ ಕೊಲ್ಲಾಪುರಿ ಚಪ್ಪಲಿಯನ್ನು ಮೆಟ್ಟಿ ಎಪ್ಪತ್ತರ ಹರಯದ ಶೆಟ್ಟರು ಬಂದರೆಂದರೆ ಎಲ್ಲರೂ ಅವರ ಕಡೆ ತಿರುಗಿ ನೋಡುವಂತಹ ವ್ಯಕ್ತಿತ್ವ. ಮಕ್ಕಳಿಬ್ಬರೂ ಹೊರದೇಶದಲ್ಲಿದ್ದುದರಿಂದ ಇವತ್ತಿಗೂ ಶೆಟ್ಟರೇ ವ್ಯವಹಾರ ನೋಡಿಕೊಳ್ಳುವುದು. ಬೇರೆ ಬೇರೆ ವ್ಯವಹಾರಗಳ ಜತೆ ಒಂದೆರಡು ಕಡೆ ಮನೆಗಳನ್ನು ಬಾಡಿಗೆಗೆ ಕೊಟ್ಟಿದ್ದಾರೆ. ಅಂತಹ ಒಂದು

ಅಪಾರ್ಟ್ಮೆಂಟ್ ಅನ್ನಬಹುದಾದ ಆದರೆ ಅಪಾರ್ಟ್ಮೆಂಟ್ ಅಲ್ಲದ ಮೂರು ಮನೆಗಳ ಒಂದು ಕಟ್ಟಡದ ತಾರಸಿಯ ಮೇಲೆ ಕಾಂಕ್ರೀಟ್ ಶೀಟ್ ಹಾಕಿ ಉದ್ದಕ್ಕೆ ಕಟ್ಟಿದಂತಹ ಒಂದು ಕೋಣೆಯಲ್ಲಿ ತನ್ನ ಸ್ನೇಹಿತರ ಜತೆಗೆ ಸಂದೇಶನೂ ಒಬ್ಬ ಬಾಡಿಗೆದಾರ. ಶೆಟ್ಟರು ಕೋಣೆಗೆ ಬಂದಕೂಡಲೇ ಹೆದರಲು ಅವನು ಬಾಡಿಗೆಯನ್ನು ಬಾಕಿ ಉಳಿಸಿಕೊಂಡಿದ್ದನೆಂದಾಗಲೀ, ಮತ್ತಿನ್ನೇನೋ ಬೇಡದ ಕೆಲಸ ಮಾಡಿದ್ದನೆಂದಾಗಲೀ ಅರ್ಥವಲ್ಲ. ಬಹಳ ದಿನಗಳಿಂದ ಶೆಟ್ಟರಿಗೆ ಹೇಳಬೇಕು ಎಂದುಕೊಂಡಿರುವ ಆದರೆ ಹೇಳಲಾಗದೇ ಇರುವ ಒಂದು ವಿಚಿತ್ರ ದ್ವಂದ್ವಕ್ಕೆ ಆತ ಸಿಕ್ಕಿಹಾಕಿಕೊಂಡಿದ್ದ. ಮೊದಲೇ ಸಂಕೋಚ ಸ್ವಭಾವದ ಸಂದೇಶನಿಗೆ ಶೆಟ್ಟರ ಈ ಅನಿರೀಕ್ಷಿತ ಬಂದು ಹೋಗುವಿಕೆ ಕುಂಬಳಕಾಯಿ ಕದಿಯದಿದ್ದರೂ ಯಾರೋ ಕುಂಬಳಕಾಯಿ ಎಂದೊಡನೆ ಹೆಗಲು ಮುಟ್ಟಿ ನೋಡಿಕೊಳ್ಳುವವನ ಪರಿಸ್ಥಿತಿ ತಂದುಬಿಟ್ಟಿತ್ತು.

ಸಂದೇಶ ಮಲೆನಾಡಿನ ಹಳ್ಳಿಯೊಂದರ ಕೆಳಮಧ್ಯಮ ಕುಟುಂಬದ ಹುಡುಗ. ಹಾಗೂ ಹೀಗೂ ಸೆಕೆಂಡ್ ಕ್ಲಾಸಿನಲ್ಲಿ ಪಿಯುಸಿ ಮುಗಿಸುವ ಹೊತ್ತಿಗೆ ಪುಸ್ತಕಗಳೆಂದರೆ ಅವನಿಗೆ ಒಂದು ರೀತಿಯ ಅಲರ್ಜಿ ಬೆಳೆದುಬಿಟ್ಟಿತ್ತು. ಅದರಲ್ಲೂ ಇಂಗ್ಲಿಷು ಮತ್ತು ಅರ್ಥಶಾಸ್ತ್ರ ಈ ಎರಡು ವಿಷಯಗಳು ಅವನಿಗೆ ತಿಪ್ಪರಲಾಗ ಹಾಕಿದರೂ ಅರ್ಥವಾಗುತ್ತಿರಲಿಲ್ಲ. 'ಜಸ್ಟ್ ಪಾಸಿಂಗ್ ಮಾರ್ಕು ತೆಗೆಯಲಾಗದ ವೇಸ್ಟ್ ಬಾಡಿಗಳು' ಎಂದು ಉಪನ್ಯಾಸಕರ ಹತ್ತಿರ ಬೈಸಿಕೊಂಡು ಅವಮಾನಿತನಾಗಿ ಅಂತೂ ಪಿಯುಸಿ ಪಾಸಾಗಿ ಪದವಿಗೆ ಹೋಗಿ ಮೂರು ವರ್ಷ ಮಣ್ಣು ಹೊತ್ತು, ಅಲ್ಲಿಯೂ ಜಸ್ಟ್ ಪಾಸಾಗಿ ಎಲ್ಲೂ ಕೆಲಸ ಸಿಗದೇ ಪರದಾಡುತ್ತಿರುವ ಸಂದರ್ಭದಲ್ಲೇ ಇ-ಕಾಮರ್ಸ್ ಸಣ್ಣ ಸಣ್ಣ ಊರುಗಳಲ್ಲೂ ಜನಪ್ರಿಯವಾಗಿತ್ತು. ಹಾಗಾಗಿಯೇ ಮಹಾನಗರಗಳಲ್ಲಿ ಮಾತ್ರ ಲಭ್ಯವಾಗುತ್ತಿದ್ದ ಡೆಲಿವರಿ ಬಾಯ್ ಕೆಲಸ ಈಗ ಎಲ್ಲಡೆ ಸಾಮಾನ್ಯವಾಗಿ ಸಂದೇಶನಂತಹ ಎಷ್ಟೋ ಹುಡುಗರಿಗೆ ಅದು ನಿರುದ್ಯೋಗವೆಂಬ ನಿರಾಸೆಯ ಕಪ್ಪು ಮೋಡದಂಚಿನ ಭರವಸೆಯ ಬೆಳ್ಳಿರೇಖೆಯಾಗಿತ್ತು. ಸಂದೇಶನೂ ಅಂತೂ ಬದುಕಲೊಂದು ದಾರಿಯಾಯಿತು ಎಂದು ಈ ಕೆಲಸಕ್ಕೆ ಸೇರಿಕೊಂಡಿದ್ದ. ಹದಿಮೂರು ಸಾವಿರ ಸಂಬಳದ ಕೆಲಸಕ್ಕೆ ದಿನವೂ ತಾಲೂಕು ಕೇಂದ್ರಕ್ಕೆ ಓಡಾಡಬೇಕಿತ್ತು. ಸಂದೇಶನ ಮನೆಯಿರುವುದು ಅಲ್ಲಿಂದ ಐವತ್ತು ಕಿಲೋ ಮೀಟರ್ ದೂರದ ಕಚ್ಚಾರಸ್ತೆಯ ಹಳ್ಳಿ. ಹಾಗಾಗಿ ತನ್ನಂತಹುದೇ ಇನ್ನಿಬ್ಬರು ಹುಡುಗರ ಜತೆ ಸೇರಿ ಪುಟ್ಟ ಕೋಣೆಯೊಂದನ್ನು ಬಾಡಿಗೆಗೆ ಪಡೆದಿದ್ದ. ಅವನ ಕಂಪನಿಯ ಗೋಡೌನ್ ಕಂ ಕಚೇರಿಯ ಹತ್ತಿರವೇ ಇರುವ ಕೋಣೆಯದು. ಪೇಟೆಯ ಹೃದಯಭಾಗದಲ್ಲಿರುವ ಜಾಗವದು. ಒಂದು ಉದ್ದ ಹಾಲ್, ಸಣ್ಣ ಅಡಿಗೆ ಕೋಣೆ ಬಚ್ಚಲುಮನೆ ಅಷ್ಟೇ. ಬೆಡ್ ರೂಮೂ ಆ ಉದ್ದ ಹಾಲೇ, ಡೈನಿಂಗ್

ಹಾಲೂ ಅದೇ. ಅಷ್ಟಕ್ಕೇ ನಾಲ್ಕೂವರೆ ಸಾವಿರ ಬಾಡಿಗೆ. ಅಂತರ್ಮುಖಿಯಾದ ಅವನಿಗೆ ಒಬ್ಬನೇ ರೂಮ್ ಮಾಡಲು ಇಷ್ಟವಿರಲಿಲ್ಲವೆಂದಲ್ಲ, ಬಾಡಿಗೆ ಮೂರು ಭಾಗವಾಗುತ್ತದೆಂಬ ಯೋಚನೆಯಿಂದಲೇ ಉಳಿದಿಬ್ಬರನ್ನು ಸೇರಿಸಿಕೊಂಡಿದ್ದು ಅವನು. ಮೂರು ಮಂದಿ ಅಂದರೆ ಮೂರೇ ಮಂದಿ ಇರಬೇಕು, ನೆಂಟರು ಅವರು ಇವರು ಎಲ್ಲ ಬಂದು ಬಹಳ ದಿನ ಎಲ್ಲ ಉಳಿಯುವ ಹಾಗಿಲ್ಲ ಎಂದು ಮಾಮೂಲಿಯಂತೆ ಶೆಟ್ಟರು ತಾಕೀತು ಮಾಡಿದ್ದರು. ಸಂದೇಶನನ್ನು ಬಿಟ್ಟರೆ ಇರುವ ಇಬ್ಬರಲ್ಲಿ ಕಾರ್ತಿಕ ಹಣ್ಣಿನಂಗಡಿಯಲ್ಲಿ ಕೆಲಸ ಮಾಡುವವ, ಪ್ರವೀಣ ಬೇಕರಿಯಲ್ಲಿ. ಮೊದಲು ಬಾಡಿಗೆ ಮೂರು ಪಾಲೆಂದು ಹೇಳಿದ್ದರೂ ಏಳೆಂಟು ಸಾವಿರ ಸಂಬಳದ ಅವರಿಗೆ ಹೊರೆಯಾಗುತ್ತದೆಂದು ಇವನು ಎರಡುವರೆ ಸಾವಿರ ಕೊಡುತ್ತೇನೆಂದು ಹೇಳಿ ಅವರಿಬ್ಬರಿಗೂ ಒಂದೊಂದು ಸಾವಿರ ಕೊಡಿ ಸಾಕು ಅಂದುಬಿಟ್ಟಿದ್ದ. ಸದಾ ಗಂಭೀರವಾಗುವ ಸಂದೇಶನ ಹೃದಯ ಇಷ್ಟು ಮೃದುವೆಂದು ಗೊತ್ತಾಗಿ ಆ ಹುಡುಗರಿಬ್ಬರೂ ಕಣ್ತುಂಬಿಕೊಂಡು ಥ್ಯಾಂಕ್ಸ್ ಅಣ್ಣಾ ಎಂದಿದ್ದರು. ಒಟ್ಟಿಗೆ ಅಡಿಗೆ ಮಾಡಿಕೊಂಡು ಹೇಗೋ ಬಡಿದಾಡಿಕೊಂಡು ದಿನಸಿ, ಬೈಕಿನ ಪೆಟ್ರೋಲು, ಕರೆನ್ಸಿ ಎಂದು ಖರ್ಚಾಗಿ ಮನೆಗೆ ಒಂದಿಷ್ಟು ಕೊಟ್ಟು ತಿಂಗಳ ಕೊನೆ ಬರುವ ಹೊತ್ತಿಗೆ ಮೇ ತಿಂಗಳ ಕೊನೆಯಲ್ಲಿ ರೈತ ಮಾನ್ಸೂನಿಗಾಗಿ ಎದುರು ನೋಡುವಂತೆ ಸಂಬಳಕ್ಕೆ ಕಾಯುತ್ತಿದ್ದರು.

ಕಷ್ಟಗಳು ಬಂದರೆ ಒಂದರ ಹಿಂದೊಂದು ಬರುತ್ತವೆಂದು ಎಲ್ಲೋ ಪಾಠದಲ್ಲಿ ಓದಿದ್ದೋ ಅಥವಾ ಮತ್ಯಾರೋ ಹೇಳಿದ್ದನ್ನು ಕೇಳಿದ್ದೋ ಸಂದೇಶನ ಜೀವನದಲ್ಲೂ ನಿಜವಾಗಿತ್ತು. ಇದ್ದಕ್ಕಿದ್ದ ಹಾಗೆ ಅವನ ಅಮ್ಮನ ಎರಡೂ ಕಿಡ್ನಿಗಳು ಕೆಲಸ ಮಾಡುವುದನ್ನು ನಿಲ್ಲಿಸಿಬಿಟ್ಟಿದ್ದವು. ತಾಲೂಕಿನ ಸರ್ಕಾರಿ ಆಸ್ಪತ್ರೆಯಲ್ಲಿ ಇದ್ದ ಡಯಾಲಿಸಿಸ್ ಯಂತ್ರ ಹಾಳಾಗಿ ವರ್ಷಗಳೇ ಆಗಿದ್ದವು. ಎಪ್ಪತ್ತು ಕಿಲೋಮೀಟರ್ ದೂರದ ಜಿಲ್ಲಾ ಕೇಂದ್ರಕ್ಕೆ ಬಸ್ಸಿನಲ್ಲೇ ಕರೆದುಕೊಂಡು ಹೋಗಿ ಡಯಾಲಿಸಿಸ್ ಮಾಡಿಸಿ ಕರೆದುಕೊಂಡು ಬಂದರೂ ಒಂದು ಸಲಕ್ಕೆ ಕನಿಷ್ಟ ಮೂರು ಸಾವಿರ ರೂಪಾಯಿ ಬೇಕಾಗುತ್ತಿತ್ತು. ತಂದೆ ಇಲ್ಲದ ಮನೆಯಲ್ಲಿ ದುಡಿಯುವವರು ಸಂದೇಶ ಮತ್ತವನ ಅಣ್ಣ ಮಾತ್ರ. ಎಷ್ಟು ಕೆಲಸ ಮಾಡಿದರೂ ಹೆಚ್ಚಾಗದ ಸಂಬಳದ ಹಣದಲ್ಲಿ ತಂಗಿಯನ್ನು ಓದಿಸುವುದೋ, ಮನೆಯ ಖರ್ಚಿಗೆ ಕೊಡುವುದೋ, ಆಸ್ಪತ್ರೆಯ ಖರ್ಚು ನೋಡುವುದೋ ಎಂದೂ ತಿಳಿಯದೇ ಇಬ್ಬರೂ ಕಂಗಾಲಾಗುತ್ತಿದ್ದರು. ವಾರಕ್ಕೆರಡು ಬಾರಿಯಂತೆ ತಿಂಗಳಿಗೆ ಎಂಟೊಂಬತ್ತು ದಿನ ಅವರು ರಜೆ ಹಾಕಲೇಬೇಕಿತ್ತು. ಅಂದರೆ ಒಬ್ಬೊಬ್ಬರಿಗೆ ಕನಿಷ್ಟ ನಾಲ್ಕು ದಿನಗಳ ರಜೆ ಅಮ್ಮನನ್ನು ಆಸ್ಪತ್ರೆಗೆ ಕರೆದುಕೊಂಡು ಹೋಗಲಿಕ್ಕೇ ಬೇಕಿತ್ತು. ಹಾಗಾಗಿ

ತಿಂಗಳಲ್ಲಿ ಒಂದು ದಿನವೂ ವಿಶ್ರಾಂತಿಯಿಲ್ಲದೇ ಆಯಾಸವನ್ನು ನುಂಗಿಕೊಂಡು ಕೆಲಸ ಮಾಡಬೇಕಿತ್ತು. ಕೆಲಸ ಮಾಡುವುದಾದರೂ ವಾಸಿ, ಆದರೆ ಒಂದೊಂದು ರಜೆಗೂ ಜೀವ ಹಿಡಿ ಮಾಡಿಕೊಂಡು ಮಾಲಿಕನಲ್ಲಿ ಬೇಡುವ ಆ ದೈನ್ಯಾವಸ್ಥೆ ಜೀವ ರೋಸಿಹೋಗುವ ಹಾಗೆ ಮಾಡುತ್ತಿತ್ತು.

ಅಮ್ಮನ ಚಿಕಿತ್ಸೆಯ ಜತೆಗೆ ಮನೆಯ ಖರ್ಚೂ ಏರುತ್ತಿದ್ದಂತೆ ಒಂದೊಂದು ರೂಪಾಯಿಗೂ ಒದ್ದಾಡುವ ಹಾಗಾಗಿತ್ತು ಸಂದೇಶನಿಗೆ. ಅದರ ಮಧ್ಯೆ ಅಣ್ಣನ ಹೆಂಡತಿ ಬಸುರಿಯಾಗಿದ್ದಳು. ಒಂದು ದಿನ ಅಣ್ಣ ಸಂದೇಶನನ್ನು ಬದಿಗೆ ಕರೆದು, 'ನೋಡು ಮಾರಾಯ ಇಷ್ಟು ದಿನ ಅವಳು ಬಟ್ಟೆಯಂಗಡಿಗೆ ಹೋಗಿ ಬರುತ್ತಿದ್ದಳು, ಇನ್ನು ಅವಳೂ ಕೆಲಸಕ್ಕೆ ಹೋಗುವ ಹಾಗಿಲ್ಲ, ಇನ್ನೊಂದು ತಿಂಗಳು ನಾನು ಅಡ್ಜಸ್ಟ್ ಮಾಡಬಹುದಷ್ಟೇ, ಪ್ಲೀಸ್ ಹೇಗಾದರೂ ಮ್ಯಾನೇಜ್ ಮಾಡು' ಎಂದು ಕಣ್ಣಲ್ಲಿ ನೀರು ತುಂಬಿಕೊಂಡು ಹೇಳಿದಾಗ 'ನೋಡೋಣ ತಲೆಬಿಸಿ ಮಾಡಬೇಡ ಅಣ್ಣ' ಎಂದು ಅಣ್ಣನ ಹೆಗಲು ಒತ್ತಿ ಸಮಾಧಾನ ಹೇಳಿದ ಸಂದೇಶ ಸ್ವಲ್ಪ ದೂರ ಡೆಲಿವರಿ ಕೊಡಲು ಹೋದಾಗ ಕಾಡಿನ ದಾರಿಯಲ್ಲಿ ರಸ್ತೆ ಅಂಚಿಗೆ ಬೈಕ್ ನಿಲ್ಲಿಸಿ ಮನಸಾರೆ ಅತ್ತುಬಿಟ್ಟಿದ್ದ. ಭಾರ ಹೊತ್ತು ಸೋತ ತನ್ನ ಹೆಗಲಿಗೆ ಇನ್ನೆಷ್ಟು ಭಾರ ಹಾಕಿಸುತ್ತೀ ದೇವರೆ ಎಂದು ತನ್ನ ಕಚೇರಿಯ ಪಕ್ಕದ ಗಣಪತಿ ದೇವಸ್ಥಾನದೆದುರು ಬೈಕಿನಲ್ಲಿ ಹೋಗುವಾಗ ಬಲಗೈನ ತೋರುಬೆರಳು ಮತ್ತು ಹೆಬ್ಬೆರಳನ್ನು ಸೇರಿಸಿ ತುಟಿಗೆ ತಾಗಿಸಿ ಎದೆಗೆ ಮುಟ್ಟಿಕೊಳ್ಳುವಾಗೆಲ್ಲ ನಿಟ್ಟುಸಿರಿಟ್ಟು ಕೇಳಿಕೊಳ್ಳುತ್ತಿದ್ದ.

ಡೆಲಿವರಿ ಕೊಡುವಾಗ ಕೆಲವರ ಸಣ್ಣ ಬುದ್ಧಿ ಅವನಿಗೆ ಜನರ ಬಗ್ಗೆ ಒಂದು ರೀತಿಯ ಹೇವರಿಕೆ ಹುಟ್ಟಿಸುತ್ತಿತ್ತು. ಒಳ್ಳೆಯ ಹುದ್ದೆಯಲ್ಲಿರುವ ಅಧಿಕಾರಿಯೊಬ್ಬರು ಒಮ್ಮೆ ಏನನ್ನೋ ತರಿಸಿದ್ದರು. ಒಂಭೈನೂರ ಎಂಬತ್ತು ರೂಪಾಯಿಯ ಆ ವಸ್ತುವಿಗೆ ಸಾವಿರ ರೂಪಾಯಿ ಕೊಟ್ಟರು. ಇವನ ಹತ್ತಿರ ಹತ್ತು ಹತ್ತು ರೂಪಾಯಿಯ ಎರಡು ನೋಟುಗಳಿದ್ದವು. ಅದರಲ್ಲಿ ಒಂದು ನೋಟು ಚೂರು ತುದಿಯಲ್ಲಿ ಹರಿದಿತ್ತು. ಅವರು ಅದನ್ನು ವಾಪಾಸ್ ಕೊಟ್ಟು ಬೇರೆ ಕೊಡು ಎಂದರು. ಇವನ ಹತ್ತಿರ ಬೇರೆ ನೋಟು ಇಲ್ಲ. ಅವರ ಹತ್ತಿರವೂ ಚಿಲ್ಲರೆ ಇಲ್ಲ. ಆದರೆ ಇವನು ಅಕ್ಕ ಪಕ್ಕದ ಅಂಗಡಿಗಳಲ್ಲಿ ಹುಡುಕಾಡಿ ಹತ್ತು ರೂಪಾಯಿ ಕೊಡುವವರೆಗೂ ಅವರು ಬಿಡಲಿಲ್ಲ! ಹಾಗಂತ ಎಲ್ಲರೂ ಹೀಗೆಂದಲ್ಲ, ಕೆಲವರು ಚಿಲ್ಲರೆ ಇಟ್ಟುಕೊಳ್ಳಲು ಹೇಳುತ್ತಿದ್ದರು, ಇನ್ನು ಕೆಲವರು ಹತ್ತೋ ಇಪ್ಪತ್ತೋ ಟಿಪ್ಸ್ ಕೊಡುತ್ತಿದ್ದರು. ಆದರೆ ಏನು ಮಾಡಿದರೂ ಅವನ ಆದಾಯ ಇತ್ತ ತಲೆಗೂ ಆಧಾರವಾಗದ ಅತ್ತ ಕಾಲೂ ಮುಟ್ಟದ ಚಿಕ್ಕ ಹಾಸಿಗೆಯಾಗಿತ್ತು.

ಕಾಲು ನೆಲದ ಮೇಲಿಟ್ಟು ಮಲಗಲೂ ಆಗದೇ, ಹೊಸ ಹಾಸಿಗೆ ಕೊಳ್ಳುವ ಮಾರ್ಗವೂ ಹೊಳೆಯದೇ ಅತಂತ್ರ ಸ್ಥಿತಿಯಲ್ಲಿ ಸಂದೇಶ ಇರುವಾಗ ಹೀಗೆಯೇ ಒಂದು ದಿನ ಅವನು ನಿಯಮಿತವಾಗಿ ಡೆಲಿವರಿ ಕೊಡುವ ಒಂದು ಮನೆಯ ಮಹಿಳೆಯೊಬ್ಬರು ಕರೆ ಮಾಡಿ 'ಸಂದೇಶ, ಮನೆಗೆ ನೆಂಟರು ಬರ್ತಾರೆ ಅಂತ ಈಗ ಫೋನ್ ಬಂತು, ಇವರು ಮನೇಲಿಲ್ಲ, ಈ ತಕ್ಷಣ ಅಡಿಗೆ ಮಾಡೋಕೆ ನಂಗೆ ಟೈಮ್ ಇಲ್ಲ, ಈ ಹೋಟೇಲಿಂದ ಇಂತಿಂತಹ ಐಟಮ್ ತಂದುಕೊಡ್ತೀರಾ ಪ್ಲೀಸ್' ಎಂದು ಕೋರಿಕೊಂಡರು. ಯಾವಾಗಲೂ ಡೆಲಿವರಿ ಕೊಡಲು ಹೋದಾಗ ಹತ್ತೋ ಇಪ್ಪತ್ತೋ ಹೆಚ್ಚಿಗೆಯೇ ಕೊಟ್ಟು ಕಳುಹಿಸುತ್ತಿದ್ದರಾಕೆ. ಹಾಗಾಗಿ ಆಯ್ತು ಮೇಡಂ ಎಂದು ಆಕೆ ಹೇಳಿದ ಹೋಟೇಲಿಗೆ ಹೋಗಿ ಪಾರ್ಸೆಲ್ ತೆಗೆದುಕೊಂಡು ಹೋಗಿ ಕೊಟ್ಟ. ಆಕೆ ಖುಶಿಯಿಂದ ಬಿಲ್ಲಿನ ಮೊತ್ತದ ಜತೆಗೆ ನೂರು ರೂಪಾಯಿ ಸೇರಿಸಿ ಕೊಟ್ಟು ತುಂಬ ಉಪಕಾರವಾಯಿತು ಎಂದು ಹತ್ತು ಸಲ ಹೇಳಿದರು. ಅದಾದ ಮೇಲೆ ಮತ್ತೊಂದೆರಡು ಸಲ ಹೀಗೆಯೇ ಅವರಿಗೆ, ಅವರ ಗೆಳತಿಯರಿಗೆ ಪಾರ್ಸೆಲ್ ತಂದುಕೊಟ್ಟ ಮೇಲೆ ಸಂದೇಶನಿಗೆ ತಾನೇ ಈ ರೀತಿ ಒಂದು ಡೆಲಿವರಿ ಸರ್ವಿಸ್ ಶುರು ಮಾಡಬಾರದೇಕೆ ಎಂಬ ಯೋಚನೆ ಹುಟ್ಟಿತು.

ಹೀಗೆ ಮೊದಲು ಬರೀ ಹೋಟೇಲು ಪಾರ್ಸೆಲ್ ಮಾತ್ರ ತಂದುಕೊಡುವುದೆಂದಾಗಿದ್ದ 'ಸಂದೇಶ್ ಹೋಮ್ ಡೆಲಿವರಿ ಸರ್ವಿಸಸ್' ಎಂಬ ಪುಟಾಣಿ ಏಕವ್ಯಕ್ತಿ ಉದ್ಯಮದಲ್ಲೀಗ ಇಡೀ ತಾಲೂಕು ಕೇಂದ್ರದೊಳಗೆ ಯಾರಿಗೆ ಏನೂ ಬೇಕಾದರೂ ಒಂದು ಕರೆ ಮಾಡಿದರೆ ಸಿಗುತ್ತದೆ. ದಿನಸಿ, ಔಷಧ, ತರಕಾರಿ, ಊಟ, ತಿಂಡಿ ಎಲ್ಲವೂ ಅಂದರೆ ಎಲ್ಲವೂ. ಬಿಲ್ಲಿನ ಜತೆ ಅವನು ಚಾರ್ಜ್ ಮಾಡುವುದು ಮೂವತ್ತು ರೂಪಾಯಿ ಮಾತ್ರ. ಪೇಟೆಗೆ ಹೋಗಲು ರೆಡಿಯಾಗುವುದು, ಕಾರಲ್ಲೋ ಆಟೋದಲ್ಲೋ ಪೇಟೆಗೆ ಹೋಗುವ ಖರ್ಚು, ಅಲ್ಲಿ ವಸ್ತುಗಳನ್ನು ಖರೀದಿಸಲು ವ್ಯಯಿಸುವ ಸಮಯ ಇವೆಲ್ಲವುಗಳ ಬದಲು ಮೂವತ್ತು ರೂಪಾಯಿ ಕೊಟ್ಟು ಸಂದೇಶನ ಹತ್ತಿರ ತರಿಸುವುದು ಆರಾಮವೆನಿಸುತ್ತಿತ್ತು ಜನರಿಗೆ. ಅಷ್ಟೇ ಅಲ್ಲ, ಊರಿನ ಯಾವ ಹೋಟೇಲಲ್ಲಿ ಏನು ಸಿಗುತ್ತದೆ, ಎಲ್ಲಿ ಯಾವ ಐಟಮ್ ಚೆನ್ನಾಗಿದೆ, ದರ ಎಷ್ಟು ಎಲ್ಲವೂ ಅವನ ನಾಲಿಗೆಯ ತುದಿಯಲ್ಲಿ. ಹೀಗಾಗಿ ಎಲ್ಲ ದೃಷ್ಟಿಯಿಂದಲೂ ಸಂದೇಶನ ಮೇಲೆ ಬಹಳಷ್ಟು ಜನರು ಅವಲಂಬಿತರಾಗಿದ್ದರು.

ಪೇಟೆಯ ಹೊರವಲಯದಲ್ಲಿರುವವರು, ವಯಸ್ಸಾದವರು, ಒಬ್ಬೊಬ್ಬರೇ ಇರುವವರಿಗಂತೂ ಇವನ ಸರ್ವಿಸ್ ವರವಾಗಿತ್ತು. ಮನೆಗೆ ಅಕಾಸ್ಮಾತ್ತಾಗಿ ಯಾರಾದರೂ ಬಂದುಬಿಟ್ಟರೆ ಹಾಲು, ಬಿಸ್ಕತ್ತು, ಹಣ್ಣು ತರಿಸುವುದು ಈಗ ತಲೆಬಿಸಿಯ ವಿಷಯವೇ ಆಗಿರಲಿಲ್ಲ. ಸಣ್ಣದಾಗಿ ಶುರುವಾಗಿದ್ದ ಸಂದೇಶನ

ಸಾಹಸ ವಿಸಿಟಿಂಗ್ ಕಾರ್ಡುಗಳಿಗಿಂತ ಜನರು ಒಬ್ಬರಿಗೊಬ್ಬರು ಹೇಳಿಯೇ ಈಗ ಪುರುಸೊತ್ತಿಲ್ಲದೇ ನಡೆಯುತ್ತಿದೆ. ಬೆಳಿಗ್ಗೆಯಿಂದ ತಡರಾತ್ರಿಯವರೆಗೂ ಆರ್ಡರ್ಗಳು ಇದ್ದೇ ಇರುತ್ತವೆ. ಹಾಗಾಗಿ ಈ ಹೋಮ್ ಡೆಲಿವರಿ ಸರ್ವೀಸಿನಿಂದ ಸಂದೇಶನ ಕೈಲಿ ಒಂದಿಷ್ಟು ಹಣ ಓಡಾಡುವಂತಾಯಿತು. ಆದರೆ ಅಣ್ಣ ಈಗ ಮನೆಗೆ ಹಣ ಕೊಡುವುದನ್ನು ನಿಲ್ಲಿಸಿದ್ದ ಕಾರಣ ಹೀಗೆ ಬಂದ ಹಣ ಹಾಗೆ ಹೋಗಿಬಿಡುತ್ತಿತ್ತು. ಬಿರುಗಾಳಿ ಕಡಲಿನ ಮಧ್ಯೆ ತಂದು ಬಿಸಾಕಿದಾಗ ಮುರುಕು ದೋಣಿಯಾದರೂ ಜೀವ ಉಳಿಸಿಕೊಳ್ಳಲು ಸಿಕ್ಕಿದವನಂತೆ ಸಂದೇಶ ಸಮಾಧಾನದಿಂದಿರಲು ಪ್ರಯತ್ನಿಸುತ್ತಿದ್ದ. ಆದರೂ ಏನೋ ತಳಮಳ. ಅಣ್ಣನಿಗೆ ಕಷ್ಟವೇ. ಆದರೆ ಮನೆಯ ಪೂರ್ತಿ ಜವಾಬ್ದಾರಿ ತಾನೇ ಹೊತ್ತುಕೊಂಡು ಬಿಟ್ಟದ್ದು ಸರಿಯೇ ಎಂಬುದನ್ನು ನಿರ್ಧರಿಸಲಾಗುತ್ತಿಲ್ಲ ಸಂದೇಶನಿಗೆ. ತಂಗಿ ಮೊನ್ನೆ ಏನೋ ವಸ್ತುವನ್ನು ಕೇಳಿದಾಗ ಸಂದೇಶಣ್ಣನನ್ನು ಕೇಳು ಎಂದಿದ್ದನಂತೆ ಅಣ್ಣ.

ಈ ವಾರದ ಕೊನೆಯಲ್ಲಿ ಅಣ್ಣ ಅಮ್ಮನ ಜತೆ ಹೋಗಬೇಕಿತ್ತು. 'ನೀನಾದರೆ ಬೇರೆಯವರಿಗೆ ಹೇಳಬಹುದು ಸಂದೇಶ, ನನಗೆ ರಜೆಯೇ ಇಲ್ಲ' ಎಂದು ಗೋಗರೆದಿದ್ದ. ಒಂದು ಒಜ್ಜೆ ಹೊರೆಸಿದ್ದನ್ನು ಮುಲಾಜಿಗೆ ಹೊತ್ತುಕೊಂಡರೆ ಬೆಣ್ಣೆಯಲ್ಲಿ ಕೂದಲೆಳೆ ತೆಗೆದಂತೆ ಮಾತಾಡಿ ಮತ್ತಷ್ಟು ಹೊರೆ ಹೊರೆಸಿ ತಾನು ಪೂರ್ತಿ ಹಗುರವಾಗುವ ಅಣ್ಣನ ಉಪಾಯ ತನಗೆ ಅರ್ಥವಾದರೂ ಸುಮ್ಮನಿದ್ದಾನೆ ಸಂದೇಶ. ಆದರೆ ತನ್ನನ್ನು ಅದೂ ಅರ್ಥವಾಗದ ಮೂರ್ಖನೆಂದು ತಿಳಿದುಕೊಂಡ ಅಣ್ಣನ ಮನಸ್ಥಿತಿಯ ಬಗ್ಗೆ ಅವನಿಗೆ ನೋವಿದೆ. ತಮಗೆ ತಾವು ವಕೀಲರಾಗುವ, ಬೇರೆಯವರಿಗೆ ನ್ಯಾಯಾಧೀಶರಾಗುವ ಸ್ವಾರ್ಥಿ ಜಗತ್ತಿನಲ್ಲಿ ಸದಾ ಬೇರೆಯವರ ವಕೀಲಿಕೆ ಮಾಡುತ್ತ, ತನಗೆ ತಾನು ನ್ಯಾಯಾಧೀಶನಾಗಿದ್ದುದೇ ಈ ಎಲ್ಲ ನೋವಿಗೆ ಕಾರಣ ಎಂಬುದು ಗೊತ್ತಿದ್ದರೂ ಮತ್ತೆ ಮತ್ತೆ ಅದೇ ತಪ್ಪು ಮಾಡುತ್ತೇನೆಂದು ಮನಸ್ಸು ಹೇಳುತ್ತಿರುತ್ತದೆ! ಬಹುಶಃ ಇದು ಕೊನೆಯ ಬಾರಿ, ಮುಂದಿನ ಸಲ ತನ್ನ ಪರವಾಗಿಯೇ ವಾದ ಮಾಡುತ್ತೇನೆಂದು ತನಗೆ ತಾನೇ ಆಶ್ವಾಸನೆ ಕೊಟ್ಟುಕೊಳ್ಳುತ್ತಾನೆ! ಆಶ್ವಾಸನೆ ಬದಲಾಗುವುದೇ ಇಲ್ಲ. ಪರಿಚಯದ ಡೆಲಿವರಿ ಬಾಯ್ ಒಬ್ಬನಿಗೆ ತನ್ನ ಆರ್ಡರ್ಗಳನ್ನು ತೆಗೆದುಕೊಳ್ಳಲು ಹೇಳಿ ಅಮ್ಮನನ್ನು ಕರೆದುಕೊಂಡು ಡಯಾಲಿಸಿಸ್ ಮಾಡಿಸಲು ಮತ್ತೆ ಬಸ್ ಹತ್ತುತ್ತಾನೆ.

ಕೆಲವೊಮ್ಮೆ ಹಗಲು ರಾತ್ರಿ ತಿರುಗಿ ಹೋಂ ಡೆಲಿವರಿ ಕೊಟ್ಟು ಬಂದು ಸುಸ್ತಾಗಿ ಕುಳಿತಾಗ ಅದೆಷ್ಟು ಸ್ವಾತಂತ್ರ್ಯ ಕೊಟ್ಟುಬಿಟ್ಟೆ ತಾನು ತನ್ನ ಕನಸುಗಳಿಗೆ ಎಂದು ಸಂದೇಶನಿಗೆ ಅನ್ನಿಸುವುದು. ತಾನು ಸಾಗಬಹುದಾದಷ್ಟೇ ದೂರ ಅವುಗಳನ್ನು ಹೋಗಲು ಬಿಟ್ಟಿದ್ದರೆ ನೆಮ್ಮದಿಯಾಗಿರಬಹುದಿತ್ತೇ ಎಂದು

ಯೋಚಿಸುತ್ತ ಖಂಡಿತ ಇಲ್ಲ ಅಂದುಕೊಳ್ಳುವನು. ಕನಸುಗಳನ್ನು ಮುಂದೆ ಬಿಟ್ಟು ತಾನು ಹಿಂದೆ ಓಡಿದ್ದಕ್ಕೇ ತನ್ನದು ಎಂಬ ಸ್ವಂತ ಉದ್ಯೋಗ ಶುರು ಮಾಡಿದ್ದು! ಅದೂ ತಾಲ್ಲೂಕಿನಲ್ಲಿ ಯಾರೂ ಯೋಚನೆ ಕೂಡ ಮಾಡದಂತಹದ್ದು. ಸೆಕೆಂಡ್ ಪಿಯುಸಿಯಲ್ಲಿ ಓದುವಾಗ ತರಗತಿಯಲ್ಲೊಮ್ಮೆ ಮುಂದೆ ನೀವೇನಾಗುತ್ತೀರಿ ಎಂದು ಅರ್ಥಶಾಸ್ತ್ರದ ಮೇಡಂ ಕೇಳಿದಾಗ 'ನಾನು ಆಂತ್ರಪ್ರೆನ್ಯೂರ್ ಆಗುತ್ತೇನೆ ಮೇಡಂ' ಎಂದು ಟಾಪರ್ ಹುಡುಗನೊಬ್ಬ ಹೇಳಿದಾಗ ಮೇಡಂ ಚಪ್ಪಾಳೆ ಹಾಕಿಸಿದ್ದರು. ಹಾಗಂದರೇನು ಎಂದೂ ಗೊತ್ತಿಲ್ಲದೆ ಪೆಚ್ಚಾಗಿ ಕೂತಿದ್ದ ತಾನು ಇದೀಗ ಅವನಿಗಿಂತ ಮೊದಲೇ ಆ 'ಆಂತ್ರಪ್ರೆನ್ಯೂರ್' ಆಗಿರುವುದು ಬದುಕು ಅಸೀಮ ಸಾಧ್ಯತೆಗಳ ಒಂದು ತೆರೆದ ಮೈದಾನವಾಗಿರುವುದೇ ಕಾರಣವೆಂದೂ ಮತ್ತು ನಾಲ್ಕು ಜನರಿಗೆ ಉಪಯೋಗವಾಗುವ ಹೊಸ ಯೋಚನೆಗೆ ಯಾವತ್ತಿಗೂ ಇಲ್ಲಿ ಸ್ವಾಗತವಿದೆಯೆಂದೂ ಅವನಿಗೆ ಮನದಟ್ಟಾಗಿದೆ.

ವಿಫಲವಾದರೆ ಎಂದು ಹೆದರಿ ತನಗಿಂತ ಒಂದು ಹೆಜ್ಜೆ ಮುಂದಿಟ್ಟರೆ ಹುಶಾರು ಎಂದೇನಾದರೂ ಕನಸುಗಳಿಗೆ ಹೇಳಿದ್ದರೆ! ಸದಾ ಎದೆಯಲ್ಲಿ ಚುಚ್ಚುವ ಅತೃಪ್ತಿಯ ಮೊಳೆಯನ್ನು ಹೊತ್ತುಕೊಂಡೇ ತಿರುಗಬೇಕಿತ್ತು ತಾನು! ಏಕೆಂದರೆ ತನ್ನ ಅನುಮತಿ ಇಲ್ಲದೇ ತನ್ನ ಮನಸ್ಸು ಕನಸುಗಳನ್ನು ಹಿಂಬಾಲಿಸಿ ಬಹುದೂರ ಹೋಗುವ ಧೈರ್ಯ ಮಾಡುತ್ತಿರಲಿಲ್ಲ. ಮರುಕ್ಷಣ ತೃಪ್ತಿ ನೆನಪಾದಳು. ಅವನ ಹಳೆಯ ಆಫೀಸಿನ ಮೇಲ್ವಿಚಾರಕಿ. ಕೆಲಸಕ್ಕೆ ಸೇರಿದ ಮೊದಲ ದಿನ ಅವಳನ್ನು ಕಂಡಾಗ ಒಂದು ದಿನವೂ ತಪ್ಪದೇ ಕೆಲಸ ಮಾಡಲೊಂದು ನೆಪ ಸಿಕ್ಕ ಹಾಗಾಯಿತೆಂದು ಯೋಚಿಸಿ ಒಳಗೊಳಗೇ ರೋಮಾಂಚನಗೊಂಡಿದ್ದ. ಕಪ್ಪು ಅಗಲ ಕಂಗಳ ಆಕರ್ಷಕ ಹುಡುಗಿ ಒಮ್ಮೆ ಮನಸ್ಸು ಬಿಚ್ಚಿ ನಕ್ಕು ಬಿಟ್ಟರೂ ತಾನೆಲ್ಲಿ ಪ್ರೀತಿಯಲ್ಲಿ ಬಿದ್ದು ಬಿಡುತ್ತೇನೋ ಎಂಬ ಆತಂಕವನ್ನೂ ಖುಶಿಯಿಂದ ಅನುಭವಿಸಿದ್ದ. ಅವಳ ಕಣ್ಣುಗಳಿಂದ ಸೂಸಬಹುದಾದ ಬೆಳದಿಂಗಳ ನೆರಳಲ್ಲಿ ತುಸುವೇ ಹಾಯೆಂದು ಮೈಮರೆತರೂ ಸುಡುವ ವಾಸ್ತವದ ಬಿಸಿಲನ್ನು ಮರೆತುಬಿಡುವ ಆತಂಕವೂ ಕೆಲವೊಮ್ಮೆ! ಆದರದು ಸರ್ಪದ ಹೆಡೆಯ ನೆರಳಲ್ಲಿ ವಿರಮಿಸಿಕೊಳ್ಳುವ ಕನಸು ಕಂಡಿದ್ದೆಂದು ಗೊತ್ತಾಗಲು ಬಹಳ ಕಾಲವೇನೂ ಬೇಕಾಗಲಿಲ್ಲ.

ಡೆಲಿವರಿ ಹುಡುಗರನ್ನು ಕಂಡರೆ ಅವಳಿಗೇನೋ ಸಸಾರ. ಅವಳು ಕುದುರೆಯೇರಿ ಏಳುಸಮುದ್ರ ದಾಟಿ ಬರುವ ರಾಜಕುಮಾರ ಬಂದು ತನ್ನನ್ನು ಈ ಜಗದ ಜಂಜಡಗಳಿಂದ ಪಾರು ಮಾಡುತ್ತಾನೆಂಬ ಕನಸನ್ನು ಹೊತ್ತಿದ್ದಕ್ಕೆ ಯಾರದೂ ಅಭ್ಯಂತರವಿಲ್ಲ. ಆದರವಳು ಆ ಕಚೇರಿಯೇ ತನ್ನ ಅರಮನೆ ಮತ್ತು ಅಲ್ಲಿ ನಾಲ್ಕಂಕಿ ಸಂಬಳಕ್ಕೆ ಕೆಲಸ ಮಾಡುವ ಬಡ ಹುಡುಗರೆಲ್ಲ ಲೆಕ್ಕಕ್ಕೇ ಬಾರದವರು ಎಂದು ತಿಳಿದುಕೊಂಡಿದ್ದು ದೊಡ್ಡ ತಪ್ಪಾಗಿತ್ತು. ಗ್ರಾಹಕರ ಸಣ್ಣ

ಸಣ್ಣ ದೂರುಗಳನ್ನೂ ಹಿಡಿದು ಜಗ್ಗಾಡಿ ಇವರನ್ನು ಅವಮಾನಿಸುವುದು ಅವಳ ರೂಢಿ. ತನ್ನನ್ನು ಅವಹೇಳನ ಮಾಡುವಾಗ ಅವಮಾನಿಸುವಾಗ ಅವಳಲ್ಲಿ ಎದ್ದು ಕಾಣುವ ಉತ್ಸಾಹ, ಜಗತ್ತಿನ ಹೊಸ ಅದ್ಭುತವೊಂದನ್ನು ಅನ್ವೇಷಿಸಿದ ಅನ್ವೇಷಕನ ಕಣ್ಣಲ್ಲಿನ ದಿಗ್ವಿಜಯದ ಭಾವ, ಆ ಪುಟಾಣಿ ಮೂಗನ್ನು ಕೊಂಕಿಸುವ ಪರಿ, ಆ ಮುದ್ದು ತುಟಿಗಳು ವಕ್ರವಾಗುವ ರೀತಿ! ಅಬ್ಬಾ ಸೌಂದರ್ಯವೂ ದಿಗಿಲು, ಅಸಹ್ಯವನ್ನು ಒಟ್ಟಿಗೇ ಹುಟ್ಟಿಸಬಹುದೆನ್ನುವುದು ಸ್ವತಃ ಅನುಭವಕ್ಕೆ ಬರದೇ ಹೋದರೆ ತನಗೆ ನಂಬಲೇ ಆಗುತ್ತಿರಲಿಲ್ಲವೇನೋ! ಅಷ್ಟಕ್ಕೂ ಅವಳು ತನ್ನನ್ನು ಅಷ್ಟೇಕೆ ದ್ವೇಷಿಸುತ್ತಿದ್ದಳೆಂಬುದು ಇನ್ನೂ ಸಂದೇಶನಿಗೆ ಅರ್ಥವಾಗದ ನಿಗೂಢತೆಯೇ. ಒಂದು ರೀತಿಯಲ್ಲಿ ಒಳ್ಳೆಯದೇ ಆಯಿತು, ನೀರಲ್ಲಿ ಮುಳುಗಿದವನು ಉಸಿರಿಗಾಗಿ ಚಡಪಡಿಸಿದಂತೆ ಅಲ್ಲಿಂದ ಹೊರಬರಲು ತಾನು ಬೇರೆ ಯಾವ ದಾರಿಯೂ ಕಾಣದೇ ಹೊಸದಾರಿಯನ್ನೇ ಮಾಡಿಕೊಂಡು ಬಿಟ್ಟೆನಲ್ಲ ಎಂದು ಸಂದೇಶ ಆಗಾಗ್ಗೆ ತನ್ನ ಬಗ್ಗೆ ತಾನೇ ಹೆಮ್ಮೆ ಪಟ್ಟುಕೊಳ್ಳುವನು.

ಎಲ್ಲ ಸರಿಯಾಗಿ ಸಾಗುತ್ತಿದೆ ಎನ್ನುವಾಗ ಶೆಟ್ಟರು ರೂಮಿನ ಕಡೆ ಬಂದು ಹೋಗಿದ್ದು ಸಂದೇಶ ಗಾಡಿ ಓಡಿಸುವಾಗಲೂ ತಪ್ಪಿತಸ್ಥ ಭಾವನೆಯಿಂದ ನರಳುವಂತೆ ಮಾಡಿತ್ತು. ಅವತ್ತಂತೂ ಹೀಗೆಯೇ ಯೋಚಿಸುತ್ತ ಹಂಪ್ ನೋಡದೇ ಗಾಡಿ ಇಷ್ಟೆತ್ತರ ಹಾರಿ ಅಪಾಯದಿಂದ ಸ್ವಲ್ಪದರಲ್ಲೇ ಪಾರಾಗಿದ್ದ. ಅವನು ಆ ಪಾಟಿ ಯೋಚನೆ ಮಾಡುತ್ತಿರುವ ಸಂಗತಿ ಭಾರೀ ಗಂಭೀರವಾದದ್ದೇನೂ ಅಲ್ಲ, ಹಾಗಂತ ಅದೇನು ಮಹಾ ಎಂದು ಹಗುರವಾಗಿ ತಗೆದುಕೊಳ್ಳವಂಥದ್ದೂ ಅಲ್ಲ! ಅದು ಆಗಿದ್ದಿಷ್ಟೇ. ಹೆಸರಿಗೆ ಮೂರು ಮಂದಿ ರೂಮಿನಲ್ಲಿದ್ದರೂ ಮತ್ತೂ ಇಬ್ಬರು ಹುಡುಗರು ರಾತ್ರಿಯ ಹೊತ್ತು ಇಲ್ಲಿಗೇ ಬಂದು ಮಲಗಿ ಬೆಳಿಗ್ಗೆಯೇ ಎದ್ದು ಬ್ರಶ್, ಸ್ನಾನ ಮಾಡಿ ಹೋಗಿಬಿಡುತ್ತಿದ್ದರು. ಇವರ ಕಥೆಯೇ ಗೋಳಿನದ್ದು ಆದರೆ ಆ ಹುಡುಗರ ಪರಿಸ್ಥಿತಿ ಚಿಂತಾಜನಕ. ಒಬ್ಬ ರಕ್ಷಿತ್, ಮತ್ತೊಬ್ಬ ಹುಡುಗ ಸಂಚಿತ್. ಇಬ್ಬರೂ ಅತ್ಯಂತ ಕಡಿಮೆ ಸಂಬಳಕ್ಕೆ ಪೆಟ್ರೋಲ್ ಬಂಕಿನಲ್ಲಿ ದುಡಿವ ಹುಡುಗರು. ಕೂಲಿ ನಾಲಿ ಮಾಡಲು ದೈಹಿಕ ಸಾಮರ್ಥ್ಯವೂ ಇರಲಿಲ್ಲ, ಅವರಿಗದು ರೂಢಿಯೂ ಇರಲಿಲ್ಲ. ಅವರ ಹಣಕಾಸಿನ ಸಮಸ್ಯೆ ಯಾವ ರೀತಿಯದಾಗಿತ್ತೆಂದರೆ ತಿಂಗಳ ಆರಂಭವಾಗಲೀ ಕೊನೆಯಾಗಲೀ ಖರ್ಚಿಗೆ ದುಡ್ಡು ಅವರ ಹತ್ತಿರ ಇರುತ್ತಿರಲಿಲ್ಲ. 'ಹೇಗಾದರೂ ಸ್ವಲ್ಪ ಸಮಯ ಅಡ್ಜಸ್ಟ್ ಮಾಡು ಸಂದೇಶಣ್ಣ, ರಾತ್ರಿ ಹನ್ನೆರಡು ಗಂಟೆಗೆ ಬಂದು ಬೆಳಗ್ಗೆ ಐದು ಗಂಟೆಗೆ ಹೊರಟು ಬಿಡುತ್ತೇವೆ' ಎಂದು ಹೇಳಿದ ಅವರ ದಯನೀಯ ಸ್ಥಿತಿ ಕಂಡು ಸಂದೇಶ ಕರಗಿದ್ದ. ಹೋಗಲಿ ಬಿಡು, ರಾತ್ರೆ ತಡವಾಗಿ ಬಂದು ಬೆಳಿಗ್ಗೆ ಸ್ನಾನ ಮಾಡಿ ಹೋಗಿ ಬಿಡುತ್ತಾರೆ, ಶೆಟ್ಟರಿಗೆ ಹೇಗೆ

ಗೊತ್ತಾಗುತ್ತದೆ? ಗೊತ್ತಾದರೂ ತನ್ನ ಸ್ನೇಹಿತ ಅಪರೂಪಕ್ಕೆ ಬಂದಿದ್ದ ಎಂದು ಹೇಳಿದರಾಯಿತು ಎಂದು ಸುಮ್ಮನಾಗಿದ್ದ.

ಈ ಒಂದು ಪುಟ್ಟ ತಾಲ್ಲೂಕಿನಲ್ಲಿ ಗೋಳಿನ ಇಷ್ಟು ಕಥೆಗಳಿರುವಾಗ ಜನಜಾತ್ರೆಯ ಬೆಂಗಳೂರಿನಂತಹ ಮಹಾನಗರಗಳಲ್ಲಿ ಅದೆಷ್ಟು ಸಂಕಟವಿರಬಹುದು ಎಂದು ಸಂದೇಶ ಆಗಾಗ್ಗೆ ಯೋಚಿಸುತ್ತಿದ್ದ. ಅಲ್ಲಿ ಬಿಡಿ, ಇಲ್ಲೂ ಒಬ್ಬೊಬ್ಬರ ಕಥೆಯೂ ಒಂದೊಂದು ಥರ. ತಾನು ತನ್ನ ಜತೆಯಿರುವ ನಾಲ್ವರು ಎಲ್ಲರದ್ದೂ ಒಂದೊಂದು ಕಥೆ. ಆಟೋ ಓಡಿಸಲೆಂದು ಸಾಲ ಮಾಡಿ ಆಟೋ ಖರೀದಿಸಿದ ತಿಂಗಳಿಗೇ ಪಲ್ಟಿಯಾಗಿ ನುಜ್ಜುಗುಜ್ಜಾಗಿ ಅತ್ತ ರಿಪೇರಿ ಮಾಡಿಸಲು ಬೇಕಾದ ಸಾವಿರಾರು ರೂಪಾಯಿ ಹೊಂದಿಸಲಾಗದೇ ಬೇರೆ ಕೆಲಸ ಮಾಡುತ್ತ ಆಟೋ ಕಂತು ಕಟ್ಟುವ ಕಾರ್ತಿಕ, ಹಳೆಯ ಮನೆಯನ್ನು ಈ ಸಲವಾದರೂ ಸ್ವಲ್ಪ ರಿಪೇರಿ ಮಾಡಬೇಕೆಂದುಕೊಂಡು ದುಡ್ಡು ಕೂಡಿಡುತ್ತಿರುವ ಪ್ರವೀಣ, ಕುಡಿತದ ದಾಸರಾಗಿರುವ ತಂದೆತಾಯಿಗಳಿಂದ ಬಿಡುಗಡೆ ಪಡೆಯಲು ಓಡಿ ಬಂದು ಅನಾಥಪ್ರಜ್ಞೆಯಿಂದ ದಿನವೂ ರಾತ್ರಿ ಕಣ್ಣೀರು ಹಾಕುವ ರಕ್ಷಿತ್, ಮೊದಲ ವರ್ಷದ ಡಿಗ್ರಿ ಓದುವ ತಂಗಿಗೆ ಸ್ಮಾರ್ಟ್ ಫೋನ್ ಇಲ್ಲದಿದ್ದರೆ ಕಾಲೇಜಿಗೇ ಬರಬೇಡಿ ಎಂದಿದ್ದಾರೆಂದು ಸ್ಮಾರ್ಟ್‌ಫೋನ್ ಕಂತಿನಲ್ಲಿ ಖರೀದಿಸಿ ತಿಂಗಳು ತಿಂಗಳು ಒದ್ದಾಡಿಕೊಂಡು ಇಎಮ್ಐ ಕಟ್ಟುವ ಸಂಚಿತ್! ತಮ್ಮ ಕಥೆ ಹೀಗಾದರೆ ಇನ್ನೊಂದು ಕಡೆ ದಂಡಿಯಾಗಿ ಆನ್ಲೈನ್ನಲ್ಲಿ ವಸ್ತುಗಳನ್ನು ತರಿಸುವ ಉಳ್ಳವರು! ಡೆಲಿವರಿ ಬಾಯ್ ಕೆಲಸ ಮಾಡುತ್ತಿರುವಾಗ ಪೇಟೆಯಲ್ಲಿ ಸಾವಿರಾರು, ಲಕ್ಷಾಂತರ ರೂಪಾಯಿ ಮೌಲ್ಯದ ವಸ್ತುಗಳನ್ನು ಡೆಲಿವರಿ ಕೊಡುವಾಗ, ಕೊಟ್ಟ ಮನೆಗೇ ಒಂದೇ ದಿನದಲ್ಲಿ ಎರಡು ಮೂರು ಸಲ ತಲುಪಿಸುವಾಗ, ಕೆಲವರ ಒಂದು ಆರ್ಡರ್ ಮೊತ್ತ ತನ್ನ ಸಂಬಳದ ಹತ್ತಾರು ಪಟ್ಟು ಇರುವುದನ್ನು ನೋಡಿದಾಗ ಸಂದೇಶ ಉಗುಳು ನುಂಗಿಕೊಳ್ಳುತ್ತಿದ್ದ. ಬದುಕು ತನ್ನಂತಹ ಜನರಿಗೆ ಏಕೆ ಇಷ್ಟು ನಿಷ್ಕರುಣಿ ಅನ್ನುವುದರ ಬಗ್ಗೆ ಅವನು ಯೋಚನೆ ಮಾಡದೇ ಇದ್ದ ದಿನವೇ ಇಲ್ಲವೇನೋ.

ರಾತ್ರಿ ಮಲಗಿ ಎದ್ದು ಹೋಗುತ್ತಿದ್ದ ಹುಡುಗರು ಬರುವಾಗ ಸೋತ ಹೆಜ್ಜೆಗಳನ್ನಿಡುತ್ತ ಬಂದು ತಂಬಿಗೆ ಎತ್ತಿ ಗಟಗಟ ನೀರು ಕುಡಿಯುವುದನ್ನು ನೋಡಿದರೆ ಬಹಳಷ್ಟು ಸಲ ಊಟ ಮಾಡದೇ ಬರುತ್ತಿದ್ದರೆಂಬುದು ಸಂದೇಶನಿಗೆ ಗೊತ್ತಾಗುತ್ತಿತ್ತು. ಒಂದು ರಾತ್ರಿ ಅವರು ಇನ್ನೇನು ಮಲಗಲು ಹೊರಡಬೇಕು, ಆಗ ಸಂದೇಶ, 'ಏಯ್ ನೋಡ್ರೋ ಎಷ್ಟು ಲೆಕ್ಕ ಹಾಕಿ ಮಾಡಿದರೂ ಅನ್ನ ಹೆಚ್ಚೇ ಆಗುತ್ತೆ, ಕೋಳಿ ಸಾರು ಕಳಿಸಿದ್ರು ಮನೆಯಿಂದ, ಚೂರು ಊಟ ಮಾಡಿ' ಎಂದ. ಅವರು ಹಿಂದೆ ಮುಂದೆ ನೋಡಿದಾಗ ತಾನೇ ತಟ್ಟೆ ಹಾಕಿ ಬಡಿಸಿದ. ಊಟ ಮುಗಿಸಿದಾಗ ಆ ಹುಡುಗರ ಕಂಗಳಲ್ಲಿ ಮಾತಿಗೆ

ಸಿಲುಕದ ಭಾವವಿತ್ತು. ಅದಾದ ಮೇಲೆ ಆಗಾಗ್ಗೆ ಅವರು ಬರುವ ವೇಳೆಗೆ ಎರಡು ತಟ್ಟೆಗೆ ಅನ್ನ ಸಾಂಬಾರು ಹಾಕಿಟ್ಟು ಮಲಗಿಬಿಡುತ್ತಿದ್ದ. ದಿನವೂ ಇಟ್ಟರೆ ಅವರಿಗೆ ಮುಜುಗರವಾಗುತ್ತದೆಂದು ಒಂದೊಂದು ದಿನ ಇಡುತ್ತಿರಲಿಲ್ಲ. ಆದರೆ ಅನ್ನ ನಿರೀಕ್ಷಿಸಿ ಬರುವ ಹುಡುಗರಿಗೆ ನಿರಾಸೆಯಾಗಬಾರದೆಂದು ನಾಲ್ಕು ಬಾಳೆಹಣ್ಣುಗಳನ್ನೋ, ಮೊಟ್ಟೆಯ ಎರಡು ಪಫ್ಸ್ ಅನ್ನೋ ಇಡುತ್ತಿದ್ದ.

ಒಮ್ಮೊಮ್ಮೆ ರಜೆಯಿರುವ ದಿನಗಳ ಸಂಜೆಗಳಲ್ಲಿ ಎಲ್ಲರೂ ಬಿರಿಯಾನಿ ಪಾರ್ಸೆಲ್ ತಂದು ತಿಂದು ರೂಮಿನ ಹೊರಗಡೆ ಕುಳಿತು ಮಾತಾಡುತ್ತಿದ್ದರು. 'ಸಂದೇಶ್ ಹೋಮ್ ಡೆಲಿವರಿ ಸರ್ವಿಸಸ್ಗೆ ಫೋನ್ ಮಾಡಲಾ? ಐದು ಬಿರಿಯಾನಿ ತನ್ನಿ ಅಂತ' ಎಂದು ಒಬ್ಬ ಹೇಳಿದರೆ, 'ಅಯ್ಯೋ ಬೇಡಪ್ಪ ನಾನೇ ಹೋಗಿ ತರ್ತೀನಿ ಅವನಿಗೇಕೆ ಮೂವತ್ತು ರೂಪಾಯಿ ಕೊಡೋದು' ಎಂದು ಮತ್ತೊಬ್ಬ ರಾಗವಾಗಿ ಹೇಳಿ ಸಂದೇಶನ ಕಡೆ ಎಲ್ಲರೂ ಕೀಟಲೆಯ ದೃಷ್ಟಿಯಿಂದ ನೋಡುತ್ತಿದ್ದರು. ಸಂದೇಶನ ಮುಖದಲ್ಲಿ ನಗು ಕಂಡರೆ ಹೋ ಎಂದು ಮತ್ತಷ್ಟು ಜೋರಾಗಿ ಎಲ್ಲರೂ ನಗುತ್ತಿದ್ದರು. ಸಂದೇಶ ಯಾವಾಗಲೂ ಒಂದು ರೀತಿಯ ಒಂಟಿಬಡುಕ. ಮೊದಲಿನಿಂದಲೂ ಅವನಿಗೆ ಗೆಳೆಯರು ಕಮ್ಮಿಯೇ. ಕೆಲವೊಮ್ಮೆಯಂತೂ ಅವನು ತನ್ನ ಒಂಟಿತನವನ್ನು ಜತೆಗಿದ್ದವರಿಗೂ ಹಂಚುವವನಂತೆ ಅನ್ನಿಸುತ್ತಿದ್ದ. ಸದಾ ಏನನ್ನೋ ಕಳೆದುಕೊಂಡವನಂತೆ ಮತ್ತು ಆ ಕಳೆದುಕೊಂಡ ವಸ್ತು ಏನೆಂದು ಗೊತ್ತಿಲ್ಲದೇ ಅದನ್ನು ಹುಡುಕಹೊರಟವನಂತೆ ಇರುತ್ತಿದ್ದ. ತೃಪ್ತಿಯನ್ನು ನೋಡಿದಾಗ ಒಂದು ಹಿತವಾದ ಬೆಚ್ಚನೆಯ ಅಲೆ ಎದೆಯನ್ನು ನೇವರಿಸಿದ್ದರೂ ನಂತರದ ಕಹಿ ಅನುಭವದಿಂದ ಬಿಸಿಹಾಲು ನೆಕ್ಕಿದ ಬೆಕ್ಕಿನಂತೆ ಕನಸು ಕಾಣಲೂ ಆತಂಕಪಡುತ್ತಿದ್ದ. ಶುರುವಾಗುವ ಮೊದಲೇ ಮುಗಿದು ಹೋಗುವ ದುರಂತ ಪ್ರೇಮಕಥೆಗಳಿಗೆ ಮಾತ್ರವೇ ತಮ್ಮಂಥವರು ನಾಯಕರಾಗುತ್ತಾರಲ್ಲ ಎಂದು ಅಪರೂಪಕ್ಕೆ ಸಿನಿಮಾ ನೋಡಲು ಹೋದಾಗ ಅನ್ನಿಸುತ್ತಿತ್ತವನಿಗೆ. ಕಷ್ಟಗಳನ್ನೇ ಉಂಡು ಬೆಳೆದ ಮಕ್ಕಳು ವಯಸ್ಸಿಗೂ ಮುನ್ನ ವಯಸ್ಕರಾಗಿಬಿಡುವಂತೆ ಸಂದೇಶನೂ ಯಾವಾಗಲೂ ಗಂಭೀರವಾಗಿಯೇ ಇರುತ್ತಿದ್ದ. ಉಳಿದವರ ಪರಿಸ್ಥಿತಿಯೂ ಹಾಗೆಯೇ ಇದ್ದರೂ ಆಗಾಗ್ಗೆ ಪರಸ್ಪರ ಕಾಲೆಳೆದುಕೊಳ್ಳುತ್ತಿದ್ದರು. ತಾವು ಎಷ್ಟು ಅದೃಷ್ಟಹೀನರೆಂದರೆ ಕೆಲವೊಮ್ಮೆ ಹೀಗೆ ತೀರ ಸಂಕಟವಾಗಿ ರೂಮಿನಲ್ಲಿ ಉಸಿರುಕಟ್ಟಿದಂತಾಗಿ ಹೊರಗೆ ಬಂದು ಆಕಾಶ ನೋಡಿದರೆ ನಕ್ಷತ್ರಗಳೂ ಕಾಣುವುದಿಲ್ಲ ಎಂದು ವಾಸ್ತವವನ್ನೇ ತಮಾಷೆ ಮಾಡಿಕೊಂಡು ನಗುತ್ತಿದ್ದರು. ಅದನ್ನು ಬಿಟ್ಟರೆ ಬೇರೆ ಸಮಯ ಇಪ್ಪತ್ನಾಲ್ಕರಿಂದ ಇಪ್ಪತ್ತೇಳರ ನಡುವಿನ ಮೂವರು, ಇಪ್ಪತ್ತರೊಳಗಿನ ಇಬ್ಬರು ಸದಾ ಮಾರನೇದಿನ ಯುದ್ಧಕ್ಕೆ ಹೊರಡಬೇಕಾದ ಯೋಧರಂತೆ ಗಂಭೀರವಾಗಿರುತ್ತಿದ್ದರು.

ಅವತ್ತೂ ಹೀಗೆಯೇ ಹೊರಗೆ ಕುಳಿತಾಗ ಇಷ್ಟು ದಿನ ಬಾರದ ಶೆಟ್ಟರು ಏಕೆ ಬಂದರು ಎಂದು ಯೋಚಿಸಿಯೇ ಯೋಚಿಸುತ್ತಿದ್ದ. ತಮ್ಮಲ್ಲೇ ಯಾರಾದರೂ ಹೇಳಿರಬಹುದೇ ಎಂದು ಒಂದು ಕ್ಷಣ ವಿಚಾರವೊಂದು ಹಾದುಹೋಯಿತು. 'ಗುಬ್ಬಿಗೂಡಿನಂತಹ ಮನೆಯಲ್ಲಿ ಮೂರು ಮಂದಿ ಎಂದು ಹೇಳಿ ಆರು ಮಂದಿ ಮಲಗುವುದು ಎಷ್ಟು ಸರಿ' ಎಂದು ಇವನ ಮತ್ತೊಬ್ಬ ರೂಮ್ಮೇಟು ಪ್ರವೀಣ ಆಕ್ಷೇಪ ವ್ಯಕ್ತಪಡಿಸಿದಾಗ 'ಪ್ರವೀಣಾ ಹೋಗಲಿ ಬಿಡಾ' ಎಂದಿದ್ದ ಸಂದೇಶ. ಆದರೂ ಅವನು ಪಟ್ಟು ಬಿಡದೇ 'ಒಂದು ಐನೂರು ಐನೂರು ರೂಪಾಯಿಯಾದರೂ ಕೊಟ್ಟಿದ್ದರೆ ನಮಗೆ ಕರೆನ್ಸಿಗಾದರೂ ಆಗುತ್ತಿತ್ತು' ಎಂದು ಗೊಣಗಿದ್ದ. ಆಗ ಸಂದೇಶನಿಗೆ ಕೊಂಚ ಸಿಟ್ಟು ಬಂದಿತ್ತು. 'ನೋಡು ಪ್ರವೀಣ, ಲೆಕ್ಕದ ಪ್ರಕಾರ ನೀನು ಒಂದೂವರೆ ಸಾವಿರ ಕೊಡಬೇಕು, ಒಂದೇ ಸಾವಿರ ಸಾಕು ಅಂದಾಗ ನಿನಗೆಷ್ಟು ಖುಶಿಯಾಗಿತ್ತು ಅಲ್ವಾ, ಹೋಗಲಿ ಸಣ್ಣ ಹುಡುಗರು ಬಿಡು' ಎಂದಿದ್ದ. ಅವನಿಗೇ ಅರಿವಿಲ್ಲದೇ ಧ್ವನಿ ಕೊಂಚ ಏರಿತ್ತು. ಪ್ರವೀಣನಿಗೆ ತಾನು ಬೈದೆ ಎನ್ನಿಸುವಂತೆ ಒರಟಾಗಿ ಮಾತಾಡಿ ರಿಸ್ಕ್ ತೆಗೆದುಕೊಂಡೆನೇ ಎಂದು ಒಂದು ಕ್ಷಣ ಯೋಚಿಸಿದ. ಯಾಕೆಂದರೆ ಯಾವ ಕಾರಣಕ್ಕೂ ಈ ಕೋಣೆ ಬಿಡುವ ಪ್ರಶ್ನೆಯೇ ಇರಲಿಲ್ಲ. ತಾಲ್ಲೂಕು ಸಣ್ಣದಾದರೂ, ಬಾಡಿಗೆದಾರರಿಗಾಗಿ ಕಾಯುತ್ತಿರುವ ಮನೆಗಳು ಸಣ್ಣವಾದರೂ ಎಲ್ಲ ಕಡೆಯೂ ಬಾಡಿಗೆಯ ಮೊತ್ತ ಮಾತ್ರ ದೊಡ್ಡದೇ ಆಗಿತ್ತು. ಮತ್ತು ಪೇಟೆಯ ನಡುವಿರುವ ಇಷ್ಟು ಹತ್ತಿರದ ಕೋಣೆ ಸಿಗುವುದು ಅಸಾಧ್ಯವೇ ಆಗಿತ್ತು. ಶೆಟ್ಟರಿಗೇನಾದರೂ ಗೊತ್ತಾಗಿ ಅವರೇನಾದರೂ ಮನೆ ಬಿಡಿ ಎಂದರೆ ಎಂಬ ಆತಂಕವಾದರೂ ಪ್ರವೀಣನಿಗೂ ಈ ಕೋಣೆ ಅನಿವಾರ್ಯವಲ್ಲವೇ ಎಂದು ಸಮಾಧಾನ ಹೇಳಿಕೊಂಡು ದೀರ್ಘ ಉಸಿರು ಬಿಟ್ಟ.

ರಾತ್ರಿ ಹತ್ತು ಗಂಟೆಗೆ ಒಂದು ಡೆಲಿವರಿ ಕೊಟ್ಟು ಮನೆಗೆ ಬಂದಾಗ ಕೆಳಗೆ ಕಂಪೌಂಡ್ ಹತ್ತಿರವೇ ಶೆಟ್ಟರು ವಾಕ್ ಮಾಡುತ್ತ ಕಾಯುತ್ತಿದ್ದುದನ್ನು ನೋಡಿ ಒಂದು ಸಲ ಸಂದೇಶನ ಹೃದಯ ಬಾಯಿಗೆ ಬಂದಂತಾಯಿತು. ಪುಣ್ಯಕ್ಕೆ ಅಕ್ಕಪಕ್ಕ ಬೇರೆ ಯಾರೂ ಇರಲಿಲ್ಲ, ಢವಗುಡುವ ಎದೆಯನ್ನು ನಿಯಂತ್ರಣದಲ್ಲಿರಿಸಿಕೊಳ್ಳಲು ಪ್ರಯತ್ನಿಸುತ್ತ ಗೇಟು ತೆರೆದು 'ನಮಸ್ಕಾರ, ಊಟ ಆಯ್ತಾ ಶೆಟ್ಟರೇ' ಎಂದ.

'ಇಲ್ಲ, ನಿನ್ನ ಹತ್ತಿರ ಏನೋ ಹೇಳಬೇಕಿತ್ತು, ಬೆಳದಿಂಗಳಿತ್ತಲ್ಲ, ಹಾಗೇ ವಾಕ್ ಮಾಡುತ್ತಾ ಇದ್ದೆ.' ಎಂದರು. ಸಂದೇಶನಿಗೆ ಏನು ಹೇಳಬೇಕೆಂದೇ ತಿಳಿಯಲಿಲ್ಲ. ಅಯ್ಯೋ ಮೊನ್ನೆಯೇ ಹೇಳಿ ಬಿಡಬೇಕಿತ್ತೆಂದು ಮಿಂಚಿಹೋದ ಕಾಲಕ್ಕೆ ಪರಿತಪಿಸಿದ. ಶೆಟ್ಟರು ಮಾತು ಶುರು ಮಾಡುವುದೇ ಬೇಡ, ಈ ಕ್ಷಣ ಕಾಲ ಹೀಗೆಯೇ ನಿಂತು ಹೋಗಿಬಿಡಬಾರದೇ ಎಂದು ಗುಟ್ಟಾಗಿ ಅವನು

ಪ್ರಾರ್ಥಿಸುತ್ತಲೇ ಇದ್ದ. ಶೆಟ್ಟರು 'ನೋಡು ಸಂದೇಶ, ನಿನ್ನ ಹತ್ತಿರವೇ ಹೇಳುವುದೆಂದು ಕಾಯುತ್ತಿದ್ದೆ. ಏನಿಲ್ಲ, ಬೇಸಿಗೆ ಬಂತಲ್ಲ, ನಿಮಗೆಲ್ಲ ರಾತ್ರಿ ಮಗೋದಕ್ಕೇ ಆಗುವುದಿಲ್ಲ ಅಲ್ವಾ ಈ ಶೀಟ್ನಡಿ. ಕಳೆದ ವರ್ಷವೇ ಹಂಚು ಹಾಕಿಸುವುದೆಂದು ಯೋಚನೆ ಮಾಡಿದ್ದೆ. ಅನುಕೂಲ ಆಗಿರಲಿಲ್ಲ, ಈ ಸಲ ಸ್ವಲ್ಪ ಎತ್ತರಕ್ಕೆ ಗೋಡೆ ಏರಿಸಿ ಹಂಚು ಹಾಕಿಸಿ, ಎರಡು ಸೀಲಿಂಗ್ ಫ್ಯಾನ್ ಹಾಕಿಸಿ ಬಿಡುತ್ತೇನೆ. ಒಂದು ನಾಲ್ಕು ದಿನ ನೀವು ಬೇರೆ ಕಡೆ ರಾತ್ರಿ ವ್ಯವಸ್ಥೆ ಮಾಡಿಕೊಳ್ಳಿ, ನಿಮ್ಮ ಲಗೇಜ್ ಎಲ್ಲ ಟಾರ್ಪಾಲ್ ಹಾಕಿ ಮುಚ್ಚಿಸುತ್ತೇನೆ. ಆಯ್ತಾ?' ಎಂದರು. ವಿಷಯ ತೆಗೆದುಕೊಂಡ ಅನಿರೀಕ್ಷಿತ ಆದರೆ ಸ್ವಾಗತಾರ್ಹ ತಿರುವಿಗೆ ಅವಾಕ್ಕಾಗಿ ಒಂದೂ ಮಾತಾಡದೇ ನಿಂತಿದ್ದ ಸಂದೇಶ. ಶೆಟ್ಟರು ಏನಂದುಕೊಂಡರೋ, 'ಅಲ್ಲ ತಕ್ಷಣ ಬಾಡಿಗೆ ಹೆಚ್ಚು ಮಾಡ್ತೇನೆ ಅಂತ ತಲೆಬಿಸಿ ಆಯ್ತೇನೋ, ಹಾಗೇನೂ ಮಾಡಲ್ಲ, ಮುಂದಿನ ವರ್ಷ ನೋಡೋಣ, ಯೋಚನೆ ಮಾಡ್ಬೇಡ. ಬರ್ಲಾ' ಎಂದವರೇ ಇವನ ಹೆಗಲು ತಟ್ಟಿ ಹೊರಟರು. ವಾರದಿಂದ ಎದೆಯಲ್ಲಿ ತುಂಬಿಕೊಂಡಿದ್ದ ಆತಂಕ ಒಮ್ಮೆಲೇ ಇಳಿದು ಜೀವ ಹಗುರವಾದಂತಾಗಿ ಮೆಟ್ಟಿಲ ಮೇಲೆ ಕುಳಿತು ಗೋಡೆಗೆ ಒರಗಿದ ಸಂದೇಶ ತುಂಬು ಹುಣ್ಣಿಮೆಯ ಬಂಗಾರದ ಬಣ್ಣದ ಚಂದ್ರನನ್ನೇ ನೋಡತೊಡಗಿದ. ತಿಳಿಜೇನಿನ ಬೆಳದಿಂಗಳ ಮಳೆಯ ಜತೆ ತಂಪಾದ ಗಾಳಿಯೂ ಮೈ ಸೋಕಿದಾಗ ಕಣ್ಣು ತುಂಬಿ ಬಂದಂತಾಗಿ ನಿಶ್ಶಬ್ದವಾಗಿ ಬಿಕ್ಕತೊಡಗಿದ ಸಂದೇಶ.

ಪ್ರವೀಣ್‌ಕುಮಾರ್ ಜಿ.

ಮೂಲತ ಬಳ್ಳಾರಿ ಜಿಲ್ಲೆಯವರಾದ ಪ್ರವೀಣ್ ಕುಮಾರ್ ಹೊಸ ತಲೆಮಾರಿನ ಉತ್ಸಾಹಿ ಕಥೆಗಾರ. ಅವರ ಕಥೆಗಳು ಪತ್ರಿಕೆಗಳಲ್ಲಿ ಪ್ರಕಟಗೊಂಡಿವೆ ಮಾತ್ರವಲ್ಲ, ಕಥಾಸ್ಪರ್ಧೆಗಳಲ್ಲಿ ಬಹುಮಾನಗಳನ್ನು ಪಡೆದಿವೆ. 'ಏರಿಳಿ' ಕಥೆಯ ಹುಟ್ಟನ್ನು ಕಥೆಗಾರ ಹೇಳುವುದು ಹೀಗೆ:

"ತುಂಬಾ ಹಿಂದೆ ಯಾವುದೋ ಒಂದು ಸುದ್ದಿಹಾಳೆಯಲ್ಲಿ ಓದಿದ್ದು, 'ಪ್ರೀತಿಸಿ ಮದುವೆಯಾದ ಹುಡುಗಿಯನ್ನು ಬಾಸ್‌ನ ಹೆಂಡತಿಯೊಂದಿಗೆ ಬದಲಾಯಿಸಿಕೊಂಡ ಗಂಡ, ನಗರದಲ್ಲಿ ಹೆಚ್ಚುತ್ತಿರುವ ವೈಫ್ ಸ್ವಾಪಿಂಗ್' ಎಂಬ ಸುದ್ದಿ. ಈ ಬಗೆಯವು ಹಿಂದೆ ಈ ನೆಲದಲ್ಲಿ ನಡೆಯುತ್ತಿರಲಿಲ್ಲ ಎಂದು ಹೇಳಲು ಆಗುವುದಿಲ್ಲ. ಕರೆಯುತ್ತಿರುವ ಹೊಸ ಹೆಸರಿನಿಂದ ಏನು ಆಗಲಿದೆ? ಹೊಸ ಕಾಲದ ಟ್ರೆಂಡು, ಹೊರಗಿನ ದೇಶಗಳಲ್ಲಿ ಇದು ನಡೆಯುತ್ತಿದೆ, ಇದೆಲ್ಲಾ ಆಗುವುದೇ ನಾವು ಕೇವಲ ಮನುಷ್ಯರು, ಇದು ಈಗ ಎಲ್ಲಾ ಕಡೆ ನಡೆಯುತ್ತಲೇ ಎಂದು ಬಗೆ ಬಗೆಯಾಗಿ ಹೇಳುತ್ತಲೇ ನಾವು ಎಷ್ಟೋ ದಾರಿಗಳನ್ನು ತುಳಿಯುತ್ತಿದ್ದೇವೆ, ಅವು ಸರಿಯೋ ಕೆಟ್ಟದ್ದೋ ಎಲ್ಲವೂ ಆಮೇಲೆ ಲೆಕ್ಕಕ್ಕೆ ಬರುವುದು. ಆದರೆ, ದಾರಿಗಳ ಆಯ್ಕೆಯಲ್ಲಿ ಒಬ್ಬರು ಮೊದಲ ಹೆಜ್ಜೆ ಇಡುವಾಗ ಪಟ್ಟಿರಬಹುದಾದ ಬೇಗುದಿಗಳಿಗೆ ಬರಹ ರೂಪ ಕೊಡಬಹುದು ಎನಿಸಿದಾಗ ಈ 'ಏರಿಳಿ' ಕತೆ ಹುಟ್ಟಿಕೊಂಡಿತು."

ಕಥೆಯ ಕುರಿತು ತೀರ್ಪುಗಾರರ ಅಭಿಪ್ರಾಯ:

ಅಂತಸ್ತು, ಪ್ರತಿಷ್ಠೆಗಾಗಿ ಕಾರ್ಪೋರೇಟ್ ಜಗತ್ತಿನ ಅನೂಹ್ಯ ಸಂಬಂಧಗಳನ್ನು ಸೂಕ್ಷ್ಮವಾಗಿ ಬಿಚ್ಚಿಡುವ ಈ ಕತೆ ಓದುಗರ ಅಂತರಂಗವನ್ನು ಬೆಚ್ಚಿಸುವಂತಿದೆ. ಆಧುನಿಕ ಬದುಕು ತಂದೊಡ್ಡಿರುವ ಆಕರ್ಷಣೆ, ಆಮಿಷಗಳ ಲಾಭದಾಯಕ ಪೊಸಿಷನ್‌ಗಳು ದಾಂಪತ್ಯ ಪ್ರೇಮವನ್ನೂ ಕಲುಷಿತಗೊಳಿಸುವ, ಹಾಗೆ ಕಲುಷಿತಗೊಂಡ ಮನಸ್ಸುಗಳು ಅದನ್ನು ಯಾವ ಒಳಅಳುಕು, ಪಾಪಪ್ರಜ್ಞೆ ಇಲ್ಲದೆ ಸ್ವೀಕರಿಸುವ ಜಡಭಾವವನ್ನು 'ಏರಿಳಿ' ಕತೆ ಬಹುಲಯಗಳಲ್ಲಿ ತೆರೆದಿಡುತ್ತಾ ಸಾಗಿದೆ. ತಲ್ಲಣ, ಆತಂಕಗಳನ್ನು ಸಾವಧಾನ ಗತಿಯಲ್ಲಿ ನಿರೂಪಿಸುತ್ತಾ ನಡೆಯುವ ಈ ಕತೆ ಒಂದು ಮುಖದಲ್ಲಿ ನವ್ಯ ಕಥಾ ನಿರೂಪಣೆಯನ್ನು ನೆನಪಿಸುತ್ತದೆ.

5

ಏರಿಳಿ

–1–

'ಮದ್ವೆ ಆಗಿ ಎಂಟು ವರ್ಷ ಆದ್ಮೇಲೆ ಬಂತಾ ಮೂಡು' ಎಂದು ತಂಪಾದ ಇರುಳಲಿ ಕುಟುಕಿದಳು ಅನು. ಕೇಳಿಸಿಕೊಂಡ ಮನೋಹರ, ಎದೆಯಲ್ಲಿ ಏನನ್ನೋ ತುಂಬಿಕೊಂಡು ಸುಮ್ಮನಿದ್ದ. ಮೂರು ತಿಂಗಳ ಹಿಂದೆ ಸೇರಿದ್ದ ಇನ್ಸ್‌ಟ್ರುಟೆಕ್ ಕಂಪನಿಯಲ್ಲಿ ದೊಡ್ಡ ಕೆಲಸ ಸಿಕ್ಕು, ದೊಡ್ಡ ಸಂಬಳ ಬಂದು ಬೀಳುತ್ತಿತ್ತು ನೆನೆವಿಡಿಗೆ (ಅಕೌಂಟ್). 'ದುಡ್ಡು ಕೂಡಿಡಬೇಡಿ, ಅನುಭವಗಳನ್ನು ಪಡೆಯಿರಿ. ಮಕ್ಕಳಿಗಾಗಿ ಆಸ್ತಿ ಮಾಡಬೇಡಿ, ಮಕ್ಕಳನ್ನೇ ಆಸ್ತಿಗಳನ್ನಾಗಿ ಮಾಡಿ' ಎಂದು ಯಾರೋ ಹೇಳಿದ್ದನ್ನು ನೆನಪಿಸಿಕೊಂಡು, 'ಮಕ್ಕಳನ್ನು ಆಸ್ತಿ ಮಾಡಬಹುದಿತ್ತು ಆದರೆ ಮಕ್ಕಳಿರಬೇಕಲ್ಲಾ? ಅನುಭವಗಳನ್ನಾದರೂ ಪಡೆಯೋಣ' ಎಂದು ನಗುತ್ತಿದ್ದ ಮನೋಹರ ಮತ್ತು ಅನು ಬೇಕಂತಲೇ ಮಕ್ಕಳು ಮಾಡಿಕೊಂಡಿಲ್ಲ. ಮಕ್ಕಳು ಹೇಗೋ ಆಗುತ್ತವೆ, ಹೇಗೋ ಬೆಳೆಯುತ್ತವೆ ಎನ್ನುವ ಮಾತಿಗೆ ಇಬ್ಬರದೂ ಎದುರಿತ್ತು. ಮಗು

ಬಹಳ ಬೆಲೆಬಾಳುವಂತಹದ್ದು. ಉಳಗದಲ್ಲಿರುವ (ಲೋಕ) ಗಮನವನ್ನೆಲ್ಲಾ ಅದಕ್ಕೇ ಕೊಟ್ಟು ಬೆಳೆಸಬೇಕು. ಮಕ್ಕಳನ್ನ ಮಾಡಿಕೊಳ್ಳುವುದು ದೇವರನ್ನು ಮೆಚ್ಚಿಸುವಂತಹದ್ದು. ಮದುವೆಯ ಮೊದಲ ಏಡಿನ (ವರ್ಷ) ಸಡಗರದ ಇರುಳಿನಲ್ಲಿ, ಮಕ್ಕಳಿಗೆ ಯಾವ ಕುಂದು ಕೊರತೆಗಳು ಇರದಂತೆ, ಬರದಂತೆ, ಪೊರೆಯುವಂತೆ ಆದಾಗ ಮಾತ್ರ ನಾವು ಮಕ್ಕಳಿಗಾಗಿ ಮನಸ್ಸು ಮಾಡೋಣ ಎಂದ ಅನು ಮಾತಿಗೆ, ಮನೋಹರ ಸರಿ ಎಂಬಂತೆ ತಲೆಯಾಡಿಸಿದ್ದ. ಮದುವೆಯಾಗಿ ಎಂಟು ಏಡುಗಳಾಗಿವೆ ಇನ್ನೂ ಮನಸ್ಸು ಮಾಡಿಲ್ಲ.

ಈಗ ಮನು ಎತ್ತಿರುವ ಸುದ್ದಿ ಮಕ್ಕಳನ್ನು ಮಾಡಿಕೊಳ್ಳುವ ಸುದ್ದಿಯಲ್ಲ, ಹನಿಮೂನಿಗೆ ಹೋಗುವ ಸುದ್ದಿ. ಇಂಜಿನಿಯರಿಂಗ್ ಓದಿಗಾಗಿ ಮಾಡಿದ ಸಾಲ, ಅವಳಿ ಜವಳಿ ಅಕ್ಕಂದಿರ ಮದುವೆ, ಹುಟ್ಟೂರು ರಾಯಚೂರಿನಲ್ಲಿ ಹೊಸ ಮನೆ ಎಂದೆಲ್ಲಾ ಮನೆಮಗನ ಹೊಣೆಗಾರಿಕೆ ಮುಗಿಸಿರುವ ಮನುವಿನ ದುಡ್ಡಿಗೆ ಈಗ ಬಿಡುವು ಸಿಕ್ಕಿದೆ. ಮನೆ ಬಾಡಿಗೆಗೆ ಕೊಟ್ಟು ಅಪ್ಪಅಮ್ಮರು ದೊಡ್ಡ ಅಕ್ಕನೊಂದಿಗೆ ಅಮೇರಿಕಾಕ್ಕೆ ಹೋಗಿ ಅಲ್ಲೇ ಉಳಿದುಬಿಟ್ಟಿದ್ದಾರೆ. ಹೊತ್ತುಪಟ್ಟಿ(ಟೈಮ್ ಟೇಬಲ್) ಹಾಕಿಕೊಂಡು ಹದಿನೈದು ನಾಳಿಗೊಮ್ಮೆ ಸ್ಕೈಪಿನಲ್ಲಿ ಬಂದು ಮೋರೆ ತೋರಿಸಿ ಹೋಗುತ್ತಾರೆ. ಹುಟ್ಟೂರಿನ ಮೋಹ ಎಲ್ಲರಿಗೂ ಇರಬೇಕಾಗಿಲ್ಲ.

ಸಣ್ಣ ಅಕ್ಕನದು ಇನ್ನೊಂದು ಕತೆ, ಅವಳ ಗಂಡ ಉಮೇಶ್ ಈಗ ದೊಡ್ಡ ಇನ್‌ಸ್ಟಾಗ್ರಾಂ ಇನ್‌ಫ್ಲೂಯೆನ್ಸರ್, ಕಂಟೆಂಟ್ ಕ್ರಿಯೇಟರ್ ಎನ್ನುವುದೇ ಅವಳ ಹೆಮ್ಮೆ. ಮನು ಓದಿದ ಇಂಜಿನಿಯರಿಂಗ್ ಕಾಲೇಜಿನಲ್ಲೇ ಓದಿದವನು. ಕಾಲೇಜಲ್ಲಿರುವಾಗಲೇ ದೊಡ್ಡ ಕಂಪನಿಗೆ ಆಯ್ಕೆಯಾದವನು. ಎರಡು ಏಡುಗಳಾದ ಮೇಲೆ ಕೆಲಸ ಬಿಡುತ್ತೇನೆ ಎಂದವನು ಉಮೇಶ. ಮಂದಿ ಬರಗೆಟ್ಟಿದ್ದರೋ ಇಲ್ಲಾ, ಉಮೇಶನ ನೋಡಿಯೊ (ವೀಡಿಯೊ) ಅಷ್ಟು ಚೆನ್ನಾಗಿರುತ್ತವೆಯೋ ಗೊತ್ತಿಲ್ಲ. ಇಲ್ಲಿಯವರೆಗೆ ಮನುಗಂತೂ ಅವು ನಗು ಬರಿಸಿಲ್ಲ. ಅವನ ಬಗ್ಗೆ ಸಿಟ್ಟಾಗಲು ಇನ್ನೊಂದು ದೂಸರು (ಕಾರಣ) ಉಮೇಶ ಅನುವನ್ನು ತನ್ನ ಜೊತೆ ಪಾಂಗಿಸುವಂತೆ (ನಟನೆ) ಮಾಡಿ, ರೀಲ್ಸ್ ಹುಚ್ಚು ಹತ್ತಿಸಿದ್ದು. ಮುಂದೆ ತನ್ನದೇ ಇನ್‌ಸ್ಟಾಗ್ರಾಮಲ್ಲಿ ರೀಲ್ಸ್‌ಗೆ ಹತ್ತಿದ ಅವಳಿಗೀಗ ನಾಲ್ಕು ಲಕ್ಷ ಹಿಂಬಾಲಕರು. ಆಗೀಗ ಮನುವನ್ನು ಪೀಡಿಸಿ ರೀಲ್ಸ್ ಮಾಡಿಸಿ ಹಿಗ್ಗುತ್ತಾಳೆ. ಎಲ್ಲವೂ ವೈರಲ್ ಆಗುತ್ತಿವೆ. ಅವಳ ಹಿಗ್ಗಿನಲ್ಲಿ ಮನುವಿನ ಹಿಗ್ಗೂ ಇತ್ತು. ಆದರೆ ಈಗಿರುವ ಕೆಲಸ ಬಿಡಬೇಕಾಗಿರುವ ಪಾಡು ಬಂದಿರುವುದರಿಂದ ಮನುವಿಗೆ ಇನ್ನೇನಿದ್ದರೂ ಕುಗ್ಗುವುದೇ ಕೆಲಸ.

–2–

'ಇವತ್ತು ಸೋಮವಾರ, ಹೊಸ ಏಳ್ನಾಳಿನ (ವಾರ) ಮೊದಲ ನಾಳು.' ಇದು ತಾನು ಇಷ್ಟಪಟ್ಟಿರುವ ಮೆಡಿವರ್ಲ್ಡ್ ಕಂಪನಿಯ ಕೆಲಸವು ಸಿಗಲಿರುವ ಸುದ್ದಿಯನ್ನು ಮಿಂಚಂಚೆಯಲ್ಲಿ ಹೊತ್ತು ತರುವ ನಾಳು ಎಂದುಕೊಂಡು ಕೂತಿದ್ದವನು ಬೆಳಿಗ್ಗೆಯಿಂದಲೂ ಕಾಯುತ್ತಿದ್ದ. ಕ್ಯಾಬಿನ್ನಿಗೆ ಬಂದು ಇವನಿಗೆ ಮುಂದಿನ ಏಳ್ನಾಳಿನ (ವಾರ) ಕೆಲಸಗಳ ಪಟ್ಟಿಕೊಟ್ಟ ಸಂಧ್ಯಾ ಹೋಗುವಾಗ, 'ಅನುದು ಹೊಸ ರೀಲ್ ವೈರಲ್ ಆಗ್ತಿದೆ, ದೃಷ್ಟಿ ತಗಿಸ್ಕೊಳ್ಳೋಕೆ ಹೇಳಿ. ಹಂಗೇ ನೀವೂ' ಎಂದು ನಕ್ಕಳು. ಹೊಸ ಕೆಲಸದ ಮಿಂಚೆಗೆ ಕಾದು ರೋಸಿ ಹೋಗಿದ್ದ ಮನು, 'ಹೆಂಗ್ಸು ಏನೇನೋ ಮಾಡಿದ್ರೂ ನಡೆಯುತ್ತೆ ಸಂಧ್ಯಾ, ಗಂಡ್ಸ್ ಮಾತ್ರ ನೆಟ್ಟಗೆ ದುಡೀತಿರ್ಬೇಕು' ಎಂದ. ಸಂಧ್ಯಾ ಮಾತು ಬೆಳೆಸದೇ ಹೊರಟು ಹೋದಳು. ಯಾಕೆಂದರೆ ಅವಳೂ ರೀಲ್ಸ್ ಹುಚ್ಚಿನವಳೇ. ಇಂಜಿನಿಯರಿಂಗ್ ಮುಗಿಸಿದಾಗಿನಿಂದಲೂ ಲೈಟ್ಮೆಡ್ ಕಂಪನಿಯಲ್ಲಿ ಕೆಲಸ ಮಾಡುತ್ತಿದ್ದವನಿಗೆ ಮೂರು ತಿಂಗಳ ಹಿಂದೆ ಸಿಕ್ಕಿದ್ದ ಇನ್ಸ್ಟ್ರುಟೆಕ್ ಕೆಲಸ ಎಲ್ಲವನ್ನೂ ಕೊಟ್ಟಿತ್ತು. ಅದನ್ನು ಬಿಡಬೇಕಾಗಿ ಬಂದಿರುವ ಗಳಿಗೆಯೇ ಸಂಧ್ಯಾಳನ್ನು ನೋಯಿಸಿದ್ದು.

ಶುಕ್ರವಾರವಷ್ಟೇ ಸಂಬಳ, ಸಿಗುವ ಸವಲತ್ತುಗಳು, ಸೇರುವ ನಾಳು ಎಲ್ಲವನ್ನೂ ಬರೆದು ಸೋಮವಾರ ಕಳುಹಿಸುತ್ತೇವೆ, 'ನಮ್ಮ ಎಂ. ಡಿ ಸೈನ್ ಆಗ್ಬೇಕು' ಎಂದು ಕಂಪನಿಯವರು ನಗುತ್ತಾ ಕಳಿಸಿದ್ದರು. ನಡುಹಗಲು ದಾಟಿದರೂ ಮಿಂಚಂಚೆ (ಇಮೇಲ್) ಬರದಿದ್ದಾಗ ಕೆಫೆಟೇರಿಯಾಕ್ಕೆ ಬಂದು ಕರೆ ಮಾಡಿದ. ಆ ಕಡೆಯಿಂದ, 'ವಿ ಆರ್ ಸಾರಿ ಮನೋಹರ್, ಯುವರ್ ಪ್ರಪೋಸಲ್ ಈಸ್ ನಾಟ್ ಅಪ್ರೂವ್ಡ್' ಎಂದು ಹೆಣ್ಣಿನ ಇಂಪಾದ ಉಲಿಯೊಂದು ಕನಸನ್ನು ಒಡೆದು ನೆಲೆಯುಲಿ(ಲ್ಯಾಂಡ್ಲೈನ್) ಇಟ್ಟಿತ್ತು.

ಮನು ಸಿಟ್ಟೇರಿ, ತನಗಿರುವ ನೆಟ್ವರ್ಕ್ ಬಳಸಿ ಆ ಕೆಲಸ ಸಿಕ್ಕಿದ್ದು ಯಾರಿಗೆಂದು ತಿಳಿದುಕೊಳ್ಳಲು ನೋಡಿದ. ಯಾಕೆಂದರೆ ಅದಕ್ಕಾಗಿ ಬಂದಿದ್ದ ಹತ್ತು ಮಂದಿ, ಗೊತ್ತಿದ್ದವರೇ. ನಾಲ್ಕಾರು ಕರೆಗಳಲ್ಲೇ ಗೊತ್ತಾಯಿತು ಆ ಕೆಲಸ ಹೋಗಿದ್ದು, ಹಿಂದೆ ಲೈಟ್ಮೆಡ್ನಲ್ಲಿ ಇವನಿಗೆ ಕಿರಿಯಳಾಗಿ ಎರಡೇಡು ಕೆಲಸ ಮಾಡಿದ್ದ ಆಶಿಕಾಗೆ ಎಂದು. ಆಶಿಕಾ ಹೆಸರು ಕೇಳುತ್ತಲೇ ಮನು, 'ಬಿಚ್' ಎಂದು ಬೈದುಕೊಂಡ. 'ಆ ಎಂಡಿ ಬಡ್ಡೀಮಗ 'ನೀನು ನನ್ನ ಮಂಚದಲ್ಲಿ ಮಕ್ಕೊಂಡ್ರೆ, ಕುರ್ಚಿಯಲ್ಲಿ ಕೂತ್ಕೋಬೋದು' ಅಂತ ಹೇಳಿರ್ತಾನೆ. ಇವ್ಳು ಅವ್ನಿಗಿಂತ ಮೊದ್ಲೇ ಬಟ್ಟೆ ಬಿಚ್ಚಿ ಎಸ್ದಿರ್ತಾಳೆ, ಸೂಳೆ' ಎಂದು ಸಿಟ್ಟಾದ. ಇರುಳು ನಿದ್ದೆ ಬರದೇ ಇರುವುದಕ್ಕೆ ಕಾಫಿಯೇ ದೂಸರು(ಕಾರಣ) ಎಂದು ಗೊತ್ತಾಗಿ ನಡುಹಗಲು ಹನ್ನೆರಡರ ಮೇಲೆ ಕುಡಿಯುವುದನ್ನೇ ಬಿಟ್ಟಿದ್ದವನು, ಗಂಟೆ

ಐದಾದರೂ ಕೆಫೆಟೇರಿಯಾದಲ್ಲೇ ಉಳಿದು ಎರಡು ಬ್ಲ್ಯಾಕ್ ಕಾಫಿ ಕುಡಿದ. ಅಷ್ಟರಲ್ಲಿ ವಾಟ್ಸಾಪ್ ಸದ್ದು ಮಾಡಿ, 'ಗೋವಾ ನೆಕ್ಸ್ಟ ವೀಕ್?' ಎಂದಿತು. ಈ ಕೆಲಸಕ್ಕೆ ಸೇರಿದ ಮೂರನೆಯ ತಿಂಗಳಿನ ಕೊನೆಯವಾರವೆಂದು ಮತ್ತೆ ನೆನಪಾಗಿ ಬೇಸರವಾಯಿತು. ಅವನು ವಾಟ್ಸಾಪ್ ಕೇಳ್ವಿಗೆ (ಪ್ರಶ್ನೆ) ಮಾರ್ನುಡಿಯಲೇ ಬೇಕು, ಗುಂಡಿಗೆ ಮೆಲ್ಲಗೆ ಬೆವರಲತ್ತಿತು. ಕಣ್ಣು ಮಂಜಾಗುವ ಹೊತ್ತಿಗೆ ಸರಿಯಾಗಿ ಬೆಳಿಗ್ಗೆ ಬೈಸಿಕೊಂಡಿದ್ದ ಸಂಧ್ಯಾ ಬಂದು ಎದುರಿಗೆ ಎಂದಿನಂತೆ ಕಾಫಿ ಜೊತೆ ನಗುತ್ತಾ ಕೂತಳು.

ಮನು ಮೆಲ್ಲಗೆ, 'ಸಾರಿ ಸಂಧ್ಯಾ' ಎಂದು ಕೇಳಿಕೊಂಡ. ಅವಳಿಗೆ ಅದು ಯಾಕೆ ಎಂದು ಅರಿವಾಗಲಿಲ್ಲ. ಅರೆ ಕಾಫಿಯನ್ನು ಮುಗಿಸಿದ್ದವಳು ಟಕ್ಕನೇ ನಿಲ್ಲಿಸಿ, 'ಆಕ್ಚುಯಲಿ, ಐ ಯಾಮ್ ವೆರಿ ಸಾರಿ ಮನು. ನಾನೂ ನನ್ ಹಸ್ಬೆಂಡಿಗೆ ರೀಲ್ಸ್ ಮಾಡು ಮಾಡು ಅಂತ ತಲೆ ತಿಂತೀನಿ, ನಿಮ್ ರಿಯಾಕ್ಶನ್ನಿಂದ ಗಂಡಸರಿಗೆ ರೀಲ್ಸ್ ಮಾಡೋದರ ಬಗ್ಗೆ ಇರೋ ಇರಿಟೇಶನ್ ಗೊತ್ತಾಯ್ತು. ಇನ್ಮೇಲೆ ಅವ್ರಿಗೆ ಸುಮ್ನೆ ಡಿಸ್ಟರ್ಬ್ ಮಾಡಲ್ಲ. ಥ್ಯಾಂಕ್ಯೂ ಫಾರ್ ದಿ ಲೆಸನ್' ಎಂದಳು. ಮನು, 'ಲೈಫಲ್ಲಿ ಏನೇ ಆದ್ರೂ, ಹೆಂಗಸ್ರು ತಮಗೆ ಏನು ಬೇಕೋ ಅದನ್ನೇ, ಹೆಂಗೆ ಬೇಕೋ ಹಂಗೇ ಅರ್ಥ ಮಾಡ್ಕೊಳ್ಳೋದು' ಎಂದು ತನಗೆ ತಾನೇ ಹೇಳಿಕೊಂಡು ನಕ್ಕು, 'ಥ್ಯಾಂಕ್ಸ್ ಅಗೇನ್' ಎಂದ. ಅವಳು ನಗುತ್ತಾ, 'ಸಿ ಯು' ಎಂದು ಎದ್ದು ಹೋದಳು. ಬೆಳಿಗ್ಗೆ ಅವಳು ಕ್ಯಾಬಿನ್ನಿಂದ ಹೋದ ಮರುಗಳಿಗೆಯೆ ಮನು ಸಂಧ್ಯಾಳಿಗೆ ಒಂದು 'ಸಾರಿ' ಮೆಸೇಜು ಕಳಿಸಬಹುದಿತ್ತು. ಆದರೆ ಮನುವಿಗೆ ಮೆಸೇಜುಗಳಲ್ಲಿ ಮಾತಾಡುವುದೆಂದರೆ ಬಲು ಇರುಸುಮುರುಸು. ತನ್ನ ತಪ್ಪಿದ್ದಾಗ ಎದುರಿಗೆ ನಿಂತು ಕಣ್ಣಲ್ಲಿ ಕಣ್ಣಿಟ್ಟು ತಪ್ಪೊಪ್ಪಿಕೊಂಡರೆ ಮಾತ್ರ ಮಾಡಿದ್ದ ಕೇಡು ಕಳೆದು ಹೋಗಿ, ಮನಸು ತಿಳಿಯಾಗುವುದು ಎನ್ನುವುದು ಅವನ ಗಟ್ಟಿ ನಂಬಿಕೆ. ಸಂಧ್ಯಾಳಿಗೆ ಸಾರಿ ಕೇಳಿ ಮನಸ್ಸು ತಿಳಿಯಾದೊಡನೆಯೇ ಮನು, ವಾಟ್ಸಾಪು ತೆಗೆದು 'ಗೋವಾ ನೆಕ್ಸ್ಟ ವೀಕ್?' ಕೇಳ್ವಿಗೆ, 'ಯೆಸ್' ಎಂದು ಬೆರಳಚ್ಚಿ ಕಳಿಸಿದ. ಈ 'ಯೆಸ್' ಗತಿಗೆ ತಂದ ಬಾಳನ್ನು ನೆನೆಯುತ್ತಾ ಇನ್ನೊಂದು ಕಾಫಿ ತಂದು ಕೂತ.

–3–

ನಾಲ್ಕು ತಿಂಗಳ ಹಿಂದೆ ಕೆಲಸ ಮಾಡುತ್ತಿದ್ದ ಲೈಟ್ಮೆಡ್ ಕಂಪನಿಗೆ ಹೊಸ ಬೋರ್ಡ್ಮೆಂಬರ್ರುಗಳು ಬಂದ ಮೇಲೆ ಮನುವಿನ ಬದುಕೇ ಬದಲಾಯ್ತು ಎನ್ನಬಹುದು. ಹದಿಮೂರು ಹದಿನಾಲ್ಕು ಏಡುಗಳು ಇಲ್ಲೇ ಕೆಲಸ ಮಾಡಿದ ನಿಯತ್ತಿಗೆ ಬೋರ್ಡು ಬೆಲೆ ಕೊಟ್ಟಿರಲಿಲ್ಲ. ಇವನಿಗಿಂತಲೂ ತಡವಾಗಿ

ಸೇರಿದವರಿಗೆ ದೊಡ್ಡ ಹುದ್ದೆಗಳನ್ನು ಕೊಟ್ಟು ಹೊಟ್ಟೆ ಉರಿಸಿದರು. ಇವನಿಗೆ 'ಬೆಸ್ಟ್ ಪರ್ಫಾರ್ಮರ್ ಆಫ್ ದ ಯಿಯರ್' ಅಂತೆಲ್ಲಾ ಬೂಸಿ ಹೊಡೆದು ಸಂಬಳವನ್ನು ಮಾತ್ರ ಏರಿಸಿದ್ದರು. ಹೆಚ್ಚಾದ ಸಂಬಳ ಮನುವನ್ನು ಹಿಗ್ಗಿಸಿರಲಿಲ್ಲ. ಒಂದು ಹೊತ್ತಿನವರೆಗೆ ಎಲ್ಲರಿಗೂ ಸಂಬಳವೇ ಅರಿದಾಗಿರಬಹದು (ಮುಖ್ಯ), ಆದರೆ ಮುಂದೆ ಅಧಿಕಾರ ತರುವ ತಕ್ಕಮೆಯೇ (ಗೌರವ) ಬದುಕಿಗೆ ಅರಿದಾಗುತ್ತದೆ ಎಂದು ಲೈಟ್ಮೆಡ್ಗೆ ಟಾಟಾ ಹೊಡೆಯಲು ನಿರ್ಧರಿಸಿ, ಒಂದಷ್ಟು ಕಂಪನಿಗಳಿಗೆ ಅಲೆದ, ಎಲ್ಲೂ ಕೂಡಲೇ ನೆಲೆ ಸಿಗಲಿಲ್ಲ.

ಒಂದು ನಡುಹಗಲು ಅನು ಕಟ್ಟಿಕೊಟ್ಟಿದ್ದ ಚಪಾತಿ, ಬೀನ್ಸ್ ಪಲ್ಯೆ, ಮೊಸರು, ಮೊಳಕೆ ಬರಿಸಿದ ಹೆಸರುಕಾಳುಗಳನ್ನು ಒಲ್ಲದ ಕಂಪನಿ ಮತ್ತು ಪಾತಾಳಕ್ಕೆ ಇಳಿಯುತ್ತಿರುವ ತನ್ನ ಫೀಲ್ಡನ್ನು ಬೈದುಕೊಳ್ಳುತ್ತಾ ಕೂತಿದ್ದವನಿಗೆ ತನ್ನದೇ ವಾರಿಗೆಯ ಇನ್ನೊಂದಿಬ್ಬರು ಒಳ್ಳೆಯ ಕಂಪನಿಗೆ ಹಾರಿದ್ದು ವಾಟ್ಸಾಪಿನಿಂದ ಗೊತ್ತಾಗಿತ್ತು. ಹಾರಿದವರಿಗೆ ಅಲ್ಲೇ ಹೂಕಟ್ಟನ್ನು ಒಗೆದು, ವರ್ಲ್ಡ್ ಟ್ರೇಡ್ ಸೆಂಟರ್, ಬ್ಯಾಂಗಲೋರಲ್ಲಿನ ಇಪ್ಪತ್ತನೆಯ ಮಹಡಿಯಲ್ಲಿಯ ಗಾಜಿನ ಹೊರಗೋಡೆಗೆ ನಿಂತ. ಒರಾಯನ್ ಮಾಲ್ಗೆ ಅಂಟಿಕೊಂಡು ಬಿಸಿಲಿನಲ್ಲಿ ಮಿಂಚುತ್ತಿದ್ದ ದೊಡ್ಡ ಕೊಳದ ನೀರ ಅಲೆಗಳನ್ನೇ ನೋಡಲತ್ತಿದ. ದೂರದಿಂದ ಗತ್ತಿನಲ್ಲಿ ಹಾರಿ ಬಂದ ಹದ್ದೊಂದು ದಡದ ಮೇಲೆ ಅಂದಕ್ಕೆಂದು ನೆಟ್ಟಿದ್ದ ಒಣ ಮರದ ರೆಂಬೆಯ ಮೇಲೆ ಕುಂತಿದ್ದು ಕಂಡಿತು. ನಾನು ಹದ್ದಾಗಬೇಕು, ವಾರಿಗೆಯ ಎಲ್ಲರಿಗಿಂತಲೂ ಮೇಲೆ ಹಾರಬೇಕು ಎಂದುಕೊಂಡ ಕೂಡಲೇ ಗುರುತಿರದ ಎಣಿಯಿಂದ (ನಂಬರ್) ಮನುವಿಗೆ ಕರೆ ಬಂದಿತ್ತು.

'ಹಲೋ, ಯಾಮ್ ಐ ಸ್ಪೀಕಿಂಗ್ ಟು ಮಿಸ್ಟರ್ ಮನೋಹರ್?' ಎಂದ ಹೆಣ್ಣಿಗೆ, 'ಯೆಸ್' ಎಂದಿದ್ದ. 'ಹಾಯ್, ಐ ಯಾಮ್ ನೇಹಾ ಫ್ರಮ್ ಹೆಚ್ಆರ್ ಟೀಮ್ ಆಫ್ ಇನ್ಸ್ಟ್ರುಟೆಕ್' ಕೇಳಿಸಿ, 'ಓಕೆ' ಎಂದ. 'ವಿ ಹ್ಯಾವ್ ಎ ಓಪನಿಂಗ್ ಫಾರ್ ದಿ ಪೊಸಿಶನ್ ಆಫ್ ಸೌತ್ ಮ್ಯಾನೇಜರ್ ಆಫ್ ಇಂಡಿಯಾ, ಇಫ್ ಯು ಆರ್ ಇಂಟ್ರೆಸ್ಟೆಡ್, ವಿ ವುಡ್ ಲೈಕ್ ಟು ಸೆಟ್ ಅಪ್ ಎ ಮೀಟಿಂಗ್ ವಿತ್ ಅವರ್ ಸೌತ್ ಎಕ್ಸಿಕ್ಯೂಟಿವ್ ಡೈರೆಕ್ಟರ್' ಎಂದಳು. ಕೇಳಿಸಿಕೊಂಡವನಿಗೆ ಕನಸೋ ನನಸೋ ತಿಳಿಯಲಿಲ್ಲ. ಯಾಕೆಂದರೆ ಮೆಡಿಕಲ್ ಎಕ್ವಿಪ್ಮೆಂಟ್ಗಳನ್ನು ಡಿಸೈನ್ ಮಾಡುವ ಮತ್ತು ಮಾರುವ ಭಾರತದ ಟಾಪ್ ಟೆನ್ ಕಂಪನಿಗಳಲ್ಲಿ ಇನ್ಸ್ಟ್ರುಟೆಕ್ ಒಂದಾಗಿತ್ತು. ಕರ್ನಾಟಕವನ್ನು ನೋಡಿಕೊಳ್ಳುವ ಕೆಲಸ ಸಿಕ್ಕರೆ ಸಾಕು ಎಂದುಕೊಂಡಿದ್ದವನಿಗೆ ಇಡೀ ತೆಂಕಣ ಇಂಡಿಯಾವನ್ನೇ ಕೊಟ್ಟುಬಿಟ್ಟರೆ ಎಷ್ಟು ನಲಿವಾಗಬೇಕೋ ಅಷ್ಟೆಲ್ಲಾ ಆಯಿತು. 'ಯೆಸ್' ಎಂದವನಿಗೆ 'ಐಲ್ ಕಾಲ್ ಯು ಬ್ಯಾಕ್' ಎಂದು ಕರೆ ಕತ್ತರಿಸಿದಳು ನೇಹಾ.

ಮನು ಕೂಡಲೇ ಅನುಗೆ ಕರೆ ಮಾಡಿದ. ಅನುಗೆ ತಾನು ನಂಬಿದ್ದ ಹಾರೋಸ್ಕೋಪ್ ರೀಡರ್ ಹೇಳುವುದೆಲ್ಲಾ ಸರಿ ಎಂದು ಇನ್ನೊಮ್ಮೆ ಅನಿಸಿತು. ಏಳ್ನಾಳಿನ ಹಿಂದೆ ಅವನು ಹೇಳಿದ್ದೇನೆಂದರೆ, ಬೇಗನೆ ಅನು ಮತ್ತು ಮನು ತಮ್ಮ ಬದುಕಿನ ದೊಡ್ಡದೊಂದು ತಿರುವಿಗೆ ಬಂದು ನಿಲ್ಲುತ್ತಾರೆ ಎಂದು. ಹೊಸ ಕೆಲಸದ ಸುದ್ದಿ ಅನುವಿಗೆ ಹಿಗ್ಗು ತುಂಬಿ, ಹಾರೋಸ್ಕೋಪ್ ರೀಡರ್ರನ್ನು ಹೊಗಳಿದಳು, ಮನು ಕೇಳಿಸಿಕೊಂಡ. 'ನಿನ್ನೆ ರಾತ್ರಿ ಕನಸ್ಸಲ್ಲಿ ನಾನು ಒಳ್ಳೇ ಡೈಮಂಡ್ ನೆಕ್ಲೇಸ್ ಹಾಕ್ಕೊಂಡಿದ್ದೆ ಗೊತ್ತಾ?' ಎಂದಳು. ಅದಕ್ಕಿವನು, 'ಅಷ್ಟೇನಾ? ಡೈಮಂಡ್ ಇಯರಿಂಗ್ಸ್ ಇರ್ಲಿಲ್ವಾ' ಎಂದು ನಕ್ಕ. ಅವಳು. 'ರೀ, ಎಲ್ಲಾ ಒಂದೇ ಸೆಟ್ ಅಲ್ಲಿ ಬರೋದು' ಎಂದಳು. ಮನು, 'ಆಯ್ತಾಯ್ತು' ಎಂದು ನಕ್ಕ. ಇರುಳು ಮನೆ ಹೊಕ್ಕವನಿಗೆ ತನ್ನಿಷ್ಟದ ಕ್ಯಾರೆಟ್ ಹಲ್ವಾ ಮತ್ತು ದಾಲ್ ಕಿಚಡಿಗಳ ಘಮ ಅಡುಗೆ ಮನೆಯಿಂದ ಬರುತ್ತಿರುವುದು ಗೊತ್ತಾಗಿ ಸರ್ವಜ್ಞನ 'ಇಚ್ಛೆಯನರಿವ ಸತಿ ಇರಲು' ತ್ರಿಪದಿ ನೆನಪಾಗಿ ಸ್ವರ್ಗ ಸೇರಿದ್ದ.

ಎರಡೇ ನಾಳುಗಳಲ್ಲಿ ಇಳಿಹೊತ್ತು ಏಳಕ್ಕೆ, ರೇಸ್ಕೋರ್ಸ್ ದಾರಿಯಲ್ಲಿರುವ ತಾಜ್ ವೆಸ್ಟ್‌ಎಂಡ್ ಒಳಗಿನ ಬಯಲ ರೆಸ್ಟೋರೆಂಟಲ್ಲಿ ಇನ್ಸ್ಟ್ರಾಟೆಕ್ ಕಂಪನಿಯ ಅಮಿತ್ ಜೊತೆಗೆ ಮಾತುಕತೆ ಏರ್ಪಟ್ಟಿತ್ತು. ಮಂದ ಬೆಳಕಿನಲ್ಲಿ ಮಂದ ಹಿನ್ನೆಲೆ ಇನಿತ, ದೂರದಲ್ಲಿರುವ ಬೇರೆ ಮೇಜು ಕುರ್ಚಿಗಳು, ಕೂತವರು ನಾಲ್ಕೈದು ಮಂದಿ ಮತ್ತು ಇಬ್ಬರು ಬಡಿಸುವವರಿದ್ದರು. ಕತ್ತಲನ್ನು ನುಂಗಿದ ಬೆಳಕನ್ನು ನೋಡುತ್ತಾ ಹತ್ತು ನಿಮಿಷ ಕಾದ ಮೇಲೆ ಮನುವಿಗೆ ದೂರದಲ್ಲಿ ಬರುತ್ತಿರುವ ಅಮಿತ್ ಕಂಡ. ಮನುಗೆ ಅಮಿತ್ ಬಗ್ಗೆ ಮೊದಲೇ ಗೊತ್ತಿತ್ತು. ಕಂಪನಿಗಳ ಕೂಟದಲ್ಲಿ ಅವನಿಗೆ ಒಳ್ಳೆಯ ಹೆಸರಿದೆ. ಅಮಿತ್ಗೆ ನಲವತ್ತಾಗಿರಬಹುದು. ಮನು ಬೇರೆ ಬೇರೆ ಕಂಪನಿಗಳ ಸೆಮಿನಾರು, ಪ್ರಾಡಕ್ಟ್ ಲಾಂಚ್ ಈವೆಂಟುಗಳಲ್ಲಿ ಕೆಲವಾರು ಸಲ ಅವನನ್ನು ನೋಡಿ, ಕೈ ಕುಲುಕಿ ಒಂದೆರಡು ಮಾತಾಡಿದ್ದ. ಅಮಿತ್ನ ಮೂಲ ಬೆಂಗಳೂರೇ ಎಂದು ತಿಳಿದ ಮೇಲಂತೂ, ಬೆಂಗಳೂರಲ್ಲೇ ಹುಟ್ಟಿದ ಇಂಜಿನಿಯರ್ರುಗಳು ಬೇಗ ಬೆಳೆಯುತ್ತಾರೆ ಎಂಬ ತನ್ನ ಅನಿಸಿಕೆಯನ್ನು ಗಟ್ಟಿ ಮಾಡಿಕೊಂಡಿದ್ದ. ಸಣ್ಣ ವಯಸ್ಸಿನಲ್ಲೇ ದೊಡ್ಡ ಕೆಲಸ ಮಾಡುತ್ತಿರುವವನೆಂದು ಅಮಿತ್ ಬಗ್ಗೆ ಹೆಮ್ಮೆಯಾಯಿತು. ತನಗೀಗ ಮೂವತ್ತೈದು, ಇನ್ನೈದು ಏಡುಗಳಲ್ಲಿ ಅಮಿತ್ನ ಅರೆಯಾದರೂ ತಾನು ಕೆಲಸ ಮಾಡುತ್ತಿರಬೇಕು ಎಂದುಕೊಂಡವನಿಗೆ, ಈ ಕೆಲಸ ಸಿಕ್ಕರೆ ಅದೆಲ್ಲಾ ಬೇಗ ಆಗುತ್ತದೆ ಅನಿಸಿತು.

ಎದ್ದು ನಿಂತು ಕೈಕುಲುಕಿದ ಮನುಗೆ ಅಮಿತ್ ನಗುತ್ತಾ ಕೂರುವಂತೆ ಹೇಳಿದ. 'ವಿ ಆರ್ ಹ್ಯಾಪಿ ಟು ಹ್ಯಾವ್ ಯು ಮನು' ಎಂದು ನಕ್ಕ ಅಮಿತ್ಗೆ ಮನು, 'ಪ್ಲೆಶರ್ ಈಸ್ ಮೈನ್' ಎಂದ. 'ನಿಮ್ಮಂಥೋರಿಂದ ನಮ್ ಕಂಪನಿ

ಇನ್ನೆಷ್ಟು ಉದ್ಧಾರ ಆಗತ್ತೆ ಅನ್ನೋದು ನನಗೆ ಚೆನ್ನಾಗಿ ಗೊತ್ತು' ಎಂದ ಅಮಿತ್ಗೆ 'ನಿಮ್ಮಂಥಾ ಕಂಪನಿಯಲ್ಲಿ ಆಟೋಮೇಟಿಕಲಿ ಎಲ್ಲಾರೂ ಚೆನ್ನಾಗೇ ಕೆಲ್ಸ ಮಾಡ್ತಾರೆ' ಎಂದ ಮನು. ಇವೆಲ್ಲಾ ತಮ್ಮ ಬದುಕಿಗೆ ಕೀಲಿಕೊಟ್ಟು ಆಡಿಸುತ್ತಿರುವ ಕಾರ್ಪೋರೇಟ್ ಉಳಗದ ಪ್ರೀ ಪ್ರೊಗ್ರಾಮ್ಡ್ ಮಾತುಗಳು ಎಂಬುದು ಇಬ್ಬರಿಗೂ ಗೊತ್ತಿತ್ತು. ಅದಕ್ಕಾಗೇ ಮನು 'ಸರ್' ಇಲ್ಲಿ ಬಳಸುವುದಿಲ್ಲ. ಬಡಿಸುವವನು ಬಂದು ಪಕ್ಕ ನಿಂತಾಗ, 'ಏನೇನಿದೆ?' ಎಂದು ಕೇಳಿದ ಅಮಿತ್ಗೆ, ಅವನು 'ವೆಜ್ ಆರ್ ನಾನ್ವೆಜ್ ಸರ್?' ಎಂದ. ಅಮಿತ್, 'ಅಯ್ಯೋ, ಪ್ಯೂರ್ ವೆಜ್ ಹೇಳಪ್ಪಾ' ಎಂದು ಗಾಬರಿಯಲ್ಲಿ, ತಿಂಡಿಪಟ್ಟಿ ನೋಡುತ್ತಲೇ, 'ಸದ್ಯಕ್ಕೆ ಒಂದು ಪ್ಲೇಟ್ ಇಡ್ಲಿ. ಆಮೇಲೆ ವೆಜ್ ಬಿರಿಯಾನಿ' ಎಂದ. ಆ ತಿಂಡಿಪಟ್ಟಿಯನ್ನು ಮನುವಿನತ್ತ ತಿರುಗಿಸಿದ ಅಮಿತ್ಗೆ ಮನು, 'ಈಗೇನೂ ಬೇಡ. ವೆಜ್ ಬಿರಿಯಾನಿ ಆಫ್ಟರ್ ಸಮ್ ಟೈಮ್' ಎಂದ, ಬಡಿಸುವವನು ಹೋದ. 'ನನಗೋಸ್ಕರ ವೆಜ್ ತಿಂತಾ ಇದೀರಾ?' ಎಂದು ನಕ್ಕ ಅಮಿತ್ಗೆ, 'ನಥಿಂಗ್ ಲೈಕ್ ದಟ್. ಇವತ್ತು ಗುರುವಾರ ಅಲ್ವಾ ಸೋ, ನೋ ನಾನ್ವೆಜ್' ಎಂದ. ಅಮಿತ್, 'ಇಡ್ಲಿ ಈಸ್ ಮೈ ಫೇವರೇಟ್ ಸ್ಟಾರ್ಟರ್' ಎಂದು ನಕ್ಕು, 'ಹೇಳಿ ಯಾವಾಗ ಸೇರ್ತೀರಿ ಕಂಪನಿಗೆ?' ಎಂದಾಗ ಮನು, 'ಮ್ಯಾಕ್ಸಿಮಮ್ ಒನ್ ಮಂಥ್, ಅದೂ ನೋಟೀಸ್ ಪೀರಿಯಡ್ಗೆ' ಎಂದ. ಬಿಡುವುದಿದ್ದರೆ ತಿಂಗಳ ಮೊದಲೇ ಹೇಳಬೇಕೆಂಬ ಕಂಪನಿಯ ಕಟ್ಟಳೆ ನೆನಪಿಸಿಕೊಂಡಿದ್ದ ಮನು.

ಕೆಲಸದ ಮಾತಿನಲ್ಲಿ ಅಮಿತ್, 'ನೀವು, ನಿಮ್ ಹೆಂಡ್ತಿ ತುಂಬಾ ಫೇಮಸ್ ಮನು. ಐ ಫಾಲೋ ಹರ್ ಇನ್ಸ್ಟಾ. ಯು ಬೋತ್ ಡು ನೈಸ್ ರೀಲ್ಸ್' ಎಂದು ಅಚ್ಚರಿ ಮೂಡಿಸಿದ. ಮನು ನಗುತ್ತಾ, 'ಅಯ್ಯೋ, ಹೌದು ಅಮಿತ್. ಅದೊಂದು ದೊಡ್ಡ ಟಾರ್ಚರ್. ಬೇಡ ಕಣೇ ಅಂದ್ರೂ ಬಿಡಲ್ಲ. ಹೆಂಡ್ತೀರಿಗೆ ಬೇಜಾರ್ ಮಾಡಿ ಗಂಡ ಉಳಿಯೋಕಾಗತ್ತಾ?' ಎಂದ. ಅಮಿತ್ ಎಲ್ಲಾ ಇಲ್ಲಿ ಬರೆದಿರುತ್ತದೆ ಎಂದು ಹಣೆಯನ್ನು ತೋರಿಸಿದ, ಇಬ್ಬರೂ ನಕ್ಕರು. ಅಮಿತ್ ಮುಂದೆ ಸರಿದು ಕೂತ. ಏನೋ ಅರಿದಾದ ಸುದ್ದಿಗೆ ಬರಲಿರುವುದು ಗೊತ್ತಾಗಿ ಮನು, ಕುರ್ಚಿಯನ್ನು ಮುಂದಕ್ಕೆ ಹಾಕಿಕೊಂಡು ಮೈಯೆಲ್ಲಾ ಕಿವಿಯಾದ. ಅಮಿತ್, 'ಲೈಫಲ್ಲಿ ಈಗ ನಿಮ್ಗೆ ತುಂಬಾ ಬೇಕಿರೋದು, ಕರಿಯರ್ಗಿಂತ ಬೇರೆ ಏನಾದ್ರೂ ಇದ್ಯಾ?' ಎಂದ. ಕೂಡಲೇ ಮನು, ಗಟ್ಟಿ ನಂಬಿಕೆಯಲ್ಲಿ 'ಖಂಡಿತ ಇಲ್ಲ' ಎಂದ.

ಅಮಿತ್, 'ಗುಡ್. ಹಂಗಂದ್ರೆ ಪ್ಲೀಸ್ ಲಿಸನ್ ಟು ದಿಸ್. ದ ಡೀಲ್ ಆಫ್ ದಿಸ್ ಜಾಬ್ ಈಸ್ ಆನ್, ಓನ್ಲಿ ಇಫ್ ಯು ಆರ್ ಓಕೆ ವಿತ್ ಮೈ ಕಂಡೀಶನ್. ಯಾಕಂದ್ರೆ ಇದು ನಾನು ನಿನಗೋಸ್ಕರ ಕಂಪನಿಯಲ್ಲಿ ಕ್ರಿಯೇಟ್ ಮಾಡಿರೋ ಹೊಸ ಪೊಸೀಶನ್. ಕೈ ತುಂಬಾ ಸ್ಯಾಲರಿ, ತುಂಬಾ

ಮರ್ಯಾದೆ ಅಂಡ್ ವಾಟ್ ನಾಟ್. ಟೆನ್ ಇಯರ್ಸ್ ಆದ್ಮೇಲೆ ಸಿಗೋವೆಲ್ಲಾ ನಿಂಗೆ ಇವಾಗೇ ಸಿಗ್ತವೆ. ಇಲ್ಲಾಂದ್ರೆ ಇಲ್ಲ. ಥಿಂಕ್ ಅಬೌಟ್ ಇಟ್, ಬಿಕಾಸ್ ಯು ನೋ ದಿ ಸಿಚುಯೇಶನ್ ಆಫ್ಟರ್ ದ ಕೋವಿಡ್ ರೈಟ್?' ಮನು ಕೇಳುತ್ತಲೇ ಇದ್ದ. ಮುಂದೆ ಇವನಿಗೆ ತನ್ನಿಂದ ಏನೋ ದೊಡ್ಡ ಕೆಲಸ ಆಗಬೇಕಾಗಿದೆ, ಯಾರಿಗೋ ಕಂಪನಿಯ ಶೇರುಗಳನ್ನ ಮಾರಿಸುವುದೋ, ಟೆಂಡರ್ ಪಡೆಯುವುದೋ ಇಲ್ಲಾ ರಿಯಲ್ ಎಸ್ಟೇಟ್ ಡೀಲ್ ಮಾಡಿಸಿ ಹೊಸ ಮ್ಯಾನುಫ್ಯಾಕ್ಚರಿಂಗ್ ಯುನಿಟ್ಗೆ ಎಡೆ ಹುಡುಕಿ ಕೊಡುವುದೋ ಮಾಡಬೇಕಿದೆ ಅನಿಸಿ, ಅವೆಲ್ಲಾ ಸುಳುವಾದ (ಸುಲಭ) ಕೆಲಸಗಳು ಚಿಟಿಕೆ ಹೊಡೆಯುವುದರಲ್ಲಿ ಮುಗಿಯುತ್ತವೆ. ಅವಕ್ಕೆ ಯಾಕಿಷ್ಟು ಎಳೆಯುತ್ತಿದ್ದಾನೆ ಮಾತುಗಳನ್ನು? ಎಂದುಕೊಂಡು ಮನು ನಕ್ಕ.

ಅಮಿತ್, 'ಐ ವಾಂಟ್ ಟು ಸ್ಪೆಂಡ್ ಸಮ್ ಟೈ ವಿತ್ ಯುವರ್ ವೈಫ್. ದಟ್ಸ್ ಮೈ ಓನ್ಲಿ ಕಂಡೀಶನ್' ಎಂದ ಮಾತನ್ನು ಫ್ಯಾಮಿಲಿಗಳ ಗೆಳೆತನಕ್ಕೆ ಬಯಸಿ ಆಡಿರುವ ಮಾತು ಆಗಿರಬಹುದು ಎಂದು ಅಂದುಕೊಳ್ಳುವ ಎಡೆಯೇ ಇರಲಿಲ್ಲ ಮನುವಿಗೆ, ಅಮಿತ್ ಉಲಿಯ ಬಗೆ 'ಅನುವಿನೊಂದಿಗೆ ಮಲಗಬೇಕು' ಎನ್ನುವುದೇ ಆಗಿತ್ತು. ಕೂಡಲೇ ಅಮಿತ್ಗೆ ಕೆರ ತಗೊಂಡು ಹೊಡೆಯಬೇಕೆಂಬ ಸಿಟ್ಟು ನೆತ್ತಿಗೇರಿತು. ಮರುಗಳಿಗೆಯೇ ಬಂದ ಸಿಟ್ಟನ್ನು ಕಟ್ಟಿಟ್ಟು ಟಕ್ಕನೇ ಎದ್ದು ಹೊರಡಲು ತಿರುಗಿದ ಮನುವನ್ನು ಅಮಿತ್ ಹೆಚ್ಚು ಮಿಸುಕಾಡದೇ ಕಣ್ಸಲ್ಲೇ ಕೂರಿಸಿದ. 'ಸೀ, ಲಂಚ ಕೇಳೋ ಗೌರ್ಮೆಂಟ್ ಆಫೀಸರ್ಸ್ ಥರಾ ಚೀಪಾಗಿ ಲ್ಯಾಂಡ್ ಕೊಡು, ದುಡ್ಡು ಕೊಡು, ಯಾರನ್ನಾದ್ರೂ ಸೆಲೆಬ್ರಿಟಿನ ಇಂಟ್ರೊಡ್ಯೂಸ್ ಮಾಡಿಕೊಡು ಅಂತ ಕೇಳೋನು ನಾನಲ್ಲ. ನಿಂಗೆ ನನ್ನಿಂದ ಕೆಲ್ಸ ಆಗ್ಬೇಕು, ಹಂಗೇ ನಿನ್ನಿಂದ ನಂಗೆ. ನೀನು ಒಪ್ಪಿಕೊಳ್ಳಲಿಲ್ಲ ಅಂದ್ರೆ ಇದು ಆಗಲ್ಲ ಅಷ್ಟೇ. ನೋ ಹಾರ್ಡ್ ಫೀಲಿಂಗ್ಸ್' ಎಂದಿದ್ದ. 'ಈ ಬಡ್ಡೀಮಗ ಮೊದ್ಲು ನನ್ ಹೆಂಡ್ತಿ ಪ್ರೊಫೈಲ್ ಚೆಕ್ ಮಾಡಿದ್ಮೇಲೆ ನನ್ನನ್ನ ಕೆಲಸಕ್ಕೆ ಕರ್ಸಿದಾನೆ' ಎಂದು ಅಮಿತ್ ಬಗ್ಗೆ ಹೇಸಿಗೆಯಾಯಿತು.

ಮನುವನ್ನೇ ನೋಡುತ್ತಿದ್ದ ಅಮಿತ್ ಕೆಲ ಗಳಿಗೆಗಳು ಮಾತಾಡಲಿಲ್ಲ. ಮನುಗೆ ಅಲ್ಲಿ ಅವನಿಗೆ ಇನ್ನೇನೋ ಹೇಳಲು ಉಳಿದಿದೆ ಎಂದು ಗೊತ್ತಾಯಿತು. ಅಮಿತ್ ಕಣ್ಣುಗಳಲ್ಲಿ ತುಂಟ ನಗೆ ಇತ್ತೋ ಏನೋ ಕೂಡಲೇ ಗೊತ್ತಾಗಲಿಲ್ಲ ಮನುಗೆ. ಅಮಿತ್, 'ಸೀ, ಯು ಹ್ಯಾವ್ ಎ ಡಬಲ್ ಅಡ್ವಾಂಟೇಜ್ ಇಯರ್' ಎಂದು ಮನುವಿನ ಗಮನವನ್ನೇ ಕಾದ. ಇಲ್ಲಿಂದ ಬೇಗ ಎದ್ದು ಹೋಗಿ 'ಸಾರಿ' ಅಂತ ಈ ಬಡ್ಡೀಮಗನಿಗೆ ಯಾವಾಗ ಮೆಸೇಜು ಮಾಡುತ್ತೇನೋ ಅನಿಸಿ, ಸುಮ್ಮನೇ ಕೇಳಿಸಿಕೊಂಡಂತೆ ಪಾಂಗಿಕೆ ಮುಂದುವರೆಸಿದ. 'ಸೀ, ಮೈ ವೈಫ್ ವಿಲ್ ಬಿ ಸ್ಲೀಪಿಂಗ್ ವಿತ್ ಯು' ಎಂದು ಹುಬ್ಬು ಹಾರಿಸಿ ಸರಿಯಾ ಎಂಬಂತೆ

ನಸುನಕ್ಕ. ಸಿಟ್ಟಿನಲ್ಲಿದ್ದ ಮನುಗೆ ನನ್ನ ಹೆಂಡತಿ ಇವನ ಜೊತೆ ಮಲಗಿದರೆ ನನಗೆ ಕೆಲಸ ಸಿಗುತ್ತದೆ, ಆದರೆ ಅದಕ್ಕೆ ಇವನ ಹೆಂಡತಿ ಯಾಕೆ ನನ್ನೊಂದಿಗೆ ಮಲಗಬೇಕು? ಎಂಬ ಹೊಸ ಕುದಿ ಮೊದಲಾಯಿತು. ಬಡಿಸುವವನು ಬಂದು ಇಡ್ಲಿ ಇಟ್ಟು ಹೋದ. ತಿನ್ನುವುದರತ್ತ ಅಮಿತ್ ನೋಡಲಿಲ್ಲ. ಮತ್ತೆ 'ಸೀ' ಎಂದು ಮೊದಲು ಮಾಡಿದ ಅಮಿತ್ನ ಉಲಿ ಹೇಸಿಗೆ ತರಿಸಿತು. 'ಸೀ, ಕಂಡೀಶನ್ ನಿಂಗೆ ಒಪ್ಗೆ ಆಗಿ, ಎಲ್ಲಾ ಮುಗ್ದು, ಮುಂದೆ ನಿನ್ನ ಹೆಂಡ್ತಿ ನಿನ್ನ ಜೊತೆ ಮಲಗಿದಾಗ ನಿಂಗೆ ಗಿಲ್ಟ್ ಕಾಡಬಹದು, 'ಎಂಥಾ ತಪ್ಪ್ ಮಾಡ್ಬಿಟ್ಟೆ ಛೆ' ಅಂತ. ಇಲ್ಲಾ 'ಇವ್ಳು ಇನ್ನೊಬ್ರು ಮುಟ್ಟಿರೋಳು' ಅಂತ ಅವ್ರ ಮೇಲೆ ಅಸಹ್ಯ ಬರಬಹುದು. ಆ ಗಿಲ್ಟ್‌ನ, ಆ ಅಸಹ್ಯನ ಕಮ್ಮಿ ಮಾಡೋಕೆ ಇಲ್ಲಾ ಬರದೇ ಇರೋ ಥರಾ ನೋಡ್ಕೊಳ್ಳೋಕೆ ಅಂತ ಈ ಅರೇಂಜ್ಮೆಂಟ್' ಎಂದ.

ಮನುಗೆ ಏನೋ ಕೊರೆಯಲತ್ತಿ, 'ಡೋಂಟ್ ಟೇಕ್ ದಿಸ್ ಪರ್ಸನಲ್. ನೀವು ಈ ಪೊಸೀಶನ್ನಿಗೆ ಬಂದಿದ್ದು ಹಿಂಗೇನಾ?' ಎಂದ. ಅಮಿತ್ ನಕ್ಕು, 'ಅಫ್ಕೋರ್ಸ್, ಇಟ್ಸ್ ಎ ಪಾರ್ಟ್ ಆಫ್ ಅವರ್ ಸಿಲಿಕಾನ್ ಸಿಟಿ ಕಲ್ಚರ್ ನೌ. ಇಟ್ಸ್ ಕಾಲ್ಡ್ ವೈಫ್ ಸ್ವಾಪಿಂಗ್' ಎಂದ. ಯಾವಾಗೋ ಕೇಳಿದ್ದ ಆ ಒರೆಯನ್ನು ತಾನು, ತನಗಾಗಿ ಕೇಳುತ್ತೇನೆ ಎಂದು ಅಂದುಕೊಂಡಿರಲಿಲ್ಲ ಮನು. 'ಇದು ಎಲ್ಲಾ ಕಾಲ್ದಲ್ಲೂ ಎಲ್ಲಾ ಊರಲ್ಲೂ ನಡೀತಾ ಇತ್ತು, ನಡೀತಾ ಇದೆ. ಆದ್ರೆ ಆಗ ಅದಕ್ಕೊಂದು ಒಳ್ಳೇ ಇಂಗ್ಲಿಶ್ ಹೆಸ್ರು ಇರ್ಲಿಲ್ಲವೇನೋ ಅಷ್ಟೇ' ಎಂದ ಅಮಿತ್. ಟಕ್ಕನೇ ಮನು, 'ನಿಮ್ಮ ಹೆಂಡ್ತಿ ಒಪ್ಕೊಂಡ್ರಾ?' ಎಂದ. ಕೂಡಲೇ ಜೋರಾಗಿ ನಕ್ಕ ಅಮಿತ್, 'ಅಯ್ಯೋ ಅವ್ಳು, ದೊಡ್ಡ ಸತಿ ಸಾವಿತ್ರಿ, ಸೀತಾ ಮಾತೆ, ಇನ್ಯಾರ್ಯಾರೋ ಇದಾರಲ್ವಾ ಪುರಾಣದೋರು ಅವ್ರನ್ನೆಲ್ಲಾ ನೆನೆಸ್ಕೊಂಡು ಅತ್ಲು. ನಾನು ಫಿವ್ ಡೇಸ್ ಅವ್ಳ ಜೊತೆ ಮಾತಾಡೋದ್ ಬಿಟ್ಟೆ, ಅಷ್ಟರಲ್ಲಿ ಪುರಾಣದ್ದೇ ಮಾತು, ಅದೇ ಪತಿಯೇ ಪರದೈವ, ಗಂಡಾನೇ ದೇವ್ರು ಅವ್ನು ಹೇಳ್ದಂಗೆ ಕೇಳ್ಬೇಕು ಅಂತ. ಅದು ನೆನಪಾಗಿ ಒಪ್ಕೊಂಡ್ಳು ಅನ್ಸತ್ತೆ' ಎಂದು ಮತ್ತೆ ನಕ್ಕು ತಟ್ಟೆಯ ಮೇಲಿದ್ದ ಚಮಚಗಳಿಗೆ ಕೈ ಹಾಕಿ, ಬಟ್ಟಲುಚಮಚದಿಂದ ಇಡ್ಲಿ ಮುರಿದು ಮುಳ್ಳುಚಮಚದಿಂದ ಸಾರಿನಲ್ಲಿ ಮುಳುಗಿಸಿ, ಬಾಯಿಗಿಟ್ಟುಕೊಂಡ. ಮನು, 'ಅದೇ ಕೊನೆ ಅಲ್ಲ ಅಲ್ವಾ?' ಎಂದ. ಅರೆ ಇಡ್ಲಿ ಮುಗಿಸಿದ್ದ ಅಮಿತ್, 'ಸೀ, ಬೇಸಿಕಲಿ ವಿ ಆರ್ ಅನಿಮಲ್ಸ್. ಮನ್ಸಿನ್ ರುಚಿನ ಹೆಂಗೋ ಕಂಟ್ರೋಲ್ ಮಾಡ್ಬೋದೇನೋ ಆದ್ರೆ ಮೈಗೆ ಒಂದ್ಸಲ ರುಚಿ ಹತ್ತಿಬಿಟ್ರೆ ತಪ್ಸೋದು ಭಾಳ ಕಷ್ಟ. ಈಗ ನಮ್ಮಿಬ್ರಿಗೂ ಅದು, ನಮ್ ರೊಟೀನ್ನ ಬ್ರೇಕ್ ಮಾಡೋ ರಿಲ್ಯಾಕ್ಸಿಂಗ್ ಆಕ್ಟ್ ಆಗೋಗಿದೆ. ಯಾವ್ದೇ ಕೆಲ್ಸ ಆಗ್ಬೇಕು ಅಂತಿಲ್ಲಾಂದ್ರೂ ವಿ ಆರ್ ಗೋಯಿಂಗ್ ಫಾರ್ ಇಟ್ ಜಸ್ಟ್ ಟು ಹ್ಯಾವ್ ಸಮ್ ಫನ್' ಎಂದ. ಮನು ಹೇಸಿಗೆ ದುಪ್ಪಟ್ಟಾಯಿತು. ಎರಡನೇ

ಇಡ್ಲಿ ನೋಡಿ, 'ಎಲ್ಲಾರೂ ಇಂಥಾವನ್ನ ಮಾಡ್ಬೇಕು ಅಂತಿರ್ತಾರೆ ಮನು, ರೈಟ್ ಅಪರ್ಟೂನಿಟಿ ಸಿಕ್ಕಿರಲ್ಲ ಅಷ್ಟೇ' ಎಂದ ಅಮಿತ್.

ಇಡ್ಲಿ ತಟ್ಟೆಯನ್ನು ಪಕ್ಕಕ್ಕಿಟ್ಟು ಬಾಯಿ ಒರೆಸಿಕೊಂಡು, 'ತುಂಬಾ ಕೆಟ್ಟದಾಗಿ ಕೇಳಿಸ್ಬೋದು ಇದೆಲ್ಲಾ ಅನುಗೆ. ಅದಿಕ್ಕೇ ಇದೆಲ್ಲಾ ಈಗ್ಲೇ ಆಗ್ಲೇಬೇಕು ಅಂತಿಲ್ಲ. ಥರ್ಡ್ ಮಂಥ್ ಆಫ್ಟರ್ ಯುವರ್ ಜಾಯಿನಿಂಗ್ ಈಸ್ ಫೈನ್ ಫಾರ್ ಮೀ. ನಮ್ಮ ಕಂಪನಿ ಕೊಡೋ ಲಕ್ಸುರಿನ ಮೊದ್ಲು ಅವ್ರಿಗೆ ಅಭ್ಯಾಸ ಮಾಡ್ಸು, ಲೆಟ್ ಹರ್ ಗೆಟ್ ಟೋಟಲಿ ಅಡಿಕ್ಟೆಡ್. ಆಮೇಲೆ ಹೇಳು' ಎಂದು ಗಾಜಿನ ಲೋಟದಲ್ಲಿದ್ದ ತುಸು ನೀರನ್ನು ಕುಡಿದು ಬಾಯಿ ಮುಕ್ಕಳಿಸಿ, ಹೊಟ್ಟೆಯೊಳಗೆ ಬಿಟ್ಟ. ಅನುಗೆ ಈ ಬಗೆಯ ಮಾತುಗಳು ಆಗಿದ್ದವು ಎಂದು ಗೊತ್ತಾದರೆ ಸಾಕು ಚಂಡಿಯಾಗಿ ಅಮಿತ್ನನ್ನು ಕೊಲ್ಲುತ್ತಾಳೆ ಅನಿಸಿತು ಮನುಗೆ. ಅಮಿತ್, 'ಸೀ, ಬಿಲೀವ್ ಮೀ, ನೀನ್ ಏನೂ ತಪ್ಪು ಮಾಡ್ತಿಲ್ಲ. ಎಲ್ಲರೂ ಚನಾಗಿದ್ರೆ ಯಾವ್ದೂ ತಪ್ಪಲ್ಲ' ಎಂದು ಮೆಲ್ಲಗೆ ಯಾರೋ ದೊಡ್ಡ ತತ್ವಜ್ಞಾನಿ ಹೇಳಿದಂತೆ ಮಾತಾಡಿದ. ಮಾತಾಡದೇ ಕೇಳಿಸಿಕೊಳ್ಳುತ್ತಿದ್ದ ಮನುಗೆ, 'ಎಂಥಾ ಕೆಲ್ಸ ಮಾಡಿಸ್ಬಿಟ್ಟ ಆ ಸ್ಕೌಂಡ್ರಲ್, ಸಿಕ್ರೆ ಮರ್ಡರ್ ಮಾಡ್ಬಿಡ್ತೀನಿ ಅಂತೆಲ್ಲಾ ಮುಂದೆ ನಿಂಗೆ ನನ್ ಮೇಲೆ ಸಿಟ್ಟು ಬರಬಹುದು. ಆಗ 'ಅವ್ನು ನನ್ ಹೆಂಡ್ತಿ ಜೊತೆ ಮಲ್ಗಿದ್ದ, ನಾನೂ ಅವ್ನ ಜೊತೆ ಮಲ್ಗಿದ್ದೆನಲ್ಲಾ ಬಿಡು' ಅನ್ನೋ ನೆಮ್ಮದಿ ಇರತ್ತೆ. ಬಿಲೀವ್ ಮಿ, ದಟ್ ಕೀಪ್ಸ್ ಯು ಕೂಲ್' ಎಂದ ಅಮಿತ್. 'ಬಡ್ಡೀಮಗ, ದೊಡ್ಡ ಸಿಗ್ಮಂಡ್ ಫ್ರಾಯ್ಡ್ ತುಂಡು ಇವ್ನು' ಎಂದು ಬೈದುಕೊಂಡ ಮನು.

ಬರಿದಾದ ತಟ್ಟೆಯನ್ನು ತೆಗೆದುಕೊಂಡು ಹೋಗಲು ಬಂದ ಬಡಿಸುವವನು, 'ಸರ್ ಆರ್ಡರ್?' ಎಂದು ಅವನೇ, 'ಎರಡು ವೆಜ್ ಬಿರಿಯಾನಿ ಜೊತೆಗೆ ಇನ್ನೇನಾದ್ರೂ ಬೇಕಾ ಸರ್?' ಎಂದು ಸರಿಯಾಗಿ ಊಹಿಸಿದೆನೇ ಎಂಬಂತೆ ನೋಡಿದ, 'ಅಷ್ಟೇ ಸಾಕು' ಎಂದ ಅಮಿತ್. ಹೋಗುತ್ತಿರುವ ಬಡಿಸುವವನನ್ನೇ ನೋಡುತ್ತಾ, 'ಮೊದ್ಲು ಕನ್ನಡ ಗೊತ್ತಿಲ್ದೇ ಇರೋರನ್ನ ಕಳಿಸ್ತಿದ್ರು ಸರ್ವೀಸ್ಗೆ. ಮ್ಯಾನೇಜ್ಮೆಂಟಿಗೆ ಒಂದು ಸಲ ಹೇಳಿ, ಎರಡು ಸಲ ಉಗ್ದ ಮೇಲೆ, ಈಗ ಕನ್ನಡ ಬರೋರನ್ನೇ ಕಳಿಸ್ತಾರೆ' ಎಂದ ಅಮಿತ್ಗೆ ಮನು, 'ಹಂಗೇ ಮಾಡ್ಬೇಕು. ಇಲ್ಲಿಗೆ ಬರೋ ಎಲ್ಲರಿಗೂ ಬೆಂಗ್ಳೂರು ಕನ್ನಡದವರದ್ದು ಅನ್ನೋದನ್ನ ನೆನಪಿಸ್ತಾ ಇರ್ಬೇಕು' ಎಂದ. ಆ ಮಾತಿಗೆ ಅಮಿತ್ ಏನೂ ಹೇಳದೇ, 'ಲೆಟ್ಸ್ ಗೋ ಟು ಗೋವಾ. ಫ್ಯಾಮಿಲಿ ವೆಕೇಶನ್ ಅನ್ಕೋತಾರೆ' ಎಂದ ಅಮಿತ್. 'ಅಲ್ಲಿಗೆ ಹೋದ್ಮೇಲೇನೇ ಅನುಗೆ ಹೇಳು, ಒಪ್ಪಿದ್ರೆ ಓಕೆ ಇಲ್ಲಾಂದ್ರೆ ಹೇಳಿದ್ನಲ್ಲಾ ನೋ ಹಾರ್ಡ್ ಫೀಲಿಂಗ್ಸ್. ಅಲ್ಲಿಂದ ತಿಂಗಳಲ್ಲಿ ನೀನು ಕೆಲ್ಸ ಬಿಟ್ಟು ಹೋದ್ರೆ ಸಾಕು' ಎಂದು ನಿಲ್ಲಿಸಿದ. ಆದಷ್ಟು ಬೇಗ ಈ ಕಂಪನಿಯ ಹೆಸರು ಹೇಳಿ

ಬೇರೆಡೆ ಕೆಲಸವನ್ನು ಹುಡುಕಿಕೊಂಡು ಈ ಹಲ್ಕಟ್ ಕಂಪನಿ ಬಿಟ್ಟರಾಯ್ತು ಎಂದುಕೊಳ್ಳುವಷ್ಟರಲ್ಲಿ ಹೊಗೆಯಾಡುತ್ತಾ ಒಟ್ಟಿಗೇ ಬಂದವು ಬಿರಿಯಾನಿಗಳು.

ಮನುಗೆ ಸಿಗಬಹುದಾಗಿದ್ದ ಯಾವುದೇ ಕಂಪನಿಯನ್ನು ಮೀರಿಸುವಂತಿತ್ತು ಇನ್ಸ್ಟ್ರಾಟೆಕ್. ಹೊಸ ಸಂಬಳ, ಸವಲತ್ತು, ತಕ್ಕಮೆಯ ಸವಿಗಳು ಅನುಗಿಂತಲೂ ಮನುವಿಗೇ ಹೆಚ್ಚು ಮೈಗತ್ತಿದವು. ಸೋಮಾರಿತನಕ್ಕೂ ಸಂಬಳ ಕೊಡುವ ಕಂಪನಿಯನ್ನು ಬಿಡುವುದು ಹೇಗೆಂದು ಗೊತ್ತಾಗದೇ ಒದ್ದಾಡಲತ್ತಿದ್ದ ಮನು. ಬೇಗ ಬೇರೆ ಕೆಲಸ ಹಿಡಿದೇ ತೀರುತ್ತೇನೆಂದು ಹೊರಟವನಿಗೆ ತಿಂಗಳುಗಳು ಕಳೆದು ಕಷ್ಟವಾಗಲತ್ತಿತು. ಯಾರೂ ಇವನನ್ನು ಸೇರಿಸಿಕೊಳ್ಳುವ ಮನಸ್ಸೇ ಮಾಡುತ್ತಿಲ್ಲ. ಮೂರನೆಯ ತಿಂಗಳ ಕೊನೆಯವಾರಕ್ಕೆ, ಅಂದರೆ ಇವತ್ತು ಬೆಳಿಗ್ಗೆ ಅಮಿತ್ ವಾಟ್ಸಾಪ್ ಮಾಡಿದ್ದ, 'ಗೋವಾ ನೆಕ್ಸ್ಟ್ ವೀಕ್?' ಎಂದು.

ಅಮಿತ್ನ ದುಡ್ಡಿನಲ್ಲಿ ಗೋವಾ ಟ್ರಿಪ್ಪು ಮುಗಿಸಿ, ನೀನು ಬಯಸಿದ್ದು ಆಗುವುದಿಲ್ಲ ಎಂದು ಅವನಿಗೆ ಹೇಳಿ ತಣ್ಣಗೆ ಕೈ ತೊಳೆದುಕೊಂಡರಾಯಿತು ಎಂದುಕೊಂಡು ಬಂಗಾರದಂತಹ ಕೆಲಸ ಇಲ್ಲವಾಗುವುದನ್ನು ನೆನಪಿಸಿಕೊಂಡು ಬೇಸರಗೊಂಡ. ತನ್ನ ಹೆಂಡತಿಯನ್ನು ಬೇರೊಬ್ಬರೊಡನೆ ಮಲಗಿಸುತ್ತಿರುವ ಅಮಿತ್ನ ಹೆಂಡತಿ ನೋಡಲು ಕೆಟ್ಟದಾಗಿ ಇರಬಹುದು ಎಂದಕೊಂಡವನಿಗೆ ಅಮಿತ್ನ ಇನ್‌ಸ್ಟಾಗ್ರಾಂ ಅಚ್ಚರಿ ಮೂಡಿಸಿತ್ತು. ಅಮಿತ್ನ ಹೆಂಡತಿ ಪ್ರತಿಮಾ ಅನುವಿಗಿಂತಲೂ ಚೆನ್ನಾಗಿದ್ದಾಳೆ ಅನಿಸಿತು ಮನುಗೆ. ಒಂದು ಗಳಿಗೆ ಅವಳನ್ನು ತನ್ನ ಹಾಸಿಗೆಯಲ್ಲಿ ಊಹಿಸಿಕೊಂಡು, ನಲಿದ. ನನಸಿಗೆ ಬಂದು ತನ್ನನ್ನು ತಾನೇ ಬೈದುಕೊಂಡ. ಅನುಗೆ ವೈಫ್ ಸ್ವಾಪಿಂಗ್ಗೆ ಕೇಳಬಹುದೇ? ಇಂತಹ ಗಳಿಗೆಯಲ್ಲಿ ಅನು ಏನು ಮಾಡುತ್ತಾಳೆ? ಮತ್ತೇನು, ಥೂ ಎಂದು ಉಗಿದು ಕೊಂದು ಬಿಡುತ್ತಾಳೆ ಎನಿಸಿ ಹೆದರುತ್ತಲೇ ಮನೆ ಬಂದಿದ್ದ.

–4–

ಇರುಳು ಈಗ ಮನೆಗೆ ಬಂದವನೇ ಮಾತು, 'ನು, ಹನಿಮೂನು. ಗೋವಾ?' ಎಂದು. ಅದಕ್ಕವಳು 'ಮದ್ವೆ ಆಗಿ ಎಂಟು ವರ್ಷ ಆದ್ಮೇಲೆ ಬಂತಾ ಮೂಡು' ಎಂದು ನುಲಿದಳು. 'ಹಂಗೇನಿಲ್ಲ, ಮುಂದೆ ಹೋಗ್ತಾ ಹೋಗ್ತಾ ವಯಸ್ಸು ಬರಲ್ಲ ಅಲ್ವಾ? ಸೋ ವಿಲ್ ಸ್ಟೋರ್ ದಿ ಎಕ್ಸ್‌ಪೀರಿಯನ್ಸಸ್' ಎಂದು ನಿಲುಗನ್ನಡಿಯ ಮುಂದೆ ನಿಂತು ನೈಟಿಯನ್ನು ಉಡುತ್ತಿದ್ದ ಅನುವನ್ನು ಹೋಗಿ ತಬ್ಬಿ, ಬೆನ್ನಿನ ಜಿಪ್ ಹಾಕಿದ, ಮತ್ತೆ ತೆಗೆದ. ಕನ್ನಡಿಯಲ್ಲಿ ತನ್ನನ್ನು ತಾನು ನೋಡಿಕೊಳ್ಳಲಾಗಲಿಲ್ಲ ಅವನಿಗೆ, ಅವಳನ್ನು ನೋಡಿ ನಸು ನಕ್ಕು ಅವಳ ಕುತ್ತಿಗೆ ಮುದ್ದಿಸಿದ. 'ನಮ್ ಬಾಸ್ ಅಮಿತ್ ಕೂಡ ಹೋಗ್ತಾ ಇದಾರೆ ಗೋವಾಕ್ಕೆ ವೈಫ್ ಜೊತೆ. ಅವ್ರೇ ನಮ್ ಸ್ಟೇನ ಅರೇಂಜ್ ಮಾಡಿರ್ತಾರೆ.

ನಾವು ಅಲ್ಲಿಗೆ ಹೋದ್ಮೇಲೆ ನಾಲ್ಕೂ ಜನ ಜೊತೆಯಾಗಿ ಸುತ್ತೋದು. ನೀನು ಮತ್ತೆ ಅವ್ರ ವೈಫ್ ಒಳ್ಳೇ ಫ್ರೆಂಡ್ಸಾಗ್ತೀರಿ ಗ್ಯಾರಂಟಿ' ಎಂದ ಕನ್ನಡಿಯಲ್ಲಿ ಅವಳ ಅಂದವನ್ನು ನೋಡುತ್ತಾ. 'ಅಲ್ಲೂ ನೀವು ಮೀಟಿಂಗು ಗೀಟಿಂಗು ಅಂತ ಕುಂತಿದ್ರೆ ಒದೆ ತಿಂತೀರಿ' ಎಂದು ಅವನನ್ನು ಹಾಸಿಗೆಗೆ ದೂಕಿದಳು. ಅಮಿತ್ ಮತ್ತು ತನ್ನ ಮೇಲೆಯೇ ಇದ್ದ ಸಿಟ್ಟನ್ನೆಲ್ಲಾ ಮನು ಅವಳೊಳಕ್ಕೆ ಇಳಿಸಿದ. ಬಹಳ ನಾಳುಗಳಾದ ಮೇಲೆ ಅನು ಸುಸ್ತು ಹೊಡೆದಳು.

–5–

ನಾಲ್ಕು ನಾಳುಗಳ ಗೋವಾ ಟ್ರಿಪ್ಪಿಗೆ ಬಟ್ಟೆಬರೆಗಳ ಕೊಳ್ಳಾಟ (ಶಾಪಿಂಗ್) ಮೊದಲಾಗಿ, ಗುರುವಾರ ಬಾನೋಡವನ್ನು (ವಿಮಾನ) ಹತ್ತಿದರು. ಹದಿನಾರು ಮಹಡಿಗಳ 'ಸ್ಟಾರ್ಶೈನ್' ಹೊಟೇಲಿನ ಎಂಟನೆಯ ಮಹಡಿಯಲ್ಲಿ ಅಕ್ಕಪಕ್ಕದ ಕೋಣೆಗಳು. ಬೆಳಿಗ್ಗೆ ಸಿಕ್ಕು ನಕ್ಕರು, ಒಟ್ಟಿಗೇ ತಿಂಡಿಯಾಯಿತು. ಕಣ್ಣೆದುರಿನ ಕಡಲು ಹಾಯಾಗಿ ಹರಿಯುತ್ತಿದ್ದರೂ ಮನುವಿನ ಮನದ ಕಡಲಿಗೆ ಹುಚ್ಚು ಹಿಡಿದಿತ್ತು. ಮೊದಲ ನಾಳು, ಭಾರತೀಯರು ಅದರಲ್ಲೂ ಕನ್ನಡಿಗರಿಂದಲೇ ತುಂಬಿರುತ್ತಿದ್ದ ಕೆಲಂಗೂಟ್ ಬೀಚ್ ಹತ್ತಿರ ಹೋಗದೇ ಬೇರೆ ಊರವರು ಅದರಲ್ಲೂ ಹೊರದೇಶದವರಿರುವ ಬಾಘಾಬೀಚ್ ಸುತ್ತಿದರು. ನಾಳಿನ ತಿರುಗಾಟದ ಬಗ್ಗೆ ಮಾತಾಡುತ್ತಾ ಬಿಸಿಲಿಗೆ ಮೈಯ್ಯೊಡ್ಡಿದರು. ಎಲ್ಲರೂ ಬಿಯರ್ ಕುಡಿದರು. ನೇಸರನ ಮುಳುಗನ್ನು ಕಂಡು ತನ್ನ ಮುಳುಗು ಎಂದುಕೊಂಡ ಮನು.

ತಿರುಗಿ ಏಳರ ಹೊತ್ತಿಗೆ ಹೊಟೇಲಿಗೆ ಬಂದರು. ರಿಸೆಪ್ಶನ್ ಹತ್ತಿರ ಅಮಿತ್ ಸನ್ನೆ ಮಾಡಿದ 'ಟುಡೇ, ಆಫ್ಟರ್ ಡಿನ್ನರ್?' ಎಂದು, ಇನ್ನಷ್ಟು ಕುದಿಯಲಾರೆ, ಮುಗಿಯಲಿ ಎಲ್ಲಾ ಎಂದು ತೀರ್ಮಾನ ಮಾಡಿ 'ಯೆಸ್' ಅಂದ. 'ಊಟ ಮುಗ್ಸಿ, ಅನು ನನ್ನ ರೂಮಿಗೆ ಬರಲಿ, ಪ್ರತೀ ನಿನ್ನ ರೂಮಿಗೆ ಬರ್ತಾಳೆ. ನಾವು ಓಡಾಡೋದು ಬೇಡ' ಎಂದ ಅಮಿತ್. ಊಟವಾದ ಮೇಲೆ ಕೋಣೆಯಿಂದ, 'ಅನು ಒಪ್ಪಲಿಲ್ಲ ಸಾರಿ' ಎಂದು ವಾಟ್ಸಾಪು ಮಾಡಿದರಾಯ್ತು ಎಂದುಕೊಂಡ ಮನು 'ಓಕೆ' ಎಂದು ಹಾಯಾದ. 'ಡಿನ್ನರ್ಗೆ ಸಿಗೋಣ' ಎಂದು ತಮ್ಮ ಕೋಣೆಗಳನ್ನು ಹೊಕ್ಕರು. 'ನಾನು ನನ್ನ ಹೆಂಡತಿಯ ತಲೆ ಹಿಡಿಯಲು ಹೋಗುತ್ತಿದ್ದೆ' ಎನ್ನುವ ಸಾಲೇ ಕೊಲ್ಲುತ್ತಿತ್ತು ಮನುಗೆ. ಅಚ್ಚ ಕನ್ನಡದಲ್ಲಿ ಹೇಳಿಕೊಂಡ ಮಾತೊಂದು ಇಷ್ಟು ಎದೆ ಬಗೆಯಬಹುದು ಎನಿಸಿದ್ದು ಇದೇ ಮೊದಲು. ಅನುಗೆ ಏನೂ ಹೇಳದೇ ಸತ್ತು ಹೋಗಬೇಕು, ಯಾಕೆಂದು ಹೇಳಿ ಎಂದು ಹಟಮಾಡಿ ಕೇಳಿದರೆ ಅಕಸ್ಮಾತ್ ಬಾಯಿಬಿಟ್ಟು ಇದನ್ನೆಲ್ಲಾ ಹೇಳುವಾಗ ಗುಂಡಿಗೆ ಕೆಲಸ ನಿಲ್ಲಿಸುತ್ತದೆ ಅನಿಸಿತು. ತನಗೆ ಇಡೀಯಾಗಿ ಒಲಿದಿರುವ

ಅನು ಎಂಬ ಉಸಿರಿಗೆ ನಾನು ಮಾಡಿದ ಮೋಸ ಇದು, ಇಂತಹದನ್ನು ಒಪ್ಪಿಕೊಂಡು ಕೆಲಸಕ್ಕೆ ಸೇರಿದ್ದೇ ಹೇಲು ತಿನ್ನುವ ಕೆಲಸ, ಅದಕ್ಕಾಗಿಯಾದರೂ ಅವಳಿಗೆ ಎಲ್ಲವನ್ನು ಹೇಳಿ ಅವಳಿಗೆ ಸಾಕು ಅನ್ನಿಸುವವರೆಗೆ ಅವಳಿಂದ ಅವಳ ಕೆರದಲ್ಲೇ ಹೊಡೆಸಿಕೊಳ್ಳಬೇಕು ಅನಿಸಿತು.

ಉಡುಗೆ ತೊಡುಗೆ ಮತ್ತು ಮೈ ಗಮಗಳಲ್ಲೇ ತಮ್ಮ ಅಂತಸ್ತನ್ನು ಕಾಣಬೇಕೆಂದು ಹೆಂಗಸರಿಬ್ಬರೂ ಚೆನ್ನಾಗಿ ಅಣಿಯಾಗಲತ್ತಿದರು. ಮೊದಲೇ ಮಾತಾಡಿಕೊಂಡಿದ್ದರೇನೋ ಎಂಬಂತೆ ಕೆಂಪು ಬಣ್ಣದ ಸೀರೆಗಳನ್ನೇ ಉಟ್ಟು ಅಂದವಾಗಿ ಕಾಣುತ್ತಾ ಬಂದರು ಊಟಕ್ಕೆ. ಗೋವಾ ಸುತ್ತಿದ್ದವರು ಇವರಲ್ಲ ಎನ್ನುವಷ್ಟು ಬೇರೆಯಾಗಿ ಕಾಣಿಸುತ್ತಿದ್ದರು ಇಬ್ಬರೂ. ಗಂಡಸರಿಬ್ಬರು ಫಾರ್ಮಲ್ ಅಂಗಿ ಪ್ಯಾಂಟುಗಳಲ್ಲಿದ್ದರು. ಅನು ಅಂದಕ್ಕೆ ಅಮಿತ್ ಮರುಳಾಗಿದ್ದ. ರೆಸ್ಟೋರೆಂಟಿನ ಇಂಪಾದ ಇನಿತದಲ್ಲಿ ಊಟ ಮಾಡಿ ಎದ್ದರು.

ತಾನು ಅನುವಿಗೆ ಹೇಳಿದ್ದರೆ ಎನ್ನುವುದನ್ನೇ ನೆನೆಸಿಕೊಂಡ ಮನುವಿಗೆ ಗುಂಡಿಗೆ ಕೆಳಗೆ ಕುಸಿದಂತಾಯಿತು. ತನ್ನ ಗತಿ ಗೊತ್ತಾಗದಿರಲೆಂದು ನಗುತ್ತಾ ಹೆಜ್ಜೆ ಹಾಕಿ ಏರಿಳಿ (ಲಿಫ್ಟ್) ಹತ್ತಿದಾಗ ಅದು ನೇರವಾಗಿ ನರಕಕ್ಕೆ ಕರೆದುಕೊಂಡು ಹೋಗುತ್ತಿದೆ ಎನಿಸಿ ಬೆವರಿದ. ಅವನ ಬೆವರು ಕಂಡು ಅನು ಕೂಡಲೇ, ಏರಿಳಿಯ ಫ್ಯಾನ್ ಗುಂಡಿ ಒತ್ತಿದಳು, ಮನು ಅವಳನ್ನು ನೋಡಿ ಒಲವಿನಿಂದ ನಕ್ಕು ಏನಾಗಿಲ್ಲವೆಂದು ಸನ್ನೆ ಮಾಡಿದ. ಅಮಿತ್ ಗಂಡಹೆಂಡಿರು ಇವರ ಕಾಳಜಿಗೆ ಹೆಮ್ಮೆಪಟ್ಟರು. ಹೊಟೇಲಿನ ತಮ್ಮ ಮಹಡಿಗೆ ಬಂದು ನಿಂತಾಗ ಹೆಂಗಸರಿಬ್ಬರು ಹೋಗಿ ತಮ್ಮ ತಮ್ಮ ಕೋಣೆಗಳನ್ನು ಸೇರಿದರು. ಅದು ಇದು ಮಾತಾಡುತ್ತಿದ್ದಾರೆ ಎಂಬಂತೆ ಗಂಡಸರು ಕಾರಿಡಾರಿನಲ್ಲೇ ನಿಂತರು. 'ಈಗ ಟೆನ್ ಫಾಟಿಫೈವ್, ಸರಿಯಾಗಿ ಲೆವೆನ್ನಿಗೆ ಕಳ್ಸು' ಎಂದು ತನ್ನ ಕೋಣೆಗೆ ಸೇರಿದ ಅಮಿತ್. ತಾನು ಅವಳಿಗೆ ಏನೂ ಹೇಳುವುದಿಲ್ಲವಲ್ಲಾ ಯಾಕೆ ಹೆದರಿಕೆ ಎಂದುಕೊಂಡವನು, ಬೆವರು ಒರೆಸಿಕೊಂಡು ತಡೆಕಂಬಿಗಳನ್ನು ಹಿಡಿದು ನಿಂತು ಎಷ್ಟೋ ಹೊತ್ತು ಮೆಲ್ಲಗೆ ಉಸಿರಾಡಲತ್ತಿದ.

ಅನು ಕೋಣೆಯಿಂದ ಹೊರಗಡೆ ಇಣುಕಿ ಮತ್ತೆ ಆಫೀಸಿನ ಮಾತುಗಳಿಗೆ ನಿಂತನೇ ತನ್ನ ಗಂಡ ಎನ್ನುವಂತೆ ಬೇಸರದಲ್ಲಿ ನೋಡಿದ್ದು ಮನುಗೆ ಕಾಣಿಸಿತು. ಮನು ಮೆಲ್ಲಗೆ ತನ್ನ ಕೋಣೆ ಎಡೆಗೆ ಹೆಜ್ಜೆ ಇಟ್ಟಾಗ ಎಡವಿದ, ಅನು ಓಡಿ ಬಂದು ಹಿಡಿದುಕೊಂಡಳು. 'ಏನಾಯ್ತು?' ಎಂದವಳ ಒಲವಿನ ಕಣ್ಣುಗಳಲ್ಲಿ ಕಣ್ಣಿಟ್ಟು 'ಏನಿಲ್ಲ' ಎಂದ. ಗಂಟೆ ಹನ್ನೊಂದಾಯಿತು ಎಂದು ಹೊಟೇಲಿನ ದೊಡ್ಡ ಹೊತ್ತಳಕ (ಗಡಿಯಾರ) ಸಪ್ಪಳ ಮಾಡಿತು. ಏನೋ ಸದ್ದಾಯಿತು, ತಿರುಗಿದವನಿಗೆ ಪ್ರತಿಮಾ ತನ್ನ ಕೋಣೆಯಿಂದ ಹೊರಗೆ ಬರುವುದು ಕಾಣಿಸಿತು. ಗುಂಡಿಗೆ ಹೊತ್ತಳಕಕ್ಕಿಂತಲೂ ಜೋರು ಹೊಡೆದುಕೊಂಡು ಅಮಿತ್ಗೆ ಬೇಗ

ಮೆಸೇಜು ಮಾಡಬೇಕೆನಿಸಿ, ಅಲೆಯುಲಿಗೆ ತಡಕಾಡಿದ. ಅನು ಮನುನ ಕೈ ಹಿಡಿದಿರುವುದು ಕಂಡು, ಪ್ರತಿಮಾ ಕಳವಳದಿಂದ ಓಡಿ ಬಂದು ಏನಾಯಿತು ಎಂದಳು. 'ಏನಿಲ್ಲ' ಎಂದ ಅನುಗೆ ಪ್ರತಿಮಾ ನಕ್ಕು, 'ಡೋಂಟ್ ವರಿ, ಐಲ್ ಟೇಕ್ ಕೇರ್ ಆಫ್ ಹಿಮ್' ಎಂದು ಕಣ್ಣು ಹೊಡೆದು ಮನುವನ್ನು ಮೆಲ್ಲಗೆ ಹಿಡಿದುಕೊಂಡಳು. ಮನುಗೆ ಏನೂ ತಿಳಿಯದೇ, ಬಾಯಿ ನಿಂತಿತ್ತು. ಅನು ಒಮ್ಮೆ ಮನುನ ಕಣ್ಣುಗಳಲ್ಲಿ ಕಣ್ಣಿಟ್ಟು, ಹಿಡಿದುಕೊಂಡಿದ್ದ ಮನುನ ಕೈಗಳನ್ನು ಪ್ರತಿಮಾಗೆ ಒಪ್ಪಿಸಿ, ಅಮಿತ್ ಕೋಣೆಯತ್ತ ನಡೆದಳು.

ಮರಕುಟಿಕದ ಕಟ್ಕಟ್ನಂತೆ ಅನುವಿನ ಕೆಂಪು ಬಣ್ಣದ ಪಾಯಿಂಟೆಡ್ ಹೀಲ್ಡ್ ಚಪ್ಪಲಿಗಳು ನೆಲಕ್ಕಲ್ಲ ಮನುವಿನ ಎದೆಗೆ ಕಟ್ಕಟ್ ಕಟ್ ಕಟ್ ಎಂದು ಕುಟ್ಟುತ್ತಾ ಹೋಗುತ್ತಿದ್ದವು. ಹಿಂದಿನಿಂದ ರವಿಕೆಯನ್ನು ಬಿಗಿದಿರುವ ಒಂದೆಳೆ ಬಟ್ಟೆ ಮತ್ತು ಒಂದು ಸಣ್ಣ ಗಂಟು ಅಷ್ಟೇ ಇರುವ, ಎಲ್ಲವನ್ನೂ ಹೇಳುತ್ತಿರುವ ಅನುವಿನ ಬೆತ್ತಲೆ ಬೆನ್ನನ್ನು ಮನುಗೆ ಓದಲಾಗುತ್ತಿಲ್ಲ. ಅವನ ಹಣೆ ಬೆವರುತ್ತಾ, ಕಂಗಳು ಮಂಜಾಗುತ್ತಾ, ಮೆದುಳು ಗೊಜ್ಜಾಗಲತ್ತಿತು.

ಸುಚಿತ್ರಾ ಹೆಗಡೆ

ಉತ್ತರ ಕನ್ನಡ ಜಿಲ್ಲೆಯ ಕುಮಟ ತಾಲೂಕು ಕತಗಾಲ ಗ್ರಾಮದ ಸುಚಿತ್ರ ಇತ್ತೀಚಿನ ದಿನಗಳಲ್ಲಿ ಕಥಾಸ್ಪರ್ಧೆಗಳಲ್ಲಿ ಕಾಣಿಸಿಕೊಳ್ಳುವ ಹೆಸರು. ತಮ್ಮ ಪತ್ರಿಕಾ ಬರಹಗಳಿಂದಲೂ ಪರಿಚಿತರು. 'ಜಗವ ಸುತ್ತುವ ಮಾಯೆ', 'ಈ ಚಿಟ್ಟೆ ಕಾಡಿದ ಹಾಗೆ' ಅವರ ಪ್ರಕಟಿತ ಕೃತಿಗಳು. ಕಥೆ ಹೇಗೆ ಹುಟ್ಟುವುದು ಎನ್ನುವುದಕ್ಕೆ ಸುಚಿತ್ರ ಕಂಡುಕೊಂಡಿರುವ ಸಮಾಧಾನ ಹೀಗಿದೆ:

"ಒಂದು ಕಥೆ ತಾನೇ ತಾನಾಗಿ ಬರೆಯಿಸಿಕೊಳ್ಳುವ ಕುರಿತು ನಂಬಿಕೆ ಬಂದಿದ್ದೇ ಈ ಕಥೆಯಿಂದ! ಇದರ ಹುಟ್ಟು ನನ್ನ ಕೋಲ್ಕತ್ತಾ ವಾಸದ ಸಮಯದಲ್ಲಿಯೇ ಆಗಿರಬೇಕು. ಕತ್ತಲೆಯಲ್ಲಿ ಮಾತ್ರ ನಗರಗಳು ತಮ್ಮ ನಿಜರೂಪವನ್ನು ತಳೆಯುತ್ತವೆಯೆಂದು ನನಗನ್ನಿಸುತ್ತದೆ. ಅವುಗಳ ಕಣ್ಣು ಕೋರೈಸುವ ಬೆಳಕಿನ ಹಿಂದಿನ ಕತ್ತಲು, ಸ್ವರ್ಗ ಧರೆಗಿಳಿದಂತಹ ವೈಭೋಗದನೆರಳಲ್ಲಿ ಇಣುಕುವ ಕಡು ಬಡತನ ನನ್ನನ್ನು ಸದಾ ಇರಿಯುತ್ತವೆ. ಕೋಲ್ಕತ್ತಾ ಶಹರದ ವಿವಿಧಆಯಾಮಗಳನ್ನು ಹತ್ತಿರದಿಂದ, ನಿಧಾನವಾಗಿ ಮನಸ್ಸಿಗಿಳಿಸಿಕೊಳ್ಳುತ್ತ ಓಡಾಡುವಾಗ ಅಲ್ಲಿಯಗಲ್ಲಿಗಳು ಪಾರೊ, ಬಾಬು ಮತ್ತು ಮುನ್ನಿಯರನ್ನು ಪರಿಚಯಿಸಿದವು. ಆ ಸಂದರ್ಭದಲ್ಲಿ ನನ್ನಭಾವುಕ ಮನಸ್ಸಿನ ಮೂಲೆಯಲ್ಲೊಂದು ಹೊಳಹು ತಾನಾಗಿ ಮೊಳೆತಿತ್ತು. ಮಂಥನದ ಕೊನೆಯಲ್ಲಿ ಕಥೆಯೊಂದು ತಾನೇ ಸೇತುವೆಯಾಗಿ ಅಥವಾ ಸೇತುವೆಯೇ ಕಥೆಯಾಗಿ ಬರೀ ಕತ್ತಲು ಬೆಳಕಷ್ಟೇ ಅಲ್ಲ; ಸಂಕೀರ್ಣವಾದ ಸಂಬಂಧಗಳ ನಡುವೆ ಮಿನುಗುವ ಸಹಜ ಮುಗ್ಧತೆ, ಶೋಷಣೆಯನ್ನು ಮೆಟ್ಟಿ ನಿಲ್ಲುವ ಸಶಕ್ತ ಮನಸ್ಸು ಕಥೆಯುದ್ದಕ್ಕೂ ಹರಿದಾಡಿವೆ. ಕಥೆಯನಾಯಕಿಯಾದ 'ಪಾರೋ' ಕಥೆಯಾಗುವ ಮುನ್ನ ಮತ್ತು ನಂತರದಲ್ಲಿ ನನ್ನನ್ನು ಬಗೆಬಗೆಯಾಗಿಕಾಡಿಸಿದ್ದಂತೂ ಸತ್ಯ.

ಕಥೆಯ ಕುರಿತು ತೀರ್ಪುಗಾರರ ಅಭಿಪ್ರಾಯ:

ವೇಶ್ಯೆಯರ ದಾರುಣ ದಿನ-ಕ್ಷಣಗಳನ್ನು ದಾಖಲಿಸಲು ಯತ್ನಿಸುವ ಕಥೆ ಆಕರ್ಷಕ ಭಾಷೆ, ಸರಳ ನಿರೂಪಣಾ ಶೈಲಿಯಿಂದ ಗಮನ ಸೆಳೆಯುತ್ತದೆ. ಕೋಲ್ಕತ್ತ ನಗರದ ಸೋನಾಗಾಛಿಯ ನಿತ್ಯದ ವಿವರಗಳು ಕಣ್ಣಿಗೆ ಕಟ್ಟುವಂತೆ ಚಿತ್ರಿತವಾಗಿದ್ದರೂ ಕತೆ ಇನ್ನೂ ಆಳವನ್ನು ಬಯಸುವಂತಿದೆ. ಪಾರೋಳ ಆತ್ಮವಿಶ್ವಾಸ ಕತೆಯನ್ನು ದುಃಖಾಂತ್ಯದಿಂದ ಪಾರು ಮಾಡಿರುವುದು ಕೂಡ ನಾಟಕೀಯವಾಗಿದೆ.

6

ಕತ್ತಲಿಗೊಂದು ಬೆಳಕಿನ ಸೇತುವೆ

ಕೋಲ್ಕತ್ತಾದ ಸೋನಾಗಾಛೀಯ ಕತ್ತಲು ತುಂಬಿದ ಗಲ್ಲಿಗಳಲ್ಲಿ ಬೆಳಕು ಮೂಡುವುದೇ ಸೂರ್ಯ ಮುಳುಗಿದ ಮೇಲೆ. ಇಕ್ಕಟ್ಟಾದ, ಪಾನ್, ಖೈನಿಯ ಕಲೆಗಳಿಂದ ತುಂಬಿದ ಅಲ್ಲಿಯ ಕೊಳಕು ಬೀದಿಗಳಲ್ಲಿ ಹಗಲಿಡೀ ಒಣಗಿಸಿದ ಬಟ್ಟೆಗಳ ಸಾಲು ಮತ್ತು ಪಕ್ಕದ ರೇಲ್ವೆ ಹಳಿಗಳ ಮೇಲೆ ಆಡುವ ಮಕ್ಕಳ ಕಲರವ ಬಿಟ್ಟರೆ ಬೇರೆ ಯಾವುದೇ ಜೀವಂತವಾಗಿರುವ ಸಬೂತು ದೊರೆಯುವುದಿಲ್ಲ. ಸಂಜೆಯಾಗುತ್ತಿದ್ದಂತೆ ಅಸಡ್ಡಾಳವಾಗಿ ಬಣ್ಣ ಬಳಿದುಕೊಂಡು, ಹೊಳೆಯುವ ಸೀರೆಯುಟ್ಟ ಮಧ್ಯ ವಯಸ್ಕ ಹೆಂಗಸರು ಮೊದಲು ಪ್ರತ್ಯಕ್ಷವಾಗುತ್ತಾರೆ. ನಾಜೂಕಾಗಿ ಮೇಕಪ್ ಮಾಡಿಕೊಂಡ, ವಿವಿಧ ವಿನ್ಯಾಸದ ದಿರಿಸುಗಳನ್ನು ತೊಟ್ಟ, ಅಚ್ಚ ಕಪ್ಪಿನ ಕಾಡಿಗೆ ಕಣ್ಣಿನ ತರುಣಿಯರು ಹೊರಗೆ ಬರುವಷ್ಟರಲ್ಲಿ ಟ್ಯಾಕ್ಸಿಗಳು ಬಂದು ನಿಲ್ಲತೊಡಗುತ್ತವೆ. ಕೊನೆಯಲ್ಲಿ ಮುಖವನ್ನೂ ತೊಳೆಯದ, ಕೆದರಿದ ಕೂದಲಿನ, ಉಟ್ಟ ಬಟ್ಟೆಯಲ್ಲಿ ಹೊರದಬ್ಬಿರುವಂತೆ ಕಾಣುವ, ಕಣ್ಣಲ್ಲಿ ನಿದ್ದೆ ತೇಲುವ ಎಳೆಯ ನಿಂಬೆಕಾಯಂತ ಹುಡುಗಿಯರು ತಮ್ಮ ಬೆಂಕಿಪೊಟ್ಟಣದಂತಹ ಕೋಣೆಗಳಿಂದ ಹೊರಬಂದು ಬಾಗಿಲಲ್ಲಿ ನಿಂತು ಬಾರದ ನಗುವನ್ನು ತಂದುಕೊಂಡ

ಮೇಲೆಯೇ ಸೋನಾಗಾಛೀ ಅವರೆಲ್ಲರ ಕಡುಗೆಂಪನೆಯ ತುಟಿ ಬಣ್ಣದಂತೆ ರಂಗೇರುತ್ತದೆ. ಸೆರೆಯಂಗಡಿಯಲ್ಲಿ ಕುಳಿತ ಕೊನೆಯ ಬ್ಯಾಚು ಎದ್ದೇಳುತ್ತದೆ. ಬಾಲಿವುಡ್ ಸಂಗೀತದೊಂದಿಗೆ ಬಣ್ಣ ಬಣ್ಣದ ಬೆಳಕಿನ ಸರಗಳು, ಗಲ್ಲಿಯ ಇಕ್ಕೆಡೆಯ ಮೋರಿಯ ನಾತ, ಹೆಂಗಳೆಯರ ಸೆಂಟಿನ ಪರಿಮಳ, ಸುತ್ತಿ ಸುಳಿವ ಪುರುಷರ ಬಾಯಲ್ಲಿರುವ ಜರ್ದಾ ಬೀಡಾ, ಗುಟ್ಕಾ, ಖೈನಿಯ ವಾಸನೆ, ಕುಡುಕರ ಅಬ್ಬರದ ಮಾತು ಎಲ್ಲ ಸೇರಿ ಅಲ್ಲಿ ಒಂದು ವಿಚಿತ್ರವಾದ ಘಮಲು ಪಸರಿಸುತ್ತದೆ.

ಕೋಲ್ಕತ್ತಾ ಎನ್ನುವ ಮಹಾನಗರವೇ ಒಂದು ಜೀವಂತ ಕ್ಯಾನ್ವಾಸಿನಂತೆ ಕಂಡರೆ ಸೋನಾಗಾಛೀಯೆನ್ನುವುದು ಮಂಜಿನ ಮುಸುಕಲ್ಲಿ ತೆಗೆದ ಫೋಟೋದ ತರಹ ಮಸುಕು... ಕಂಡರೂ, ಕಾಣದ ಹಾಗೆ... ಹೆಸರಿದ್ದರೂ ಕರೆಯದ ಹಾಗೆ. ಸಾವಿರ ಮುಖಗಳು ಸರಿದಾಡುತ್ತವಾದರೂ ಯಾರಿಗೆ ಯಾರೂ ಪರಿಚಿತರಲ್ಲ. ಇಲ್ಲಿಯ ಜನರಿಗೆ ಅವರ ಹೊಟ್ಟೆ ಪಾಡಿಗಿಂತ ಮಿಗಿಲಾದ ಅಸ್ತಿತ್ವ ಹುಡುಕಿದರೂ ಸಿಗದು. ಸೋನಾಗಾಛೀಯ ಗಲ್ಲಿಗಳು ಭೂಲ್ ಭುಲಯ್ಯಾದಂತೆ ಗೋಜಲಾದರೂ ಬದುಕಿನ ಸಮೀಕರಣ ಸರಳ. ಬಾಯಲ್ಲಿ ಪಾನು, ಊಟಕ್ಕೆ ಮೀನು, ಹಾಸಲು ಹೆಣ್ಣು ಮಕ್ಕಳ ಅನಿವಾರ್ಯತೆಯ ಸೆರಗು.

ಹಳೆಯ ಕೋಲ್ಕತ್ತಾದಲ್ಲಿ ದೊಡ್ಡ ದೊಡ್ಡ 'ಬಾಡಿ' ಗಳೆನ್ನುವ ಮನೆಗಳ ಸಾಲಿದೆ. ಆದರೆ ಸೋನಾಗಾಛೀಯಲ್ಲಿ ಮಾತ್ರ ಬರೀ 'ಕಮರಾ'ಗಳು. ಇಲ್ಲಿನ ಬದುಕಿನಂತೆ ಬಟಾ ಬಯಲು. ಹತ್ತು ಬೈ ಹನ್ನೆರಡು ಕೋಣೆ ಮೂರು ಹಂತಗಳಲ್ಲಿ ಹಬ್ಬಿ ಮೇಲೆ ಡ್ರಾಯಿಂಗ್ ರೂಮು, ಮಧ್ಯೆ ಅಡುಗೆ ಮನೆ, ಕೆಳಗೆ ಅಟ್ಯಾಚಡ್ ಬಾತ್ ರೂಮಿನ ಬೆಡ್ರೂಮಾಗುವ ಜಾದು ಇಲ್ಲಿ ನಡೆಯುತ್ತದೆ. ಎಲ್ಲಕ್ಕಿಂತ ಮೇಲಿರುವ ಮಸುಕು ಕೆಂಪು ದೀಪದ ಬಲ್ಬಿನ ಬೆಳಕು ಫ್ಯಾನಿನೊಂದಿಗೆ ಗಿರಕಿ ಹೊಡೆಯುತ್ತದೆ. ಗೋಡೆಯ ಸ್ಟ್ಯಾಂಡಿನ ಮೇಲಿರುವ ಚಿಕ್ಕದೊಂದು ಟಿವಿ ಕರೆಂಟು ಇದ್ದಷ್ಟು ಸಮಯವೂ ಬಂಗಾಲಿಯಲ್ಲಿ ಗದ್ದಲವೆಬ್ಬಿಸುತ್ತವೆ. ದೇವರ ಪಟಗಳ ಮಧ್ಯದಲ್ಲಿರುವ ದೊಡ್ಡದೆನಿಸುವ ಕನ್ನಡಿಯಲ್ಲಿ ಇಡೀ ರೂಮಿನ ಪ್ರತಿಬಿಂಬ ಕಾಣುತ್ತದೆ. ಕನ್ನಡಿಯ ಕೆಳಗಿರುವ ಅರೆಯಲ್ಲಿ ತುಟಿಬಣ್ಣ, ಪೌಡರ್ ಮೊದಲಾದ ಅಗ್ಗದ ಶೃಂಗಾರ ಸಾಧನಗಳು ತುಂಬಿ ತುಳುಕುತ್ತವೆ. ಮಧ್ಯದ ಕಪಾಟಿನಲ್ಲಿ ಪಾತ್ರೆ ಪಗಡಗಳು, ಪಕ್ಕದಲ್ಲಿ ಎತ್ತರದ ಸ್ಟೂಲಿನ ಮೇಲೆ ಬಾಗಿಲು ತೆರೆದ ಕೂಡಲೇ ಮೀನಿನ ವಾಸನೆ ಹೊಡೆಯುವ ಮಿನಿ ಫ್ರಿಡ್ಜು. ಇನ್ನೊಂದು ಚಿಕ್ಕ ಟೇಬಲ್ಲಿನ ಮೇಲೆ ಸ್ಟೋವು. ಹೆಚ್ಚು ಕಮ್ಮಿ ಇಡೀ ಕೋಣೆಯನ್ನು ಆಕ್ರಮಿಸಿರುವ ಒಂದು ಮಂಚದ ಮೇಲಿರುವ ದಪ್ಪ ಹಾಸಿಗೆಯ ಮೇಲೆ ಸದಾ ಹೂವಿನ ವಿನ್ಯಾಸದ ಬೆಡ್ಶೀಟು ಹಾಸಿರುತ್ತದೆ. ಅದರ ಒಂದು ಮೂಲೆಗೆ ಸ್ನಾನ ಮಾಡುವ, ಪಾತ್ರೆ ತೊಳೆಯುವ ಚೌಕದ ಜಾಗ. ಅದಕ್ಕೊಂದು ಪರದೆಯಿದ್ದರೂ ದಿನಕ್ಕೆ ಮೂರು

ನಾಲ್ಕು ಬಾರಿ ಸ್ನಾನ ಮಾಡುವ ಪರಿಸ್ಥಿತಿಯಲ್ಲಿ ಅದನ್ನು ಮೇಲಕ್ಕೆ ಸುತ್ತಿಡುವ ಚಾನ್ಸೇ ಹೆಚ್ಚು. ಇರುವದೊಂದೇ ಹಳೆಯ ನಲ್ಲಿಯಲ್ಲಿ ಗಂಗೆ ದಿನಕ್ಕೊಂದು ಗಂಟೆ ಇಲ್ಲಿನ ಪಾಪ ತೊಳೆಯಲೋ ಎಂಬಂತೆ ಜೋರಾಗಿ ಸುರಿಯುತ್ತಾಳೆ. ನೀರು ತುಂಬಿದ ಬಕೆಟ್ಟುಗಳು ಮಂಚದ ಕೆಳಗಿನಿಂದ ಇಣುಕುತ್ತವೆ. ಜಾಗದ ಹಂಚಿಕೆಯಲ್ಲಿ ದೇವರುಗಳ ಪಟಗಳಿಗೆ ಅಗ್ರಸ್ಥಾನ. ಗೋಡೆಯ ಪಟಗಳ ಜೊತೆಗೆ ಕಪಾಟಿನಲ್ಲೂ ದುರ್ಗೆ, ಕಾಳಿಮಾತೆಯ ಮೂರ್ತಿಗಳು ಚೆಂಡು ಹೂವಿನ ಮಾಲೆ, ಜರಿಯ ಸೆರಗು ಹೊದ್ದು ವಿರಾಜಮಾನವಾಗಿವೆ. ಗೋಡೆಯ ಮೂಲೆಯಲ್ಲಿರುವ ಚಿಕ್ಕ ಮಕ್ಕಳ ಚಿತ್ರಗಳಂತೂ ಕೋಣೆಯ ವಿನ್ಯಾಸಕ್ಕೆ ಒಂಚೂರೂ ಹೊಂದಿಕೆಯಾಗದೇ ಒಂದು ಥರದ ಕಸಿವಿಸಿ ಹುಟ್ಟು ಹಾಕುವಂತಿದೆ. ಹಳೆಯ ಸೀರೆಯ ಪರದೆ ಹಾಕಿದ ಚಿಕ್ಕ ಕಿಟಕಿಯ ಹೊರಗಡೆ ಕಾಣುವ ಜಗತ್ತು ಕೂಡ ಜಾಸ್ತಿ ವಿಭಿನ್ನವೇನಲ್ಲ.

ಇಂಥದ್ದೇ ಒಂದು ಕೋಣೆಯ ಹಳೆಯ ಮಂಚದಲ್ಲಿ ಮಲಗಿದ್ದ ಪಾರೊ ಸಂಜೆಯಾದರೂ ರೂಮಿನಿಂದ ಹೊರಗೆ ಬರದೇ ವಾರವಾಗಿತ್ತು. ಜ್ವರ, ಕೆಮ್ಮು, ಬೇಧಿ ಎಂದು ಒಂದೊಂದಾಗಿ ಖಾಯಿಲೆಗಳು ಬಂದು ಸೇರಿಕೊಂಡು ಪಾರೊಳ ದುಡಿತ ನಿಂತದ್ದಲ್ಲದೇ ಸೋನಾಗಾಛೀಯ ಮಹಿಳೆಯರಿಗಾಗಿಯೇ ಇರುವ ಉಷಾ ಸಹಕಾರಿ ಬ್ಯಾಂಕಿನಲ್ಲಿಟ್ಟ ಉಳಿತಾಯದತ್ತಲೂ ಕಣ್ಣು ಹಾಕಿದ್ದವು. ಅಂದು ಅವಳು ಹೊರಗೆ ಹೋಗಲೇ ಬೇಕಿತ್ತು. ಬಲವಂತದಿಂದ ಎದ್ದು ಕೂತಳು. ಮುಖ ತೊಳೆದು ಸಿಂಗರಿಸಿಕೊಳ್ಳತೊಡಗಿದಳು. ಮೊದಲಿಂದಲೂ ಹಾಗೆ. ಪಾರೋಗೆ ತಯಾರಾಗಿ ಮುಖಕ್ಕೆ ಮೇಕಪ್ಪು ಹಾಕುತ್ತಿದ್ದಂತೆ, ಜಗತ್ತನ್ನೇ ಗೆಲ್ಲುವ ಆತ್ಮವಿಶ್ವಾಸದ ಅನುಭವ. ತನ್ನೆಲ್ಲ ಕುಂದು ಕೊರತೆ, ಬಲಹೀನತೆಗಳನ್ನು ಮುಚ್ಚುವಂತೆ ನಯವಾಗಿ ಫೌಂಡೇಷನ್ ಕ್ರೀಮ್ ಲೇಪಿಸಿದಳು. ತನ್ನೊಳಗಿನ ಕತ್ತಲೆಯನ್ನೇ ಮೊಗೆದು ಕಣ್ಣುಗಳು ಹೊಳೆಯುವಂತೆ ಮಾಡಿಕೊಂಡಳು. ಹೊಟ್ಟೆಯಲ್ಲಡಗಿದ ಸಿಟ್ಟಿನ ಕೆಂಪನ್ನು ತುಟಿಗಳಿಗೆ ಡಾಳಾಗಿ ಬಳಿದು ನಗೆಯ ಹೂವರಳಿಸಿದಳು.

ಅಂದಹಾಗೆ ಪಾರೋಳ ಎಣ್ಣೆಗಪ್ಪು ಬಣ್ಣ, ತಿದ್ದಿ ತೀಡಿದಂತ ಉರುಟು ಮುಖ, ಕೆಂಪು ಬೊಟ್ಟು, ದೊಡ್ಡ ಕಣ್ಣುಗಳನ್ನು ನೋಡಿದವರು ಅವಳನ್ನು ಬಂಗಾಲಿಯೆಂದೇ ಭಾವಿಸುತ್ತಾರೆ. ಅವಳ 'ಮೈ ಆತೀ... ತೂ ಜಾತೀ...' ಎನ್ನುವ ಹಿಂದಿ ಕೇಳಿದಾಗ ಮಾತ್ರ 'ಯೇ ತೋ ಮದರಾಸೀ ಹೆ' ಅಂದು ಬಿಡುತ್ತಾರೆ. ಹಾಗಂತ ಪಾರೊ ಮದ್ರಾಸಿನವಳೇನೂ ಅಲ್ಲ. ಆದರೆ ಅಲ್ಲಿ ಅವಳೊಬ್ಬಳೇ ಅಲ್ಲ, ದಕ್ಷಿಣದ ಎಲ್ಲರೂ ಅಲ್ಲಿಯವರಿಗೆ ಮದ್ರಾಸಿಗಳೇ ಆಗಿದ್ದರಿಂದ ಅವಳು ತಾನು ದೂರದ ಕರ್ನಾಟಕದ ಸೌಂದತ್ತಿಯ ಭಜಿಯಂಗಡಿ ಎಲ್ಲಪ್ಪನ ಮಗಳು ಪಾರ್ವತಿಯೆಂದು ಹೇಳುವುದನ್ನು ಬಿಟ್ಟಿದ್ದಳು. ಬಂಗಾಲಿ ಜನರ ಬಾಯಲ್ಲಿ ಪಾರೊ ಆಗಿದ್ದಳು.

ಆ ದಿನ ಬಾಬು ಬಾಯಲ್ಲಿರುವ ಪಾನು ಉಗಿಯದೇ ತೊದಲು ಮಾತಲ್ಲಿ ಹೇಳಿದ್ದ 'ಹೀಗೇ ಎಷ್ಟು ದಿನ ಅಂತ ಹೆಣಗೋದು... ಮುನ್ನಿ ಬೇಗ ತಯಾರಾಗದಿದ್ದರೆ ಕಷ್ಟ' ಪಾರೊ ಹೊದೆದ ದಪ್ಪನೆಯ ಚಾದರದೊಳಗೇ ನಡುಗಿದಳು. ಬಾಬುವಿನ ಬಾಯಲ್ಲಿ ಈ ಮಾತು ಬರದಿರಲೆಂದು ಅವಳು ತನ್ನೂರಿನ ಎಲ್ಲಮ್ಮ ದೇವಿಯಂತೆ ಕಾಣುವ ಕಾಳಿಮಾ ಫೋಟೋ ನೋಡಿ, ಅದೆಷ್ಟು ಕೇಳಿಕೊಂಡಿದ್ದಳು! 'ಮುನ್ನಿ ಇನ್ನೂ ಚಿಕ್ಕ ಮಗು, ಹೋಗು, ನಿನ್ನ ಕೆಲಸ ನೋಡು ಬಾಬು' ಅವಳ ಮಾತು ಕ್ಷೀಣವಾಗಿ ಹೊರಬಂತು.'ಹೆಣ್ಣು ಮಕ್ಕಳು ಚಿಕ್ಕವರಾದಷ್ಟೂ ಚೆನ್ನ... ನಿನಗೆ ಹೊಸದಾಗಿ ಹೇಳಬೇಕೆ? ಬಸ್ತಿಯಲ್ಲಿ ಹುಟ್ಟಿದ ಹೆಣ್ಣುಮಕ್ಕಳೆಲ್ಲ ಒಂದಲ್ಲ ಒಂದು ದಿನ ಸೋನಾಗಾಛೀಯ ಗಲ್ಲಿಗಳಲ್ಲಿ ನಿಲ್ಲಲೇಬೇಕು' ಬಾಬು ಗೊಣಗುತ್ತ ಪಾತ್ರೆ ತೊಳೆಯತೊಡಗಿದ.

ಪಾರೊ ಕಳೆದ ಇಪ್ಪತ್ತು ವರ್ಷಗಳಿಂದ ಸೋನಾಗಾಛೀಯ ಬದ್ ನಾಮ್ ಗಲ್ಲಿಗಳನ್ನು ಬಿಟ್ಟು ಬೇರೆ ಜಗತ್ತಿಗೆ ಕಾಲಿಟ್ಟಿಲ್ಲ. ಆಗಾಗ ಹೌರಾ ಬ್ರಿಡ್ಜು ಕಾಣುವಷ್ಟು ಹತ್ತಿರದಲ್ಲಿ ಹೋಗಿ ಆ ಸೇತುವೆಯ ಆಕರ್ಷಣೆಗೆ ಮರುಳಾಗಿ ನೋಡುತ್ತ ನಿಂತಿದ್ದಷ್ಟೇ. ಆಗೆಲ್ಲ ಪಾರೋಗೆ ಈ ಕತ್ತಲೆಯ ಬದುಕಿಗೂ ಬೆಳಕು ಜೋಡಿಸುವ ಮಜಬೂತು ಸೇತುವೆಯಿದ್ದಿದ್ದರೆ... ಮುನ್ನಿಯ ಕೈಹಿಡಿದು 'ಏ ಜಿಂದಗೀ ಗಲೆ ಲಗಾಲೆ' ಎಂದು ಅಂದು ಬಿಡಬಹುದಿತ್ತೆಂದು ಅನ್ನಿಸಿದೆ. ಸೌಂದತ್ತಿಯ ಭಜಿ ಅಂಗಡಿಯ ಜಮದಗ್ನಿಯಂತಹ ಸಿಟ್ಟಿನ ಯೆಲ್ಲಪ್ಪ ಮತ್ತು ಗಂಡನ ಮೇಲೆ ತೋರಿಸಲಾಗದ ಸಿಟ್ಟೆಲ್ಲವನ್ನು ಮಕ್ಕಳ ಮೇಲೆ ತೋರಿಸುತ್ತಿದ್ದ ರೋಣವ್ವಳ ನಾಲ್ಕು ಮಕ್ಕಳಲ್ಲಿ ಹಿರಿಯವಳಾಗಿ ಹುಟ್ಟಿದ ಅವಳಿಗೆ ಅಲ್ಲಿ ಸಿಂಬಳ ಸುರಿಸುತ್ತಿದ್ದ ತಮ್ಮ ತಂಗಿಯರನ್ನು ನೋಡಿಕೊಂಡಿದ್ದು ಬಿಟ್ಟರೆ ಬೇರೆ ಯಾವ ಬಾಲ್ಯದ ಸಿಹಿ ನೆನಪುಗಳೂ ಇಲ್ಲ. ಸಂಜೆಯಾಗುತ್ತಿದ್ದಂತೆ ತನಗಿಂತ ದೊಡ್ಡದಾದ ಭಜಿ ಕರಿಯುವ ಕಡಾಯಿಗೆ ಬೂದಿ ಹಚ್ಚಿ, ತಿಕ್ಕಿ ತೊಳೆಯಬೇಕಿತ್ತು. ದಿನವೂ ಕುಡಿದು ಬರುವ ಅಪ್ಪ ಕಡೆಯಲ್ಲಿ ಉಳಿಯುವ ಭಜಿಯ ಚೂರುಗಳನ್ನು ಒಂದೊಂದಾಗಿ ಅವಳ ಬಾಯಿಗಿಟ್ಟು, ಮೈ ನೀಲಿಗಟ್ಟುವಂತೆ ಮುದ್ದು ಮಾಡುತ್ತಿದ್ದದ್ದು ಮಾತ್ರ ಈಗಲೂ ಆಗಾಗ ಅವಳ ಕನಸಲ್ಲಿ ಬರುತ್ತದೆ. ಅಪ್ಪನ ಮುದ್ದು ಮುಗಿದ ಮೇಲೆ ಧುಮುಗುಡುವ ಅವ್ವನ ಹೊಡೆತಗಳಂತೂ ಅವಳಿಗೆ ಅರ್ಥವೇ ಆಗಿರಲಿಲ್ಲ. ಸದಾ ಕಂಕುಳಲ್ಲೊಂದು ಕೂಸು ಎತ್ತಿಕೊಂಡು ಶಾಲೆಗೆ ಹೋಗುವ ಮಕ್ಕಳನ್ನು ಆಸೆಯಿಂದ ನೋಡುತ್ತಿದ್ದದ್ದೇ ಅವಳ ವಿದ್ಯಾರ್ಹತೆಯಾಗಿತ್ತು.

ಇಲ್ಲಿಯ ದುರ್ಗಾಪೂಜೆಯ ಸಂಭ್ರಮದಲ್ಲಿ ಅವಳಿಗೆ ತನ್ನೂರಿನ ಬನದ ಹುಣ್ಣಿಮೆ ಜಾತ್ರೆ ನೆನಪಾಗುತ್ತಿತ್ತು. ಆ ಜಾತ್ರೆಯಲ್ಲೇ ಅವಳಿಗೆ ಕೂಲಿ ಕೆಲಸಕ್ಕೆ ಬಂದಿದ್ದ ಓಡಿಶಾದ ಯುವಕ ಬಿಜುವಿನ ಪರಿಚಯವಾಗಿತ್ತು. ಅರೆ ಹೊಟ್ಟೆಯ ಊಟ, ತಿರಸ್ಕಾರಗಳಿಂದ ಮೊದಲೇ ನೊಂದಿದ್ದ ಪಾರ್ವತಿಗೆ ಬಿಜುವಿನ ಕಣ್ಣುಗಳ ಮಾತು, ಕೈ ಮೇಲೆ ಕೈಯಿಟ್ಟು ನೀಡಿದ ಭಾಷೆಗಿಂತ ಅವನು

ತೆಗೆದು ಕೊಟ್ಟ ತಿಂಡಿ ತಿನಿಸುಗಳೇ ಪ್ರಿಯವಾಗಿತ್ತು. ಅಷ್ಟಕ್ಕೂ ಅವಳಿಗಾಗ ಹನ್ನೆರಡೋ ಹದಿಮೂರೋ ವರ್ಷಗಳಿರಬೇಕು. ಪ್ರೀತಿ ಪ್ರೇಮದ ಕನಸಿಗಿಂತ ಹೊಟ್ಟೆಯ ಹಸಿವಿನ ಭರಾಟೆಯೇ ಹೆಚ್ಚಾಗಿತ್ತು. ಅಳುತ್ತಿದ್ದ ತಮ್ಮ ತಂಗಿ ಇಬ್ಬರಿಗೂ ಬತ್ತಾಸಿನ ಪೊಟ್ಟಣ ಕೊಟ್ಟು, ಇಬ್ಬರೂ ಲಾರಿ ಹತ್ತಿ ಪುಣೆಯವರೆಗೆ ಬಂದು, ಮುಂದೆ ಕೋಲ್ಕತ್ತಾದ ರೈಲೇರಿದ್ದರು. ಬಿಜುವಿನ ಜೊತೆಗೆ ರೈಲಿನಲ್ಲಿ ಮಾರಾಟಕ್ಕೆ ಬಂದ ಸಮೋಸಾ, ಪಾಪ್ಡಿ, ಕಛೋಡಿ ಮೆಲ್ಲುತ್ತಾ ಸಂಭ್ರಮದಿಂದ ಆನಂದ ನಗರಿಗೆ ಬಂದಿಳಿದಾಗ ಮೊದಲು ಕಂಡದ್ದೇ ಗಂಗಾನದಿಯ ಮೇಲೆ ನಿಂತಿದ್ದ ಹೌರಾ ಸೇತುವೆ. ಅದರ ಚೆಂದಕ್ಕೆ ಮರುಳಾಗಿ ದಾಟಿದ ಮೇಲೂ ಮತ್ತೆ ಮತ್ತೆ ತಿರುಗಿ ನೋಡುತ್ತಾ ಕೋಲ್ಕತ್ತಾದ ಕಿಕ್ಕಿರಿದ ಬೀದಿಯಲ್ಲಿ ಬಿಜುವಿನ ಕೈಯ್ಯನ್ನು ಗಟ್ಟಿಯಾಗಿ ಹಿಡಿದು ನಡೆದಿದ್ದಳು. ಆದರೆ ಅಲ್ಲಿಗೆ ಕಾಲಿಟ್ಟ ಗಳಿಗೆಯಿಂದ ಅವನ ವರಸೆ ಬದಲಾಗಿತ್ತು. ಎಲ್ಲೆಲ್ಲೋ ಸುತ್ತಿಸಿ, ಯಾರದೋ ಜೊತೆಗೆ ಅವಳಿಗೆ ಅರ್ಥವಾಗದ ಬಂಗಾಲಿಯಲ್ಲಿ ಮಾತಾಡುತ್ತ ಅವಳನ್ನು ಸೋನಾಗಾಛೀಯ ಗಲ್ಲಿಗೆ ಕರೆತಂದಿದ್ದ. ಪಾರ್ವತಿ ಕಣ್ಣು ಬಿಡುವಷ್ಟರಲ್ಲಿ ಬಿಜು ಅವಳನ್ನು ಅಗರವಾಲಿ ಮಾಶಿಯೊಬ್ಬಳಿಗೆ ಮಾರಿ ಪರಾರಿಯಾಗಿದ್ದ.

ಮೊದ ಮೊದಲು ಅವಳನ್ನು ಚೆನ್ನಾಗಿ ನೋಡಿಕೊಂಡ ರೀತಾ ಮಾಶಿ, ಅವಳು ಚೆನ್ನಾಗಿ ತಿಂದುಂಡು ಮೈ ಕೈ ತುಂಬಿಕೊಂಡ ಮೇಲೆ ಒಂದು ದಿನ ಹತ್ತಿರ ಕರೆದು 'ಬೇಟಾ, ಸೋನಾಗಾಛೀಯೆಂದರೆ ಸೋನೆ ಕಾ ಪೇಡ್... ಇಲ್ಲಿ ದುಡಿಯುವ ಹೆಣ್ಣು ಸೋನೆ ಕಿ ಚಿಡಿಯಾ ಇದ್ದ ಹಾಗೆ' ಎಂದು ವಿವರಿಸಿದಳು. ತನ್ನ ಕೈಯ್ಯಾರೆ ಪಾರೋಳನ್ನು ಶೃಂಗರಿಸಿದಳು.

'ಆಂಖೋಕಾ ಮಸ್ತಿ ಔರ್ ಹೋಟೋಂಕಾ ನಮೀಸೆ ಆದ್ಮೀಕೊ ಬುಲಾನಾ ಹೈ... ನಜಾಕತ್ ಕಾ ಜಾಲ್ ಮೆ ಫಸಾನಾ ಹೈ...'

ಎಂದು ಗ್ರಾಹಕರನ್ನು ಸೆಳೆಯುವ ಒಳಗುಟ್ಟುಗಳನ್ನು ಹೇಳಿಕೊಟ್ಟಳು. ಪಾರೊ ಪ್ರತಿಭಟಿಸಿದಾಗ ಮಾಶಿ ಕಾಲಿಘಾಟಿನ ಕಾಳಿಯಾದಳು. ಹೆದರಿಸಿ, ಬೆದರಿಸಿ, ಊಟ ಕೊಡದೇ ರೂಮಿನಲ್ಲಿ ಕೂಡಿ ಹಾಕಿ ಅವಳನ್ನು ದಾರಿಗೆ ತಂದಳು. ತಿದ್ದಿ ತೀಡಿದಳು. ಬಾಂಗ್ಲಾ ದೇಶ, ನೇಪಾಳ, ಯುಪಿ, ಬಿಹಾರ ಹೀಗೆ ದೂರ ದೂರದಿಂದ ಬಂದಿದ್ದ ತನ್ನದೇ ವಯಸ್ಸಿನ ಹೆಣ್ಣು ಮಕ್ಕಳನ್ನು ನೋಡುತ್ತಾ, ಅವರೊಂದಿಗೆ ಬೆರೆಯುತ್ತಾ ನಂತರದ ದಿನಗಳಲ್ಲಿ ಅದೇ ಬದುಕಾಯಿತು. ಸೋನಾಗಾಛೀಯ ನಿಮಿಷಗಳ, ಗಂಟೆಗಳ, ಅಪರೂಪಕ್ಕೆ ಇಡೀ ರಾತ್ರಿಯ ದರದ ಪಟ್ಟಿ ಬಾಯಿಪಾಠವಾಯಿತು. ಹರುಕು ಮುರುಕು ಹಿಂದಿಯ ಜೊತೆಗೆ ಅಷ್ಟಿಷ್ಟು ಬಂಗಾಲಿಯನ್ನೂ ಕಲಿತಳು. ಬೇಗ ಬೇಗ ಆ ದಿನದ ಕೋಟಾ ಮುಗಿಸುವ ಜಿದ್ದಿಗೂ ಬಿದ್ದಳು. ಕೆಲವು ವರ್ಷಗಳವರೆಗೂ ಬೇಗ ದುಡ್ಡು ಮಾಡಿಕೊಂಡು ಊರಿಗೆ ವಾಪಸ್ ಹೋಗುವ ಪಾರೋಳ ಆಸೆ ಕುಟುಕು ಜೀವ ಹಿಡಿದಿತ್ತು. ಅಲ್ಲಿಯ ಹಿರಿಯ ಹೆಂಗಸರು 'ಇಲ್ಲಿಯ

ದೊಶ್ ಹಜಾರ್ ಹೆಂಗಸರದ್ದೂ ಇದೇ ಕಹಾನಿ' ಎಂದು ಬಿದ್ದು ಬಿದ್ದು ನಕ್ಕಿದ್ದರು.

ಸೋನಾಗಾಛೀಯ ಗಲ್ಲಿಗಳನ್ನು ಒಮ್ಮೆ ಹೊಕ್ಕರೆ ಮುಗಿಯಿತು. ಮತ್ತೆ ಅಲ್ಲಿಂದ ಬಿಡುಗಡೆಯೆಂದರೆ ಸಾವು ಮಾತ್ರ ಅನ್ನುತ್ತಿದ್ದ ರೀತಾ ಮಾಶಿ ತೀರಿಕೊಂಡಾಗ ಅವಳ ಜೊತೆಗಿದ್ದ ಅಗರವಾಲಿ, ಮದ್ರಾಸಿ, ನೇಪಾಳಿ ಮತ್ತು ಬಂಗಾಲಿ ಹೆಣ್ಣು ಮಕ್ಕಳೆಲ್ಲರೂ ಅವರವರ ಸಂಘಕ್ಕೆ ಸೇರಿಕೊಂಡರು. ಅಷ್ಟರಲ್ಲಿ ಪಾರೊ ಆಗಲೇ ಪರಿಚಿತನಾಗಿದ್ದ ಶೊತರಂಜನ್ ದಾಸ್ ಅಲಿಯಾಸ್ ಬಿಪಾ ಎನ್ನುವ ದಲಾಲಿ ಬಾಬುವಿನ ಸಹಾಯದಿಂದ ತನ್ನದೇ ಆದ ರೂಮೊಂದನ್ನು ಬಾಡಿಗೆಗೆ ಹಿಡಿದಳು. ಸೋನಾಗಾಛೀಯ ಹೆಣ್ಣುಗಳಿಗೆ ಬಾಬುವಿನ ದೇಖ್ ಬಾಲ್ ಸಿಕ್ಕರೆ ಅದೊಂದು ಹೆಮ್ಮೆಯ ವಿಷಯ. ಸಂಜೆಯ ವೇಳೆಗೆ ಬೀದಿಯಲ್ಲಿ ನಿಂತು ಗ್ರಾಹಕರನ್ನು ಕರೆಯುವ ಕೆಲಸದಿಂದ ಮುಕ್ತಿ ಸಿಕ್ಕಂತೆ. ಆದರೆ ಪಾರೋ ಒಂದು ಕಣ್ಣೋಟದಲ್ಲಿ ಪುರುಷರ ಜನ್ಮ ಜಾಲಾಡುವ ಜಾಣ್ಮೆ ಹೊಂದಿದ್ದಳು. ಹೊಸಬರು, ಹಳಬರು, ದುಡ್ಡಿರುವವರು, ಇಲ್ಲದವರು, ಬರೀ ಕುತೂಹಲಿಗಳು ಎಲ್ಲರೂ ಸರಿಯೇ... ಆದರೆ ಅಪರೂಪಕ್ಕೆ ಸಿಗುವ ಹಿಂಸಾಪೀಡಕರನ್ನು ಕಂಡರೆ ಮಾತ್ರ ಪಾರೊ ಕೆಂಡವಾಗುತ್ತಿದ್ದಳು. ಅಪ್ಪನಿಗೆ ಹೇಳಲಾಗದೇ ಇದ್ದ ಪದಗಳನ್ನೆಲ್ಲ ಬಳಸಿ, ಅಕ್ಕ ಪಕ್ಕದ ಗೆಳತಿಯರನ್ನು ಸೇರಿಸಿ, ಬಸ್ತಿಗೆ ಕಾಲಿಡದಂತೆ ಛೀಮಾರಿ ಹಾಕುತ್ತಿದ್ದಳು.

ಅದು ಪಾರೊಳ ಉತ್ತುಂಗ ಕಾಲ. ಮಗಳು ಎಲ್ಲಮ್ಮ ಬೇರೆ ಬದುಕಲ್ಲಿ ಬಂದು ಒಂದು ಹೊಸ ಉತ್ಸಾಹ ತುಂಬಿದ್ದಳು. ಸುತ್ತಲಿನವರ ಬಾಯಲ್ಲಿ ಮುನ್ನಿಯಾಗಿ ಬೆಳೆಯುತ್ತಿದ್ದಳು. ಪ್ರತಿ ವರ್ಷದಂತೆ ದುರ್ಗಾ ಪ್ರೊತಿಮಾಗೆ ಗಂಗೆಯ ತಟದ ಮಣ್ಣಿನೊಂದಿಗೆ ಬೆರೆಸಲು ಸೋನಾಗಾಛೀಯ 'ಪುಣ್ಯ ಮಾಟಿ' ಗಾಗಿ ಬಂದಿದ್ದ ಪಂಡಿತ್ ಜೀ ಆ ವರ್ಷ ಮಣ್ಣು ಕೇಳಿದ್ದು ಪಾರೋಳಲ್ಲಿ. ಭಾವ ಪರವಶಳಾಗಿದ್ದ ಪಾರೋಳ ಕೈಯಲ್ಲಿದ್ದ ಮಣ್ಣು ಗಂಗೆಯ ಕೈವಾಡವಿಲ್ಲದೆಯೂ ಹಸಿಯಾಗಿತ್ತು. ಇಡೀ ಕೋಲಕತ್ತಾ ದುರ್ಗಾಪೂಜೆಗಾಗಿ ಕಾಯುವಂತೆ ಸೋನಾಗಾಛೀಯೂ ಕಾಯುತ್ತಿತ್ತು. ಇಡೀ ವರ್ಷದ ದುಡಿಮೆಗಿಂತ ಹೆಚ್ಚು ಹಣವನ್ನು ಆ ಹತ್ತು ದಿನಗಳಲ್ಲಿ ಪಾರೊ ಗಳಿಸುತ್ತಿದ್ದಳು. ಹಗಲೆಲ್ಲ ಮಲಗಿ, ತಿಂದು, ಕುಡಿದು ರಾತ್ರಿಯ ದಣಿವಿಗೆ ಅಣಿಯಾಗುವ ಪಾರೋಳಂತವರ ರೂಮಿನಲ್ಲಿ ಅಡುಗೆ ಮಾಡುವುದು, ಪಾತ್ರೆ, ಬಟ್ಟೆ ಒಗೆಯುವುದರಿಂದ ಮನೆಯ ಸಮಸ್ತ ಚಾಕರಿ ಮಾಡುವುದು ಬಾಬುಗಳೆಂದು ಕರೆಯಲ್ಪಡುವ ಗಂಡಸರೇ. ಬಿಪಾ ಪಾರೊಳ 'ಲೇನೇವಾಲೆ ಬಾಬು'ವಾಗಿ ಮನೆವಾರ್ತೆ, ಅಡುಗೆ ಮಾಡುವುದಲ್ಲದೇ ಸಂಜೆಯ ಸಮಯದಲ್ಲಿ ಪಾರೊ ಕೆಲಸ ಮಾಡುವಾಗ ಅವಳ ಮಗಳನ್ನು ಹೊರಗಡೆ ಕರೆದುಕೊಂಡು ಹೋಗುತ್ತಿದ್ದ. ಬದಲಾಗಿ ಪಾರೊ ಅವನ ಸಂಸಾರದ ಖರ್ಚಿಗೆ

ಹಣ ಕೊಡುತ್ತಿದ್ದಳು. ಅವಳ ಗಿರಾಕಿಗಳಲ್ಲಿ ಕೆಲವು 'ದೇನೇವಾಲೆ ಬಾಬು' ಗಳಾದ ವ್ಯಾಪಾರಿಗಳು, ಫಿರಂಗಿಗಳು ಧಾರಾಳವಾಗಿ ಭಕ್ಷೀಸು ನೀಡುತ್ತಿದ್ದರು. ಮನೆ ಬಾಡಿಗೆ, ಕರೆಂಟು ಬಿಲ್ಲು, ಕೇಬಲ್ಲಿನ ಶುಲ್ಕ, ಪೋಲೀಸರ ಮಾಮೂಲು, ಮನೆ ಖರ್ಚೆಲ್ಲ ನೀಗಿ ಉಳಿದ ಹಣವನ್ನು ಉಷಾ ಬ್ಯಾಂಕಿಗೆ ಕಟ್ಟುತ್ತಿದ್ದಳು. ಸಾಮಾಜಿಕ ಕಾರ್ಯಕರ್ತೆಯರು ಆಗಾಗ ಬಂದು ಅವರ ಆರೋಗ್ಯ ಕಾಪಾಡಿಕೊಳ್ಳುವ ಕುರಿತು ಮಾಹಿತಿ ನೀಡುತ್ತಿದ್ದರು.

ಎಲ್ಲವೂ ಒಂದು ಹದದಲ್ಲಿ ನಡೆಯುತ್ತಿತ್ತು. ಪಾರೊ ಮಗಳು ಮುನ್ನಿಗಾಗಿಯೇ ಬದುಕಿದ್ದಳು. ದುಡಿಯುತ್ತಿದ್ದಳು. ತನ್ನ ಬದುಕಿನಂತೆ ಮುನ್ನಿಯದಾಗದಿರಲಿ ಎಂದು ದಿನವೂ ಕಾಳಿಮಾತೆಯಲ್ಲಿ ಬೇಡುತ್ತಿದ್ದಳು. ಸೋನಾಗಾಛೀಯಲ್ಲಿ ದುರ್ಗಾ ಪೂಜೆಗಿಂತ ಹೆಚ್ಚು ವಿಜೃಂಭಣೆಯಿಂದ ನಡೆಯುವ ಕಾರ್ತಿಕ ಪೂಜೆಗೆ ಪ್ರತಿ ವರ್ಷವೂ ಹರಕೆ ಹೊತ್ತು ಮೆರವಣಿಗೆಯಲ್ಲಿ ಧುನುಚಿ ನೃತ್ಯ ಮಾಡುತ್ತ ಸಾಗುತ್ತಿದ್ದಳು. ದುರ್ಗಾ ಪೂಜೆಯಲ್ಲಂತೂ ಮಗಳ ಕೈಹಿಡಿದು ಹತ್ತಿರದ ಎಲ್ಲಾ ದುರ್ಗೆಯ ಪೆಂಡಾಲುಗಳನ್ನೂ ಸುತ್ತಿ ಬರುತ್ತಿದ್ದಳು. ರಾಮಕೃಷ್ಣ ಮಿಶನ್ನಿನ ಶಾಲೆಗೆ ಹೋಗುತ್ತಿದ್ದ ಮುನ್ನಿಯ ವಯಸ್ಸಿಗೆ ಮೀರಿದ ಬೆಳವಣಿಗೆಯನ್ನು ನೋಡಿ ಏಕಕಾಲಕ್ಕೆ ಖುಷಿಯನ್ನೂ ಕಳವಳವನ್ನೂ ಅನುಭವಿಸುತ್ತಿದ್ದಳು. ಸೋನಾಗಾಛೀಯ ಹೆಣ್ಣು ಮಕ್ಕಳು ವಯಸ್ಸಿಗೆ ಮೀರಿ ಬೆಳೆಯದಿದ್ದರೆ ಕಷ್ಟ. ಬೆಳೆದು ಬಿಟ್ಟರಂತೂ ಉಳಿಗಾಲವಿರಲಿಲ್ಲ. ಅದಕ್ಕೇ ಬಹಳಷ್ಟು ತಾಯಂದಿರು ತಮ್ಮ ಮಕ್ಕಳನ್ನು ಊರಲ್ಲಿ, ಸಂಬಂಧಿಕರಲ್ಲಿ ಬಿಟ್ಟಿದ್ದರು. ಕೆಲವು ಬಾರಿ ಮುನ್ನಿಯೂ ತನ್ನ ಸುತ್ತಲಿನ ವಾತಾವರಣದಿಂದ ಬೇಸರವಾದಾಗ ತನ್ನ ಶಾಲೆಯವರು ಹೊಸದಾಗಿ ವಸತಿ ಶಾಲೆಯನ್ನು ಆರಂಭಿಸಿರುವ ವಿಷಯವನ್ನು ತಾಯಿಗೆ ಅರುಹಿದ್ದಳು. ಪಾರೋಗೆ ಮಗಳು ಮನೆ ಬಿಟ್ಟು ಹೊರಡುವ ಕಲ್ಪನೆಯೇ ಸಂಕಟ ತರುತ್ತಿತ್ತು.

ಅಂಥದ್ದರಲ್ಲಿ ಇತ್ತೀಚೆಗೆ ಪದೇ ಪದೇ ಕಾಯಿಲೆ ಬೀಳುವ ಪಾರೋವನ್ನು ಗಮನಿಸಿದ ಬಾಪಿಯ ಅನುಭವೀ ಕಣ್ಣುಗಳು ಬೇರೆಯದೇ ಲೆಕ್ಕಾಚಾರ ಹಾಕತೊಡಗಿತ್ತು. ಪಾರೊಳ ಆದಾಯ ಕಡಿಮೆಯಾದಂತೆ ಬಾಬುವಿನ ಅಸಹನೆ ಹೆಚ್ಚಾಯಿತು. ಹುಟ್ಟು ದಲಾಲನಾದ ಬಾಪಿಯ ದೃಷ್ಟಿ ಮುನ್ನಿಯನ್ನು ಅಳೆಯುವಂತೆ ನೋಡುವಾಗೆಲ್ಲ ಪಾರೊ ಮೌನವಾಗಿ ಕಾಳಿಯ ಫೋಟೋವನ್ನೇ ದಿಟ್ಟಿಸುತ್ತಾಳೆ. ಮಗಳು ಬೇಗ ದೊಡ್ಡವಳಾಗದಿರಲೆಂದು ಬೇಡಿಕೊಳ್ಳುತ್ತಾಳೆ.

ಪದೇ ಪದೇ ಬರುವ ಸಾಮಾಜಿಕ ಕಾರ್ಯಕರ್ತೆಯರು ಪಾರೋಳನ್ನು ಕ್ಲಿನಿಕ್ಕಿಗೆ ಬರುವಂತೆ, ರಕ್ತ ಪರೀಕ್ಷೆ ಮಾಡಿಸುವಂತೆ ಪೀಡಿಸುತ್ತಿದ್ದಾರೆ. ಈಗೀಗ ಮುನ್ನಿಯ ಕಣ್ಣಲ್ಲಿರುವುದು ಪ್ರಶ್ನೆಯೋ ಉತ್ತರವೋ ತಿಳಿಯದೇ ಕಂಗಾಲಾಗಿದ್ದಾಳೆ. ತನ್ನ ಅನಾರೋಗ್ಯಕ್ಕೊಂದು ಹೆಸರು ಸಿಗುವ ಭಯದಿಂದ

ಬಂದಿರುವ ರೋಗದ ಪತ್ತೆಯಾಗುವುದು ಪಾರೋಗೆ ಬೇಕಾಗಿಯೇ ಇಲ್ಲ. ಅವಳಿಗೆ ಆಗಾಗ ಮುನ್ನಿಯ ಅಪ್ಪನ ನೆನಪಾಗುತ್ತದೆ. ಮೊದಲ ಬಾರಿಗೆ ಅವಳಲ್ಲಿ ಪ್ರೀತಿಯ ಪುಳಕ ಹುಟ್ಟಿಸಿದ ಟ್ಯಾಕ್ಸಿ ಡ್ರೈವರ್ ನದೀಮ್ ಯಾವಾಗಲೂ ಪಾರೋಗಾಗಿಯೇ ಬರುತ್ತಿದ್ದ. ಅವಳನ್ನು ಪ್ರಾಣಕ್ಕಿಂತ ಹೆಚ್ಚಾಗಿ ಪ್ರೀತಿಸ್ತೀನಿ ಅಂತಿದ್ದ. ಅವಳು ಗರ್ಭಿಣಿಯಾದಾಗ ಅವನಿಗೆ 'ಮೇರಿ ಮಾಂಗ್ ಭರೋ' ಎಂದಾಗ ಮರು ಮಾತಾಡದೇ ಕಾಳಿಮಾತೆಯ ಸಿಂಧೂರವನ್ನು ತೆಗೆದು ಅವಳ ಹಣೆಗಿಟ್ಟಿದ್ದ. ಪಾರೊ ನವಿಲಾಗಿ ನರ್ತಿಸಿದ್ದಳು. ಬಾಪಿ ನಕ್ಕು 'ಇಧರ್ ಕಾ ಪ್ಯಾರ್ ತೋ ಪಾನಿ ಕಿ ಜೈಸೆ... ಪುರಾನಾ ಬೆಹ್ತಾ ಹೆ ತೋ ನಯಾ ಆತಾ ಹೈ...' ಎಂದು ಅವಳನ್ನು ಸುಮ್ಮನಾಗಿಸಿದ್ದ. ಆದದ್ದು ಹಾಗೆಯೇ. ನದೀಮನ ನಿಖಾ ಆದ ಮೇಲೆ ಅವನು ಬರುವುದು ಕ್ರಮೇಣ ಕಡಿಮೆಯಾಯಿತು.

ಪಾರೋಗೆ ಈಗ ತನಗಾಗಿ ಸ್ವಲ್ಪ ಸಮಯ ಸಿಗುತ್ತದೆ. ಸುಮ್ಮನೆ ಕಿಟಕಿಯಲ್ಲಿ ನಿಂತು ಹೊರಕ್ಕೆ ನೋಡುತ್ತಾಳೆ. ಬಸ್ತಿಯ ಬದುಕಿನ ವೇಗ ಮತ್ತು ಹೊಸ ಹೊಸ ತಿರುವುಗಳನ್ನು ಅಚ್ಚರಿಯಿಂದ ಗಮನಿಸುತ್ತಾಳೆ. ಈಗೀಗ ಬಾಬುವಿನ 'ಬೆಹ್ತಾ ಪಾನಿ'ಯ ವ್ಯಾಖ್ಯಾನ ಕೇಳಿಸಿಯೇ ಇಲ್ಲವೆಂಬಂತೆ ಇರುತ್ತಾಳೆ. ಪ್ರತಿ ರಾತ್ರಿಗೂ ಬದಲಾಗುವ ಗಂಡಸರು, ಖೋಲಿಯೊಳಗೆ ಕರೆದುಕೊಂಡಷ್ಟೂ ಖಾಲಿಯಾಗುವ ಮನಸು, ಮನಸ್ಸಿನೊಂದಿಗೆ ತಾಳೆಯಾಗದ ದೇಹ, ದಿನದಿಂದ ದಿನಕ್ಕೆ ಬೆಳೆಯುತ್ತಿರುವಂತೆ ತೋರುವ ಮಗಳು... ಈ ಓಟ ನಿಲ್ಲುವುದೆಂದು? ಮನಸಲ್ಲೇ ಅಂದುಕೊಳ್ಳುತ್ತಾಳೆ ಎಲ್ಲವೂ ಅಲ್ಲಲ್ಲೇ ನಿಂತು ಬಿಡಬಾರದೇ... ಕಾಳಿಯಂತೆ... ಎಲ್ಲಮ್ಮಳಂತೆ... ಅಲ್ಲದಿದ್ದರೂ ಕನಿಷ್ಠ ಪಕ್ಷ ಹಗಲು ರಾತ್ರಿ ನೂರಾರು ಗಾಡಿಗಳು ಮೇಲೆ ಹತ್ತಿಳಿಯುತ್ತಿದ್ದರೂ ಮಿಸುಕದೇ ನಿಂತಿರುವ ಹೌರಾ ಸೇತುವೆಯಂತೆ...

ಪಾರೊ ಮನಸ್ಸನ್ನು ಗಟ್ಟಿಯಾಗಿಸಿಕೊಂಡು ಎದ್ದು ನಿಂತಳು. ತನ್ನ ಶೃಂಗಾರ ಸಾಧನಗಳನ್ನು ಒಂದೊಂದಾಗಿ ಹೊರಗೆ ತೆಗೆದಳು. ಸಿಂಗರಿಸಿಕೊಂಡಂತೆ ಮುಖದ ನೆರಿಗೆಗಳು, ಬಿರುಕುಗಳು, ಕಲೆಗಳು ಒಂದೊಂದಾಗಿ ಮಾಯವಾಗುತ್ತ ಆತ್ಮವಿಶ್ವಾಸದ ಕಾಂತಿ ಮೂಡಿತು. ಕಾಡಿಗೆ ಸೋಕಿದ ಕಣ್ಣುಗಳಲ್ಲಿ ಮಿಂಚೊಂದು ಮೂಡಿತು. ದೊಡ್ಡ ಕುಂಕುಮ ಹಣೆಯನ್ನು ಬೆಳಗಿತು. ಬಿಗಿದ ತುಟಿ ಬಣ್ಣ ತೀಡಿಕೊಂಡು ಸಡಿಲವಾಯಿತು. ಹೊಸ ಸೀರೆ ಮೈಯ್ಯ ಮಡಿಕೆಗಳನ್ನು ಹಿತವಾಗಿ ನೇವರಿಸಿತು. ಮುನ್ನಿಯ ಕೈಹಿಡಿದು ಸೋನಾಗಾಛೀಯ ಗಲ್ಲಿಗಳನ್ನು ದಾಟಿ ಶಾರದಾ ವಸತಿ ಶಾಲೆಯಲ್ಲಿ ಅವಳನ್ನು ಭರ್ತಿ ಮಾಡಿಸಿ, ತಿರುಗಿ ನೋಡದೇ ನಡೆದಳು. ಎದುರಿಗೆ ಸಂಜೆ ಬೆಳಕಲ್ಲಿ ಹೌರಾ ಸೇತುವೆ ಇನ್ನಷ್ಟು ಸುಂದರವಾಗಿ ಕಾಣುತ್ತಿತ್ತು.

ಪ್ರವೀಣಕುಮಾರ್ ಹೊನ್ನಕುದರಿ

ಧಾರವಾಡ ಜಿಲ್ಲೆ ನವಲಗುಂದದ ಪ್ರವೀಣ ಹೊಸ ತಲೆಮಾರಿನ ಲೇಖಕ.

ಕಥೆಯ ಕುರಿತು ತೀರ್ಪುಗಾರರ ಅಭಿಪ್ರಾಯ:

ವಿಶಿಷ್ಟ ನಿರೂಪಣೆ, ಕಾವ್ಯಾತ್ಮಕ ಭಾಷೆ ಇರುವ ಕತೆ. ವೃತ್ತಪತ್ರಿಕೆಯ ವಾಕ್ಯಗಳನ್ನೇ ಸಾಮಾನ್ಯವಾಗಿ ಲೇಖಕರು ಬರೆಯುತ್ತಿರುವಾಗ ಈ ಕತೆಗಾರರ ವಾಕ್ಯ ರಚನೆ ವಿಶಿಷ್ಟ ಎನಿಸಿತು. ಸರಳ ದಾರಿ ಹಿಡಿಯದ ಈ ಕತೆಯ ಸಂಕೀರ್ಣತೆ ಹಿಡಿಸಿತು. ವಿಶಿಷ್ಟ ಓದಿನ ಅನುಭವ ನೀಡಿತು. ಇಷ್ಟೆಲ್ಲ ಇದ್ದರೂ ಕಥೆಗೊಂದು ಸಶಕ್ತ ಕೇಂದ್ರಬಿಂದು, ಆಯ್ದುಕೊಂಡ ವಸ್ತುವನ್ನು ಒಂದು ಆತ್ಯಂತಿಕ ಅನುಭವವಾಗಿ ಪ್ರಸ್ತುತಪಡಿಸಿದ್ದರೆ ಕಥೆ ಇನ್ನಷ್ಟು ಪರಿಣಾಮಕಾರಿಯಾಗಬಹುದಿತ್ತು.

7

ಕೀಳ್ಯಾ

ಇಕ್ಕಲಾಗಿರುವ ಹಾದಿ, ಊರ ತುಂಬೆಲ್ಲ ಸಾವಿನ ವಾಸನೆ, ಶೋಕ ಗೀತೆ, ಹಾರ ತುರಾಯಿ, ವಾದ್ಯ ಪಟಾಕಿಗಳ ಸಪ್ಪಳ. ಬಹಳ ಹೊತ್ತಿನವರೆಗೆ ಹೊಟ್ಟೆಯಲ್ಲಿ ಅವಿತುಕೊಂಡಿದ್ದ ಕ್ವಾಟಿಗುಡಿಯೂ ನಿಧಾನವಾಗಿ ಸ್ಮಶಾನದ ದಾರಿಗೆ ವರ್ಗಾಯಿಸುವ ಮೂಲಕ ಯಶಸ್ವಿ ಪಡೆದಿತ್ತು. ಎಂದೋ ನೀರುಂಡ ನಿರ್ಲಿಪ್ತ ಬೀದಿಗಳಿಗೆ ಹೆಣ ಹೋಯಿತೆಂದು ಬಾಗಿಲ ಮುಂದಿನ ಕಸ ಗುಡಿಸಿ ನೀರನ್ನು ಸಿಂಪಡಿಸುತ್ತಾ, ಒಳ್ಳೆಯವರಿಗೆ ಸಾವು ಬೇಗ ಬರುತ್ತದೆಂದು ಮಾತಾಡಿಕೊಳ್ಳುತ್ತಿದ್ದರು. 'ಹೆಣಕ್ಕೆ ಋಣ ಭಾರವಾದಂತೆ' ಸತ್ತವನ ಮುಖವೂ ನೋಡದೆ ಆಡಿಕೊಂಡು ಕಾಲ ಕಳೆಯುವ ಎಷ್ಟೋ ಜನ ಊರ ಮುಂದಿನ ಗುಡಿಯಲ್ಲಿ ಎಲೆಗಳಾಟದಲ್ಲಿ ಮೈ ಮರೆತು ಕೂತಿದ್ದರು ಕೆಲವರು ಹೆಣ ಹೊತ್ತು ಹೆಗಲು ನೋವು ಬಂದಿದ್ದರೂ ತುಟಿ ಅವುಡುಗಚ್ಚಿ ಹೆಣ ಹೊತ್ತು ನಡೆಯುತ್ತಿದ್ದರು. ಯಾರೂ ಒಬ್ಬರಿಗೊಬ್ಬರು ಹೆಗಲು ಬದಲಾಯಿಸುವರಿರಲಿಲ್ಲ. ಅಕ್ಕ ಪಕ್ಕದಲ್ಲಿ ಹೋಗಿದ್ದವರಿಗೆ ಕಣ್ಣ ಸನ್ನೆ ಮಾಡಿ ಕರೆಯುತ್ತಾ ದಣಿವಾರಿಸಿಕೊಳ್ಳುತ್ತಿದ್ದರು. ಕೆಲವರು ಸಂಬಂಧಿಕರು ಬಹಳ ದಿನದ ನಂತರ ಸಿಕ್ಕರೆಂದು ಮಾತಿಗೆ ಬರ ಇಲ್ಲದಂತೆ ಮಾತಾಡುತ್ತಿದ್ದರು. 'ಈ ಸಂಬಂಧಗಳೇ

ಹೀಗೆ ದೂರದಲ್ಲಿದ್ದರೆ ಒಬ್ಬರಿಗೊಬ್ಬರು ಮುಖ ಕೊಡದೆ ಪರದಾಡುತ್ತಾರೆ, ಎದುರು ಬದುರಾದಾಗ ಮಾತಿನ ಸೂಜಿಮನೆ ಕಟ್ಟಿ ಗಾಳಿಗೆ ಚುಚ್ಚುವಂತೆ ಮಾತಾಡುತ್ತಾರೆ.' ಮಾತಿನ ಬರದಲ್ಲಿ ಈ ಸಾವು ಒಂದು ಕ್ಷಣದ ನೆಪವಷ್ಟೇ ಆಗಿರುತ್ತದೆ.

ಕಣ್ಣಳತೆ ದೂರದಲ್ಲಿ ನಿಂತ ಗಣಾಚಾರಿ ಎಲ್ಲರಿಗೂ ಕೈ ಮಾಡಿ ನಿಲ್ಲಿಸುತ್ತಿದ್ದ. ಈ ಮೂರು ದಾರಿ ಕೂಡುವಲ್ಲಿ ಹೆಣ ಕೆಳಗಿಳಿಸಿ, ಕೊನೆಯ ಬಾರಿ ಬಾಯಲ್ಲಿ ನೀರು ಹಾಕಿ ಎಂದು ಚೀರಿದ ಗಣಾಚಾರಿಯ ಧ್ವನಿಯು ನಿಶ್ಚಲವಾಗಿ ಕೇಳಿತು. ಎಲ್ಲರೂ ಹೆಣದ ಬಾಯಿಗೆ ಎಳ್ಳು ನೀರು ಹಾಕುತ್ತಿದ್ದರು. ಈ ನೀರು ಹಾಕುವುದು ಒಂದು ವಿಸ್ಮಯವೇ ಆಗಿರುತ್ತದೆ. ಎಲ್ಲರೂ ಸರತಿ ಸಾಲಿನಲ್ಲಿ ಒಬ್ಬರಾದ ಮೇಲೆ ಮತ್ತೊಬ್ಬರು ಬಂದು ಹೆಣದ ವಾಸನೆ ಇರಲಿ, ಬಿಡಲಿ, ಮೂಗು ಮುಚ್ಚಿಕೊಂಡು ಹೆಣದ ಬಾಯಿಗೆ ನೀರು ಹಾಕುತ್ತಿದ್ದರು. ಈ ನೀರು ಬರಿ ನೀರಾಗಿರಲಿಲ್ಲ, ಎಳ್ಳು ಮತ್ತು ನೀರನ್ನು ಬೆರೆಸಿ ಮಣ್ಣಿನ ಗಡಿಗೆಯಲ್ಲಿದ್ದ ನೀರನ್ನು ದರ್ಬೆಯಲ್ಲಿ ತಗೊಂಡು ಹೆಣದ ಬಾಯಿಗೆ ಸುರಿಯುತ್ತಿದ್ದರು. ಹೆಣದ ತಲೆ ಹತ್ತಿರ ಕಟ್ಟಿದ ಒಂದು ಚೀಲ ಬಹಳ ಆಕರ್ಷಣೆಯಾಗಿ ಕಾಣುತ್ತಿತ್ತು. ನಾನು ಅದನ್ನು ಹತ್ತಿರದಿಂದ ನೋಡಲು ಪರದಾಡುತ್ತಿದ್ದೆ. ಆದರೆ ಬಾಯಲ್ಲಿ ನೀರು ಹಾಕಲು ಜಾಗ ಸಿಗಲಿಲ್ಲ, ಒಬ್ಬರಿಗೊಬ್ಬರು ದೂಡಿಕೊಂಡು ಮುಂದೆ ಸರಿಸಿದರು. ಅದರ ಒಳಗೇನಿದೆ ಅನ್ನುವ ಉತ್ಸಾಹವಷ್ಟೆ ನನ್ನನ್ನು ಕಾಡುತ್ತಿತ್ತು. ನಾನು ಸ್ವಲ್ಪ ಹತ್ತಿರ ಹೋಗಿ ನೋಡಿದಾಗ ಸಣ್ಣ ಸಣ್ಣನೇ ಕಾಳುಗಳು, ನೋಡಿದ ಕೂಡಲೇ ಕಣ್ಣ ದೃಷ್ಟಿಗೆ ಸಿಗದಷ್ಟು ತೆಳುವಾಗಿದ್ದವು!.

ಹೆಣದ ತಲೆ ಹತ್ತಿರ ಕಟ್ಟಿದ್ದ ಚೀಲವನ್ನು ಬಿಚ್ಚಿ ದೂರಕ್ಕೆ ಎಸೆದರು. ಮಾಮೂಲಾಗಿ ಎಲ್ಲರಿಗೂ ಈ ಮೂರು ದಾರಿ ಬಂತೆಂದರೆ ಒಂದು ಅಂದಾಜಿನಲ್ಲಿ ಸುಡುಗಾಡು ಬಂತೆಂದುಕೊಳ್ಳುತ್ತಿದ್ದರು. ಇಲ್ಲಿ ಹೆಣ ಇಳಿಸಿ ಕೆಲವು ಕರ್ಮ ಕಳೆದು ಕಟ್ಟಿದ್ದ ನವಣಕ್ಕಿಯ ಚೀಲವನ್ನ ಬಿಚ್ಚಿ ಇಲ್ಲಿಗೇ ಕೊನೆ ಎನ್ನುವಂತೆ ಒಗೆಯುತ್ತಿದ್ದರು. ಇದ್ಯಾವ ಕರ್ಮಕ್ಕೆ ಮಾಡುತ್ತಿದ್ದರೆಂದು ಊಹಿಸಲಾಗದೆ ಸತ್ತವನ ಮುಖ ನೋಡುತ್ತಾ ನಿಂತೆ. ಗಣಾಚಾರಿಯು ಹೆಣ ಹೊತ್ತವರನ್ನು ಹಿಂದುಮುಂದಾಗಿ ನಿಲ್ಲುವಂತೆ ಹೇಳಿದ. ಅವನ ಮಾತಿಗೆ ಯಾರೂ ಎದುರಾಡುತ್ತಿರಲಿಲ್ಲ. ಅವನು ಹೇಳಿದಂತೆ ಹೆಣ ಹೊತ್ತವರು ಹಿಂದು ಮುಂದಾದರು, ಹಿಂದು ಮುಂದಾಗುವುದೆಂದರೆ ಹೆಣವನ್ನು ಹಿಂದೆ ಹೊತ್ತವರು ಮುಂದೆ ಹೊರಬೇಕು, ಮುಂದೆ ಹೊತ್ತವರು ಹಿಂದೆ ಹೊರಬೇಕಷ್ಟೇ. ಇನ್ಮೇಲೆ ಯಾರೂ ಹೆಣಕ್ಕೆ ಹೆಗಲು ಕೊಡುವಂತಿರಲಿಲ್ಲ. ಎಲ್ಲವೂ ಇಲ್ಲಿಗೆ ಕೊನೆ ಎಂದು ಹೆಣ ಹೊತ್ತಕೂಡಲೇ ಮಣ್ಣಿನ ಗಡಿಗೆಯಲ್ಲಿ ಅರೆ ಬೆಂದ ಅಕ್ಕಿಯನ್ನು ಹೆಣಕ್ಕೆ ನೀವಾಳಿಸಿದ. ಹೆಣಕ್ಕೂ ದೃಷ್ಟಿ ತೆಗೆಯುತ್ತಾರೇನೊ ಅನಿಸಿತು. ಗಡಿಗೆಯನ್ನು ಒಡೆದು ಎಲ್ಲರಿಗೂ ಹೋಗುವಂತೆ ಕಣ್ಣಲ್ಲೇ ಸೂಚಿಸಿದ. ತನ್ನ ಯಥಾಪ್ರಕಾರದ

ಶೈಲಿಯಲ್ಲಿ ಗಣಾಚಾರಿ ಕಾರ್ಯ ಮಾಡಿಸುತ್ತಿದ್ದು ಇದೆಲ್ಲದರ ನಡುವೆ ಇಲ್ಲಿ ಕಣ್ಣು, ಕಿವಿ, ಕಾಲು, ಕೈಗಷ್ಟೇ ವಯಸ್ಸಾಗೋದು, ಹೆಣಕ್ಕಲ್ಲ ಎನ್ನುವಂತೆ ಊರ ಮಾಜಿ ಮೆಂಬರ್ ಹೆಣವನ್ನು ಅಜ್ಞಾತ ಬೀದಿಯಲ್ಲಿ ಪ್ರದರ್ಶನಕ್ಕಿಟ್ಟು ಮರು ಮೆರವಣಿಗೆಗೆ ಮತ್ತೆ ಸಜ್ಜುಗೊಳಿಸಿದರು. ಕೊನೆಯ ಮೋಹವನ್ನು ತಿಂದುಂಡ ಈ ರಾಜಕಾರಣಿಯ ಹೆಂಡತಿಗೆ ಮಕ್ಕಳಿಲ್ಲ ಎಂದು ಲಟಿಕೆ ಮುರಿಯುತ್ತಿರುವ ಸತ್ಯಾರೋಪ ಯಾರ ಕಣ್ಣಿಗೂ ತಾಗದೆ ಹೋಗುತ್ತಿತ್ತು. ಸಾವಿನ ಮನೆಯಲ್ಲಿ ಸಂತಾಪಕ್ಕಿಂತ ತಮ್ಮ ತಮ್ಮ ವೈಶಿಷ್ಟ್ಯಗಳನ್ನು ಪ್ರದರ್ಶನಕ್ಕಿಡುವಂತೆ ಮೆಂಬರ್ ಹೆಂಡತಿಯನ್ನು ತಬ್ಬಿಕೊಂಡು ಕಣ್ಣೀರಿಡುತ್ತಾ, ಮುಂದೆ ಹೋಗುತ್ತಾ, ಇನ್ನೊಬ್ಬರಿಗೆ ಜಾಗ ಬಿಟ್ಟು ಕೊಡುತ್ತಿದ್ದರೆ ಹೊರತು ಯಾರೂ ಈ ತುಂಬು ಬಿಸಿಲಲ್ಲಿ ಬಿದ್ದ ನೆರಳಂತೆ ನೆಲಕಚ್ಚಿಕೊಂಡು ನಿಲ್ಲಲಿಲ್ಲ. ಈ ಸಂತಾಪ ಕ್ಷಣ ಮಾತ್ರದ್ದು ಎಂದುಕೊಂಡು ಮೆಂಬರ್ ಹೆಂಡತಿ, ಗಂಡನ ಹೆಣದ ಕಿವಿಯ ಹತ್ತಿರ ಬಂದು ನಿರ್ಲಿಪ್ತವಾಗಿ ಉಸಿರಾಡಿ ನಿಟ್ಟುಸಿರು ಬಿಟ್ಟಳು. ಹೆಣವಾಗಿದ್ದ ಗಂಡ ಯಾವುದಕ್ಕೂ ಸ್ಪಂದಿಸಲಿಲ್ಲ. ಚಟ್ಟಕ್ಕೆ ತಲೆ ಕೊಟ್ಟು ನೋವಿನ ಉಸಿರನ್ನು ಮತ್ತೊಮ್ಮೆ ಮೆಲ್ಲಿದಳು. ಈ ಕೆಲವು ಪದ್ಧತಿಗಳು ಸಾವಿನ ಮನೆಯಲ್ಲೂ ರಾಜ್ಯಭಾರ ನಡೆಸುತ್ತವೆ ಎನ್ನುವಂತೆ ಉಟ್ಟ ಸೀರೆಯ ಮೇಲೆ ಮತ್ತೊಂದು ಸೀರೆ ಉಡಿಸಿ ಇದು ತವರ ಸೀರೆ ಎಂದು ಕೊನೆಯ ಸಲ ಉಡಿ ತುಂಬಿದರು. ತನ್ನ ಮುತ್ತೈದೆಯ ಕೊನೆಯ ನಡಿಗೆಯ ನರಳಾಟಕ್ಕೆ ಕೊನೆಯೇ ಇಲ್ಲವೆಂದು ಭೂಮಿಯ ಭಾರ ಹೊತ್ತು ನಿಶ್ಯಕ್ತವಾದ ಕಾಲನ್ನು ಎಳೆದುಕೊಂಡು ಹೋಗುತ್ತಿದ್ದಳು. ತುಂಬು ಯೌವನ ಇನ್ನೂ ಬಿಸಿಲು ಉಣ್ಣುತ್ತಿದೆ. ಕಣ್ಣುಗಳಲ್ಲಿ ಯಾವುದೋ ಶೂನ್ಯಭಾವವಿತ್ತು. ಕಣ್ಣಿನ ರೆಪ್ಪೆಯೆನಿಸುವ ಕಾಲದಲ್ಲಿ ಸಾಕ್ಷಿ ಭಾವದಿಂದ ನೋಡುತ್ತಿರುವಾಗ ಕಂಗೊಳಿಸುವ ಹೆಣದ ಮೆರವಣಿಗೆಯ ವೈಖರಿ. ಸಾವಿಗಿಂತ ಬದುಕನ್ನು ಘೋರವಾಗಿ ಕಂಡ ಕತ್ತಲ ಯೋಚನೆಗೆ ಹೊಸ ಅಧ್ಯಾಯ ತನ್ನ ಕಣ್ಣಲ್ಲೇ ಬರೆಯುತ್ತಿದ್ದಳು.

ಊರ ದಾರಿಯ ಕೊನೆಯ ತಿರುವಿನಲ್ಲಿ ಎಡಭಾಗಕ್ಕೆ ಸ್ಮಶಾನ. ಈ ಸ್ಮಶಾನವೂ ಕೂಡ ಈ ಸತ್ತ ಮಾಜಿ ಮೆಂಬರ್ ಆಡಳಿತಾಧಿಕಾರದಲ್ಲೇ ಬಂದದ್ದು, ಮೊದಲೆಲ್ಲಾ ಹೆಣ ಹಳ್ಳದಲ್ಲಿ ಸುಡಲಾಗುತ್ತಿತ್ತು. ಈ ಮಳೆಗಾಲದಲ್ಲಿ ಎರಡು ದಿನಗಳವರೆಗೂ ಹೆಣ ಮಣ್ಣಾಗುತ್ತಿರಲಿಲ್ಲ, ಸುಡಲಾಗುತ್ತಿರಲಿಲ್ಲ. ಸುಮಾರು ಮೂರ್ನಾಲ್ಕು ಮೈಲಿಯಷ್ಟಾದರೂ ನಡೆಯಬೇಕಾಗಿತ್ತು. ಹೆಣ ಹೊತ್ತೋಗಬೇಕಾದ ಪರಿಸ್ಥಿತಿಯೊಂದು ಕಾಲು ಮುರಿದು ಬಿದ್ದಂತೆ ಸಾವಿನ ಮನೆಯ ಮುಂದೆ ಗಸ್ತು ತಿರುಗುತ್ತಿತ್ತು. ಈ ಮಳೆಗಾಲದಲ್ಲಿ ಎರಡು ದಿನಗಳವರೆಗೂ ಮನೆಯಲ್ಲಿ ಹೆಣ ಕೊಳೆಯುತ್ತಿದ್ದವು. ಊರ ಕೇರಿಯೂ ಮಳೆಯ ವಾಸನೆಯೊಂದಿಗೆ ಹೆಣದ ವಾಸನೆ ಊರಲ್ಲಿ ಹೊಸ ನಕ್ಷೆ ಬರೆಯುತ್ತಿತ್ತು. ಒಮ್ಮೆ ತೀರಾ ಮಳೆಗಾಲ ಸೂರ್ಯನ ಬೆಳಕು ನೋಡುವುದಕ್ಕೆ ಪರದಾಡುವ ಸ್ಥಿತಿ ಯಾರೂ ಕೂಡ ಹೊರಗಡೆ ಕಾಲಿಡದ ಪರಿಸ್ಥಿತಿ

ಎದುರಾಗಿತ್ತು. ಸದಾ ತಂಪಾಗಿದ್ದ ಬೀದಿಗಳು ಪಾದಗಳ ಕಂಡು ನಾಲ್ಕೈದು ದಿನಗಳಾಗಿದ್ದವು. ಅಂಗಡಿ ಮುಂಗ್ಗಟ್ಟುಗಳೆಲ್ಲಾ ತಾತ್ಕಾಲಿಕ ಮಟ್ಟಿಗೆ ಬೀಗ ಜಡಿದು ದೇವರ ಮುಂದೆ ಜಪಕ್ಕೆ ಕೂತ ಮಾಲಿಕರು ಯಾರೊಬ್ಬರನ್ನೂ ಹಿಂತಿರುಗಿ ನೋಡಲಿಲ್ಲ. ತಮ್ಮ ಅಂಗಡಿಗಳಲ್ಲಿ ಗಿರಾಕಿಗಳೇ ದೇವರೆಂದು ಬೋರ್ಡ್ ಹಾಕಿದ್ದರು. ಇನ್ನು ಗುಡಿಯ ಗೋಡೆಗಳ ಲೈಟಿನ ಬೆಳಕನ್ನು ಕತ್ತಲೆ ಕೊಂದದ್ದು ಪುರಾವೆ ಸಿಗಲಿಲ್ಲ.

ಪೂಜಾರಿಗಳಂತೂ ಮನೆಯಿಂದ ಆಚೆ ಕಾಲಿಟ್ಟರೆ ಮೈಲಿಗೆ ಆಗುತ್ತೇನೆಂದುಕೊಂಡು ಮಳೆಗೆ ಶಪಿಸುತ್ತಾ ವಾಸ್ತವಕ್ಕಾಗಿ ಎದುರು ನೋಡುತ್ತಿದ್ದರು. ಈ ದೇವರುಗಳು ನಾಲ್ಕೈದು ದಿನಗಳಿಂದ ಹೊತ್ತುಕೊಂಡು ಕೂತಿದ್ದ ಹಳೆಯ ರೇಷ್ಮೆ ಶಾಲುಗಳು ಮೋಡ ಕವಿದ ವಾತಾವರಣಕ್ಕೆ ತಂಪಾಗಿ ದೇವರ ಮೈಮೇಲಿಂದ ಪಾದದವರೆಗೂ ನೀರಿಳಿಯುತ್ತಿದ್ದವು. ನಾಯಿ, ಬೆಕ್ಕು, ಎಮ್ಮೆ, ಬೀದಿಯ ಕೋಣಗಳ ಬಾಂಧವ್ಯದಿಂದ ಹೊಸ ಸಾಮ್ರಾಜ್ಯ ಊರ ದೇವರ ಗುಡಿಯೊಳಗೆ ಸೃಷ್ಟಿಯಾಗಿತ್ತು. ಈ ಕೀಳ್ಯಾನಿಗೂ ಊರಲ್ಲಿ ಸತ್ತ ವಾಸನೆ ಬಡಿಯಲಿಲ್ಲ. ಮಳೆಯ ಮಣ್ಣಿನ ವಾಸನೆಗೆ ಹೆಣದ ವಾಸನೆ ಸ್ಪಂದಿಸದೆ ಇರಬಹುದು. ಎರಡು ದಿನಗಳಿಂದ ಕೂತಿದ್ದ ಹೆಣಕ್ಕೆ ಹೊತ್ತುಕೊಂಡು ಹೋಗುವಷ್ಟು ಜನ ಸೇರದೆ ಇರೋದು ವಿಪರ್ಯಾಸವಾಯ್ತು. ಮಳೆಯ ನೀರುಂಡ ಗೋಡೆಗಳು ಈಗಲೋ ಆಗಲೋ ಎನ್ನುವಂತೆ ನೆಲಕಚ್ಚುವಂತಿದ್ದವು. ಗೋಡೆ ಬಿರುಕಿನಲ್ಲಿ ಆಡುವ ಇರುವೆಗಳು ಒಂದರ ಹಿಂದೆ ಒಂದೊಂದು ಪೋಲೀಸ್ ಕವಾಯತ್ ಮಾಡುವಂತೆ ಹೋಗುತ್ತಿದ್ದವು. ಬೀದಿಯೆಲ್ಲಾ ನೀರು ತುಂಬಿ ಕಾಲು ಇಟ್ಟರೆ ಎಲ್ಲಿ ಬೀಳುತ್ತೇವೆಯೋ ಎಂದುಕೊಂಡು ಎತ್ತರ ಜಿಗಿತ ಉದ್ದ ಜಿಗಿತಕ್ಕೆ ಜನ ತಯಾರಾಗುತ್ತಿದ್ದರು. ಊರಲ್ಲಿ ಸಾವಾದರೆ ಸಾವಿನ ಮನೆಯ ಮುಖ್ಯಸ್ಥ ಕೀಳ್ಯಾನೇ ಆಗಿರುತ್ತಿದ್ದ. ಹೆಣದ ಸಂಸ್ಕಾರದ ಕುರಿತು ಅವನಿಗೆ ಏನೂ ಹೇಳಬೇಕಾದ ಅವಶ್ಯಕತೆ ಇರಲಿಲ್ಲ. ಇವನ ಸಹಾಯಕ್ಕೆಂದು ಊರಲ್ಲಿ ಗ್ರಾಮ ಪಂಚಾಯ್ತಿ ಮೆಂಬರ್ ಆಗಬೇಕೆಂದು ಕನಸು ಹೊತ್ತ, ಮೆಂಬರ್ ಆಗದೇ ಇದ್ದರೂ ಎಲ್ಲರೂ ಮೆಂಬರ್ ಎಂದು ಕರೆಯುವ ಲಕ್ಷ್ಮಣ ಕೂಡಾ ಪ್ರತಿ ಹೆಣದ ಅಂತ್ಯಕ್ರಿಯೆಗೆ ಕೀಳ್ಯಾನಿಗೆ ಕೈ ಜೋಡಿಸುತ್ತಿದ್ದ. ಈ ಲಕ್ಷ್ಮಣನ ಏಕಮಾತ್ರ ಗುರಿ ಗ್ರಾಮ ಪಂಚಾಯ್ತಿ ಮೆಂಬರ್ ಆಗೋದು. ಆಸು ಪಾಸು ಐವತ್ತರ ವಯಸ್ಸಿನ ಲಕ್ಷ್ಮಣ ಸುಮಾರು ಸಲ ಎಲೆಕ್ಷನ್ ನಿಂತರೂ ಗೆಲ್ಲುವ ಸಾಹಸವನ್ನಂತೂ ಮಾಡಿರಲಿಲ್ಲ. ಆದರೂ ಕೂಡ ಸದಾ ಹಗಲು ಪಕ್ಷಿಯು ರೆಕ್ಕೆ ಬಡಿಯುವಂತೆ ಮೆಂಬರ್ ಆಗುವ ಕನಸು ಕಾಣುತ್ತಿದ್ದ. ಇವನನ್ನು ಬಿಟ್ಟರೆ ಕೀಳ್ಯಾನಿಗೆ ಮತ್ಯಾರು ಜೊತೆಗಾರರಿರಲಿಲ್ಲ. ಅನಿವಾರ್ಯತೆಯಿಂದ ಈ ಮೆಂಬರ್ ಶವ ಸಂಸ್ಕಾರಕ್ಕೆ ಬರದೇ ಹೋದರೆ ಕೀಳ್ಯಾನೂ ಶವಸಂಸ್ಕಾರ ಮಾಡುತ್ತಿರಲಿಲ್ಲ. ಕುಣಿಯ ಅಲಂಕಾರ ಸಿದ್ಧಪಡಿಸಿ ದೂರ ಹೋಗಿ

ಕುಂತು ಬಿಡುತ್ತಿದ್ದ. ಮೆಂಬರ್ ಹೆಣ ಹೊತ್ತುಕೊಂಡು ತುಂಬು ಬಿಸಿಲಿನಲ್ಲಿ ಜೋತಾಡುತ್ತಾ ಕುಣಿಯ ಸುತ್ತ ಮೂರು ಸುತ್ತು ಹಾಕಿ ಕುಣಿಗೆ ನೇರವಾಗಿ ಕಾಣುವಂತೆ ಇಳಿಸಿದರು. ಸತ್ತವನ ಮುಖದಲ್ಲಿ ದೇವರನ್ನು ಕಾಣುವ ಕೀಳ್ಯಾ ಮತ್ತು ಮೆಂಬರ್ಗೆ ಯಾವ ಅಹಂ ಕೂಡ ಇರಲಿಲ್ಲ. ಅಹಂ ಇರುವವನು ಇವರ ಹತ್ತಿರ ಸುಳಿಯುತ್ತಿರಲಿಲ್ಲ. ಸತ್ತ ಮೇಲೆ ಇವರ ಕೈಯಾರ ಮಣ್ಣಾಗುವುದು ಅಹಂ ಕಳೆದುಕೊಂಡ ಯಕಃಶ್ಚಿತ್ ಒಂದು ಶವವಷ್ಟೇ... ! ಸಿದ್ದಗಿಯಿಂದ ಹೆಣವನ್ನು ಇಳಿಸಿ ಕುಣಿಯ ಒಳಗೆ ಹೊತ್ತೊಯ್ದರು. ಹೆಣದ ಕುಣಿಯೊಳಗಿನ ಅಲಂಕಾರ ಕೆಲಸ ಕೀಳ್ಯಾ ಮತ್ತು ಮೆಂಬರ್ಗೆ ವಹಿಸಿದರೆ ಸಾಕು, ಸತ್ತವನು ಭೋಗಿಸದಿರುವ ಎಲ್ಲಾ ಐಶ್ವರ್ಯವನ್ನು ಕುಣಿಯೊಳಗೆ ತೋರಿಸುತ್ತಿದ್ದರು. ಇವರಿಗೆ ಏನೂ ಹೇಳಿ ಕೊಡುವಂತಿರಲಿಲ್ಲ. ಎಲ್ಲ ತಮ್ಮ ನಿತ್ಯ ಕರ್ಮದಂತೆ ಮಾಡುತ್ತಿದ್ದರು. ಹೆಣವು ಕುಣಿಯೊಳಗೆ ಹೋದ ಕೂಡಲೇ ಕುಣಿಯ ಸುತ್ತ ಮುಖದರಬಿ ಮುಚ್ಚುತ್ತಿದ್ದರು. ಈ ಮುಖದರಬಿ ಪೂರ್ತಿಬಿಳಿಯಾಗಿಯೇ ಇರುತ್ತಿತ್ತು. ಕುಣಿಯೊಳಗೆ ಹೋದ ತಕ್ಷಣ ಮೇಲಿದ್ದವರಿಗೆ ಕುಣಿಯ ಒಳಗಿನದು ಯಾರಿಗೂ ಕಾಣದಂತೆ ಹಿಡಿಯುವ ಬಟ್ಟೆಯನ್ನು ಮುಖದರಬಿ ಎನ್ನುತ್ತಿದ್ದರು. ಇದು ನನಗೆ ಗೊತ್ತಾಗಿದ್ದು ಇತ್ತೀಚೆಗಷ್ಟೇ. ಹೆಣದ ಮೈಮೇಲಿನ ಬಟ್ಟೆ ಬಿಚ್ಚಿ ಪೂರ್ತಿ ಬೆತ್ತಾಲಾಗಿಸಿ ಪೂರ್ವಕ್ಕೆ ಮುಖ ಮಾಡಿ ಕೂರಿಸಿ, ಹೆಣದ ಸುತ್ತ ಸ್ವಲ್ಪ ಮಣ್ಣನ್ನು ಹದವಾಗಿಸಿಕೊಳ್ಳುತ್ತಿದ್ದರು. ಮಣ್ಣು ಹದವಾಗಿಸಿಕೊಳ್ಳುವಾಗ ಎಷ್ಟೋ ಸಲ ಕುಣಿ ತೆಗೆಯುವಾಗ ಹಳತಾದ ಎಷ್ಟೋ ದೇಹದ ಅಸ್ಥಿಪಂಜರಗಳು ತುಂಡು ತುಂಡಾಗಿ ಸಿಗುತ್ತಿದ್ದವು. ಗೆದ್ದಲು ಹುಳುಗಳು ಹಸಿದಿದ್ದು ಕಿಳ್ಯಾನಿಗೆ ಗೊತ್ತಾಗುತ್ತಿತ್ತು. ಕಾಲಿಗೆ ಕೈಗೆ ಅಂಟಿಕೊಂಡಿರುತ್ತಿದ್ದವು. ಆ ಹುಳುವನ್ನು ನಾಜೂಕಿನಿಂದ ಬಿಡಿಸುತ್ತಿದ್ದ 'ಮನುಷ್ಯ ಸತ್ತ ಮೇಲಷ್ಟೆ ನಿನ್ನದಾಗುತ್ತಾನೆ ಬದುಕಿದ್ದಾಗ ಮತ್ತೊಬ್ಬರ ಪಾಲುದಾರನಾಗಿರುತ್ತಾನೆ' ಎಂದು ಒಳಗೊಳಗೆ ನಗುತ್ತಾ ಯಾರಿಗೂ ಬೆತ್ತಲಾದ ದೇಹ ಕಾಣದಂತೆ ಹದವಾಗಿಸಿಕೊಂಡ ಮಣ್ಣನ್ನು ಪಾದದಿಂದ ಕುತ್ತಿಗೆವರೆಗೂ ಮುಚ್ಚುತ್ತಿದ್ದರು. ಮುಚ್ಚಿ ಕೊನೆಯ ಬಾರಿ ಎಲ್ಲರೂ ಮುಖವನ್ನು ತೋರಿಸಬೇಕೆಂದು ಮುಖಕ್ಕೆ ಮಣ್ಣು ಹಾಕದೆ ಎಲ್ಲರಿಗೂ ಕಾಣುವಂತೆ ಹೆಣವನ್ನೂ ಥೇಟ್ ತಪಸ್ಸಿಗೆ ಕುಳಿತ ಋಷಿಯಂತೆ ಕೂರಿಸುತ್ತಿದ್ದರು. ಸತ್ತ ಮನುಷ್ಯನ ನೆತ್ತಿಯ ಮೇಲೆ ಕೂತ ಗಣಾಚಾರಿ, ಮೆಂಬರ್ ಲಕ್ಷ್ಮಣನ ಕೈಯಲ್ಲಿ ಒಂದಿಷ್ಟು ತಾಮ್ರದ ತಗಡುಗಳಿಗೆ ವಿಭೂತಿಯನ್ನು ಹಚ್ಚಿಕೊಡುತ್ತಿದ್ದ. ಮೆಂಬರ್ ಅವುಗಳನ್ನು ತೆಗೆದುಕೊಂಡು ಎಡಪಾದ, ಬಲಪಾದ, ಎಡಭುಜ, ಬಲಭುಜ, ನೆತ್ತಿ, ಭೂಮಿ, ಹೊಟ್ಟೆಯ ಮೇಲೆ ಇಡುತ್ತಿದ್ದ. ಆಮೇಲೆ ಸತ್ತವನ ಹೆಂಡತಿಯ ತಾಳಿಯನ್ನು ಹರಿದು ಅದರಲ್ಲಿ ಒಂದು ಎರಡು ಗುಂಜಿ ಬಂಗಾರವನ್ನು ತೆಗೆದು ಮೆಂಬರ್ ಕೈಯಲ್ಲಿ ಕೊಟ್ಟು ಬಾಯಿಯಲ್ಲಿಡು ಎನ್ನುತ್ತಿದ್ದ. ಆದರೆ ಮೆಂಬರ್ ಸತ್ತವನ ಬಾಯಲ್ಲಿ

ಬಂಗಾರವನ್ನು ಒಮ್ಮೆಯೂ ಇಡುತ್ತಿರಲಿಲ್ಲ. ಆ ಬಂಗಾರ ಮಾರವಾಡಿ ಶಿವನ ಅಂಗಡಿಯಲ್ಲಿ ಮಾರಾಟ ಮಾಡಿ ಆ ದುಡ್ಡನ್ನು ಇಬ್ಬರೂ ಸಮನಾಗಿ ಹಂಚಿಕೊಳ್ಳುತ್ತಿದ್ದರು. ಆಮೇಲೆ ಮುಖದರಬಿ ತೆಗೆಯುತ್ತಿದ್ದರು. ಇದನ್ನು ತೆಗೆದ ಮೇಲೆ ಮತ್ತೊಂದು ಪೂಜೆ ಆಗುತ್ತಿತ್ತು. ಹೆಣವನ್ನು ಇಟ್ಟ ಗೋಡೆಯ ನೆತ್ತಿಯ ಮೇಲೆ ಗಣಾಚಾರಿ ಇರುತ್ತಿದ್ದ. ಎಲ್ಲರೂ ಸಂಸ್ಕಾರ ಮುಗಿಸಿಕೊಂಡು ಮನೆಗೆ ಹೋಗುವ ಸಮಯ ಸುಡುಗಾಡಿನ ಗೇಟ್ ಬಳಿ ನಿಂತ ಕೀಳ್ಯಾನಿಗೆ ಯಾವುದೋ ಒಂದು ಕಾಗದಕ್ಕೆ ಕ್ವಾಟಿಗುಡಿಯ ಮುಖ್ಯಸ್ಥರು ಹಾಗೂ ಮುಖಂಡರ ಹತ್ತಿರ ಸಹಿ ಹಾಕಿಸಿಕೊಳ್ಳುತ್ತಿದ್ದ. ಕೈಯಲ್ಲಿ ಹಿಡಿದ ಬಿಳಿ ಹಾಳೆ ಶಾಂತಿಯಿಂದ ಕ್ರಾಂತಿ ಎನ್ನುವಂತಿತ್ತು. ಕಾಗದದಲ್ಲಿ ಒಂದು ಮಗ್ಗಲಲ್ಲಿ ಏನೋ ಬರೆದಿತ್ತು ಇನ್ನೊಂದು ಬದಿಯಲ್ಲಿ ಎಲ್ಲರ ಕೈಯಲ್ಲಿ ಸಹಿ ಮಾಡಿಸಿಕೊಳ್ಳುತ್ತಿದ್ದ. ಯಾರೂ ಕೂಡಾ ಕೀಳ್ಯಾನನ್ನು ಏನೆಂದು ಪ್ರಶ್ನೆ ಕೇಳುತ್ತಿರಲಿಲ್ಲ, ಸುಮ್ಮನೆ ಸಹಿ ಮಾಡುತ್ತಿದ್ದರು. ಕೈಯಲ್ಲಿ ಹಿಡಿದ ಕಾಗದ ಅವನ ಮಲ್ಲಂಗಿ ಬಣ್ಣ ಕೈ ಬೆವರು ಅಂಟಿಕೊಂಡು ಆ ಬಿಳಿ ಹಾಳೆ ನೋಡಿದ ತಕ್ಷಣ ಯಾವ ಕಛೇರಿ ಮುಟ್ಟೋಕು ಆಗದಿರುವಷ್ಟು ತನ್ನ ಸತ್ವವನ್ನು ಕಳೆದುಕೊಂಡಿತ್ತು. ಓಡಾಟದ ಉತ್ಸಾಹ ಅವನ ಕಾಲುಗಳಲ್ಲಿದ್ದವು. ಇದನ್ನು ನೋಡಿದ ತಕ್ಷಣ ನನಗೆ ನಾನೇ ಪ್ರಶ್ನೆ ಮಾಡಿಕೊಳ್ಳುವಷ್ಟು, ಉತ್ತರ ಸಿಗದಷ್ಟು ಗೊಂದಲಗಳಿದ್ದವೇ ಹೊರತು ಉತ್ತರ ಸಿಗದಂತಾಗಿತ್ತು.

** ** **

ಈ ಹಿಂದೊಮ್ಮೆ ತನ್ನ ರೇಶನ್ ಕಾರ್ಡ್ ಹಾಗೂ ಅಲೆಮಾರಿ ಜನಾಂಗ ಕೋಟಾದಲ್ಲಿ ತನಗೊಂದು ಮನೆಬೇಕೆಂದು ನೂರಾರು ಬಾರಿ ಗ್ರಾಮ ಪಂಚಾಯತಿಯಲ್ಲಿ ಅರ್ಜಿ ಸಲ್ಲಿಸಿದ್ದ, ಇದೆ ಊರಿನವನು ಎನ್ನುವುದಕ್ಕೆ ಯಾವುದೇ ಪುರಾವೆ ಇರಲಿಲ್ಲ ಎಂದು ಇವನ ಹೆಸರನ್ನು ಕೈ ಬಿಡಲಾಗಿತ್ತು. ಈಗ ಸತ್ತ ಮೆಂಬರ್ ಕೂಡಾ ಇವನಿಗೆ ಒಂದಿಷ್ಟು ವಯಸ್ಸಾದ ಮಾತುಗಳನ್ನಾಡಿ ಉಣ್ಣಿಸುತ್ತಿದ್ದ. ಆ ಮಾತುಗಳು ಒಂದಿಷ್ಟು ನಗೆ ಕಣ್ಣಲ್ಲಿ ಆನಂದ ತರಿಸುತ್ತಿದ್ದವು. ಈಗ ಅವನಿಲ್ಲ ಆದರೆ ಕೀಳ್ಯಾ ಮತ್ತು ಅವನ ನಿಚ್ಚಳ ಮೌನವೊಂದೇ ಖಾಯಂ ಆಗಿ ಸಂಸ್ಕಾರ ಮಾಡುತ್ತಿದ್ದುದಷ್ಟೇ. ಇಳಿ ಸಂಜೆಯ ಸೂರ್ಯ ತಾನೂ ಎಷ್ಟು ಎತ್ತರಕ್ಕೆ ಏರಿದೆ ಎಂದುಕೊಂಡು ಎತ್ತರವನ್ನು ಲೆಕ್ಕ ಹಾಕುತ್ತಾ ಮುಳುಗುತ್ತಿದ್ದ. ಇಲ್ಲಿ ಯಾರೂ ಖಾಯಂ ಆಗಿ ಉಳಿಯುವವರಿರಲಿಲ್ಲ. ಸ್ಮಶಾನದಲ್ಲಿ ಒಬ್ಬರಿಗೊಬ್ಬರು ಖಾಲಿಯಾಗುತ್ತಾ ಬಂದರು. ನಾವು ಇದೇ ಊರಿನವರಾದರಿಂದ ಭೂಮಿಪೂಜೆಯನ್ನು ಮುಗಿಸಿಕೊಂಡು ಹೋಗುವ ವಾಡಿಕೆ. ಭೂಮಿ ಪೂಜೆಯೆಂದರೆ ಹೆಣ ಹೂಳುತ್ತಾ ನೆಲದ ಸಮವಿದ್ದ ಮಣ್ಣನ್ನು ಗೋಪುರದ ಆಕಾರವಾಗಿಸಿಕೊಂಡು ಅದರ ಮೇಲೆ ಗಣಾಚಾರಿ

ನಿಲ್ಲುತ್ತಿದ್ದ. ಅವನ ಕಾಲಿಗೆ ನೀರು ಹಾಕಿ ತಮ್ಮ ಜೇಬಿನಲ್ಲಿದ್ದ ಚಿಲ್ಲರೆ ಹಣವನ್ನು ದೇವರಿಗೆ ದಕ್ಷಿಣೆ ಹಾಕಿದಂತೆ ಹಾಕಬೇಕಿತ್ತು. ಅಲ್ಲಿದ್ದವರು ಎಲ್ಲರೂ ಕಾಲಿಗೆ ನೀರು ಹಾಕಿ ದಕ್ಷಿಣೆಯನ್ನು ಅರ್ಪಿಸಿದ ಮೇಲೆ ಗಣಾಚಾರಿ ಆ ಕುಣಿಯ ಗೋಪುರದಿಂದಿಳಿದು ಹಾಕಿದ ದಕ್ಷಿಣೆಯನ್ನು ತನ್ನ ಜೇಬಿಗೇರಿಸಿಕೊಂಡು ಮಂಗಳಾರತಿಯನ್ನು ರಾಗವಾಗಿ ಚೀರುತ್ತಾ ಕಾಯಿ ಒಡೆಯುತ್ತಿದ್ದ. ನಾವು ಎಲ್ಲರೂ ಕಾಲ್ಮುಗಿದು ತಿರುಗಿ ನೋಡದಂತೆ ಹೊರಗೆ ಬರುತ್ತಿದ್ದೆವು. ಇನ್ನುಳಿದಂತೆ ಪರ ಊರಿನವರು ತಮ್ಮ ಪಾಡಿಗೆ ತಾವು ಅವರೂರಿನ ಬಸ್ ಹಿಡಿಯುತ್ತಿದ್ದರು. ತುಂಬಿದ ಸ್ಮಶಾನ ಸಂಜೆಯಾದಂತೆ ಖಾಲಿಯಾಗುತ್ತಾ ಬಂತು. ಒಬ್ಬರಿಗೊಬ್ಬರು ಮಾತಾಡದೆ ಊರತ್ತ ಓಡುತ್ತಿದ್ದರು.

ಸ್ಮಶಾನದ ಗೇಟಿನಿಂದ ಸ್ವಲ್ಪ ಕಣ್ಣಳತೆ ದೂರದಲ್ಲಿ, ಗೌರ್ಮೆಂಟ್ ನಳವಿತ್ತು. ಅಲ್ಲಿ ಎಲ್ಲರೂ ಕೈ ಕಾಲು ತೊಳೆದುಕೊಂಡು ಎಲ್ಲವನ್ನು ಇಲ್ಲೆ ಬಿಟ್ಟೆವೆಂದುಕೊಳ್ಳುತ್ತಾ ತಮ್ಮ ತಮ್ಮ ಮನೆಗೆ ಹೋಗುತ್ತಿದ್ದರು. ನಾನೂ ಕೂಡಾ ನಳದ ಹತ್ತಿರ ನೋಡಿದೆ, ಈಗ ತಾನೆ ಮಣ್ಣಾಗಿದ್ದರಿಂದ ಗದ್ದಲವಿತ್ತು, ಇನ್ನೂ ಸ್ವಲ್ಪ ಹೊತ್ತು ಸ್ಮಶಾನದಲ್ಲಿಯೇ ಕಳೆಯಬೇಕೆನಿಸಿತು.

ಈ ಸ್ಮಶಾನದಲ್ಲಿ ಸಮಯ ಕಳೆಯುವುದಿದೆಯಲ್ಲಾ ಅದೊಂದು ತರಹದ ಅಮಲಾಗಿರುತ್ತದೆ. ಒಬ್ಬಂಟಿಯವರ ಕಷ್ಟಕ್ಕೆ ಸರಿಯಾಗಿ ಹೊಂದಿಕೊಂಡು ಹೋಗುತ್ತದೆ. ಇಲ್ಲಿ ಯಾವುದೂ ಸ್ಪಷ್ಟವಾಗಿರುವುದಿಲ್ಲ, ಬರೀ ಅರ್ಧವಾಗಿರುತ್ತದೆ ಈ ಮನುಷ್ಯನನ್ನೂ ಸೇರಿ. ಬೆಂಚಂತೆ ಇರುವ ಒಂದು ಹಳೆಯ ಮರದ ಬುಡದ ಮೇಲೆ ಕುಳಿತು ಸುತ್ತ ಕಡೆ ಕಣ್ಣಾಡಿಸಿದೆ. ಎಲ್ಲವೂ ಪ್ರತಿಸಲ ನೋಡಿದಾಗಲೂ ಹೊಸದೆನ್ನುವಂತೆ ಇರುತ್ತದೆ, ನಾನು ನೂರಾರು ಸಲ ಪರೀಕ್ಷೆ ಮಾಡಿ ಫೇಲಾಗಿದ್ದೂ ಇದೆ. ಈ ಸ್ಮಶಾನಕ್ಕೆ ನಾನಂತೂ ಹೊಸಬನಲ್ಲ. ಎನ್ನುವಂತೆ ಹೆಣವನ್ನು ಸುಟ್ಟು ತಾವು ಸುಟ್ಟುಕೊಂಡು ಮೈಯಲ್ಲಾ ಕಪ್ಪಾಗಿಸಿಕೊಂಡು ನಿಶಾಂತವಾಗಿ ಬಿದ್ದಿರುವ ಕಟ್ಟಿಗೆಗಳು, ಭೂಮಿ ಆಳದ ಮಣ್ಣು ಮುದ್ದೆ ಮುದ್ದೆಯಾಗಿ ಬಿಸಿಲಿಗೆ ಮೈಚಾಚಿ ಅರಳುವ ಮಣ್ಣು. ತಾಳಿಯ ಕಪ್ಪುಮಣಿ, ಒಡೆದ ಕೈಬಳೆ, ಬಾಡಿದರೂ ಘಮ ಸೂಸುವ ಹೂ. ಹೆಣಕ್ಕೆ ಹೊಚ್ಚಿದ ಹೊದಿಕೆ, ಅಂಬಲಿ ತುಂಬಿ ಅರ್ಧ ಹೊರ ಚೆಲ್ಲಿ ಇನ್ನರ್ಧ ತನ್ನೊಳಗಿಟ್ಟುಕೊಂಡು ಒಡೆದು ಚೂರಾದ ಗಡಿಗೆ, ಎಲ್ಲವೂ ಮೋಡವನ್ನು ದಿಟ್ಟಿಸುತ್ತಿದ್ದವು. ನನ್ನನ್ಯಾವು ನೋಡಲಿಲ್ಲ, ತನ್ನಷ್ಟಕ್ಕೆ ತಾನು ರೆಂಬೆ ಕೊಂಬೆ ಎಲೆಗಳನ್ನು ಹೊರಳಾಡಿಸುತ್ತ ನಿಂತ ಆಲದ ಮರದಲ್ಲಿ ಕೂತ ಕೂಗದ ಹಕ್ಕಿಗಳು ಎಡೆಯಿಟ್ಟ ನಂತರ ತಿನ್ನೋಕೆ ಕಾಯುತ್ತಿದ್ದವು. ನೆಲಕ್ಕೆ ಮುತ್ತಿಡುವ ಆಲದ ಮರದ ನೆರಳು ಈಗಲೋ, ಆಗಲೋ ಬೀಳುವಂತೆ ಕೀಳ್ಯಾನ ಗುಡಿಸಲು ಎಷ್ಟೋ ಸಲ ಯಾರೂ ಇಲ್ಲದೆ ನಿರ್ಲಿಪ್ತವಾಗಿರುತ್ತಿದ್ದವು.

ಇವತ್ತು ನಾನು ಬಂದು ಹೋದೆನೆನ್ನುವುದ ಬಿಟ್ಟು ಸ್ಮಶಾನದ ಹೊರಗಡೆ ಕಣ್ಣಿಗೆ ನೇರವಾಗಿ ಕಾಣುವಷ್ಟು ಅಂತರದಲ್ಲಿದ್ದ ಒಬ್ಬ ಹೆಂಗಸು ಇನ್ನೂ

ತಿಳಿ ಯೌವನ ಇರಬೋದು ಅನಿಸುತ್ತದೆ, ತನ್ನ ಸೀರೆಯನ್ನು ಮೈಮೇಲೆ ಉಟ್ಟುಕೊಂಡು ಸ್ನಾನ ಮಾಡುತ್ತಿರುವಂತೆ ಕಾಣುತ್ತಿತ್ತು. ಸುತ್ತಲೂ ಇರುವ ಗಂಡಸರು ಮತ್ತು ಹೆಣ್ಮಕ್ಕಳು ಮಣ್ಣಿಗೆ ಬಂದಿರಬಹುದು ಎಂದುಕೊಂಡು ತಮ್ಮ ಪಾಡಿಗೆ ತಾವು ಬಂದ ಹಾದಿ ಹಿಡಿಯುತ್ತಿದ್ದರು. ಸ್ಮಶಾನದ ಗೇಟ್ ಹತ್ತಿರ ಹೋದಂತೆ ಸ್ಪಷ್ಟವಾಗಿ ಕಾಣತೊಡಗಿದ ಅವಳು ಮತ್ಯಾರು ಅಲ್ಲ ಭಾರತಿ. ಅಂಗೈಯಷ್ಟಿರುವ ಈ ಭಾರತಿ ಕ್ವಾಟಿಗುಡಿಯಲ್ಲಿ ಇರುವ ಬೀದಿಯನ್ನೇ ತನ್ನದೊಂದು ಊರಾಗಿಸಿಕೊಂಡವಳು. ಕ್ವಾಟಿಗುಡಿಯ ಪ್ರತಿಯೊಂದು ರಸ್ತೆಗೆ ಇವಳ ಪಾದದ ಗುರುತು ಗೊತ್ತಿದೆ. ಈಗ ಏನೂ ಹೊಸದಲ್ಲ ಸೀರೆಗೆ ಅಂಟಿಕೊಂಡ ಮೈಗೆ ಸ್ನಾನ ಮಾಡುಸುತ್ತಿದ್ದಾಳೆ. ಈ ಭಾರತಿಯನ್ನು ಕ್ವಾಟಿಗುಡಿಯಲ್ಲಿ ಯಾವಾಗಲೂ ಬರೀ ಅರಿಶಿಣದ ಮೈಯಲ್ಲೇ ನೋಡಿದ್ದು. ಕೆಂಪು ಕೆನ್ನೆಗೆ, ಮೈಗೆ, ಕಾಲು, ಅಂಗಾಲಿಗೆ ಸಹಿತ ಅರಿಶಿಣ ಮೆತ್ತಿಕೊಂಡು, ಯಾರೋ ಮುಡಿದು ಎಸೆದ ಹೂವನ್ನು ತನ್ನ ಹರಿಬಿಟ್ಟ ಕೂದಲಿಗೆ ಸಿಕ್ಕಿಸಿಕೊಂಡು ಕೂದಲು ಕಟ್ಟದೆ ಗಾಳಿಗೆ ತೂರಿ ಬಿಡುತ್ತಿದ್ದಳು. ಸಹಜ ಬಣ್ಣದ ಮೈಗೆ ಅರಿಶಿಣ ಮೆತ್ತಿಕೊಂಡು ದಿನವೂ ಮುತ್ತೈದೆಯಾಗಿರುತ್ತಿದ್ದಳು. ಇನ್ನೂ ಉಟ್ಟ ಸೀರೆ ಅರ್ಧ ಮೈ ಮುಚ್ಚಿದರೆ ಇನ್ನರ್ಧ ಅವಳು ನಡೆಯುವಾಗ ನೆಲ ಗುಡಿಸುತ್ತಿತ್ತು. ನೆಲವನ್ನು ಊದಿ ಹೆಜ್ಜೆ ಇಡುವಂತೆ ನಡೆಯುತ್ತಿದ್ದಳು. ಭಾರತಿ ಕೂಡ ಕ್ವಾಟಿಗುಡಿಯಲ್ಲಿ ಬಹಳ ದಿನದಿಂದ ವಾಸಿಸುತ್ತಿರೋದು ನಾನೂ ನೋಡಿದ್ದೇನೆ. ಇವಳ ಮನೆ ಸಂಬಂಧಿಕರು ಯಾರೂ ಇರಲಿಲ್ಲ ನೋಡಿದ್ರೆ ಮದುವೆಯ ವಯಸ್ಸಿನ ಹುಡುಗಿ ಅನ್ನೋಬಹುದು ಹಾಗೆ ಇದ್ಳು. ಯಾವಾಗಲೂ ಯಾರನ್ನೋ ಬೈಯುತ್ತಿರುವ ಹಾಗೆ, ಇನ್ನೊಮ್ಮೆ ಅಳುವ ಶಬ್ಧ. ಅಳುತ್ತಾ ಕುಂತರೆ ಎರಡು ದಿನ ಬರಿ ನೆನಪುಗಳನ್ನು ಉಸಿರಾಡುತ್ತಾ ಕುಂತು ಬಿಡುವಳು. ಎಷ್ಟೋ ಸಣ್ಣಸಣ್ಣ ಹುಡುಗರಿಗೆ ಇವಳ ಕಂಡರೆ ಭಯ, ಎಷ್ಟೋ ಹುಡುಗರು ಭಾರತಿ ಹೆಸರು ಕೇಳಿದರೆ ಕೃತಕ ನಿದ್ದೆಗೆ ಜಾರುತ್ತಿದ್ದರು. ಭಾರ ಕಳೆದುಕೊಂಡ ಬೀದಿಯಲ್ಲಿ ನೋವು ಹೊತ್ತು ದಿನಕ್ಕೆರಡು ಬಾರಿ ತಿರುಗುವ ದಿನಚರಿ ಇತ್ತು, ಸದಾ ತಿರುಗುತ್ತಲೇ ಇರುತ್ತಿದ್ದಳು. ಇವಳ ನೋವಿನ ತಾತ್ಪರ್ಯ ಏನು ಅನ್ನೋದು ಯಾರಿಗೂ ಕೂಡಾ ಇಂದಿಗೂ ದಕ್ಕದ ವಿಷಯ. ಇವಳು ನಡೆಯುವಾಗ ನೆಲವು ಮೌನವಾಗಿರುತ್ತಿತ್ತು. ನೋವು ಹೊತ್ತು ನೆಲಕ್ಕೆ ಕಣ್ಣೀರುಣಿಸುತ್ತಾ ಇಡೀ ಕ್ವಾಟಿಗುಡಿಯನ್ನೇ ತನ್ನ ಮನೆಯಾಗಿಸಿಕೊಂಡು, ಕ್ವಾಟಿಗುಡಿಯ ಯಾವುದೋ ಒಂದು ಬದಿಯಿಂದ ಮತ್ತೊಂದು ಬದಿಗೆ ತಿರುಗುವವಳು. ಇವಳ ಕೈಯಲ್ಲೊಂದು ಇಡೀ ಕ್ವಾಟಿಗುಡಿಯ ಧೂಳುಂಡ ಚೀಲ ಖಾಯಮ್ಮಾಗಿರುತ್ತಿತು. ಆ ಚೀಲದಲ್ಲಿ ಒಂದೆರಡು ತಳ ಸುಟ್ಟ ಸ್ಟೀಲ್ ಗಡಗಿ, ಅರ್ಧ ಮುರಿದ ಚಮಚ, ಒಂದಿಷ್ಟು ಪ್ಲಾಸ್ಟಿಕ್ ಹಾಳೆಯಲ್ಲಿರುವ ಅಕ್ಕಿಯ ಗಂಟು, ಮೈಯನ್ನು ಮುದ್ದೆಯಾಗಿಸಿಕೊಂಡ ಒಂದು ತಂಬಿಗೆ, ಒಂದು ಹಣಿಗಿ,

ಕೊಬ್ಬರಿ ಎಣ್ಣೆ, ಕುಂಕುಮ ಡಬ್ಬಿ, ಕ್ವಾಟಿಗುಡಿಯಲ್ಲಿನ ನೋವು ಹೊತ್ತಿರುವ ಹೆಂಗಸರು ಕೊಟ್ಟ ಒಂದೆರಡು ಸೀರೆ. ಭಾರತಿಯು ಜಳಕ ಮಾಡುವುದು, ಸೀರೆ ಉಡುವುದು, ತಲೆ ಬಾಚುವುದು, ಕುಂಕುಮವಿಡುವುದು ವಾರಕ್ಕೊಂದು ಸತಿ ಮೂಗಿನ ನತ್ತನ್ನು ಬದಲಾಯಿಸುವುದು ಇದೆಲ್ಲ ಸಹಜವಾದರೆ, ಗೋದಿ ಬಣ್ಣದ ಮೈಗೆ, ಕಪ್ಪು ಬಿಳುಪಿನ ಕಣ್ಣಿಗೆ, ಕೆನ್ನೆಗೆ, ಕಾಲು ಅಂಗಾಲಿನ ಸಹಿತ ಮದುಮಗಳಂತೆ ಅರಿಶಿಣ ಹಚ್ಚಿಕೊಂಡೆ ಇರುತ್ತಿದ್ದಳು. ಎಷ್ಟೊ ಸರ್ತಿ ಅರಿಶಿಣ ಹಚ್ಚಿಕೊಳ್ಳುವಾಗ ಕ್ವಾಟಿಗುಡಿಯ ಹೆಣ್ಣು ಮಕ್ಕಳೆಲ್ಲಾ ಕೈ ಹಿಡಿದರೆ ಸಾಕು ಏನೂ ಅನ್ನದೆ, ಮರು ಮಾತಾಡದೆ, ಹೊಡೆಯದೆ, ಸುಮ್ಮನಾಗಿ, ತನ್ನನ್ನೂ ತಾನು ಶಪಿಸಿಕೊಳ್ಳುವ ರೀತಿಯಲ್ಲಿ ವಿಚಿತ್ರವಾಗಿ ಅಳುತ್ತಿದ್ದಳು. ಆ ಅಳುವ ಶೈಲಿ ಎಂತದಿತ್ತು ಎಂದರೆ, ಅಬ್ಬಾ ಈ ಇಡೀ ಊರಿಗೂರೇ ಸ್ತಬ್ಧವಾಗಿರುತ್ತಿತ್ತು. ಅವತ್ತೊಂದಿನ ಯಾರ ತಂಟೆಗೋಗದೆ ಆ ದಿನ ಪೂರ್ತಿ ಅಳುತ್ತಾ ದಿನ ದೂಡುತ್ತಿದ್ದಳು. ಹೀಗಾಗಿ ಆಕೆಯ ತಂಟೆಗೆ ಯಾರೂ ಹೋಗದೆ ಸುಮ್ಮನಾಗುತ್ತಿದ್ದರು. ಇವಳು ಮಾತಾಡೋದು ತುಂಬಾ ಕಡಿಮೆ. ಎಷ್ಟೋ ಊರಿನ ಹಿರಿಯರು ಇವಳನ್ನು ಮಾತಾಡಿಸಿ ಕಲ್ಲೇಟಿಗೆ ತಲೆ ಮೈ, ಕಾಲು, ಕೊಟ್ಟು ಭೂಮಿಗೆ ರಕ್ತ ಉಣಿಸಿದ್ದು ಕ್ವಾಟಿಗುಡಿಯ ಇತಿಹಾಸ. ತನ್ನೊಳಗಿನ ಎಲ್ಲಕ್ಕೂ ತಾನೇ ಕನ್ನಡಿಯಂತೆ ಉತ್ತರಿಸುತ್ತಾ, ಬೇಸಿಗೆ ಯೌವನವನ್ನು ಹಾಳು ಬೀದಿಯಲ್ಲಿ ಬೆವರ ಉಣ್ಣಿಸುತ್ತಾ ಸಮಾಧಾನವಾಗುತ್ತಿದ್ದಳು. ಸಣಕಲು ಮೈಗೆ ಸೀರೆ ಸುತ್ತಿಕೊಂಡು ಕ್ವಾಟಿಗುಡಿಯ ಕೆಲವು ಬೆರಳೆಣಿಕೆಯಷ್ಟು ಮನೆಗಳಲ್ಲಿ ಒಂದಾದ ಮೇಲೊಂದು ಎನ್ನುವಂತೆ ಇಡೀ ದಿನ ಹೊತ್ತು ಕಳೆಯುತ್ತಿದ್ದಳು. ಅವರು ಊಟ ಕೊಟ್ಟರೂ ಮಾಡುವವಳಲ್ಲ. ತನ್ನ ಚೀಲದಿಂದ ಅಕ್ಕಿಯ ಗಂಟನ್ನು ತೆಗೆದು ತೋರಿಸಿ ತಾಟು ಹಿಡಿದು ಬೇಡುತ್ತಿದ್ದಳು. ಇನ್ನೊಬ್ಬರು ಮಾಡುವ ಅಡುಗೆ ಉಂಡಿದ್ದು ಕೂಡಾ ಯಾರೂ ನೋಡಿರಲಿಲ್ಲ. ಪ್ರತಿದಿನ ಸಂಜೆ ಐದರ ಹೊತ್ತಿಗೆ ಒಣ ಬೀದಿಯಲ್ಲಿ ಉಟ್ಟ ಸೀರೆಯಿಂದ ನೆಲಗುಡಿಸಿಕೊಂಡು ಸುಡುಗಾಡದತ್ತಿರದ ಗೌರ್ನಮೆಂಟ್ ನಳಕ್ಕೆ ಹೋಗಿ ತನ್ನ ಚೀಲದಲ್ಲಿದ್ದ ಗಡಗಿ ತೆಗೆದು ಗಡಗಿ ಒಳ ಹೊರಗೆ ತೊಳೆಯುತ್ತಾ ಲೋಕವನ್ನು ತನ್ನ ನಾಲಿಗೆಯಲ್ಲಿ ಆಡಿಕೊಳ್ಳುತ್ತಾ ಸುಡುಗಾಡಿನ ದಾರಿ ಹಿಡಿಯುತ್ತಿದ್ದಳು. ಕ್ವಾಟಿಗುಡಿಯ ಸ್ಮಶಾನದ ಬಲಭಾಗದ ತಿರುವಿನಲ್ಲಿ ಇವಳೇ ಒಂದು ನಿರ್ದಿಷ್ಟವಾದ ಜಾಗವನ್ನು ಕಾಯ್ದಿರಿಸಿಕೊಂಡಿದ್ದಳು. ಗಾಳಿ ಜಾಸ್ತಿ ಇವಳ ಕೆನ್ನೆಗೆ, ಮೈಗೆ ಬಡಿಯುತ್ತಿರಲಿಲ್ಲ. ಕಿಲ್ಯಾನ ಗುಡಿಸಲಂತೆ ಯಾವುದೇ ಬಾಗಿಲೂ ಇರಲಿಲ್ಲ. ತನಗೆಷ್ಟು ಬೇಕೋ ಅಷ್ಟೇ ಜಾಗದಲ್ಲಿ ಇದ್ದಳು. ಅದೇ ಜಾಗದ ಪಕ್ಕದಲ್ಲೇ ಒಂದಿಷ್ಟು ಭೂಮಿಯಂತೆ ಗುಂಡಾಗಿರುವ ಕಲ್ಲು ತೆಗೆದುಕೊಂಡು ಖಾಯಮ್ಮಾಗಿರುವಂತೆ ಒಂದು ಒಲೆಯನ್ನು ನಿರ್ಮಿಸಿದ್ದಳು. ಕೆಲವೊಂದು ದಿನ ಹಗಲೊತ್ತು ಒಲೆಯ ಮತ್ತು ಗುಡಿಸಲ ಹೊರ ಒಳಗೆ

ನಾಯಿ, ಹಂದಿಗಳು ತಿರುಗಾಡುತ್ತಿದ್ದವು. ತನ್ನ ನಾಲಿಗೆಯಲ್ಲಿ ನಾಯಿ ಹಂದಿಗೆ ಶಪಿಸುತ್ತಾ ಒಲೆಯ ಮುಂದೆ ಶುಚಿಗೊಳಿಸುತ್ತಾ ಅಡುಗೆಗೆ ಬೇಕಾದ ಸಾಹಿತ್ಯವನ್ನು ತಯಾರಿಸುತ್ತಿದ್ದಳು. ತನ್ನ ಹತ್ತಿರವಿದ್ದ ಚೀಲದಲ್ಲಿನ ಅಕ್ಕಿಯನ್ನು ತೆಗೆದುಕೊಂಡು ಒಂದು ಹಾಳೆಯಲ್ಲಿಟ್ಟು, ಸುಟ್ಟುಕೊಳ್ಳುವುದಕ್ಕೆ ಮೈ ಕೊಡುವ ಗಡಿಗೆಗೆ ಮಣ್ಣು ಸವರುತ್ತಿದ್ದಳು. ಹೀಗೆ ಮಾಡುವುದರಿಂದ ಗಡಿಗೆ ಜಾಸ್ತಿ ಕಪ್ಪಾಗುವುದಿಲ್ಲ ಅನ್ನುವ ಭರವಸೆ ಅವಳಲ್ಲಿ ಇತ್ತು. ಕುದಿಯಲಿಕ್ಕೆ ತಯಾರಾದ ಅಕ್ಕಿಯನ್ನು ಗಡಿಗೆಗೆ ಸುರಿದು ಆ ಗಡಿಗೆಯನ್ನು ಒಲೆಯ ಮೇಲೆ ಇರಿಸಿ, ಮಾರುದ್ದ ಇದ್ದ ಕಟ್ಟಿಗೆ ಅವಳ ಒಲೆಯ ಹತ್ತಿರ ಖಾಯಂ ಇರುತ್ತಿತು. ಅದರ ಸಹಾಯದಿಂದ ಹೆಣ ಸುಟ್ಟ ಬೆಂಕಿಯ ಹತ್ತಿರ ಹೋಗಿ ಒಂದಿಷ್ಟು ಕೆಂಡವನ್ನು ನೆಲಗುಂಟ ಗುಡಿಸುತ್ತಾ ತಂದು ಒಲೆಯಲ್ಲಿ ಸುರಿಯುತ್ತಿದ್ದಳು. ಇನ್ನೊಮ್ಮೆ ಅದೇ ಹೆಣದ ಬೆಂಕಿ ಕಡೆಗೆ ಹೋಗಿ ಹೆಣ ಸುಟ್ಟು ತಮ್ಮನ್ನು ತಾವು ಅರ್ಧ ಸುಟ್ಟುಕೊಂಡ ಕಟ್ಟಿಗೆಯನ್ನು ತೆಗೆದುಕೊಂಡು ಒಲೆಯ ಬಾಯಿಗೆ ಸುರಿದು ಊದುತ್ತಿದ್ದಳು. ಆಗ ಆ ಕಟ್ಟಿಗೆಗೆ ಬೆಂಕಿ ಹೊತ್ತಿಕೊಂಡು ಜಗತ್ತನ್ನೇ ಸುಡುವ ಬೆಂಕಿಯಂತೆ ಕಾಣುವಾಗ ತನ್ನಷ್ಟಕ್ಕೆ ತಾನೇ ನಕ್ಕು ಸುಮ್ಮನಾಗುತ್ತಿದ್ದಳು. ಒಮ್ಮೊಮ್ಮೆ ಒಲೆಯಲ್ಲಿ ಬೆಂಕಿ ನರ್ತಿಸುತ್ತಿತ್ತು, ಇನ್ನೊಮ್ಮೆ ಶಾಂತವಾಗಿರುತ್ತಿತ್ತು. ನೋಡಿ ಮುಖ ಅರಳಿಸಿಕೊಂಡು ಜಗತ್ತಿನ ಎಲ್ಲಾ ತಲ್ಲಣಗಳಿಗೆ ತಲೆ ಕೊಡುವ ಹಾಗೆ ಸುಡುಗಾಡಿನ ಕಾಂಪೌಂಡಿಗೆ ತಲೆ ಕೊಟ್ಟು ತನ್ನ ಕಾಲ ಮೇಲೆ ಕಾಲಾಕಿಕೊಂಡು ಬೆತ್ತಲೆ ಪಾದಗಳು ಒಂದು ಆಕಾಶ ಗುಮ್ಮುತ್ತಿದ್ದರೆ, ಇನ್ನೊಂದು ನೆಲಕ್ಕೆ ಕಾವುಕೊಡುತ್ತಿತ್ತು. ಆಕಾಶ ದಿಟ್ಟಿಸುತ್ತಾ ಒಮ್ಮೊಮ್ಮೆ ಹೆಣ ಸುಡುತ್ತಿರುವ ಸಾವಧಾನದ ಬೆಂಕಿಗೆ ಮೈ ಕಾಯಿಸಿಕೊಳ್ಳುತ್ತಾ ಒಲೆಯ ಮೇಲೆ ಕುದಿಯುತ್ತಿರುವ ಅಕ್ಕಿಯನ್ನು ನೋಡುತ್ತಾ ತನ್ನ ಎಡಗೈಯಿಂದ ಬೆಂಕಿಯನ್ನು ಒಲೆಯೊಳಗೆ ದೂಡುತ್ತಿದ್ದಳು. ಅನ್ನ ಒಂದೆರಡು ಕುದಿ ಬಂದ ನಂತರ ಅದನ್ನು ಒಲೆಯ ಮೇಲಿಂದ ಕೆಳಗಿಳಿಸಿ, ಮತ್ತೆ ಗೌರ್ಮೆಂಟ್ ನಳದ ಹತ್ತಿರ ಹೋಗಿ ತನ್ನ ಕೈ-ಕಾಲು, ಮುಖ ತೊಳೆದುಕೊಂಡು ಬರಿ ಅನ್ನವನ್ನಷ್ಟೇ ಮುದುಡಿದ ತಟ್ಟೆಯಲ್ಲಿ ಹಾಕಿಕೊಂಡು ಊಟ ಶುರುವಾದರೆ ಸಾಕು ಏಕಾಂಗಿಯಾಗಿ ತನ್ನ ಪಾಲಿಗೆ ಬಂದ ವಿಶೇಷತೆಯನ್ನೋ ಅನುಭವಕ್ಕೆ ತಂದುಕೊಳ್ಳುತ್ತಾ, ಒಂದೆರಡು ತಾಸು ಹೆಣ ಸುಡುವ ಬೆಂಕಿಯನ್ನು ನೋಡುತ್ತಾ, ಒಮ್ಮೊಮ್ಮೆ ಮಾತಾಡುತ್ತಾ, ಪ್ರತೀ ರಾತ್ರಿಯನ್ನ ಸ್ಮಶಾನದಲ್ಲೇ ದೂಡುತ್ತಿದ್ದಳು. ನಾನು ಎಷ್ಟೋ ಸಲ ನೋಡಿದ್ದೇನೆ ಈ ಭಾರತಿ ಒಮ್ಮೆಯೂ ಸಾಂಬಾರೊಂದಿಗೆ ಅನ್ನವನ್ನು ಉಂಡವಳಲ್ಲ. ಬರೀ ಸಪ್ಪೆಯಾದ ಅನ್ನವನ್ನೇ ಊಟ ಮಾಡೋದು ಅದರಲ್ಲಿ ಮಿಕ್ಕಿದ್ದ ಅನ್ನವನ್ನು ಬಯಲಿಗೆ ಇಡುತ್ತಿದ್ದಳು. ಒಮ್ಮೊಮ್ಮೆ ನಾಯಿ ಪಾಲಾಗುತಿತ್ತು. ಇಲ್ಲದಿದ್ದರೆ ಮುಂಜಾನೆಯ ಉಪಹಾರಕ್ಕೆ ಅದೇ ಅನ್ನವನ್ನು ತಿಂದು ತನ್ನ ದಿನಚರಿ ಪ್ರಾರಂಭಿಸುತ್ತಿದ್ದಳು. ಎಲ್ಲವೂ ಒಂದೊಂದು ರೀತಿಯ

ವಿಸ್ಮಯವಷ್ಟೆ ಯಾವುದೂ ತಾತ್ಕಾಲಿಕವಾಗಿರುತ್ತಿರಲಿಲ್ಲ, ಸಂಪೂರ್ಣವೂ ಆಗುತ್ತಿರಲಿಲ್ಲ.

ಕಾತುರದ ಸಂಜೆಗೆ ಕೊನೆಯೆಂಬಂತೆ ಮೆಂಬರ್ ಸಂಸ್ಕಾರ ಮುಗಿಸಿಕೊಂಡು ಮನೆಗೆ ಬಂದೆ. ಜಳಕ ಮಾಡಿ ಒಂದಿಷ್ಟು ತಿರುಗಾಡುತ್ತಾ ಹೊರಗಡೆ ಹೋದೆ. ಒಮ್ಮೆಲೆ ಮೈಮೇಲೆ ಉಟ್ಟ ಸೀರೆಯಲ್ಲಿ ಜಳಕ ಮಾಡುತ್ತಿದ್ದ ಭಾರತಿ ನೆನಪಾದಳು. ಅವಳ ನೋಡಲು ಹೊರಟುನಿಂತೆ, ಒಳಗಿನಿಂದ ಅವ್ವ ಊಟ ಮಾಡು ಎಂಬಂತಾಗಿ ವಾಪಸ್ಸು ಬಂದು ಊಟಕ್ಕೆ ಕುಳಿತೆ. ಹಿಂದಿನ ರಾತ್ರಿ ಪೂರ್ತಿ ನಿದ್ದೆ ಇಲ್ಲದೆ ಕಣ್ಣು ಕೆಂಪಾಗಿದ್ದು ನೆನಪಾಯಿತು. ಮಲಗಬೇಕೆಂದು ರೂಮಿನ ಕಡೆ ನಡೆದೆ. ಆ ರಾತ್ರಿ ಪ್ರತಿ ರಾತ್ರಿಗಳಂತೆ ಅನಿಸಲಿಲ್ಲ, ಬರಿ ಹೊರಳಾಡುತ್ತಾ ಕಳೆಯುವುದರಲ್ಲಿಯೇ ಕಳೆಯಿತು.

ಒಮ್ಮೊಮ್ಮೆ ನನಗೆ ಊರು ಬೇಸರವಾಗುತ್ತಿತ್ತು, ಒಮ್ಮೊಮ್ಮೆ ಕೆಲಸವೂ. ಈ ಪಟ್ಟಣದಲ್ಲಿ ದಿನ ಕಳೆಯುವಾಗ ಒಮ್ಮೆಲೆ ನನ್ನ ಹಳ್ಳಿ ನೆನಪಾಗಿ ಹೋದ ನಾಲ್ಕೈದು ದಿನಕ್ಕೇನೆ ವಾಪಸ್ ಬಂದು ಬಿಡುತ್ತಿದ್ದೆ. ಇತ್ತೀಚಿನ ದಿನಗಳಲ್ಲಿ ನನ್ನ ಕೆಲಸದ ಮೇಲೆ ಅಷ್ಟೇನು ಆಸಕ್ತಿ ಇರಲಿಲ್ಲ. ಬರೀ ಪಟ್ಟಣದ ಬೇಸರವೊಂದು ನನ್ನ ಹತ್ತಿರ ಶಾಂತವಾಗಿರುತ್ತಿತ್ತು. ಊರು ನಾಲ್ಕೈದು ದಿನಕ್ಕೆ ನೆನಪಾಗುತ್ತಿತ್ತು. ವಯಸ್ಸಾದ ಅಪ್ಪನೂ ಇಲ್ಲ, ಅವ್ವನ ಪ್ರೀತಿಯೂ... ಉಡಾಫೀ ಆದ ತಮ್ಮನೋ ಬಹಳ ನೆನಪಾಗಿ ವಾರಕ್ಕೆ ಎರಡು ಸರ್ತಿ ಆದ್ರೂ ಬರುತ್ತಿದ್ದೆ. ಊರು ಇನ್ನೂ ಸ್ವಲ್ಪ ದೂರವಿತ್ತು ಆಗ್ಲೇ ಯಾವುದೋ ಹಾಡೊಂದು ಕಿವಿಯ ಹತ್ತಿರ ಅಲ್ಪ ಸ್ವಲ್ಪವಾಗಿ ಹಾಯ್ದು ಹೋಗುತ್ತಿತ್ತು. ಊರಲ್ಲಿ ಏನಾದ್ರು ಶ್ರಾವಣದ ಜಾತ್ರೆ ಇರಬಹುದೆಂದುಕೊಂಡು ಸುಮ್ಮನೆ ಮೊಬೈಲ್ ಮೇಲೆ ಬೆರಳಾಡಿಸುತ್ತಾ ಕುಂತಿದ್ದೆ, ಊರಿನ ಸ್ವಲ್ಪ ದೂರದಲ್ಲಿ ಸ್ಮಶಾನ. ಸ್ಮಶಾನ ದಾಟಿಕೊಂಡೆ ಊರಿಗೆ ಕಾಲಿಡಬೇಕು. ನಾನು ಎಷ್ಟೋ ಸರ್ತಿ ಊರಿಗೆ ಹೋಗುವಾಗ ಸ್ಮಶಾನದ ನೇರವಾಗಿ ಇರುವ ಕಿಟಿಕಿಯ ಪಕ್ಕಕ್ಕೆ ಸೀಟ್ ಕಾಯ್ದುಕೊಳ್ಳುವ ರೂಢಿಯಲ್ಲಿತ್ತು. ಇದರಿಂದ ನಮ್ಮೂರ ಜನಸಂಖ್ಯೆ ಎಷ್ಟು ಕಮ್ಮಿ ಆಗಿತ್ತೆಂದು, ಹೊಸ ಗೋರಿ ಅಥವಾ ಅರ್ಧ ಸುಟ್ಟ ಕಟ್ಟಿಗೆ ಮೇಲೆ ಲೆಕ್ಕ ಇಡುತ್ತಿದ್ದೆ. ಎಲ್ಲವೂ ಈಗ ಹೊಸದೆನಿಸುವಂತೆ ಶುರುವಾಯ್ತು. ಈ ಕತ್ತಲೆ ತುಂಬಿದ ಸ್ಮಶಾನದಲ್ಲಿ ಬೆಳಕೊಂದು ಶುರುವಾಗಿತ್ತು. ಈ ಬೆಳಕೆಂದರೆ ಕತ್ತಲನ್ನೂ ಕೊಲ್ಲುವ ವೈರಿಯಷ್ಟೇ ಸುಟ್ಟುಕೊಂಡು ಕತ್ತಲಿಗೆ ಕರೆಯುವುದು ಅನಿವಾರ್ಯ ಕೆಲಸವಾಗಿರುತ್ತದೆ. ಇದರೊಂದಿಗೆ ಕಾಲವು ಹೆಜ್ಜೆ ಹಾಕುತ್ತದೆ.

ಒಮ್ಮೆ ಸದ್ದಿಲ್ಲದೆ ಊರ ಸುಡುಗಾಡಿನಲ್ಲಿ ಪೆಂಡಾಲ್, ಮಾವಿನ ತೋರಣ, ಸುರಗಿ ಸುತ್ತಿದ ಅರಿಶಿಣದ ನೀರು. ನಿಶ್ಚಲವಾಗಿರುತ್ತಿದ್ದ ಸ್ಮಶಾನದ ತುಂಬಾ ಅತ್ತಿತ್ತ ಓಡಾಡುವ ಕಾಲುಗಳು, ಮುತ್ತೈದೆಯರು, ಹಣೆ ತುಂಬ ಕುಂಕುಮ, ಕೈಯಲ್ಲಿ ಕಂಕಣ, ಒಂದಿಷ್ಟು ಕೈಗಳಲ್ಲಿ ಅರಿಶಿಣದ ಗುರುತು,

ಒಂದಿಷ್ಟು ವಯಸ್ಸಾದ ಯುವಕರ ಕೈಯಲ್ಲಿನ ಬೀಡಿ, ನಾಲಿಗೆ ತುಂಬಿ ಹೊರ ಬಿಡುವ ಗಾಳಿ ಜೊತೆಗೂಡುವ ಹೊಗೆ. ಸುಡುಗಾಡದ ಗೇಟ್ಗೆ ಕಟ್ಟಿದ ಮೈಕ್ ಯಾವ್ದೋ ಹಾಡನ್ನು ಚೀರುತ್ತಿತ್ತು. ಮನುಷ್ಯನ ಒತ್ತಾಸೆಗಳಿಗೆ ಒಪ್ಪಿಕೊಳ್ಳುವಂತೆ ತನ್ನಿಂದ ತಾನೇ ಬದಲಿಸಿಕೊಳ್ಳುತ್ತಿತ್ತು. ಕೀಳ್ಯಾನ ಮನೆಯೆದುರು ಒಂದಿಷ್ಟು ಜನ ಹೊರ ಒಳಗೆ ಓಡಾಡುತ್ತಿದ್ದರು. ಕೀಳ್ಯಾನ ಮನೆಯೆಂದರೆ ಈ ನೆಲವ ತಿಂದು ನಿರ್ಮಿತವಾಗಿದ್ದಲ್ಲ. ಒಳಗೆ ಬೆಳಕ ಚೆಲ್ಲುವ ಕಿಟಕಿ ಗೋಡೆಗಳಿರಲಿಲ್ಲ. ಬೇಕಾದ ಮೂಲ ಸೌಕರ್ಯವನ್ನು ನೈಸರ್ಗಿಕವಾಗಿ ತಾನೆ ಖುದ್ದಾಗಿ ನಿರ್ಮಿಸಿದ್ದ. ಬಾಗಿಲು ಸಹ ಇರಲಿಲ್ಲ. ಎತ್ತ ನೋಡಿದರೂ ಇದೊಂದು ಚೌಕಟ್ಟಾದ ಗುಡಿಸಲು, ಈ ಗುಡಿಸಲಿಗೆ ಹೊಸ ರೂಪ ತಕ್ಕ ಮಟ್ಟಿಗೆ ಶೃಂಗಾರಗೊಂಡಿತ್ತು. ನಿರ್ಲಿಪ್ತವಾದ ಸ್ಮಶಾನದಲ್ಲಿ ಗುಡಿಸಲ ಮುಂದೆ ಆಗಾಗ ಗಾಳಿಗೆ ಉಸಿರಾಡುತ್ತಿದ್ದ ಬೇವಿನ ಮರಕ್ಕೆ ಜೋತು ಬಿಟ್ಟ ಲೈಟಿನ ಸಾಲುಗಳು ಹಗಲು ಚುಕ್ಕಿಗಳ ಜೊತೆಗೆ ಸ್ಪರ್ಧೆಗಿಳಿಯಲು ತಯಾರಿದ್ದವು. ಬರಿ ಹೆಣ ಸುಡುವ ಹೊಗೆ ತುಂಬಿದ್ದ ಸ್ಮಶಾನದ ತುಂಬಾ ನಿರ್ಲಿಪ್ತವಾಗಿ ಅಡುಗೆ ಒಗ್ಗರಣೆ ವಾಸನೆ ಸುತ್ತಲೂ ಗಿರಕಿ ಹೊಡೆಯುತ್ತಿತ್ತು. ಸ್ಮಶಾನದ ತುಂಬಾ ಎಣಿಸಿದರೂ ಬರಿ ಇಪ್ಪತ್ತರಿಂದ ಇಪ್ಪತ್ತೈದು ಜನವಷ್ಟೇ ಇರಬಹುದು. ಮದುವೆಯ ಮನೆಯೆಂದರೆ ಪ್ರತಿಯೊಬ್ಬರ ಆಕೃತಿಯು ಬದಲಾಗಿರುತ್ತದೆ. ವಯಸ್ಸಿನ ಹುಡುಗ ಹುಡುಗಿಯರ ಲೋಕವೊಂದು ಸೃಷ್ಟಿಯಾಗಿರುತ್ತದೆ. ಇಲ್ಲಿ ಯಾವೊಬ್ಬ ವಯಸ್ಸಿನ ಹುಡುಗ ಹುಡುಗಿಯರು ಇರಲಿಲ್ಲ. ಗೊಂದಲವಾಗಿದ್ದ ಸ್ಮಶಾನ ಈಗೀಗ ದೂರದಿಂದ ನೋಡಿದರು ಮನೆಯಿಂದ ಗುರುತಿಸಬಹುದು.

ದೂರದಿಂದ ಬಸ್ಸಿನಲ್ಲಿ ಕುಳಿತು ನೋಡುತ್ತಿದ್ದವನಿಗೆ ಒಮ್ಮೆಲೆ ಕೀಳ್ಯಾನಿಗೆ ಅರಿಶಿಣದ ಮೈ, ಈ ಕೀಳ್ಯಾ ಐದು ಅಡಿ ಎತ್ತರ, ಹೇಳಿಕೊಳ್ಳುವಷ್ಟು ದಪ್ಪವೇನಿರಲಿಲ್ಲ, ಆದರೂ ಅವನ ಹೊಟ್ಟೆ ದೇಹದಿಂದ ಹೊರ ಚಾಚಿರಲಿಲ್ಲ, ಬೊಜ್ಜು ಹೊತ್ತುಕೊಂಡ ಮಾಂಸಖಂಡಗಳಿರಲಿಲ್ಲ, ನಿಜ ವಯಸ್ಸಿಗಿಂತ ಐದಾರು ವರ್ಷ ಕಡಿಮೆ ಅನಿಸುವಷ್ಟು ಕಾಣುತ್ತಿದ್ದ, ಈಗ ಅರಿಶಿಣದ ಮೈಯಲ್ಲಿ ಮುಖ ಇನ್ನೂ ಚುರುಕಾಗಿತ್ತು. ಅದೆ ಅರಿಶಿಣದ ಮೈಯಿಂದ ಸ್ಮಶಾನದಿಂದ ಹೊರಗೆ ಬಂದು ನಿಂತುಕೊಂಡಾಗ ಒಮ್ಮೆಲೆ ಮೌನ. ಒಮ್ಮೆಗೇ ಉತ್ತರ ಸಿಗದಷ್ಟು ಪ್ರಶ್ನೆ ಮತ್ತು ಮೌನಕ್ಕೆ ಸವಾಲಾಗುವ ಅರಿಶಿಣದ ಮೈ, ಇದ್ಯಾವುದರ ಹೊಸ ಅನ್ವೇಷಣೆಗೆ ಹೋಗದೆ ತನ್ನಷ್ಟಕ್ಕೆ ತಾನು ತೋರು, ಮಧ್ಯ ಬೆರಳುಗಳಲ್ಲಿ ಬೀಡಿ ಸಿಕ್ಕಿಸಿಕೊಂಡು ಹೊಗೆ ರಹಿತ ಗಾಳಿಯನ್ನು ಶ್ವಾಸದ ಹೊರಒಳಗೆ ಎಳೆಯುತ್ತಾ, ಆಕಾಶಕ್ಕೆ ಕೃತಕ ಹೊಗೆಯನ್ನು ಉಗುಳುತ್ತಿದ್ದ ಅವನ ಮುಖದಲ್ಲಿ ಯಾವ ಉತ್ಸಾಹ, ಎದೆಯ ಏರಿಳಿತಗಳು ಇರಲಿಲ್ಲ. ಇನ್ನು ಉಡುವ ಬಟ್ಟೆಗಳಲ್ಲಿ ಬದಲಾಗಿದ್ದವಷ್ಟೆ.

ಭುವನಾ ಹಿರೇಮಠ

ಬೆಳಗಾವಿ ಜಿಲ್ಲೆ ಬೈಲಹೊಂಗಲ ತಾಲೂಕು ಸೋಮನಟ್ಟಿಯವರಾದ ಭುವನಾ ಹಿರೇಮಠ ಈಗಾಗಲೇ ಕವಿ ಎಂದು ಪರಿಚಿತರು. 'ಟ್ರಯಲ್ ರೂಮಿನ ಅಪ್ಸರೆಯರು', 'ಮತ್ತೆ ಮತ್ತೆ ಮರ್ತ್ಯಕ್ಕಿಳಿಯುತ್ತೇನೆ' ಅವರ ಪ್ರಕಟಿತ ಕವನ ಸಂಕಲನಗಳು. ಕಥೆ ರೂಪುಗೊಂಡ ಬಗೆಯನ್ನು ಭುವನಾ ಹೀಗೆ ಹೇಳುತ್ತಾರೆ:

"ದಿಂಡರಕಿ ಕತೆ ಸತ್ಯ ಘಟನೆಯೇ ಹೌದೇನೊ. ಚಿಕ್ಕವರಿದ್ದಾಗ ಓರಿಗೆಯ ಗೆಳತಿಯರೊಟ್ಟಿಗೆ ಜೋಕಾಲಿ ಆಡಲೆಂದೋ ಹುಣಸಿಕಾಯಿ ಕದ್ದು ಚಿಕಳಿ ಕುಟ್ಟಲೆಂದೋ ಹಿತ್ತಲು-ಮುಚ್ಚಿ ಓಡಾಡಿಕೊಂಡಿರುತ್ತಿದ್ದೆವು. ಹೆಣ್ಣುಮಕ್ಕಳು ತಮ್ಮ ತಮ್ಮ ಹಿತ್ತಲುಗಳಲ್ಲಿ ಭಾಂಡಿ, ಒಗ್ಯಾಣಿ ಹರವಿಕೊಂಡೊ ಹುರಿಗಟ್ಟೆಯ ಮೇಲೆ ಕಾಲು-ಕಡಿ ಕೇರುತ್ತಲೊ ಇಂಥ ಗಾಸಿಪ್ಪುಗಳಲ್ಲಿ ಮೈಮರೆಯುತ್ತಿದ್ದರು. ಅದರಲ್ಲೇ ದಕ್ಕಿದಷ್ಟನ್ನು ಕದ್ದು ಮುಚ್ಚಿ ಕೇಳಿಸಿಕೊಳ್ಳುವುದು ನಮ್ಮ ಮಾಮೂಲಿ ಚಟ. ಎಂದೋ ಕೇಳಿದ ವಿಷಯ ನನ್ನ ತಲೆಯನ್ನು ಕಟಗಿ ಹುಳುವಿನಂತೆ ಕೊರೆಯತೊಡಗಿತು. ತೋಡಿಕೊಂಡು ಹಗುರಾಗಲಾಗದ ದುಮ್ಮಾನವೊಂದು ಅಕ್ಷರಗಳ ಮೊರೆ ಹೋಗಿ ಕತೆಯ ರೂಪ ತಳೆದಿದೆ."

ಕಥೆಯ ಕುರಿತು ತೀರ್ಪುಗಾರರ ಅಭಿಪ್ರಾಯ:

ಹಳ್ಳಿಯೊಂದರ ನಿತ್ಯ ಒಡಬಾಳಿನ ಚಿತ್ರಣವನ್ನು ವಿವರಿಸುವಂತೆ ಕಂಡರೂ ಕ್ರಮೇಣ ಕುತೂಹಲಕಾರಿ ವಿವರಗಳನ್ನು ಜೋಡಿಸುತ್ತಾ ಹೋಗುವ ಕತೆ 'ದಿಂಡರಕಿ.' ಕುಸುಮಿ, ಮೀನಾ, ತಾಂಜಿ, ಅಕ್ಕೋರು-ಇಂತಹ ಹೆಣ್ಣು ಜೀವಗಳ ಬಾಳ್ವೆಯನ್ನು ಗ್ರಾಮ್ಯ ಸಂವೇದನೆಯೊಂದಿಗೆ ನಿರೂಪಿಸುತ್ತಾ ಸಾಗುತ್ತದೆ. ಆಸರೆಯಿಲ್ಲದ ತಾಂಜಿ-ಮೀನಾ ಇಬ್ಬರನ್ನೂ ಬೆತ್ತಲಾಗಿಸಿ 'ದಿಂಡರಕಿ' ಹಾಕಿಸುವ ಕ್ರೂರ ಪುರುಷ ವ್ಯವಸ್ಥೆಯನ್ನು ಕತೆ ತೆರೆದಿಡುತ್ತದೆ. ದ್ಯಾಮಜ್ಜಿಯ 'ಹಣೆಯ ಮ್ಯಾಗಿರೊ ವಾಳ' ಸುವರ್ಣಗಡ್ಡೆಯಂತೆ ಬೆಳೆಯುತ್ತಾ ಹೋಗುವುದು ದೌರ್ಜನ್ಯ ಉಲ್ಬಣಗೊಳ್ಳುತ್ತಿರುವುದರ ರೂಪಕವಾಗಿ ಮೂಡಿಬಂದಿದೆ.

8

ದಿಂಡರಕಿ

ಸಂಜಿ ಇಳಿವತ್ತಿಗೆ ಸಾಲಿ ಹಿತ್ತಲದಾಗಿನ ನುಗ್ಗಿ ಬಡ್ಡಿಗಳೆಲ್ಲಾ ಸಾಲಕೆ... ಗೊನ್ನಿ ಸುರಿಸುತ್ತಾ ನಿಂತಿದ್ವು. ಅದರ ಹಿಂದ ಕೂಗಳತಿ ದೂರಕ್ಕ ದೊಡಗೆರಿ. ಕೊಕ್ಕರಿ ಹಿಂಡು ಈ ಹೊತ್ತು ಮುಳುಗು ಹೊತ್ತಿಗೆ ಆಟಾ ಆಡಿಕೋತ ಈಸ್ಯಾಡ್ತಾ ಕಮಲದ ಬಳ್ಳಿ ಒಳಗೆ ಅಳ್ಳಿದ ಹೂವು ಮೊಗ್ಗು ನೋಡಿ ಹುಕಿ ಎದ್ದಂಗೆ ಕಾಣತಿದ್ವು. ಸಾಲಿ ಕಡೇ ಪಿರಡು ಕುಸುಮಿ ವನಜಿ ಶೈಲಿ ತಾಂಜಿ ಸಾಲಿ ಹಿತ್ತಲದಾಗ ಕುಂಟಪಿಲ ಆಡಿಕೋತ ತಮ್ಮ ಪಾಳಿಗಾಗಿ ಕಾಯ್ತಾಯಿದ್ರು. ಏಳನೆತ್ತೆ ಕ್ಲಾಸಿಗೆ ಇವರು ನಾಕೇ ಮಂದಿ ಹೆಣಮಕ್ಳು. ಆರು ಜನ ಗಣಮಕ್ಳು. ಕಾಗಿನೆಲಿಯಿಂದ ಒಂದತ್ತು ಕಿಲೊ ಮೀಟರು ದೂರದಾಗಿರೊ ಸಣ್ಣ ಹಳ್ಳಿ. ಮದಲು ಒಬ್ರೇ ಮಾಸ್ತರು ಇದ್ದಿದ್ದು. ನಾಕನೆತ್ತೆ ತಂಕಾ ಅಷ್ಟೇ ಕ್ಲಾಸಿದ್ವು. ಇವಾಗ ಎರಡು ವರ್ಸಾತು ಇನ್ನೊಬ್ರು ಮಾಸ್ತರು ಮತ್ತ ಅಕ್ಕೋರು ಬಂದಾರಲ, ಆವಾಗಿಂದಾ ಏಳನೆತ್ತೆ ತಂಕಾ ಕ್ಲಾಸುಗಳು ಚಾಲೂ ಆಗ್ಯಾವೆ ಕಾಣತದೆ. ಊರಿಗೆ ಎರಡೇ ಬಸ್ಸು ಕ್ರಿಸ್ನಾ ಮತ್ತೆ ಹಾನಗಲ್ಲು, ದಿನಕ್ಕೆರಡು ಸರ್ತಿ ಬಂದು ಹೋಗಿ ಮಾಡ್ತವೆ. ಅವೇ ಬಸ್ಸುಗಳಿಗೆ ಮಾಸ್ತರುಗಳು ಬಂದು ಹೋಗಿ ಮಾಡದು.

ಸಾಲಿ ಗಂಟಿ ಡನ ಡನ ಡನ ಅಂತಿತ್ತು, ಸಾಲಿ ಬಿಟ್ಟಂಗೆ ಲೆಕ್ಕಾ. ಆದರೂ ಕುಸುಮಿದು ಕುಂಟಲಪಿ ಪಾಳೆ ಇನ್ನೂ ತಂಕಾ ಒಮ್ಮೆನೂ ಬಂದುರ್ಲಿಲ್ಲಾ. 'ನಾಳಿ ಸಂಜೀಗೆ ನಿಂದೇ ಪಸ್ಟು ಪಾಳೆ ಅಂತಿಡ್ಕೊ ಬಾ ಇನ್ನು ಪಾಟಿ ಗಂಟು ತಗೊಳ್ಳಲ್ಲ... ನೀನು ಸಾಲಿ ಗುಡಿ ಕೀಲಿ ಹಾಕ್ತಾರೆ' ಅಂತಂದ್ಲು ತಾಂಜಿ ಕ್ಲಾಸಿನ ಕಡೆ ನಡಿತಾ. ವನಜಿ, ಶೈಲಿನೂ ಅಕಿ ಹಿಂದೆನೇ ಹೊರಟ್ರು. ಮನಸಿಲ್ದಿದ್ರೂನೂ ಕುಸುಮಿ ಗಂಟು ಮಾರಿ ಹಾಕೊಂಡು ಕಾಲು ದರಾ ದರಾ ಎಳಿತಾ ದೂಳೆಬ್ಬಸ್ತಾ ಅವರ ಹಿಂದಿಂದೆ ನಡದ್ಳು. ಪಾಟಿ ಚೀಲ ಹೆಗಲಿಗೆ ಹಾಕೊಂಡು ಮನಿಗಳ ಕಡಿಗೆ ನಡಿತಾ ಇರೋವಾಗ ಮನೆ ಹುರಿಗಟ್ಟಿಗಳ ಮ್ಯಾಗೆಲ್ಲ ಕುಂತಿರೋರೆಲ್ಲ ಸಾಲಿ ಹುಡ್ರುನ್ನ ಆಸ್ಯಾಡ್ತಾ ಇರೋರು. ಕುಸುಮೀದು ಗಂಟ ಮಾರಿ ನೋಡಿ ಸುಮ್ಮಿದ್ದಾರೆನು.

'ಏನಲೆ ಕುಸುಮಿ ಯಾವಾಗ ಹುಗ್ಗಿ ಹಾಕಸ್ತಿಯೇ? ನಿಮ್ಮಪ್ಪಾ ಚೇರುಮನ್ನುನ್ನ ಕರ್ಚು ಮಾಡ್ಸು. ಎಲ್ಲಾ ಗಂಟು ಗ್ವಾಳೆ ಮಾಡಿ ಕಣಜಾ ತುಂಬಸೂದು ಸಾಕಿನ್ನು'

'ನಿಂದಿನ್ನೂ ಬುಡಾ ಬೆದರಿಲ್ಲಂತೇಳಿ ಮಾರಿ ಮ್ಯಾಗ ಮೂರ ಗಂಟು ಬಿಗದೀ ಏನ... ಚೆಲವೀ?'

'ನಿಮ್ಮಪ್ಪೇನು ಚೇರುಮನ್ನು, ಗೊಟರಿ ಗಂಪಿ ಮ್ಯಾಲೆಲ್ಲ ಬಳ್ಳಿ ಹಬ್ಬ್ಯಾವಲ್ಲೇ... ಹೌದಲ್ಲೇ ತಾಂಜಿ. ಚೇರುಮನ್ನು ಕ್ರಿಸ್ನಾ ಬಸ್ಸಿಂದಾ ಸೀದಾ ನಿಮ್ಮನೀಗೇ ಕೈಚೀಲ ತುಂಬಾ ಪಾರ್ಸಲ್ಲು ವಾಲಿಕಾರನ ಕೈಲಿ ಕೊಟ್ಟು ಕಳಸೋದಂತಲ್ಲೇ.'

'ಕುಸುಮಿ ತಾಂಜಿ ಕನ್ನು ಮೂಗಿಲ್ಲೆ ಒಂದ... ಕಾಣಲ್ಲೆನು. ನೋಡ್ರೆಲ್ಲಾ'

'ಏ ಬಿಡ್ರೆವ್ವಾ ಊರ ಉಸಾಬರಿ ಯಾಕೇ ನಮುಗೆ. ಹುಡ್ರು ಮನಿಗೋಗಿ ಹೇಳಿ ಗೀಳಿದ್ರಾ ಚೇರುಮನ್ನು ಚಂದ್ರಪ್ಪಾ ಹೋಗಿ ಸೂರಪ್ಪಾಗ್ಯಾನೇ ತಾಯಿ'

ಅಂತೆಲ್ಲಾ ತಲಿಗೊಬ್ರು ಮಾತಾಡ್ತಿದ್ರು.

ಓಣಿ ಮುಗೀತಿದ್ದಂಗೆ ಅಗಸಿ ಬಾಗಲಿಗೆ ನಲ್ಲಿ ನೀರಾಗೆ ಕಾಲು ಮಾರಿ ತೊಳಕೊಂಡು ಬಸಂದೇರ ಗುಡಿ ಮುಂದೆ ಅಲ್ಲಲ್ಲೇ ಕಾಲಾಗಿನ್ನು ಅರ್ಧ ಕಳದು ಕೈಮುಗಿದ ಹುಡ್ರೆಲ್ಲಾ ತಮ್ಮ ತಮ್ಮ ಮನಿ ದಾರಿ ಹಿಡದೇ ಬಿಟ್ರು. ಕುಸುಮೀದು ಮಾರಿ ಬಾಡಿದ್ದು ನೋಡಿ, ಅನಸವ್ವಾ 'ಯಾಕೇ ತಾಯಿ, ಮಾರಿ ಹಿಂಗೆ ಮಾಡೀಯೇ, ಅಪ್ಪೇನಾರೂ ಸಿಕ್ಕಿತ್ತೇನು ಅಗಸಿ ಬಾಗಲತ್ರ?' 'ಏನಾರೂ ಅಂತಿತ್ತ... ನಿಂಗೆ...' ಮಾತಿನ ಬದ್ಲಿಗೆ ಕುಸುಮಿ ಕಣ್ಣೀರು ದಾರೆಯಿಕ್ಕಿದುವು. ಅನಸವ್ವಾ ಅಕಿನ್ನೇನು ಹೆಚ್ಚು ಗಮನಿಸದೆ, ಒಳಗೋಗಿ ರೊಟ್ಟಿ ಮ್ಯಾಗೊಂದೀಟು ಕರಿಂಡಿ ಇಟ್ಟು 'ತಿನ್ನಿದು ಹಸದಂಗಿದ್ದೀಯೆ ಯಾಕೋ' ಅಂದು ಅಂಗಳಕ್ಕೆ ಹೋದ್ಳು. ಗುಡ್ಡಕ್ಕೋಗಿ ಹೊಟ್ಟೆತುಂಬಾ ಮೇದು ದೊಡ್ಡಗೆರೆ ನೀರು ಕುಡ್ಕಂಡು

ಡರಕೆ ಹೊಡಿತಾ ಬಂದಿರೊ ದನುಗಳನ್ನಾ ಮನೆ ಪಕ್ಕುದಲ್ಲಿರೊ ಕೊಟ್ಟಿಗೇಲಿ ಕಟ್ಟಿ, ಕಾಲುಬುಡಕ್ಕೆ ತುಸು ಬತ್ತದುಲ್ಲು ಚೆಲ್ಲಿ ಬಂದ್ಳು. ಕುಸುಮಿ ಜಾಗ ಬಿಟ್ಟು ಅಳುಗಾಡಿರ್ಲಿಲ್ಲಾ, ಕೈಯ್ಯಾಗಿನ ರೊಟ್ಟಿಯೊಳಗೆ ಒಂದೂ ತುನುಕು ಕರ್ಚಾಗಿರಲಿಲ್ಲಾ. ಕೆಕ್ಕರಗನ್ನಿಂದ ಒಂದು ಸಲ ಕುಸುಮಿನ್ನಾ ದಿಟ್ಟಿಸಿದ ಅನಸವ್ವಾ 'ಇವರಪ್ಪಂದು ಇವಕರದ್ದು ಒಂದೇ ಚಾಳಿ. ಗರ್‍ರಂತ ಕುಂತಕಳ್ತಾವೆ. ಹಾಳಾಗಿ ಹೋಗ್ರಿ... ಅತ್ತಾಗೆ' ಅಂತ ಗೊಣಗ್ತಾ ಚಾ ಕಾಸಲಿಕ್ಕೆ ಒಳಗೋದ್ಲು. ಇಕಿ ಇತ್ತ ರೊಟ್ಟಿ ತಿಂದು ಅಕ್ಕೋರ ಮನೆ ಕಡೆ ಓಡ್ಕಳ್ಳಕಂತಾ ನಡದ್ಳು.

ಸಾಲಿ ಅಕ್ಕೋರೊಬ್ರು ಇವ್ರ ಮನೆ ಹತ್ರಕ್ಕೇ ಬಾಡಿಗೆ ಮನೆ ಮಾಡ್ಕಂಡು ಉಳದಿದ್ರು. ದೂರದ ಅಥಣಿ ಕಡೆಯವ್ರು ಇಲ್ಲಿಗೆ ಟೀಚರಾಗಿ ಬಂದಿದ್ರು. ಇವ್ರ ಗಂಡಾ ಯಾವ್ದೋ ಸೀಡ್ಸ್ ಕಂಪುನೀಲಿ ಕೆಲಸಾ ಮಾಡ್ತಿದ್ರು. ಪುಟ್ಟುದೊಂದು ಹೆಣ್ಮಗು ಒಂದೆರಡು ವರ್ಸದ್ದಿರಬೇಕು ಕಾನತ್ತೆ. ಸಾಲಿ ಬಿಟ್ಟ ಮ್ಯಾಲೆ ಅಕ್ಕೋರು ಒಂದಿಬ್ರು ಹುಡ್ರುನ್ನ ತಮ್ಮ ಜತೆಗೆ ಕರ್ಕೊಂಡು ಬಂದು ಚಾ ಕಾಸಿ ಕೊಟ್ಟು ಒಂದೀಟು ಮನೆ ಕೆಲ್ಸಗಳನ್ನೂ ಹುಡ್ರು ಕುಟಾಗೇ ಮಾಡ್ಕತಿದ್ರು. ಕುಸುಮಿನೂ ಚೂರು ಕೈಗೂಡುತಿದ್ಳು. ಚೇರುಮನ್ನನ ಮಗಳು ಅನ್ನೋದುಕ್ಕೆ ಅಂಜಂಜತಾನೆ ಅಕಿಗೆ ಏನೂ ಕೆಲಸಾ ಹೇಳ್ತಿದ್ದಿಲ್ಲಾ ಅಕ್ಕೋರು. ಆದರೂ ಆ ಹುಡುಗಿ ಬಿಡತಿದ್ದಿಲ್ಲಾ. ಏನಾರೂ ಮಾಡೇ ತೀರೋಳು. ಈ ಕಡಿಗೆಲ್ಲಾ ವಾರಕ್ಕೆರಡು ಸಲ ಮನೆ ಸಾರಸೋದು ಗ್ವಾಡಿ ಗುಂಟ ಕೆಮ್ಮಣ್ಣಿಂದ ಕಾನಿ ಅಂತ ಕೊರಿತಾರೆ ಒಂದು ನಾಕು ಬೊಟ್ಟಿನಷ್ಟು ಅಗಲವಾಗಿ. ಮನೆ ಚಂದಾಗಿ ಕಾನೋದು ಕಾನಿ ಕೊರುದ್ರೇನೇ ಅನ್ನೋ ನಂಬಿಕೆ ಇಲ್ಲಿ. ಹಳೇ ಮುದುಕೇರು ಸೊಸ್ತೇರನ್ನ ಹಂಗಿಸೋರು. ಕಾನಿ ಗೆರಿ ನೀಟಾಗಿ ಹೋಗಲಿಲ್ಲಂದ್ರೆ. 'ಇಕಿಗೇನೂ ಬರಲ್ಲಾ ನೆಟ್ಟಗೆ ಕಾನಿ ಕೊರೆದಲ್ಲ... ತಾಯಿ' ಅಂತಾ ಕಟ್ಟೆ ಮ್ಯಾಗೆ ಕುಂತಾಗ ಚರ್ಚೆ ಆಗವು. ಆ ಕೆಲಸಾ ಕುಸುಮಿ ಬಾಳಾ ನೀಟಾಗಿ ಮಾಡೋಳು. ಇವತ್ತಿಗೆ ಅಕಿಗೇನೂ ಕೆಲಸಾ ಉಳದಂಗಿರ್ಲಿಲ್ಲಾ. ಮಂಕಾಗೇ ಕುಂತುಗಂಡಿದ್ದನ್ನ ನೋಡಿದ ಅಕ್ಕೋರು, ತಮ್ಮ ಪುಟ್ಟ ಮಗಳ ಕೈಲಿ ಊರಿಂದ ತಂದಿದ್ದ ಪಂಚಮಿ ಉಂಡಿ ಒಂದನ್ನು ಕೊಟ್ಟು ಕುಸುಮಕ್ಕಾಗ ಕೊಡು ಹೋಗು ಅಂತಾ ಅದರ ಹಣೆಗೆ ಮುತ್ತೊಂದು ಕೊಟ್ಟು ಕಳಿಸಿದರು. ತಪ್ಪೆಜ್ಜೆ ಹಾಕುತ್ತಾ ಬರೋ ಗೊಂಬೆಯಂತಾ ಮಗೂನ ನೋಡಿ ಗೆಲುವಾದ ಕುಸುಮಿ ಎದ್ದೋಗಿ ಮಗೂನ ಎತ್ತಿ ಮುದ್ದಾಡಿಸುತ್ತಾ ಎಲ್ಲವನ್ನೂ ಮರೆತೋದ್ಳು ಕಾನತ್ತೆ. ಆಮ್ಯಾಗೆ ನಗನಗತಾನೇ ತುಸು ಓದ್ಕೊಳ್ಳೋದು ಬರ್ಕಳ್ಳದು ಮಾಡ್ತಿದ್ಳು. ತಿಳಿಲಾರದ್ದನ್ನ ಅಕ್ಕೋರತ್ರ ಕೇಳ್ತಿದ್ಳು. ಅಕ್ಕೋರೂನು ಅಡುಗೆ ಕೆಲಸಾ ಗಿಲಸಾ ಮಾಡ್ಕೊಳ್ತನೇ ಹುಡ್ರುಗೆ ಅಭ್ಯಾಸ ಹೇಳಿ ಕೊಡೋರು. ಅವ್ರ ಗಂಡ ಬರೋದು ತುಸು ತಡ ಆಗದು. ಹೆಣ್ಣುಡ್ರೆಲ್ಲಾ ಎಂಟೋ ಎಂಟೂವರೆಗೋ ಹೋದ್ರೂ ಗಂಡುಡ್ರು ಅವ್ರ

ಮನೇವ್ರು ಬರೋ ತಂಕಾನೂ ಉಳಿತಿದ್ರು. ಅದ್ರಾಗೆ ಕೆಲವ್ರು ಅಲ್ಲೇ ಪಡಸಾಲೆಲಿ ಮಲಗ್ತಿದ್ರು. ಇವ್ರ ಮನೇಲೆ ಇದ್ದುದ್ದು ಉಂಡು.

ಬೆಳಗಾದರೆ ಬೇರೂರುಗಳಿಂದ ಬಂದುಳಿದಿರೊ ಅಕ್ಕೋರಂತವ್ರಿಗೆ ತಂಬಿಗೆ ತಗೊಂಡು ಹೋಗೋದೊಂದು ದೊಡ್ಡ ಸವಾಲು ಈ ಊರಾಗೆ. ಇಲ್ಲೆಲ್ಲಾ ಜನಾ 'ನೀರ ಕಡಿಗೆ' 'ದೊಡ್ಡಗೆರಿ ಕಡಿಗೆ' ಅಂತೇಳಿ ಕವನೆಳ್ಳಾಗೇ ಹೋಗಿ ಬಂದು ಬಿಡೋರು ಕೆಲಸಾ ಮುಗಿಸಿಕೊಂಡು. ಒಬ್ಬರ ಕೈಲೂ ತಂಬಿಗೆ ಉಸಾಬರಿನೇ ಇಲ್ದೆ. ದೊಡ್ಡಗೆರೆ ಸುಮಾರು ಹತ್ತು ಎಕರೆ ಜಮೀನಲ್ಲಿ ಹರಡಿಕೊಂಡಿತ್ತು. ಊರಿನ ಒಂದೋಣಿಯ ಹಿತ್ತಲಿಗೆ ಅಂಟಿಕಂಡಿದ್ದು ಅದರ ದಕ್ಷಿಣ ಬದಿ ಆದ್ರೆ, ಗೌಟನ್ನಿಗೆ ಅದರ ಪೂರ್ವ, ಗುಡ್ಡದ ಮ್ಯಾರಿಗೆ ಅದರ ಉತ್ತರ, ಪಶ್ಚಿಮ ಬದಿಗೆ ಅಂಟಿಕಂಡು ಗುಡ್ಡಕ್ಕೆ ಹೋಗುವ ಒಂದು ಕಡುವೊಂಡೆಯಂತ ದಾರಿ ಇತ್ತು. ಒಂದು ಮಜ ಏನಂದ್ರೆ. ಗೌಟನ್ನಿನ ಕಡೆಯ ಕೆರೆ ದಂಡೆ ಹೆಣ್ಮಕ್ಕಳಿಗೂ ಮತ್ತೆ ಗುಡ್ಡದ ಕಡೆಗಿನ ಕೆರೆ ದಂಡೆ ಗಂಡ್ಮಕ್ಕಳಿಗೂ ಅನ್ನಂಗೆ ಅಲಿಖಿತ ಶಾಸನವೊಂದನ್ನು ಬರೆದಂತಿತ್ತು ಈ ಊರಿನ್ಯಾಗೆ. ಅವರವರ ಪಾಲಿನ ಕೆರೆ ದಂಡೇಲೇ ಎಲ್ಲರೂ ನೀರು ಮುಟ್ಟಿಸಿಕೊಂಡು ಬರೋದು ಪ್ರತೀತಿ. ಹೀಗೆಲ್ಲಾ ಕತೆಯಿದ್ದ ಇಲ್ಲಿ ಅಕ್ಕೋರು ಸ್ವಚ್ಛ ಬೆಳಕಾದ ಮೇಲೆಯೇ ಕುಸುಮಿಯ ಕುಟಾಗೆ ಒಂದು ದೊಡ್ಡ ಪ್ಲಾಸ್ಟಿಕ್ಕಿನ ತಂಬಿಗೆ ತುಂಬಿಕೊಂಡು ಆ ಕಡುವೊಂಡೆ ದಾರಿ ಬಳಸಿಕೊಂಡು ಹೋಗಿ, ತುಸು ಬಯಲಿರೊ ಗುಡ್ಡದ ನೀಲಗಿರಿ ಪೊದೆಯ ನಡುವೆ ಜಾಗ ಹುಡುಕೋದು ನಿರ್ವಾಹವೇ ಇರಲಿಲ್ಲ.

ಎಂದಿನಂಗೆ ಕುಸುಮಿ ಎದ್ದು ಅಕ್ಕೋರ ಮನೆ ಕಡೆಗೆ ಬಂದ್ಳು. ಇಬ್ರೂ ಸೇರಿಕೊಂಡು ಗುಡ್ಡದ ಕಡೆಗೆ ಹೊರಟಿದ್ದರು. ಕಡುವೊಂಡೆ ದಾರಿಯ ಎಡಕ್ಕೆ ಕೆರೆಯಾದರೆ, ಬಲಗಡೆಗೆ ಸ್ವಲ್ಪ ತೆಳುವಾದ ಗುಡ್ಡ, ಅಲ್ಲಲ್ಲಿ ಸಿಡಿದಂಗೆ ಒಂದೊಂದು ಮನೆಗಳಿದ್ವು. ಕುಸುಮಿಯ ಗೆಳತಿ ತಾಂಜಿಯ ಮನೆಯೂ ಇವುಗಳಲ್ಲೇ ಒಂದಾಗಿತ್ತು. ಹೀಗೇ ಹೋಗೋವಾಗ ದಿನಾಲೂನೂ ತಾಂಜಿಗೆ ಕೂಗಳತಿ ದೂರಿಂದಾನೇ ಕುಸುಮಿ ಕೈ ಮಾಡಿ ಏನೇನೋ ಸನ್ನೆಯಲ್ಲೇ ಮಾತಾಡೋರು. ಅಕ್ಕೋರು ಮುಗುಳು ನಕ್ಕು ಮುಂದೆ ಹೋಗೋರು. ಇವತ್ತು ತಾಂಜಿ ಮನೆ ಸಮೀಪ ಬಂದಂಗೆ ಮನೆ ಮುಂದೆ ಅಕಿ ಕಾನಸ್ಲಿಲ್ಲಾ. ಮನೆ ಹಿತ್ತಲಿನಿಂದಾ ಯಾರೋ ಒಬ್ಬ ಬಿಳಿ ಲಪಾಟಿ ಉಟ್ಟಿದ್ದ ಗಂಡಸು ಹೊರಗೆ ಹೋದಂಗಾಯ್ತು. ತಾಂಜಿಯ ಕಾಣದ ಕುಸುಮಿ ತುಸು ನಿರಾಶಳಾದರೂ, ದಾರಿಗುಂಟ ಪುಟ್ಟ ಪುಟ್ಟ ಖಾಕಿ ಹಣ್ಣು, ಕುಟಂಬರಿ ಹಣ್ಣು ಕೊಯ್ದು ತಿನ್ನುತ್ತಾ ನಡೆದಳು.

ಸಾಲೆಯ ಗಂಟೆ ಬಾರಿಸುತ್ತಿತ್ತು. ಏನೇನೋ ಆಟಗಳಲ್ಲಿ ತೊಡಗಿದ್ದ ಹುಡ್ರೆಲ್ಲಾ ಓಡೋಡಿ ಹೋಗಿ ಕ್ಲಾಸೊಳಗೆ ಸೇರಿಕೊಂಡರು. ಚೂರು ತಡವಾಗಿ ಬಂದ ಹಾನಗಲ್ಲು ಬಸ್ಸಿಳಿದು ಬಂದ ಮಾಸ್ತರು ಅಡಬಡಿಸಿ ಹೆಡ್ಡು ಸರ್

ಕೋಣೆಯೊಳಗೆ ಹೋಗಿ ಕ್ಲಾಸಿಗೆ ಬಂದರು. ಹಿಂದಿನ ದಿನದ ಪಾಠಗಳ ನೆನಪಿಸಿ ಒಮ್ಮೆ ತಿರುವಿ ಹಾಕಿ, ಇವತ್ತಿಗೆ ಏಳನೇ ಕ್ಲಾಸಲ್ಲಿ ಸರಳ ಸಮೀಕರಣಗಳ ವ್ಯವಕಲನದ ಲೆಕ್ಕಗಳ ಸುರು ಮಾಡಿದರು. ಗಣಿತದಾಗೆ ಜಾಣೆಯಾಗಿದ್ದ ಕುಸುಮಿ, ಮಾಸ್ತರಿಗೆ ಒಂದು ಪ್ರಶ್ನೆ ಕೇಳಿದಳು. ಅವರೇಳಿದ ಉತ್ತರ ಅಕಿಗೆ ಅಷ್ಟು ಪಟಾಸಲಿದ್ದು ಮಾಸ್ತರಿಗೂ ಗೊತ್ತಾಗಿತ್ತು. ಹಂಗೇ ಕ್ಲಾಸು ಮುಂದೋದರೂ ಮಾಸ್ತರು ಮತ್ತು ಅಕಿಯ ಮನಸಿಂದ ಆ ಪ್ರಶ್ನೆಯ ಕಿಲಸು ಹಂಗೇ ಉಳಿದಿತ್ತು. ಅಷ್ಟರಾಗೇ ಅಲ್ಲೇ ಎದುರಿಗೆ ಇರೋ ಅಂಗನವಾಡಿಲಿ ಮಾಡ್ತಿರೊ ಪಲಾವಿನ ಘಮ ಇಡೀ ಕ್ಲಾಸಿನ ಹುಡ್ರ ಬಾಯಾಗೆ ನೀರು ತರಿಸುತ್ತಿತ್ತು. ಒಂದಕ್ಕಿನ ಗಂಟೆ ಬಾರಿಸುತ್ತಲೇ ತಾಂಜಿ, ಕುಸುಮಿ ಕೈ ಕೈ ಹಿಡಕೊಂಡು ಅಂಗನವಾಡಿ ಕಡೆಗೆ ಜಿಗಿದರು. ಇಬ್ಬರಿಗೂ ಒಂದೊಂದು ಪ್ಲೇಟಿನ್ಯಾಗೆ ಪಲಾವು ಹಾಕಿಟ್ಟಿದ್ದ ದ್ಯಾಮಜ್ಜಿ ಇಬ್ಬರಿಗೂ ತಿನ್ನುವಂತೆ ಸನ್ನೆ ಮಾಡುತ್ತನೇ ಅಂಗನವಾಡಿ ಹುಡ್ರಿಗೂ ಬಡಿಸುತ್ತಿದ್ದಳು. ಹಾಗೆ ಸನ್ನೆ ಮಾಡೊವಾಗ, ಆ ಅಂಗನವಾಡಿಯ ಆಯಾಳಾದ ದ್ಯಾಮಜ್ಜಿಯ ಎಡಹಣೆಗೆ ಜೋತು ಬಿದ್ದಂಗಿರೊ ವಾಳ ಅಲುಗಾಡುತ್ತಿತ್ತು. ಇವರಿಬ್ಬರಿಗೆ ಯಾಕೆ ಪಲಾವಿನ ಪ್ಲೇಟು ಕಾದಿರುತ್ತಿತ್ತು ಅಂದ್ರೆ, ತಾಂಜಿಯ ಅವ್ವನೇ ಈ ಅಂಗನವಾಡಿಯ ಅಕ್ಕೋರು. ಅವರು ದೂರದ ಯಾವ್ದೊ ಬೇರೆ ರಾಜ್ಯದಿಂದಾ ಬಂದಂಗಿತ್ತು. ಅವರ ಹೆಸರು ಮೀನಾಂಜನಾ ಅಂತೇನೊ ಇತ್ತು. ಎಲ್ರೂ 'ಮೀನಾ' 'ಮೀನಾ' ಅಂತನೇ ಕರಿತಿದ್ರು. ಸರಳ ಸುಂದರವಾಗಿದ್ದ ಇವರು ಊರಾಗೆ ಯಾರ ಕುಟಾಗೂ ಹೆಚ್ಚೇನೂ ಮಾತು ಆಡತಿದ್ದಿಲ್ಲಾ. ಇವರ ಕೂಡ ಈಗ ಇರೋದು ತಾಂಜಿ ಒಬ್ಬೆ. ಇವರ ಅವ್ವ, ಅಪ್ಪ, ಗಂಡ ಅತ್ತೆ-ಮಾವಂದಿರ ವಿವರಗಳು ಯಾರಿಗೂ ಸರಿಯಾಗಿ ಗೊತ್ತಿದ್ದಂಗಿಲ್ಲಾ. ಅಂತರ್ಮುಖಿ ಮೀನಾ ಯಾರತ್ರನೂ ಏನೂ ಮಾತಾಡ್ತಿರಲಿಲ್ಲಾ. ದ್ಯಾಮಜ್ಜಿಗೆ ಚೂರು ಪಾರು ಗೊತ್ತಿದ್ದಂಗೆ ಕಾನತ್ತೆ. ಒಬ್ಬೊಬ್ರು ಒಂದಂಥರ ತಮ್ಮ ತಮ್ಮ ಗೇನಿಕಿಗೆ ಹೊಳದಂಗೆ ಕತೆಗಳನ್ನ ಕಟ್ಟಿಕೊಂಡಿದಾರೆ. ಒಬ್ಬೊಂಟಿ ಹೆಣ್ಣಂದ್ರೆ ಬಿಟ್ಟಾರನು. ಅದಕ್ಕೇ ಮದಲಿನ ಹಿರೇರು ಹೇಳೋರು, ಮನಿಯೊಳಗೆ ಕಾಲಿ ಕೊಡಾ ಇಡಬಾರದು. ಕಾಲಿ ಇದ್ದರೂ ಸಾ ಅದನ್ನ ಡಬ್ಬಾಕಿರಬೇಕು ಅಂತ. ಪಾಪ ಈ ಹುಡ್ರಿಗಂತೂ ಏನೂ ಗೊತ್ತಿದ್ದಂಗಿಲ್ಲಾ. ತಾಂಜಿಗೆ ಸ್ವಸಲ್ಪ ಗೊತ್ತಿದ್ರೂ ಕುಸುಮಿಗೆ ಏನೂ ಗೊತ್ತಿಲ್ಲಾ ಇವರ ಇತಿಹಾಸ ವರ್ತಮಾನ. ಒಂದೇ ಅಂದರೆ ಇವರವ್ವ ಅನಸಿವಿ ಹೇಳಿದ್ದಕ್ಕೆ ತಾಂಜಿ ಮನಿ ಕಡೆಗೆ ಇಕಿ ಯಾವಾಗೂ ಹೋಗಿದ್ದಿಲ್ಲಾ. ಅದು ಯಾಕೆ ಅಂತಾ ಇಕಿ ಕೇಳಿಲ್ಲಾ ಇಲ್ಲಾ ಇಕಿ ಕೇಳಿದರೂ ಅಕಿ ಹೇಳಿದಂಗಿಲ್ಲಾ.

ಪಲಾವು ತಿಂದು ಮುಗಿಸಿ ಬರೊತ್ತಿಗೆ ಸಾಲೆಲಿ ಹೆಚ್ಚು ಕಡಿಮೆ ಅಕ್ಕೋರ ಕ್ಲಾಸು ಮುಗಿತಾ ಬಂದಿತ್ತು. ಅಳತಾ ಕಿರಿ ಕಿರಿ ಮಾಡ್ತಿದ್ದ ಅಕ್ಕೋರ ಪುಟ್ಟಿನ್ನ ಎತಿಗೊಂಡು ಇವರಿಬ್ರೂ ಬಸಂದೇರ ಗುಡಿ ಕಡೆಗೆ ನಡೆದರೆ, ಅಲ್ಯಾರೋ

ಮಡಿ ವಸ್ತ್ರಾ ಸುತಿಗೊಂಡು ಗುಡಿ ಸುತ್ತಾ ದಿಂಡರಕಿ ಹಾಕ್ತಾಯಿದ್ರಲಾ. ಆ ಪುಟ್ಟಿ ಅದನ್ನೋಡಿ ಇನ್ನೂ ಚೀರಿ ಅಳಕತ್ತಿತಲಾ ಏನು ಮಾಡೂದು ತೋರದಂಗಾಗಿ ಪುಟ್ಟಿನ್ನಾ ಕರಬಸಪ್ಪನ ಸಂಗೀತದ ಅಂಗಡಿಗೆ ಕರದೊಯ್ಯುದರಾಗೇ... ಕರಬಸಪ್ಪಾ ಪುಟ್ಟಿ ಕೈಗೆ ಸಂಗೀತದ ಪೊಟ್ನಾ ಇಟ್ಟೇ ಬಿಟ್ಟಾ. ಅಳು ನಿಲ್ತು. ಸಂಗೀತದ ಮ್ಯಾಲೆ ಭಾರೀ ಜೀಂವಾ ಪುಟ್ಟಿಗೆ.

ಮತ್ತೆ ಸಂಜಿ ಕಡೇ ಪಿರಡು ಬಂತಲ್ಲಾ. ಇವತ್ತು ಕುಂಟಲಪಿ ಪಾಳಿ ಕುಸುಮೀದೆ. ಕುಂಟಲಪಿ ಆಡತಾನೇ ಮೈಮರೆತಿದ್ದ ಇಕಿಗೆ ವಿಪರೀತ ಹೊಟ್ಟಿ ಬ್ಯಾನಿ ಸುರು ಆತಲ್ಲಾ. ಅಕ್ಕೋರ ಕುಟಾಗ ಇಕಿ ಹೊಟ್ಟಿ ಬ್ಯಾನಿ ಸುದ್ದಿ ಹೇಳೂರಾಗೆ ಚೇರುಮನ್ನರು ಸಾಲಿ ಗುಡಿ ಕಡಿಗೇ ಬರ್ತಾಯಿದ್ರು. ಅದ್ಯಾಕೆ ಸಾಲಿ ಗುಡಿಗೆ ಬಂದುದ್ರೋ ಗೊತ್ತಿಲ್ಲಾ ಕುಸುಮೀದು ಹೊಟ್ಟಿ ಬ್ಯಾನಿ ವಿಪರೀತಾಗಿ ಅಕಿನ್ನ ಮನಿಗೆ ಕರಕೊಂಡು ಹೋಗೋದ್ರಾಗೆ ಏನೂ ಎಂತಾ ತಿಳಿಲಿಲ್ಲಾ ಹಕೀಕತಿ.

ಮರದಿವಸಾ ಬೆಳಿಗ್ಗೆ ಅಕ್ಕೋರ ಮನಿ ಕಡಿಗೆ ಅಕಿ ಬರಲಿದ್ದಕ್ಕೆ ಇವ್ರು ಬ್ಯಾರೆ ಯಾವ್ದೊ ಹುಡುಗಿನ್ನ ಜತಿಗೆ ಕರಕಂಡು ಗುಡ್ಡಕ್ಕೆ ಹೋಗಬೇಕಾರೆ, ತಾಂಜಿ ಮನಿ ಮುಂದೆ ಯಾರೋ ಒಬ್ಬ ಗಂಡ್ಸು ತಾಂಜಿವು ಎರಡೂ ಜಡಿ ಹಿಡದೆಳದು ಅಂಗಳದಾಗೆ ಎಳದು ತಂದು 'ಯಾರೇಳು ನಿಂಗೆ ಆ ವಾಲೆ ಕೊಡಿಸಿದ್ದು' ಅಂತ ಕೇಳ್ಕಂಡು ಹಿಗ್ಗಾ ಮುಗ್ಗಾ ತಳಸ್ತಿದ್ದಾ. ನಿನ್ನೆ ಅಕ್ಕೋರು ಮತ್ತೆ ಕುಸುಮಿ ನೋಡಿದ್ದ ಲಪಾಟಿ ಮನಷ್ಯಾ ಇವನಲ್ಲಾ ಅನಿಸ್ತಿತ್ತು ಅಕ್ಕೋರಿಗೆ. ಬಾಳ ಹೊತ್ತು ಇದನ್ನೆಲ್ಲಾ ನೋಡೊ ಮನಸಾಗದೆ ಅವ್ರು ತಮ್ಮ ದಾರೀಲಿ ಸಾಗೋದ್ರು. ಹಂಗಿದ್ರೂ ಪಾಪಾ ಆ ತಾಂಜಿನ್ನ ಹಂಗೆಲ್ಲಾ ಬಡಿಬೇಕಂದ್ರೆ ಅವರಪ್ಪಂತೂ ಅಲ್ಲೇನೊ. ಅತವಾ ಈ ಹುಡಿಗೀನೆ ಏನಾರೂ ಹಂತಾ ತಪ್ಪು ಮಾಡ್ಯೆತೊ ಲೆಕ್ಕ ಹರೀದೆ ಅದೇ ದ್ಯಾಸದೊಳಗೆ ತಮ್ಮ ಟೈಮಿಗೆ ಸಾಲಿ ಗುಡಿಗೆ ಹೋದ್ರು ಅಕ್ಕೋರು.

ಸಾಲಿಯೊಳಗೆ ಇವತ್ತು ತಾಂಜಿ ಕುಸುಮಿ ಇಬ್ಬರೂನೂ ಗೈರು. ವಿಚಾರಿಸಿದಾಗ ಕುಸುಮಿನ್ನ ಹದಿನೆಂಟು ದಿವಸಕ್ಕೆ ಸೋಬಾನೆ ಮಾಡಿ ಎಬ್ಬಿಸುತಾರಂತಾ ಗೊತ್ತಾದರೂ ತಾಂಜಿ ಕಾಳಜಿ ಅಕ್ಕೋರನ್ನ ಕೊರೀತಿತ್ತು. ಜೀವ ತಡಿಲಾಗದೆ ಹಂಗೇ ಒಂದಕ್ಕೆ ಬಿಟ್ಟಾಗೆ ಸಾಲಿ ಎದುರಿಗಿರೊ ಅಂಗನವಾಡಿ ಆಯಾ ದ್ಯಾಮಜ್ಜಿ ಕುಟಾಗೆ ದೇಶಾವರಿ ಮಾತಾಡತಾ ನಿಂತು ತಾಂಜಿ ಅವ್ವಾ ಸಾಲಿಗೆ ಯಾಕೆ ಬಂದಿಲ್ಲಾಂತ ವಿಚಾರಿಸಿದರು. 'ಅಕ್ಕೋರೆ, ಅವರದೆಲ್ಲಾ ರಾಮಾನಿ ಕತಿ ಬಾಳೈತೆ ಬಿಡಿ, ನೀವು ಅಕ್ಕೋರಾದ್ರೂ ನಂಗೆ ತಾಯಿದ್ದಂಗದೀರಿ. ಬಿಡಿ ಅತ್ಲಾಗೆ. ಬೆಳಿಗ್ಗೆ ಅವ್ರ ಮನ್ಯಾಗೆ ನಡದದ್ದು ನಂಗೂ ಗೊತ್ತೈತೆ ಅಕ್ಕೋರೆ ಪಾಪ ಆ ತಾಂಜಿ ಬಲಿಪಶು' ಅಂದಾಗ ಅಕಿ ಹಣೆಗಿರೊ ವಾಳ ಮತ್ತೆ ಅಲುಗಾಡ್ತಿತ್ತು.

ಆ ಅಲುಗಾಟ ಕೆಲವೊಮ್ಮೆ ಶುಭ ಮತ್ತೊಮ್ಮೆ ಅಶುಭ ಅನ್ನಿಸೋದು. ಹಂಗಾಗಿ ದ್ಯಾಮಜ್ಜಿ ಒಂಥರಾ ಕಾಲಜ್ಞಾನಿ ಅನ್ನಿಸೋಳು. ಇವತ್ತಿಗೆ ಯಾಕೊ ಇನ್ನಿಲ್ಲದ ಹಳವಂಡ ಅನಿಸ್ತಿತ್ತು. ದೂರದೂರಿಂದಾ ನೌಕರಿಗೆ ಬಂದಿರೊ ತನಗಾರೂ ಇದೆಲ್ಲಾ ಯಾಕೆ ಬುಡು ಅಂತಂದು ನಿದ್ದೆಗೆ ಬಂದಂಗಿದ್ದ ಪುಟ್ಟೀನ ಹೆಗಲ ಮ್ಯಾಗೆ ಬಾಚಿಕೊಂಡು ಚಪ್ಪಡಿಸುತ್ತಾ ಕ್ಲಾಸಿಗೆ ಹೋದರು ಅಕ್ಕೋರು.

** ** **

ಕುಸುಮಿಗೆ ಅರಿಸಿನ ನೀರು ಹನಿಸಿ, ಸ್ಯಾವಿಗೆ ತುಪ್ಪ ಉನ್ನಿಸಿ ಮಲಗಿಸಿದ್ಳು ಅನಸಕ್ಕಾ. ತಾನೂನು ಅಕಿ ಬಾಜೂಕೆ ಬೇರೆ ಒಂದು ಕೌದಿ ಎಳಕೊಂಡು ಮಲಗಿದ್ಳು. ಚೇರುಮನ್ನ ಗಂಡನಿಗೂ ಇಕಿಗೂ ನಡುವೆ ರಸಾಯನ ಮುಗಿದು ವರ್ಸಗಳೇ ಕಳದೋಗಿದ್ದು, ಒಂದೆರಡು ತಾಸಿನ ನಿದ್ದೆ ಆಗಿರಂಗಿತ್ತು, ಕುಸುಮಿ ಚಿಟ್ಟನೆ ಚೀರಿ ಎದ್ದು 'ಹಾವು ಹಾವು' ಅಂತಾ ಏದುಸುರು ಬಿಡಕತ್ತಿದ್ಳಲಾ. ಅನಸಿವಿ ಎದ್ದು 'ಎಲ್ಲೈತೆ ಹಾವು, ಈ ಹೊತ್ತಿನ್ಯಾಗೆ ಹೆನ್ನುಡ್ರಿಗೆ ಬಯ ಆತಂಕಾ ಆಗೋದಂತೆ ಅವ್ವಾ ಹೇಳ್ತುದ್ಳು. ಅರಾಮು ಮಲಿಕ್ಕಳ್ಳೇ ನಾನಿದ್ದೀನಿ ಅಂದ್ಳು.' ಗಪ್ಪನೆ ಅವ್ವನ ತೆಕ್ಕೆ ಸೇರ್ಕಂಡು ಬಿಗಿಯಾಗಿ ಅವ್ವನ್ನ ಹಿಡಕೊಂಡ್ಳು ಕುಸುಮಿ. ಮನಸಾಗೇ ಅನಸಿವಿ ಮೈಲಿಗಿ ಆತಲಾ ಅಂದಕಂಡ್ರೂ ಬಯ ಬಿದ್ದ ಮಗಳನ್ನ ನೋಡಿ ಏನೂ ಅನದೆ ಸುಮ್ಮಕೆ ಉಳುದ್ಳು. ಕುಸುಮಿ ಬಡಬಡಸ್ತನೇ ಇದ್ಳು. ಈ ಬಡಬಡಿಕೆ ದನಿ ಬಾಳಾ ಸ್ವಚ್ಛಾಗಿ ಕೇಳ್ಸಕತ್ತಿತು. ಇಡೀ ಬಡಬಡಿಕೆಯ ಸಾರಾಂಸಾ ಹಿಂಗೇನೊ ಇತ್ತು ಅಂತಾ ಅನಸಿವಿ ಬೆಳಗ್ಗೆದ್ದು ಹೊತಿಗಿ ಇರಪನ್ನಂಗೆ ಹೇಳತಿದ್ಳು.

ಅನಸಿವಿದು ಕೊಳ್ಳಾಗಿನ ತಾಳಿ ಸರವ ಯಾವನೋ ಒಬ್ಬಾ ಮಂತ್ರದಂವ ಹಾವು ಮಾಡಿ ತೋರಸ್ತೀನಂತಾ ಮನೆ ಅಂಗಳದಾಗೆ ಕುಂತು ಹೇಳಿದಂಗೆ, ಇದೆಲ್ಲಾ ಸುಳ್ಳು ಅಂತಾ ನಮ್ಮ ಅಕ್ಕೋರು ಕ್ಲಾಸಾಗೆ ಹೇಳಿದ್ರು ನೀ ನಮಗೇನೊ ಮೋಸಾ ಮಾಡ್ತಿದ್ದಿ ಅಂತಾ ಕುಸುಮಿ ಅಂದಂಗೆ, ಒಬ್ಬರಿಗೊಬ್ಬರು ಪೈಜಿಗೆ ಬಿದ್ದು ನಿಜ್ಜಾ ಮೂರು ಹನಿ ಮಂತ್ರದ ನೀರು ಮತ್ತೊಂದು ಚಿಟಿಕೆ ಅಂಗಾರದಿಂದಲೆ ಅನಸಿವಿ ಕೊರಳಾಗಿರೊ ತಾಳಿ ಕ್ರಮೇಣ ಬಾಲದಿಂದ ಹುಟ್ಟಿ ದೊಡ್ಡ ನಾಗರ ಹಾವಾಗಿ, ತಾಳಿ ಇರೋ ಜಾಗಕ್ಕೆ ಹೆಡೆ ಎದ್ದು ಅವಳೆದೆಯ ಕುಟುಕಿ ಕಚ್ಚಿದಂಗೆ. ಮತ್ತೆ ಅನಸಿವಿ ಜೀವಕ್ಕೇನೂ ಆಗದೆ ಈಕೆನ್ನ ಕಚ್ಚಿರೊ ಆ ಹಾವೇ ಒಂದೆರಡು ತಾಸಿನ್ಯಾಗೆ ಸತ್ತು ಹೋಗಿ, ನಿಶ್ಶಕ್ತಗೊಂಡು. ಈಟೀಟೆ ಕಟಗರಿಸಿಕೊಂಡು ಅನಸಿವಿ ಪಾದದ ಮ್ಯಾಲೆ ಬೀಳುತ್ತಲೆ ನೀರಾಗಿ ಹರಿದು ಹೋದಂಗೆ. ಹೊತಿಗಿ ಇರಪನ್ನಾ ಇದೆಲ್ಲಾ ಕೇಳಿಸಿಗೊಂಡು ಹೊತಿಗೆ ಮಟಗಳ ತಿರುವುತ್ತಾ.

'ಯಾರಿಗೊ ಒಳಿತಾಗಿರದು, ಇನ್ನಾರಿಗೊ ಕೆಡಕಾಗಬೋದು. ಇಲ್ಲಾ ಎಲ್ಲಾರಿಗೂ ಕೆಡಕು ಮಾಡೊ ವಿಸಾನೂ ಒಮ್ಮೆ ಒಂದು ಗಳಿಗೆ ಗೆದ್ದು ಬೀಗುತ್ತೈತೆ. ಶಕ್ತಿ ಅನ್ನೋದು ಸ್ಥಿತಿ ಲಯಗಳ ನಡುವೈತೆ. ಚಿಂತೆ ಬಿಟ್ಟು ಅರಾಮಿರಿ. ಪಾಲಿಗೆ ಬಂದಿರು ಅನ್ನಾ ಉಂಡು ತನ್ನಗಿರಬೇಕು, ಇಲ್ಲಂದ್ರ ಉಪಾಸ ಸಾಯೂದಾಗತ್ತಲ್ಲಾ ಈಟೇ ನೆಪ್ಪಿರ್ಲಿ.' ಅಂತಾ ಒಂದೇ ಒಂದು ಮಾತೇಳಿ ಒಂದೀಟು ಅಂಗಾರಾನ ಕುಸುಮಿ ಹನಿಗೂ ಕೊಳ್ಳಿಗೂ ಹಚ್ಚಕೆ ಕೊಟ್ಟು, ತಾಂಬ್ರದ ಹಾಳೇಲಿ ಅಂತ್ರ ಬರದು ಮಡಿಕೆ ಮಾಡಿ ಚೀಟಿ ತಯಾರು ಮಾಡಿ ಜಳಕಾದ ಮ್ಯಾಲೆ ಕುಸುಮಿ ರೆಟ್ಟೆಗೆ ಕಟ್ಟಂತಾ ಹೇಳಿ ಅದನ್ನ ಅನಸಿವಿ ಕೈಯ್ಯಾಗಿಟ್ಟಾ. ಸೆರಗಿನ ಚುಂಗಿನ್ಯಾಗೆ ಚೀಟಿನಾ ಬಿಗದು ಕಟ್ಟಿ ಇರಪನ್ನಂಗೆ ಒಂದು ನೂರಾ ಒಂದೇನೊ ಕೈಗಿಟ್ಟು ಸೆರಗಿನ ಚುಂಗು ಹಣೆಗೆ ಹಿಡಕಂಡು ಪಾದಕ್ಕೆ ನಮಸ್ಕಾರ ಮಾಡಿದ್ಳು. ಇರಪನ್ನ ಎದ್ದು ಹೋದಾ.

ಚೇರುಮನ್ನರು ರಾತ್ರೆಗೆ ಎಲ್ಲಿದ್ರೊ ಕಾಣದಿದ್ದರೂ ಬೆಳಿಗಿನ ಚಾ ಕಾಯಿಸೊ ಹೊತ್ತಿಗಾದರೂ ಬಂದು ಅಕಿ ಕೈ ಚಾನೇ ಕುಡಿತಿದ್ರು. ಇವತ್ತು ಚಾ ಕಾಸೊ ಹೊತ್ತು ಮುಗದು, ಉಪ್ಪಿಟ್ಟು ತಿನ್ನೊ ಹೊತ್ತೂ ಸಾಗಿ, ಸಾಲಿ ಗುಡಿ ಗಂಟಿ ಡನ ಡನ ಅಂದ್ರೂ, ಇರಪನ್ನನ ಹೊತ್ತಿಗೆ ಮುಗದು, ಕುಸುಮಿ ಸೋತೋಗಿ ನಿಸ್ತೇಜ ಆದರೂ ಚೇರುಮನ್ನರು ಮನೆಗೆ ಬರೋದು ಹೋಗ್ಲಿ, ಮನೆ ದಾರಿನ್ಯಾಗೂ ಇರಲಿಲ್ಲ.

ಹೆಂಗೋ ಕುಸುಮಿ ಎದ್ದು ಕನಸೋ ಭ್ರಮೆಯೋ ಅದರಿಂದಾ ಅರ್ಧ ಹೊರಾಗೆ ಬಂದು ಏನೋ ಚೂರು ತಿಂದ್ಕಂಡು ಮಂಕಾಗೇ ಕುಂತುಗಂಡಿದ್ದಳು. ಒಂದೆರಡು ಸಲ ಮುಂಬಾಗಿಲ ಕಡೆ ಬಂದು ಅಂಗಳದಾಗೆ ಹಣಿಕಿಕ್ಕಿ ಒಳಗೋಗಿ ಬಾಗಿಲು ಮುಂದಾಕಿ ಕುಸುಮಿನ್ನ ಪಡಸಾಲಿಗೆ ತಂದು ಕೂಡಿಸಿ, ಟಿ.ವಿ. ಬಟನು ಒತ್ತಿದಳು.

** ** **

ತಾಂಜಿಯ ವಾಲೆ ಸುದ್ದಿ ಅಷ್ಟಕ್ಕೇ ಮುಗೀದಾತು. ತಾಂಜಿಗೆ ಅಂಗಳದಾಗೆ ಬಿದ್ದ ಹತ್ತು ಪಟ್ಟು ಪೆಟ್ಟು ಮೀನಾಗೆ ಕೋಲೆಯೊಳಗೇ ಬಿದ್ದಿದ್ವು. ಹೊಡೆದವನ್ಯಾವ ಕೆಟ್ಟ ಪ್ರಾಣಿ ಅಂಬೋದನ್ನ ಊರ ಜನಾ ತಲೆಗೊಂದು ಮಾತಾಡಿದ್ದಂತೂ ಖರೇನೇ... ಆದರೆ ಯಾರ ಮಾತು ಖರೇವು?

** ** **

ಮೀನಾ ಈ ಊರು ಸೇರ್ಕಂಡು ಸುಮಾರು ಹತ್ತೊರ್ಸನೇ ಆತು. ಸಾಲಿ ಗೀಲಿ ಕಲತವ್ಳೇ ಇದ್ಳು ಕಾಣತ್ತೆ. ಮೂರೊ ನಾಕೋ ವರ್ಸದ ಕೂಸನ್ನ

ಕಟಿಗೊಂಡು ಬಂದು ಸಾಲಿ ಬೋರಿನ ತಾಕಿರೊ ದುರಗಮ್ಮನ ಗುಡಿಯಾಗೆ ಕುಂತಿದ್ದಂತೆ. ನೀರಿಗೆಂತ ಹೋದ ಹೆಣಮಕ್ಳು ಏನು ಎಂತಾ ಅಂತೆಲ್ಲಾ ಇಚಾರ್ಸಿ ಎಲ್ಲಿಂದಲೊ ಬಂದೋಳು ಗಂಡಾ ಮನೆಯಿಂದಾ ಹೊರಗೆ ಹಾಕೋನಂತೆ, ಗಂಡನ ಮಾತು ಮೀರಿ ಕೆಲ್ಸಾ ಗಿಲ್ಸಾ ಅಂತೇನೊ ಖಾಸಗಿ ಸಾಲ್ಯಾಗೆ ಟೀಚರಾಗಿದ್ಳಂತೆ. ಅವ್ವಾ ಅಪ್ಪಾ ಬ್ಯಾರೆ ಕಡೆವ್ರು. ಪ್ರವಾಸಕ್ಕೊ ಕೆಲಸಕ್ಕೊ ಹೋಗಿರೊ ಡಾವನಗೆರೆವ್ನು ಯಾರೊ ಆಸಾಮಿ ಕುಟಗೆ ಪ್ರೀತಿ ಪ್ರೇಮ ಅಂತದೇನೊ ಆಗಿ ಓಡಿ ಬಂದುದ್ಳಂತೆ, ಮದುವೆನೂ ಆಗಿ ಒಂದುಡುಗಿನೂ ಆದ ಮ್ಯಾಲೆ ಈ ಥರ ಬಿನ್ನಾಬಿಪ್ರಾಯ ಬಂದು ದಿನಕೊಂದು ಚಂದ ಜಗಳಾ ಆಗಿ, ಮಿಕ್ಕಿ ಬಂದಾಗ ಗಂಡಾ ಮನೆ ಬಿಟ್ಟು ಹೊರಗೆ ಹಾಕಿದ್ದು. ಮದ್ಲೆ ಸ್ವಾಬಿಮಾನಿ ಇದ್ದಂಗೆ ಕಾಣೊ ಇವ್ಳು ಯಾರಿಗ್ಯಾಕೆ ಬಿಕ್ಸೆ ಬೇಡೋದು, ಇನ್ನೇನು ಅವ್ವ ಅಪ್ಪನ ಮನೇವ್ರು ಇಕಿನಾ ಕರಕಂತಾರ... ಅದುಕ್ಕೆ ಏನೋ ಗೇನಿಕಿ ಹಾಕಂಡು ನಮ್ಮೂರಿಗೆ ಬಂದು ಕುಂತವ್ಳಂತೆಲ್ಲಾ ಗುಸು ಗುಸು ಮಾತುಗಳು ಊರೊಳಗೆಲ್ಲಾ. ಇದುನ್ನಾ ಕೇಳಿದವ್ರಲ್ಲಿ ಕೆಲವರು ತಮಗೆ ತಿಳದಂಗೆ ಅಕಿನ್ನ ಬಾಯಿಗೆ ಬಂದಂಗೆ ಬಯ್ಯೋರು.

'ಒಬ್ಬನ್ನ ಹಾಳು ಗೆಡುವಿ ಬಂದವ್ಳು ಇಲ್ಲೇಟು ಜನರನ್ನ ಹಾಳು ಮಾಡ್ತಾಳೋ ಊರ... ಗಿತ್ತಿ',

'ನೆಚ್ಚಿಕೊಂಡವ್ನ ಕಾಲಿಡದು ಬದುಕಬೇಕಾಗಿತ್ತು, ಅವ ಹೊರಗಾಕಿದಂತಾ ಬಿಟ್ಟೇ ಬರೋದೇ ಮಾ ಕೊಬ್ಬು ಇಕಿಗೆ',

'ಅಯ್ಯೋ ಕೂಸಿಗಾಗಿ ಆದ್ರೂ ಗಂಡನ ಕಾಲಿಡ್ಕಂಡು ಬಾಳೇ ಮಾಡಬಾರ್ದೇ ಪಾಪದೋಳು... ಂಡ್ರಿ'

ಒಬ್ಬರೂ ಹೊರಗಾಕಿದ ಮಾಪುರುಸನಿಗೆ ಚಕಾರು ಮಾತಾಡೋರಿಲ್ಲಾ. ಹಿಂಗೇ ಮದ್ಯಾನದವರೆಗು ಸಾಗಿ ಯಾರೊ ಪುನ್ಯಾತ್ಮರು ತಮ್ಮನೆಗೆ ಕರ್ದು ಜಾಸ್ತಿ ಚೌಕಾಸಿ ಮಾಡದೆ, ತಿಂಡಿ ಊಟಾ ಕೊಟ್ರು ಕಾನತ್ತೆ. ಅವರೇ ಈ ಅನಸಿವಿ ಮತ್ತೆ ಅಕಿ ನೆಗೆನ್ಯಾರು ಅಂತಾ ಜನಾ ಈಗ್ಲೂನು ಹೇಳ್ತರೆ. ಒಂದೀಟು ದಿನಾ ಹಿಂಗೇ ಅವರ ಹುರಿಗಟ್ಟೆ ಮ್ಯಾಗೆ ತಟ್ಟು ಬಡಕಂಡು ಉಳದಿದ್ರನೊ. ಆವಾಗಿಂದ್ಲೆ ತಾಂಜಿ ಕುಸುಮಿ ಗೆಳೆತನ. ಅನಸಿವಿನೂ ಕಳ್ಳಿನೋಳು ಕಷ್ಟಕ್ಕೆ ಸಕ್ಕರೆ ಚಾಪುಡಿ ಕಿರಾನಿ ಕೊಟ್ಟು ಸ್ವಂತ ತಂಗಿಯಂಗೆ ಮೀನಾನ್ನ ಕಾಂತಿದ್ದು. ಹೆಂಗೂ ಆಗಿಂದ್ಲೂ ಕುಸುಮಿ ಅಪ್ಪನೇ ಚೇರುಮನ್ನು ಎಲ್ಲೊ ಊರ ಹೊರಗೊಂದು ಮನೆ ಸ್ಯಾಂಕ್ಸನ್ನು ಮಾಡಿಸಿ ಮೀನಾಗೆ ವಸತಿ ಮಾಡಿ ಕೊಟ್ಟು, ಊರ ಪಂಚಾತಿಲಿ ತೀರ್ಮಾನ ಆದಂಗೆ ಅಕಿನ್ನೇ ಅಂಗನವಾಡಿ ಅಕ್ಕೋರಾಗಿ ನೇಮಿಸಿದ್ದು. ಈಟಾಗಿದ್ದು ಈ ಕಾಲಕ್ಕೆ ಮಾ ದೊಡ್ಡದೇ. ಉಪಗಾರ ಮಾಡಿದ ಬ್ರಾಂತಿ ಹಂಗೇ ಬಿಟ್ಟೀತಾ ಒಬ್ಬ ಗಂಡಸು ಮಗನ್ನ.

ಅದೂ ಊರ ಚೇರುಮನ್ನನ್ನಾ. ಅದೇ ಆಗಿದ್ದಿಲ್ಲಿ. ಆಗಾಗ ಮೀನಾಳ ಮನೆಗೆ ಹೋಗೋದು ದೇಶಾವರಿ ಮಾತಾಡೋದು ನಡದೇ ಇದ್ರೂ ಮೀನಾ ಅಷ್ಟಾಗಿ ಸಕರಿಸ್ತಿರ್ಲಿಲ್ಲಾ. ಯವ್ದೊ ಕಾಗದಾ ಸೈನು ಅಂತೆಲ್ಲಾ ಕುಂಟ ನೆವಾ ಮಾಡ್ಕಂಡು ಅಕಿ ಮನಿ ಹತ್ರ ಸುಳದಾಡೊದು ಚಾಳಿ ಆಗಿ ಹೋತು ಚೇರುಮನ್ನರಿಗೆ.

ಮೀನಾಗೂ ಬರಬರುತ್ತಾ ಇದೊಂದು ಜೀವಕ್ಕೆ ಆಸರು ಅನಿಸೋಕೆ ಸುರುವಾಗಿ ಹೋತು. ಕಿರಾನಿ ಅದು ಇದು ಅಂತಾ ತರೊ ಬರೊದೆಲ್ಲಾ ಚೇರುಮನ್ನರು ನೋಡಿಕೋತಿದ್ರು. ಊರ ವಾಲಿಕಾರನ ಸಾಯದಿಂದ. ಚೇರುಮನ್ನನ ವರ್ತನೆ ಬರಬರುತ್ತಾ ಬದಲಾಗ್ತಾ ಬಂತು. ಹಗಲೊತ್ತು ಯಾರೊ ಎಂತೊ ಅನ್ನಂಗೆ ಉಳದು, ರಾತ್ರಿ ಆತಂದ್ರೆ ಕಳ್ಳ ಬೆಕ್ಕಿನಂಗೆ ಮೀನಾ ಮನೆ ಸೇರ್ಕಳ್ಳೋದು ಸುರು ಮಾಡಿದಾ. ಮೀನಾ ಸಲೀಸಾಗಿ ಚೇರುಮನ್ನನ್ನಾ ಒಪ್ಪಿಕೊಂಡಿರಲಿಕ್ಕಿಲ್ಲಾ ಅನಿಸೋದು ಸಹಜ. ಯಾರಿಗ್ಗೊತ್ತು ಅವರಿಬ್ಬರಿಗೂ ಏನು ಎಂತ ರಸಾಯನ ಕೂಡಿಕೊಂಡದ್ದು. ಒಟ್ಟನ್ಯಾಗೆ ಅನಿಸಿವಿ ಜೀವನ ಮುಗಿತನ್ನಿ ಅಲ್ಲಿಗೆ. ಮೀನಾನ ಮ್ಯಾಲೆ ಸವತಿ ಮತ್ಸರ ಸುರುವಾದಂಗೆ. ಅನಸಿವಿನೂ ಸುರುವಾತಿನಲ್ಲಿ ಸಿಟ್ಟು ಮಾಡ್ಕಳ್ಳದು, ರಾತ್ರೆಲ್ಲಾ ಎಲ್ಲೋಗಿದ್ದಿ ಅಂತೆಲ್ಲಾ ಕೇಳದು ಇತ್ತು. ಅತ್ತು ಅತ್ತು ಸಾಯದು ಎಲ್ಲಾನೂ ಇತ್ತೇ. ಮತ್ತೆ ಅವನ ಬೆತ್ತದ ಬಿನ್ನಾಯಕ್ಕೆ ಅಂಜಿ ಸುಮ್ಮಿರೂದು ಅನಿವಾರ್ಯನೇ ಆಗೋತು. ಮನೇಲೇನೂ ತಿನಸು ಉನಸು ಕಡಿಮೆ ಮಾಡದೆ ರಾತ್ರಿಗೆ ಮಾತ್ರಾ ಮನೆಗೂ ಮಾರಿಗೂ ಸಂಬಂದಿಲ್ದಂಗೆ ಸೂತ್ರ ಇಲ್ದಂಗೆ ವರ್ಸಗಳು ಕಳೆದಿವೆ. ಅನಿಸಿವಿ ಮಕ್ಳು-ಮರಿ, ದನಾ-ಕರು, ಸಗನಿ-ಗ್ವಾತ, ನಾದಿನಿ-ನೆಗೆಯನ್ನಿರು ಅಂತೇಳಿ ಜೀವಾ ಜೀವನಾ ಸವೆಸ್ತಿದ್ದಾಳೆ.

ಇತ್ತ ಮೀನಾ ಸುಕವಾಗಿದಾಳಾ ನೋಡಿದ್ರೆ, ಅಕಿ ಚೆಲುವಿಗೆ ಮರುಳಾಗಿದ್ದ ಚೇರುಮನ್ನು ಈಗೀಗ ಸಂಶಯ ಬೂತ ಆಗಿದಾನೆ. ವಾಲಿಕಾರ ಮತ್ತೆ ಮೀನಾ ಅಕ್ಕ ತಮ್ಮಂದಿರಂಗೆ ಇರದು. ಅವನ ಮ್ಯಾಗೂ, ಅಂಗನವಾಡಿ ಎದುರಿಗಿರೊ ಸಾಲಿ ಮಾಸ್ತರ ಮ್ಯಾಗೂ, ಅಂಗನವಾಡಿ ರೇಸನ್ನು ಇಳಿಸೋ ಡ್ರೈವರನ ಮ್ಯಾಗೂ ಒಟ್ನಲ್ಲಿ ಯಾವ್ದೇ ಗಂಡು ಪಿಳ್ಳೆ ಮೀನಾ ಕುಟಾಗೆ ಒಂದು ಮಾತು ಆಡಿದರೂ ಅದನ್ನ ಕೆಂಗನ್ನಿದನೇ ನೋಡೋ ಕೆಟ್ಟ ಚಾಳಿಗೆ ಬಿದ್ದಿದ್ದಾ ಚೇರುಮನ್ನು ಚಂದ್ರಪ್ಪಾ. ಮೀನಾಗೆ ಮತ್ತೆ ಈ ಊರೂ ಬಿಟ್ಟೋಗೊ ಯೋಚ್ನೆ ಸಾಕಷ್ಟು ಸಲ ಬಂದಂಗಿದೆ. ಬಿಡಬೇಕಲ್ಲಾ ಈ ಗಿಡುಗಾ. ಇರೊ ಇಪ್ಪತ್ನಾಕು ಗಂಟೆನೂ ಸರ್ಪಗಾವಲು ಮಾಡ್ಕಂಡು ಬುಸ್ಸಂತ ಏಳದೇ ಏಳದು ಈ ಶನಿ. ಈ ಗುಂಡಗಿರ ಬೂಮಿ ಮ್ಯಾಗೆ ಕೆಟ್ಟ ಹುಳುಗಳ ಸಂಕೆ ಬಾಳೈತೆಲಾ ಏಟಂತ ಓಡದು ಓಟ. ಎಲ್ಲೋ ಒಂದ್ಕಡೆಗೆ ಮುಗ್ಗರಿಕೊಂಡು ಬಿದ್ದರೆ

ಹುಳುಗಳಿಗೆ ಕೂಳಾಗದೆ ಮತ್ತೆ. ಅದೂ ಈ ಬಯಲಾಗೆ ಓಡದಕ್ಕೂ ಭದ್ರವಾಗಿ ಬಾಗಿಲಿಕ್ಕಂಡು ಗೋಡೆಗಳ ಮದ್ಯೆ ಕುತ್ಕಳ್ಳದಕ್ಕೂ ಬಾಳಾ ವ್ಯತ್ಯಾಸಾ ಐತೆ.

** ** **

ಅದೇ ನಿನ್ನೆ ತಾಂಜಿನ್ನಾ ಎಳದು ಅಂಗಳದಾಗೆ ತಳಿಸಿದ್ದೂ, ಕ್ವಾನೆ ಒಳಗಾಕಿ ಮೀನಾಗೆ ಬೆತ್ತಾ ಆಡ್ಸಿದ್ದೂ ಇದೇ ಇದೇ ಈ ಮಾಪುರುಸಾನೇ. ಅದೇನಾತಂದ್ರೆ,

ದ್ಯಾಮಜ್ಜಿ ಹೇಳಂಗೆ,

ಹಾನಗಲ್ಲು ಬಸ್ಸಿಂದ ಇಳದು ಅಂಗನವಾಡಿ ಹತ್ರಕ್ಕೆ ಯಾವನೋ ಒಬ್ಬಾ ಹೊಸಾ ಮನುಸಾ ಬಂದು, ಆ ನಲ್ಲಿ ಟ್ಯಾಂಕಿನ ಹತ್ರಕ್ಕೆ ನಿಂತ್ಕಂಡು, ದ್ಯಾಮಜ್ಜಿ ನಲ್ಲಿ ತಕೆ ಬರೋದನ್ನೇ ಕಾದು ನಿಂತಂಗತ್ತು. ಹನಿಕ್ಯಾಕುತ್ತಾ ನಲ್ಲಿ ಕಡೆ ಬಂದ ದ್ಯಾಮಜ್ಜಿಗೆ ತುಡುಗಿಲ್ಲೆ ಒಡವೆ ಬಾಕ್ಸೊಂದ ಕೊಟ್ಟು ತಾಂಜಿಗೆ ಕೊಡಂತಾ ಹೇಳಿ ಸರಿಯಾಗಿ ಮಕಾನೂ ತೋರಸ್ದಂಗೆ ಅವಸರವಾಗಿ ನಡೆದು ಬಿಟ್ಟಿದ್ದಾ ಆ ಆಸಾಮಿ. ದ್ಯಾಮಜ್ಜಿ 'ಯಾರಪ್ಪೊ ನೀನು... ಏ ವಣ್ಣಾ... ಕೇಳಿಲ್ಲಿ...' ಕೂಗು ಕೇಳದಂಗೆ ಕಾಲಾದಿಲಿ ಊರಿಂದ ದೂರ ದೂರ ಸಾಗಿ ಬಿಟ್ಟಿದ್ದಾ. ಯಾರಿಗೂ ಕಾಣದಂಗೆ. ನೋಡಕೆ ತಾಂಜಿ ಹಂಗೇ ಅನಿಸಿದ್ದುಕ್ಕೊ, ತಾಂಜಿಗೆ ಕೊಡು ಅಂತೇಳಿ ಒಡವೆ ಕೊಟ್ಟದ್ದಕ್ಕೊ, ಅವರಪ್ಪನೇ ಇರಬೇಕುಂತಾ ದ್ಯಾಮಜ್ಜಿ ಗೇನಿಕೆ. ವಯಸ್ನಲ್ಲಿ ಬಾಳಾ ಸನ್ನಕೆ ಕಂಡಿದ್ದಕ್ಕೆ ಅವನೇ ತಾಂಜಿ ಅಪ್ಪಾ ಅನ್ನದು ಕಾತ್ರಿ ಆಗ್ಲಿಲ್ಲಾ. ಜಾಸ್ತಿ ತನಿಕೆ ಗಿನಿಕೆ ಮಾಡಕೆ ಸಮಯಿಲ್ಲದ ಅಜ್ಜಿ ಆ ಬಾಕ್ಸಲ್ಲಿ ಏನೈತೆ ಅಂತನೂ ನೋಡದೇ ಮೀನಾಗೆ ಬಾಕ್ಸು ಒಪ್ಪಿಸಿ ಕೈ ತೊಳಕಂಡು, ಗರ್ಬಿನಿ ಹೆಂಗಸರಿಗೆ ಕೊಡಬೇಕಿದ್ದ ಪಲಾವು ತಾಟುಗಳನ್ನ ಜೋಡಿಸಿಕೊಂಡು ಒಂದರ ಮೇಲೊಂದು ಹೇರಿಕೊಂಡು ತಲೆ ಮ್ಯಾಲೆ ದೊಡ್ಡದಾಗಿ ಸಿಂಬಿ ಇಟಗಂಡು ಬೋಗುನಿ ಹೊತ್ತಳು.

** ** **

ಮುಂದೇನಾತು ಅನ್ನದರಲ್ಲಿ ಕುಸುಮಿಗೆ ಹಾವಿನ ಕನಸೊ ಬ್ರಮೆಯೊ ಬಡಬಡಿಕೆಯೊ ಆದ ರಾತ್ರಿಗೇ ಒಂದು ದೊಡ್ಡ ಅವಾಂತರನೇ ನಡೆದೋಗಿತ್ತು. ಅದು ಹೆಂಗೆ ಹೇಳದು ಈವಾಗ್ಲೂ ಕೈ ಕಾಲು ನಡಗ್ತಾವೆ. ಆ ವಾಲೆ ಕೊಟ್ಟದು ಯಾರಂತಾ ಅಸಲಿಗೆ ದ್ಯಾಮಜ್ಜಿಗೂ ಗೊತ್ತಿಲ್ಲಾ, ಮೀನಾಗೂ ಗೊತ್ತಿಲ್ಲಾ, ತಾಂಜಿಗಂತೂ ದೂರದ ಮಾತು. ಮೀನಾಗೆ ಅವ ತಾಂಜಿ ಅಪ್ಪನೇ ಇದ್ದಾನೆಂಬ ಸಂಶಯ ಇದ್ರೂ ಕಾತ್ರಿ ಇರಲಿಲ್ಲಾ. ಎಂದಿನಂತೆ ರಾತ್ರಿಗೆ ಹಿತ್ತಲಿಂದ ಒಳನುಗ್ಗಿದ ಕಳ್ಳ ಬಾವುಗ ಬೆಕ್ಕು ಕುರ್ಚಿ ಮ್ಯಾಲೆ ಕೂತ್ಕಳ್ತಾನೆ ಗುರ್ರಂತಿತ್ತು. ಪಡಸಾಲೆಲಿರೊ

ಕುರ್ಚಿ ಅಡುಗೆ ಮನೆಗ್ಯಾಕೆ ಬಂತನ್ನೊ ಕಾರನಕ್ಕೆ. ಇವೆಲ್ಲಾ ಇದರ ವರಸೆಗಳು. ಸುಮ್ಮಕೆ ಬಾಯಿ ಮುಚಿಗಂಡೇ ಚಾ ಕಾಸುತ್ತಿರೊ ಮೀನಾಗೆ ಜೋರಾಗಿ ಒಂದು ಒದೆ ಬಿತ್ತೇ. ಜಗಳ ಜೋರು ಸುರುವಾದಂಗೆ ಪಡಸಾಲೆಲಿ ಮಲಗಿದ್ದ ತಾಂಜಿ ಅಂಜಂಜುತಲೇ ಬಾಗಿಲ ಸುಳಿಕೇಲಿ ನಿಲ್ಲಲು, ಕಿವಿಲಿ ಹೊಳಿತಿರ ವಾಲೆಯ ಮ್ಯಾಲೆ ಅದ್ಯಾವ ವಿಷ ಗಳಿಗೇಲಿ ಕಣ್ಣು ಬಿತ್ತೋ, ಅದು ಬಂಗಾರದ್ದೇ ಅಂತಾ ಕಾತ್ರಿ ಮಾಡಿಕೊಂಡ ಪ್ರಾನಿ ಉಗ್ರ ಪ್ರತಾಪಿಯಾದದ್ದು. ಒಂದು ರಾತ್ರಿ ಮುಗಿದು ಒಂದು ಹಗಲು ಜಾರಿ ಎರಡನೇ ರಾತ್ರಿಗೆ ಮೀನಾ ಮತ್ತು ತಾಂಜಿಯ ನೆತ್ತಿ ಮ್ಯಾಲೆ ಕೆಂಡದ ಮಳೆ. ಅಂದ್ರೆ ಅಸಲಿಗೆ ಅದಕ್ಕಿಂತಲೂ ಘೋರ, ಘೋರಾತಿ ಘೋರ. ನಡು ರಾತ್ರಿಗೆ ಇಬ್ಬರೂ ಒಂದು ಸಿಕ್ಸೆಗೆ ಗುರಿಯಾಗಿದ್ದರು. ಅದೊಂದು ಅಮಾನುಷ ಸಿಕ್ಸೆ, ಯಾರೂ ಯಾರಿಗೂ ವಿದಿಸಬಾರದ್ದು, ಅನುಬವಿಸಲೂ ಬಾರದ್ದು. ಮನುಷತ್ವ ಕಳಕೊಂಡ ಮೃಗವಲ್ಲ ರಾಕ್ಸಸ ವಿದಿಸೊ ಸಿಕ್ಸೆಗಿಂತಲೂ ಕಟೋರ. ಅದೇನೆಂದರೆ, ನಡು ರಾತ್ರಿಗೆ ಅವರಿಬ್ಬರೂ ಬರಿಮೈಯ್ಯಾಗೆ ಬಸಂದೇರು ಗುಡಿ ಸುತ್ತಲೂ ಐದು ಸುತ್ತು ದಿಂಡರಿಕೆ ಹಾಕೋದು. ಅವರಿಬ್ಬರ ಬಾಯಿ ಕಟ್ಟಿಕೊಂಡು ಕೆರೆ ದಂಡೆ ಗುಂಟ ಊರಾಗಿನ ಯಾವ ನರ ಪಿಳ್ಳೆಗೂ ಗೊತ್ತಾಗದಂಗೆ ಬಸಂದೇರು ಗುಡಿ ಮುಟ್ಟಿದ್ದಾತು. ಅವರ ಮೈ ಬರಿದು ಮಾಡಿದ್ದೂ, ಅವರ ಹಿಂದಿಂದೆ ನಾಯಿಯಂಗೆ ಬೆನ್ನತ್ತಿದ್ದೂ ಆತು, ಎರಡು ಸುತ್ತು ಕನ್ನಿಂದ ನೀರು ರಕ್ತವಾಗಿ ಹರಿದರೂ ಇಬ್ಬರದೂ, ನಿಷ್ಕರುಣಿ ರಾತ್ರಿ ಜಗತ್ತಿಗೆ ಬೆಳಕು ಹರಿದಂಗಿಲ್ಲ. ಬಸಂದೇರು ಗರ್ಬ ಗುಡೀಲಿ ಬದ್ರವಾಗಿ ಕೀಲಿ ಜಡಕೊಂಡು ಪೂಜಾರಿಯ ಅಪ್ಪನೆಗೆ ಕಾಯ್ತವ್ನೊ ಗೊತ್ತಿಲ್ಲ. ದರಿದ್ರದ ನಿದ್ದೆಗೆ ಜಾರಿದವರ ಕನ್ನುಗಳೆಂದೂ ತೆರೆದದ್ದಿಲ್ಲಾ. ನಿಂತಲ್ಲಿಯೇ ಬೇರೂರಿ ಬದುಕ ಸಾಗಿಸೊ ಅರಳಿ ಮರ, ಬಿಲ್ಪತ್ರೆ ಮರಗಳ ನಡುಕ, ಕಣಗಿಲ ಗಿಡದೊಳಗೆ ಬೆಳಗಾಗೆದ್ದು ಅರಳಿ ಕಣ್ತೆರೆಯೊ ಮೊಗ್ಗು ಗುಡಿಯ ಸುತ್ತುವರಿದಿರೊ ಕರಿಕೆ ಹುಲ್ಲಿನ ಬಿಕ್ಕಿಗೂ ನರ ಮನುಷ್ಯ ಕಣ್ತೆರಿಲೇಯಿಲ್ಲ. ಇನ್ನು ಆ ಕಲ್ಲು ದೇವರು ಯಾವ ಲೆಕ್ಕಕ್ಕೆ. ಸುತ್ತುಗಳು ಮೂರಾದವು, ನಾಕಾದವು, ಐದೂ ಆಗೇ ಆದವು. 'ದಿಂಡರಕಿ' 'ದಿಂಡರಕಿ' ಸಾಂಬ ಸಿವ ಬಸವಾ.......

** ** **

ಅಂಗನವಾಡಿಲಿರೊ ದ್ಯಾಮಜ್ಜಿಯ ಹಣೆ ಮ್ಯಾಗಿರೊ ವಾಳ ದಿನದಿಂದ ದಿನಕ್ಕೆ ಸುವರ್ಣ ಗಡ್ಡೆಯಂಗೆ ಬೆಳೀತಾನೆ ಇದೆ. ಕಾಲಜ್ಞಾನದ ಕುಟಾಗೆ ಕಾಲವನ್ನೂ ತನ್ನೊಳಗೆ ಸ್ವಾಹ ಮಾಡಿಕೊಂಡು. ಇದರ ಸೂಚನೆ ಶುಭವೊ ಅಶುಭವೊ ಆಗದಿರಲೆಂದು ಅಲುಗಾಟವನ್ನೂ ನಿಲ್ಲಿಸಿದೆ.

ಪ್ರಕಾಶ ಕುಗ್ವೆ

ಶಿವಮೊಗ್ಗ ಜಿಲ್ಲೆಯ ಸಾಗರದ ಪ್ರಕಾಶ ಕುಗ್ವೆ ಪತ್ರಿಕಾರಂಗದಲ್ಲಿ ತಮ್ಮ ಅಕ್ಷರಗಳನ್ನು ಪಳಗಿಸಿದವರು. ಇದೀಗ ಕಥೆಗಳನ್ನು ಬರೆಯುವ ಪ್ರಯೋಗಶೀಲತೆಯಲ್ಲಿ ನಿರತರಾಗಿದ್ದಾರೆ. ಪ್ರಕಾಶರ ಕಣ್ಣಲ್ಲಿ ಕಥೆ ಹುಟ್ಟಿದ ಬಗೆ:

"ಪತ್ರಿಕೆಯಲ್ಲಿ ಇಪ್ಪತ್ತು ವರ್ಷಗಳ ಕಾಲ ಕೆಲಸ ಮಾಡಿದ ಅನುಭವ, ಅಲ್ಲಿ ಕಂಡ ವ್ಯಕ್ತಿಗಳು, ಎದುರಿಸಿದ ಸಂದರ್ಭ-ಸವಾಲುಗಳನ್ನೇ ಆಧರಿಸಿ ಕಟ್ಟಿದ ಕಥೆ ಇದು. ಸುದ್ದಿ ಯಾವುದು? ಅದು ಹುಟ್ಟುವ ಬಗೆ ಹೇಗೆ? ಮೂಲಗಳೇನು?-ಈ ಬಗ್ಗೆಯೇ ಹೆಚ್ಚು ಚರ್ಚೆ ಆಗುತ್ತಿರುವ ಈ ಹೊತ್ತಿನಲ್ಲಿ ಸುದ್ದಿ ಸೃಷ್ಟಿಯ ಒತ್ತಡಗಳೇನು? ಪರಿಣಾಮಗಳೇನು? ಎಂಬುದನ್ನು ಅರಿಯುವ ಸಣ್ಣ ಪ್ರಯತ್ನ ಇಲ್ಲಿದೆ. ಒಳ್ಳೆಯದು, ಕೆಟ್ಟದ್ದು ಹೊರಗಿಲ್ಲ. ಅವು ಮನುಷ್ಯನ ಒಳಗೇ ಇವೆ ಎನ್ನುವ ನೆಲೆಯಲ್ಲಿ ಇದು ರೂಪುಗೊಂಡಿದೆ."

ಕಥೆಯ ಕುರಿತು ತೀರ್ಪುಗಾರರ ಅಭಿಪ್ರಾಯ:

ಸ್ವಾರ್ಥಿ, ಚಾಣಾಕ್ಷ, ಅವಕಾಶವಾದಿ ಕ್ರೈಂ ವರದಿಗಾರನೊಬ್ಬನ ವೃತ್ತಾಂತವನ್ನು ವಿವರಿಸುವ ಕತೆ. ತನ್ನ ಬುದ್ಧಿಮತ್ತೆಯಿಂದ ಎಲ್ಲರಿಗೂ ಮೊದಲೇ ಕ್ರೈಂ ಸುದ್ದಿಗಳನ್ನು ಸಂಗ್ರಹಿಸುತ್ತ ತನ್ನ ವರದಿಯೊಂದರ ಪರಿಣಾಮವಾಗಿಯೇ ದುರಂತಕ್ಕೀಡಾಗುವ ಆತನ ಬದುಕಿನ ವಿವರಗಳು ಕ್ರೈಂ ವರದಿಯೊಂದರಂತೆಯೇ ರೋಚಕವಾಗಿವೆ; ಸಿನಿಮೀಯವಾಗಿವೆ. ಪತ್ರಿಕೆಗಳಲ್ಲಿ ವರದಿ ಬರೆಯುವಾಗ ಬಳಸುವ ನಿರ್ಭಾವುಕ ಭಾಷೆ ಮತ್ತು ವಿವರಗಳು ಕಿಕ್ಕಿರಿದಿರುವುದು ಕಥೆಗೊಂದು ಹೊಳಪು ತಂದಿದೆ.

9

ಕ್ರೈಂ ವರದಿಗಾರನ ವರದಿ ವದಂತಿ

ಅವನು ದೊಡ್ಡ ಪತ್ರಿಕೆಯ ನಂಬರ್ ಒನ್ ಕ್ರೈಂ ವರದಿಗಾರ. ಅಪಘಾತದಿಂದ ಹಿಡಿದು ಅತ್ಯಾಚಾರದವರೆಗೆ, ಹಲ್ಲೆಯಿಂದ ಹಿಡಿದು ಕೊಲೆಯವರೆಗೆ, ಎಲ್ಲಾ ಸುದ್ದಿಗಳು ಕ್ಷಣಮಾತ್ರದಲ್ಲಿ ಅವನಿಗೆ ತಲುಪುತ್ತಿದ್ದವು. ಪೊಲೀಸರಿಗೂ ಮೊದಲೇ ಮಾಹಿತಿ ಸಿಗುತ್ತಿತ್ತು. ಅವನ ಸುದ್ದಿ ಮೂಲಗಳೇ ಅಷ್ಟು ವಿಭಿನ್ನ-ವಿಶೇಷವಾಗಿದ್ದವು. ಅಪಘಾತ-ಅಪರಾಧಗಳು ಅವನಿಗೆ ತಿಳಿಸಿಯೇ ಘಟಿಸುತ್ತವೇನೋ ಎಂಬಂತೆ ಅ ಜಗತ್ತಿನ ಆಗು-ಹೋಗುಗಳಿಗೆ ಆತ ಸದಾ ಸಾಕ್ಷಿಯಾಗುತ್ತಿದ್ದ.

ಮುಂಜಾನೆಗೂ ಮೊದಲೇ ಕಾರ್ಯಾಚರಣೆ-ಗಿಳಿಯುವ ಪೌರಕಾರ್ಮಿಕರು-ಹಮಾಲರು, ಹಗಲು-ರಾತ್ರಿ ಸುತ್ತುವ ಆಟೋ ಚಾಲಕರು, ಅಧಿಕಾರಿಗಳ ಸುತ್ತ-ಮುತ್ತ ಸುಳಿವ ಗನ್‌ಮ್ಯಾನ್‌ಗಳು, ಅವರ ವಾಹನ ಚಾಲಕರು. ಮಹಲಿನ ಮುಂದಿನ ಸೆಕ್ಯೂರಿಟಿ ಗಾರ್ಡ್ಗಳು. ಇವರಷ್ಟೇ ಅಲ್ಲ, ತಳ್ಳುಗಾಡಿ ತರಕಾರಿಯವರು, ರಸ್ತೆ ಅಂಚಿನ ಟೀ ಸ್ಟಾಲ್ನವರು, ಊರು ಹೊರಗಿನ ರೆಸ್ಟೋರೆಂಟ್ ಕಾರ್ಮಿಕರು, ಹೀಗೆ ದೈನಂದಿನ ಚಟುವಟಿಕೆಗಳಿಗೆ ತಮ್ಮ

ಪಂಚೇಂದ್ರಿಯಗಳನ್ನು ತೆರೆದಿಟ್ಟುಕೊಂಡು ಪ್ರತಿಕ್ರಿಯಿಸುವವರೆಲ್ಲರ ಜತೆಗೂ ಅತನಿಗೆ ನಿತ್ಯ ಒಡನಾಟವಿತ್ತು.

'ಆ ಕಾರಿನವನದೇ ತಪ್ಪು ಅಣ್ಣ, ಪುಟ್‌ಪಾತ್‌ನಲ್ಲಿ ಸುಖಾಸುಮ್ಮನೆ ನಡೆದು ಹೋಗುತ್ತಿದ್ದವರ ಮೇಲೆ ನುಗ್ಗಿಸಿದ್ದಾನೆ. ಅಪ್ಪ-ಮಗ ಅಂತ ಕಾಣುತ್ತೆ. ಉಳಿಯೋದು ಡೌಟ್. ಆಂಬುಲೆನ್ಸ್‌ನಲ್ಲಿ ಕರೆದುಕೊಂಡು ಹೋದ್ರು...' ಹೀಗೆ ಬ್ರೇಕಿಂಗ್ ಸುದ್ದಿಯನ್ನು ಅವನ ಸುದ್ದಿ ಮೂಲಗಳು ಸ್ಥಳದಿಂದಲೇ ನೀಡುತ್ತಿದ್ದವು. ಅದರಲ್ಲಿ ಅವರೆಷ್ಟು ಪರಿಣತರಾಗಿದ್ದರೆಂದರೆ ಒಮ್ಮೊಮ್ಮೆ ಅವರೇ ಫೋಟೋ-ವಿಡಿಯೋ ತೆಗೆದು ಅವನಿಗೆ ವಾಟ್ಸ್‌ಆಪ್ ಮಾಡುತ್ತಿದ್ದರು. ಅವರನ್ನೆಲ್ಲ ಹಾಗೆ ತರಬೇತುಗೊಳಿಸಿದ್ದ.

ಪೌರಕಾರ್ಮಿಕರಿಗೆ ಕೈ ಗ್ಲೌಜ್ ಅಥವಾ ಗಮ್ ಬೂಟೋ, ಆಟೋ ಚಾಲಕರಿಗೆ ಡಿಎಲ್, ಗನ್‌ಮ್ಯಾನ್‌ಗಳಿಗೆ ಬಡ್ತಿ-ಈ ಎಲ್ಲಾ ಕೆಲಸ-ಕಾರ್ಯಗಳನ್ನ ಅಧಿಕಾರಿಗಳ ಮೂಲಕ ಕೊಡಿಸುತ್ತಿದ್ದ ಅಥವಾ ಮಾಡಿಸುತ್ತಿದ್ದ. ಹಮಾಲರಿಗೆ ಕೂಲಿ, ಸೆಕ್ಯೂರಿಟಿ ಗಾರ್ಡ್‌ಗಳಿಗೆ ಭಕ್ಷೀಸು ತನ್ನ ಕೈಯಿಂದಲೇ ಕೊಡುತ್ತಿದ್ದ. ತರಕಾರಿ ಅಂಗಡಿ, ಟೀ ಸ್ಟಾಲ್, ರೆಸ್ಟೋರೆಂಟ್‌ಗಳಿಗೆ ಯಾರಿಂದಲೂ ತಂಟೆ-ತಕರಾರು ಬಾರದಂತೆ ರಕ್ಷಣೆ ಒದಗಿಸುತ್ತಿದ್ದ.

ಆತನ ಮುಂಜಾನೆಯ ಚಹ ಪೌರಕಾರ್ಮಿಕರು-ಹಮಾಲರ ಜತೆ ಟೀ ಸ್ಟಾಲ್‌ನಲ್ಲಿ ಆಗುತ್ತಿತ್ತು. ಸಿಗರೇಟಿಗೆ ಆಟೋ ಚಾಲಕರ ಕಂಪನಿ ಸಿಗುತ್ತಿತ್ತು. ಬೆಳಿಗ್ಗೆಯ ತಿಂಡಿಗೆ ವಾಕ್ ಮುಗಿಸಿದ ಅಧಿಕಾರಿಗಳು ಜತೆಯಾಗುತ್ತಿದ್ದರು. ನಂತರದ್ದು ಡಿಸಿ, ಎಸ್ಪಿ ಕಚೇರಿಗಳಿಗೆ ಭೇಟಿ. ಅಲ್ಲಿ ಮೊದಲು ಗನ್‌ಮ್ಯಾನ್, ವಾಹನ ಚಾಲಕರೊಂದಿಗೆ ಉಭಯ ಕುಶಲೋಪರಿ; ಆಮೇಲಷ್ಟೇ ಅಧಿಕಾರಿಗಳು. ಅವರೊಂದಿಗಿಷ್ಟು ಮಾಹಿತಿ ವಿನಿಮಯ. ಮಧ್ಯಾಹ್ನ ಊಟಕ್ಕೆ ಖಾನಾವಳಿ. ಅಲ್ಲಿಗೆ ಬರುವ ಸರ್ಕಾರಿ ಕಚೇರಿ ಸಿಬ್ಬಂದಿ ಜತೆ ಲೋಕೋಭಿರಾಮ. ಸಂಜೆ ಟೀಗೆ ಮತ್ತೊಂದು ಕ್ಯಾಂಟೀನ್. ರಾತ್ರಿ ರೆಸ್ಟೋರೆಂಟ್ ಖಾಯಂ. ಇದಿಷ್ಟು ಅವನ ದಿನಚರಿ. ಅಲ್ಲಿಂದ-ಇಲ್ಲಿಂದ-ಎಲ್ಲೆಲ್ಲಿಂದಲೂ ಬೆಳಿಗ್ಗೆಯಿಂದ ತಡರಾತ್ರಿಯವರೆಗೆ ಅವನ ಮುಂದೆ ಮಾಹಿತಿಯ ಮಹಾಗುಡ್ಡವೇ ಬೆಳೆದು ನಿಂತಿರುತ್ತಿತ್ತು.

ಜೈಲು ಖೈದಿಯನ್ನು ಸಂದರ್ಶಿಸುತ್ತಿದ್ದ; ಗಾಯಗೊಂಡು ಆಸ್ಪತ್ರೆಯಲ್ಲಿ ಮಲಗಿದ್ದವರನ್ನೂ ಮಾತನಾಡಿಸುತ್ತಿದ್ದ, ಬೈಕ್ ಕಳ್ಳ, ಅತ್ಯಾಚಾರದ ಸಂತ್ರಸ್ತೆ, ಅನಾಥ ಮಗು ಅವರನ್ನೂ ಮಾತಿಗೆಳೆದು ಮಾನವೀಯ ವರದಿಗಳನ್ನು ನೀಡುತ್ತಿದ್ದ. ಮಾತಿನ ಕಲೆ-ಬರವಣಿಗೆ ಶೈಲಿ ಎರಡೂ ಅವನಿಗೆ ಸಿದ್ಧಿಸಿದ್ಧವು. ಹಾಗಾಗಿಯೇ ಪ್ರತಿ ದಿವಸ ತನ್ನ ಪತ್ರಿಕೆಗೆ ಒಂದಿಲ್ಲೊಂದು ವಿಶೇಷ ವರದಿ ಬರೆಯುತ್ತಿದ್ದ. ಆತನ ಬೈಲೆನ್ ವರದಿಗಳಿಗೆ

ಪತ್ರಿಕೆಯಲ್ಲೂ ವಿಶೇಷ ವಿನ್ಯಾಸ ಮತ್ತು ಪ್ರಾಶಸ್ತ್ಯ ಸಿಗುತ್ತಿತ್ತು. ಅದಕ್ಕೂ ಆತ ವ್ಯವಸ್ಥೆ ಮಾಡಿಕೊಂಡಿದ್ದ. ಪುಟ ಮಾಡುವ ಉಪಸಂಪಾದಕರು, ವಿನ್ಯಾಸದ ಕಲಾವಿದರನ್ನು ವಿಶ್ವಾಸಕ್ಕೆ ತೆಗೆದುಕೊಂಡಿದ್ದ ಎನ್ನುವುದಕ್ಕಿಂತ ಅವರೆಲ್ಲರನ್ನೂ ಮುಲಾಜಿಗೆ ಸಿಕ್ಕಿಸಿಕೊಂಡಿದ್ದ. ಆಗಾಗ್ಗೆ ಔತಣಕೂಟಕ್ಕೆ ಆಹ್ವಾನಿಸುತ್ತಿದ್ದ; ಅವರ ಮಕ್ಕಳಿಗೆ ಒಳ್ಳೆಯ ಶಾಲೆ ಅಥವಾ ಕಾಲೇಜಿನಲ್ಲಿ ಸೀಟು ಕೊಡಿಸುತ್ತಿದ್ದ. ಆಸ್ಪತ್ರೆಯಲ್ಲಿ ಡಾಕ್ಟರ್ ಅಪಾಯಿಂಟ್ಮೆಂಟ್ ಸಿಗುವಂತೆ ನೋಡಿಕೊಳ್ಳುತ್ತಿದ್ದ. ಇದ್ಯಾವುದಕ್ಕೂ ಬಗ್ಗದಿದ್ದರೆ ಸಾಲ ನೀಡಿ ಇಕ್ಕಟ್ಟಿನಲ್ಲಿ ಇರಿಸಿಕೊಳ್ಳುತ್ತಿದ್ದ.

'ಅವನಿಗೆ ಸಿಗುವ ಸುದ್ದಿ ನಿಮಗೇಕಿಲ್ಲ?'–ಹೀಗೆ ಕೇಳಿಯೇ ತಮ್ಮ ವರದಿಗಾರರಿಗೆ ನೋಟಿಸ್ ನೀಡಲು ಉಳಿದ ಪತ್ರಿಕೆಗಳ ಬ್ಯೂರೊ ಮುಖ್ಯಸ್ಥರು ಆರಂಭಿಸಿದರು. ಇದು ಹಲವು ಸಹೋದ್ಯೋಗಿ ಪತ್ರಕರ್ತರನ್ನು ಕೆಂಗೆಡಿಸಿತು ಕೂಡ. ಅವನ ಸುದ್ದಿ ಮೂಲಗಳ ಪತ್ತೇದಾರಿಕೆ ನಡೆಸಿದರು. ಎಷ್ಟೆಂದರೂ ಕ್ರೈಂ ವರದಿಗಾರನಲ್ಲವೇ? ಸುಳಿವು ಸಿಕ್ಕಿತು. ಸುದ್ದಿ ಸೋರಿಕೆಯಾಗದಂತೆ ಮೂಲಗಳನ್ನು ಭದ್ರಪಡಿಸಿದ್ದ. ರಹಸ್ಯ ಬೇಧಿಸಲು ಅವರ್ಯಾರಿಗೂ ಆಗಲಿಲ್ಲ. ಅವನ ವಿಶೇಷ ವರದಿಗಳು ಬೇರೆ ಪತ್ರಿಕೆಗಳ ಪ್ರಸರಣದ ಮೇಲೆ ಯಾವ ಪರಿಣಾಮವೂ ಬೀರದಿದ್ದರಿಂದ ಅವರೆಲ್ಲ ಅಲ್ಲಿಗೆ ಸುಮ್ಮನಾದರು.

ಆದರೆ, ಇದು ಅವನಿಗೆ ಕಗ್ಗಂಟಾಗಿ ಕಾಡುತ್ತಿತ್ತು. ತನ್ನ ಪ್ರತಿ ವರದಿಯಲ್ಲೂ ರಂಜನೆ, ಪ್ರಚೋದನೆ ಇರುವಂತೆ ನೋಡಿಕೊಂಡರೂ ಓದುಗರೇಕೆ ಸ್ಪಂದಿಸುತ್ತಿಲ್ಲ; ಪತ್ರಿಕೆ ಏಕೆ ಖರ್ಚಾಗುತ್ತಿಲ್ಲ ಎಂಬುದು ಅರ್ಥವಾಗದ ಸಂಗತಿಯಾಗಿತ್ತು. ಹೆಚ್ಚುವರಿ ಸಹಾಯಕ, ಹುದ್ದೆಯಲ್ಲಿ ಬಡ್ತಿ, ಹೆಚ್ಚುವರಿ ಸಂಬಳ–ಇವೆಲ್ಲವನ್ನು ನೀಡಿದರೂ ಆ ಜಿಲ್ಲೆಯಲ್ಲೇಕೆ ಪತ್ರಿಕೆ ಪ್ರಸರಣ ಹೆಚ್ಚುತ್ತಿಲ್ಲ? ಖುದ್ದು ಭೇಟಿ ನೀಡಿ; ವರದಿ ಕೊಡಿ–ಸುದ್ದಿ ಸಂಪಾದಕರು, ಬ್ಯೂರೋ ಮುಖ್ಯಸ್ಥರಿಗೆ ತಾಕೀತು ಮಾಡಿಯೇ ಬಿಟ್ಟರು.

ಗಾಬರಿ ಬಿದ್ದ ಮುಖ್ಯಸ್ಥರು ಮರುದಿನ ಮುಂಜಾನೆಯ ಮೊದಲ ಬಸ್ ಹಿಡಿದು ಓಡೋಡಿ ಬಂದರು. ಅವರನ್ನು ಎದುರುಗೊಳ್ಳಲು ಬಸ್ ಸ್ಟ್ಯಾಂಡ್‌ನಲ್ಲೇ ಕಾದು ನಿಂತಿತ್ತು ಕ್ರೈಂ ವರದಿಗಾರನ ಕಾರು. ಅವರನ್ನು ಹತ್ತಿಸಿಕೊಂಡು ಅದು ಸೀದಾ ಹೋಗಿದ್ದು ಆ ಊರಿನ ಪ್ರತಿಷ್ಠಿತ ಹೋಟೆಲ್ಗೆ. ಅಲ್ಲಿ ವಿಶೇಷ ಟೇಬಲ್ ಸಜ್ಜುಗೊಂಡಿತ್ತು. ಅದಕ್ಕೊಬ್ಬ ವೇಟರ್, ಸಪ್ಲೆಯರ್ ಕಾಯುತ್ತಾ ನಿಂತಿದ್ದರು.

ತಿಂಡಿಗಳ ಹೆಸರು ಕೇಳುತ್ತಿದ್ದಂತೆಯೇ ಬ್ಯೂರೋ ಮುಖ್ಯಸ್ಥರ ಬಾಯಲ್ಲಿ ನೀರಾಡಿತು. ಯಾವುದನ್ನು ತಿನ್ನಬೇಕು? ಯಾವುದನ್ನು ಬಿಡಬೇಕು?

ಗೊಂದಲಕ್ಕೆ ಬಿದ್ದರು. ವೇಟರ್ ಕರೆದರು. ಮತ್ತೊಮ್ಮೆ ತಿಂಡಿಗಳ ಹೆಸರು ಕೇಳಿಸಿಕೊಂಡರು. ತೀರ್ಮಾನ ಆಗಲೇ ಇಲ್ಲ.

'ಹಲಸಿನ ಹಣ್ಣಿನ ದೋಸೆ ಹೇಳೋಣ ಸರ್. ಇಲ್ಲಿನ ವಿಶೇಷ ಅದು'– ಕ್ರೈಂ ವರದಿಗಾರನೇ ಸಲಹೆ ಕೊಟ್ಟ. ಅವರಿಗೂ ಹೌದೆನಿಸಿತು.

ರುಚಿ ಹಿಡಿಯಿತು; ಮುಕ್ಕಾಲು ಮುಗಿತು. ಮುಖ್ಯಸ್ಥರು ವೇಟರ್‌ನತ್ತ ನೋಡಲಾರಂಭಿಸಿದರು. ಅರಿತ ವರದಿಗಾರ ಮತ್ತೊಂದು ಪ್ಲೇಟ್ ಹೇಳಿದ.

'ಚೆನ್ನಾಗಿದೆ ದೋಸೆ; ಹೊಸ ರುಚಿ ಅಲ್ವಾ' ಮುಗಿಸಿ ಮುಖ್ಯಸ್ಥರೆಂದರು.

'ಇನ್ನೂ ಒಂದು ಪ್ಲೇಟ್ ತಗೊಳಿ ಸರ್'

'ಬೇಡ, ಈಗ ಸಾಕು. ಹೋಗ್ತ ನಾಲ್ಕು ಪಾರ್ಸಲ್ ಬೇಕು, ಮನೆಯವರಿಗೆ'

'ಆಯ್ತು ಸರ್. ಈಗ ಮತ್ತೇನು ಬೇಕು?

ವೇಟರ್ ಬಂದ; ತಿಂಡಿಗಳ ಹೆಸರು ಪುನರುಚ್ಚರಿಸಿದ.

'ತೊಡದೇವು ಹೆಸರು ಕೇಳಿದ್ದೆ; ತಿಂದಿರಲಿಲ್ಲ. ಅದನ್ನು ತನ್ನಿ. ನಿಮಗೊಂದು ಪ್ಲೇಟ್ ಬೇಕಾ' ಈಗ ವರದಿಗಾರರನ್ನು ಬ್ಯೂರೋ ಮುಖ್ಯಸ್ಥರೇ ಕೇಳಿದರು.

'ಬೇಡ; ನೀವು ತಿನ್ನಿ'

ದೋಸೆ ಜತೆ ಇದನ್ನೂ ನಾಲ್ಕು ಪಾರ್ಸೆಲ್ ಮಾಡಿ–ವರದಿಗಾರ ವೇಟರ್‌ಗೆ ಹೇಳಿದ. ಮುಖ್ಯಸ್ಥರು ಬೇಡ ಎನ್ನಲಿಲ್ಲ.

ಟೀ ಜತೆ ಬಿಲ್ ಬಂತು.

ಫಿಂಗರ್‌ಬೌಲ್ ಕೊಟ್ಟಿದ್ದರೂ ಮುಖ್ಯಸ್ಥರು ಕೈ ತೊಳೆಯಲು ಸಿಂಕ್ ಹತ್ತಿರ ಓಡಿದ್ದರು. ವರದಿಗಾರ ಬಿಲ್ ಎತ್ತಿಟ್ಟುಕೊಂಡ.

ಅವನಿನ್ನು ಬಿಲ್ ಕೊಟ್ಟೇ ಇಲ್ಲ ಅಷ್ಟರೊಳಗೆ,

'ಛೇ... ಛೇ ನೀವ್ಯಾಕೆ ಕೊಟ್ರಿ, ನಾನೇ ಕೊಡ್ತಿದ್ದೆ'.

'ನಮ್ಮೂರಿಗೆ ಬಂದು ನೀವು ಕೊಡುವುದಾ?'

ಇಬ್ಬರೂ ಹುಳ್ಳಗೆ ನಕ್ಕರು.

ಕಾರು ಹೊರಟಿತು; ಎತ್ತ ಪಯಣ ಇಬ್ಬರಿಗೂ ಗೊತ್ತಿಲ್ಲ. ತಿಂದ ಅಮಲಿನಲ್ಲಿ ಮುಖ್ಯಸ್ಥರಿಗೆ ತಾನು ಬಂದಿದ್ದೇಕೆ ಎಂಬುದೇ ಮರೆತು ಹೋಗಿತ್ತು.

'ನಿನ್ನೆ ಎಡಿಷನ್ ಮುಗಿಯೋದು ತಡವಾಯಿತಾ ಸರ್?'–ವರದಿಗಾರನೇ ನೆನಪಿಸಿದ.

'ಆ ಮಂಗಳಗೌರಿದು ದಿನಾ ಇದೇ ಕಥೆ. ಮನೆಗೆ ಬೇಗ ಹೋಗಬೇಕು ಅಂತ ಡೆಡ್ಲೈನ್ನೂ ಮುಂಚೆಯೇ ಪೇಜ್ ಮುಗಿಸಿಕೊಂಡು ಕೂರ್ತಾಳೆ. ತಡವಾಗಿ ಬಂದ ಸುದ್ದಿಗಳನ್ನು ಒಂದೋ ಕೈ ಬಿಡ್ತಾಳೆ; ಇಲ್ಲಾ ಎಲ್ಲೋ ತುರುಕುತ್ತಾಳೆ. ಆಸ್ತಿ ಆಸೆಗೆ ಅಪ್ಪನ ಕೊಲೆಯಂತಹ ಸುದ್ದಿಯನ್ನು ಯಾವುದೋ ಮೂಲೆಯಲ್ಲಿ

ಹಾಕಿಕೊಂಡಿದ್ದಾಳೆ. ಬೈದು ಬದಲಾಯಿಸಿದೆ. ಅಷ್ಟರೊಳಗೆ ಡೆಡ್ಲೈನ್ ಮುಗಿದು ಹೋಯಿತು. ಅವಳಿಗೊಂದು ನೋಟಿಸ್ ಕೊಡಬೇಕು'

'ಪಾಪ ಗಂಡನಿಗೆ ಬೇರೆ ಊರಲ್ಲಿ ಕೆಲಸ, ಇವಳೊಬ್ಬಳೇ ಇರೋ ಒಬ್ಬ ಅಂಗವಿಕಲ ಮಗನ ಸಂಭಾಳಿಸಬೇಕು. ಒಮ್ಮೆ ವಾರ್ನ್ ಮಾಡಿ ಸಾಕು ಸರ್'– ವರದಿಗಾರ ಕೇಳಿದ.

ವರದಿಗಾರ ಹೀಗೆ ಹೇಳಿದ್ದು ಮುಖ್ಯಸ್ಥರಿಗೆ ಇಷ್ಟವಾಗಲಿಲ್ಲ. ಕಸಿವಿಸಿಯಾಯಿತು. ವಿಷಯ ಬೇರೆ ಕಡೆ ಹೋಗುತ್ತಿದೆಲ್ಲಾ... ಕ್ಷಣಕಾಲ ಯೋಚನೆಗೆ ಬಿದ್ದರು.

'ನೋಟಿಸ್ನಿಂದ ನಿನ್ನನ್ನು ಪಾರು ಮಾಡಿದ್ದೇನೆ; ಪಾರ್ಟಿ ಬೇಕು'– ವರದಿಗಾರ, ಅಷ್ಟರೊಳಗೆ ಮಂಗಳಗೌರಿಗೆ ವಾಟ್ಸ್ಆಪ್ ಮೆಸೇಜ್ ಕಳಿಸಿ ಆಗಿತ್ತು. ಆ ಕಡೆಯಿಂದ ಥಮ್ಸ್ ಅಪ್ ಎಮೋಜಿ ಜತೆಗೆ ಕೈ ಮುಗಿಯೋದೊಂದು, ಹೃದಯದೊಂದು ಎಮೋಜಿಗಳು ಪಾಸ್ ಆಗಿದ್ದವು.

'ನಿಮ್ಮ ಜಿಲ್ಲೆಗೆ ಖಾಯಂ ಉಪ ಸಂಪಾದಕರು, ಖಾಯಂ ಪುಟ ವಿನ್ಯಾಸಕರನ್ನೂ ನೀಡಿದರೂ ಪತ್ರಿಕೆ ಸರ್ಕ್ಯುಲೇಷನ್ ಏಕೆ ಹೆಚ್ಚುತ್ತಿಲ್ಲ, ಸುದ್ದಿ ಸಂಪಾದಕರು ಸ್ಪಷ್ಟನೆ ಕೇಳಿದ್ದಾರೆ'–ಮುಖ್ಯಸ್ಥರೆಂದರು.

'ಸರ್ಕ್ಯುಲೇಷನ್ ಯಾರ ಕೆಲಸ ಸರ್? ನಾವು ಎಡಿಟೋರಿಯಲ್ನವರು ಒಂದು ಸುದ್ದಿನೂ ಬಿಡದೇ ಕವರ್ ಮಾಡುತ್ತೇವೆ. ದಿನಕ್ಕೊಂದು ವಿಶೇಷ ವರದಿ ಕೊಡ್ತೇವೆ; ಇನ್ನೇನು ಬೇಕು ಸರ್? ಸರ್ಕ್ಯುಲೇಷನ್ ವಿಭಾಗದವರು ಎಲ್ಲೆಡೆ ಕಡೆ ಪ್ರಮೋಷನ್ ಆಕ್ಟಿವಿಟಿ ಮಾಡಬೇಕು. ಆದರೆ, ನಮ್ಮ ರೆಪ್ರಜೆಂಟೆಟೀವ್ ಸುಖಾ ಇಲ್ಲ; ಅವನ ಬದಲಿಸಿದರೆ ಸರಿ ಹೋಗಬಹುದು'–ವರದಿಗಾರ ದೂರುವ ದನಿಯಲ್ಲಿ ಹೇಳಿದ.

ಹೌದಲ್ವ; ಸರ್ಕ್ಯುಲೇಷನ್ನಮ್ಮ ಕೆಲಸ ಅಲ್ಲ; ಸುದ್ದಿ ವಿಚಾರದಲ್ಲಿ ಸಮಸ್ಯೆ ಇಲ್ಲ–ಮನಸ್ಸಿನಲ್ಲೇ ಅಂದುಕೊಂಡರು ಮುಖ್ಯಸ್ಥರು.

'ನೀವು ಹೇಳೋದೆನೋ ಸರಿ; ಆ ಸರ್ಕ್ಯುಲೇಷನ್ ರೆಪ್ರಜೆಂಟೆಟೀವ್ನ ಒಮ್ಮೆ ಮೀಟ್ ಮಾಡಬೇಕಲ್ಲ?'

'ಅವನನ್ ನೀವೇಕೆ ಮೀಟ್ ಮಾಡಬೇಕು. ಅದೂ ನಮ್ಮ ಕೆಲಸ ಅಲ್ಲ ಸರ್. ಅವರ ಸರ್ಕ್ಯುಲೇಷನ್ ಮ್ಯಾನೇಜರ್ ಬ್ಯೂರೋದಲ್ಲೇ ಇದ್ದಾರಲ್ವ, ಅವರನ್ನೇ ಕೇಳಿ ಸರ್'

ಹೌದಲ್ವ; ಸುದ್ದಿ ಸಂಪಾದಕರ ಮೇಲೆ ಸಿಟ್ಟು ಬಂತು ಮುಖ್ಯಸ್ಥರಿಗೆ. ಸುಖಾಸುಮ್ಮನೆ ಕಳಿಸಿದನಲ್ಲ ನನ್ಮಗ–ಬೈದುಕೊಂಡರು.

'ಹೇಗೂ ಬಂದಿದ್ದೇನೆ. ಅವನನ್ನು ಮೀಟ್ ಮಾಡಿಯೇ ಹೋಗುತ್ತೇನೆ; ಬರಲು ಹೇಳಿ'

ಸಿಗತ್ತಾನೋ ಇಲ್ವೋ ಎಂದೇ ವರದಿಗಾರ ಫೋನ್ ಮಾಡಿದ. ಒಂದೇ ರಿಂಗಿಗೆ ಅವನು ಎತ್ತಿದ. ಭೇಟಿಗೆ ವರದಿಗಾರನ ಸುದ್ದಿ ಮೂಲದ ರಸ್ತೆ ಸರ್ಕಲ್ನ ಟೀ ಸ್ಟಾಲ್ ಸ್ಥಳ ನಿಗದಿಯಾಯಿತು.

ವರದಿಗಾರನ ಕಾರಿನ ವೇಗ ಹೆಚ್ಚಾಯಿತು. ಮುಖ್ಯ ರಸ್ತೆ ಬಿಟ್ಟು ಅಡ್ಡ ರಸ್ತೆಗಳಲ್ಲಿ ಸಾಗಿತು.

'ಅವನು ಇವತ್ತು ಸಿಕ್ಕಿದ್ದೇ ನಿಮ್ಮ ಪುಣ್ಯ ಸರ್. ಶುಕ್ರವಾರ ಅಲ್ವ; ಇಷ್ಟು ಹೊತ್ತಿಗೆಲ್ಲಾ ಊರಿಗೆ ಹೊರಡಲು ರೆಡಿಯಾಗಿರುತ್ತಿದ್ದ. ಕೆಲಸನೇ ಮಾಡಲ್ಲ; ಬರೀ ಊರಿಗೆ ಹೋಗೋಕ್ಕೆ ಕಾಯುತ್ತಿರುತ್ತಾನೆ.'

'ಮದುವೆಯಾಗಿದೆಯಾ?'

'ಆಗಿದೆ. ಮನೆಯವರು ಕೆಲಸಕ್ಕೆ ಹೋಗ್ತಾರೆ. ಒಬ್ಬಳೇ ಮಗಳು. ಈ ನನ್ಮಗ ಊರಿಗೆ ಮಾತ್ರ ಒಂದು ವಾರನೂ ತಪ್ಪಿಸಲ್ಲ'–

ರೆಪ್ರಜೆಂಟೆಟೀವ್ ಬಗ್ಗೆ ಮಾತುಕತೆ ಸಾಗಿತ್ತು. ಕಾರು ಹೋಗುವುದಕ್ಕೂ ಮೊದಲೇ ಆತ ಅಲ್ಲಿಗೆ ಬಂದಾಗಿತ್ತು. ಪರಸ್ಪರ ನಮಸ್ಕಾರಗಳು ವಿನಿಮಯವಾದವು.

'ಯ್ಯಾಕಣ ಇವತ್ತು ಬೆಳಿಗ್ಗೆ ಬರಲೇ ಇಲ್ಲ'–ಟೀ ಸ್ಟಾಲ್ ಮಾಲೀಕ ಪ್ರಶ್ನಿಸುತ್ತಿದ್ದಂತೆ ಮುಖ್ಯಸ್ಥರನ್ನು ಆತನಿಗೆ ಪರಿಚಯಿಸಿದ ವರದಿಗಾರ. ಟೀ ಜತೆ ಬಜ್ಜಿನೂ ತಿನ್ನುತ್ತಲೇ ರೆಪ್ರಜೆಂಟೆಟೀವ್ನ ಪ್ರಶ್ನಿಸ ತೊಡಗಿದರು ಮುಖ್ಯಸ್ಥರು.

ವರದಿಗಾರ ಫೋನ್ ಬಂದಂತೆ ನಟಿಸಿ ದೂರ ನಿಂತ.

'ಸಮಸ್ಯೆ ಏನಿದೆ ಇಲ್ಲಿ?'–ಮುಖ್ಯಸ್ಥರು.

'ತುಂಬಾ ಇದೆ. ಎಲ್ಲವನ್ನೂ ಇಲ್ಲೇ ಹೇಳಲು ಕಷ್ಟ ಸರ್. ನನ್ನ ಜತೆ ಫೀಲ್ಡ್‌ಗೆ ಬಂದರೆ ತಿಳಿಸಬಹುದು'–ರೆಪ್ರಜೆಂಟೆಟೀವ್ ಸಮಾಧಾನದಿಂದಲೇ ಅಂದ.

ನಾನೀಕೆ ಇವನ ಜತೆ ಫೀಲ್ಡ್‌ಗೆ ಹೋಗಬೇಕು–ಅಂದುಕೊಂಡರು; ಆದರೆ ಅವನಿಗೆ ಹೇಳಲಿಲ್ಲ.

'ಫೀಲ್ಡ್‌ಗೆ ಬರುವುದು ಆಮೇಲೆ; ಪ್ರತಿ ದಿನ ರೋಚಕ–ರಂಜನೆಯ ಸುದ್ದಿಗಳನ್ನು ನಮ್ಮ ವರದಿಗಾರರು ಕೊಟ್ರೂ ನೀವು ಪೇಪರ್ ಸೇಲ್ ಮಾಡುತ್ತಿಲ್ಲವಲ್ಲ. ಇದು ಗಂಭೀರ ವಿಷಯ. ಸುದ್ದಿ ಸಂಪಾದಕರಿಗೆ ವರದಿ ಕೊಡಬೇಕು. ಸರಿಯಾಗಿ ತಿಳಿಸಿ'–ಮುಖ್ಯಸ್ಥರ ಧ್ವನಿ ಗಡುಸಾಯಿತು.

'ಅದೇ ಹೇಳಿದೆನಲ್ಲ ಸರ್; ಸಮಸ್ಯೆಗಳಿವೆ. ಫೀಲ್ಡ್‌ಗೆ ಬನ್ನಿ;–ಹಿಡಿದ ಪಟ್ಟು ಸಡಿಸಲಿಲ್ಲ ರೆಪ್ರಜೆಂಟೆಟೀವ್.

ವರದಿಗಾರನ ಫೋನ್ ಮಾತು ಮುಗಿಯುತ್ತಲೇ ಇಲ್ಲ; ಮುಖ್ಯಸ್ಥರಿಗೆ ಸಿಟ್ಟು ಬಂತು. ಕರೆಯಲಿಲ್ಲ; ಕೂಗಿದರು.

ತಡಬಡಾಯಿಸಿ ಓಡಿ ಬಂದ, 'ಎಡಿಟರ್ದು ಫೋನ್; ಅವರ ಮಗ ಇಲ್ಲಿಗೆ ಬಂದಾಗ ನಡೆದ ಕಾರು ಆಕ್ಸಿಡೆಂಟ್ ಕೇಸ್ ಬಗ್ಗೆ; ಎಸ್ಪಿಗೆ ಹೇಳಿ ಎಫ್‌ಐಆರ್ ಆಗದಿದ್ದಂತೆ ನೋಡಿಕೊಳ್ಳಿ ಎಂದರು' ಅಂದ ವರದಿಗಾರ.

ಹುಬ್ಬೇರಿಸಿ 'ಓ ಹೌದಾ...' ಎಂದಷ್ಟೇ ಹೇಳಿ, 'ಇವರು ಫೀಲ್ಡ್ ಭೇಟಿಗೆ ಕರೆಯುತ್ತಿದ್ದಾರೆ ಹೋಗೋಣ'

ಮನಸ್ಸಿಲ್ಲದ ಮನಸ್ಸಿನಿಂದ ಹೊರಟ.

ಮೂವರೂ ಕಾರು ಹತ್ತಿದರು. ಊರ ಅಂಚಿನ ಹಳೇ ಲೇಔಟ್ನ ಮಧ್ಯಮ ವರ್ಗದ ಮನೆಯೊಂದರ ಮುಂದೆ ಅದು ನಿಂತಿತು.

'ಫೀಲ್ಡ್‌ಗೆ ಅಂತ ಹೇಳಿ ಯಾರದೋ ಮನೆಗೆ ಕರೆದುಕೊಂಡು ಬಂದಿದ್ದರಲ್ಲ'-ಮುಖ್ಯಸ್ಥರು ಆಕ್ಷೇಪಿಸಿದರು.

'ಸ್ವಲ್ಪ ಹೊತ್ತು ಇರಿ ಸರ್ ಗೊತ್ತಾಗುತ್ತೆ'-ರೆಪ್ರಜೆಂಟೆಟೀವ್ ಹೇಳಿದ.

ಗೇಟ್ ತೆಗೆದು ಒಳ ಬಂದರೂ ಒಬ್ಬರ ಸುಳಿವೂ ಇಲ್ಲ. ಧೂಳು ಮೆತ್ತಿದ ನೆಲ; ವರಾಂಡವೆಲ್ಲಾ ಚೆಲ್ಲಾಪಿಲ್ಲಿ, ನೀರವ ಮೌನ, ಸೂತಕದ ಛಾಯೆ.

ಸ್ವಲ್ಪ ಹೊತ್ತಿನ ನಂತರ 80ರ ಆಸುಪಾಸಿನ ಅಜ್ಜಿಯೊಂದು 'ಯಾರೂ' ಅಂತಲೇ ಹೊರಬಂತು.

'ಪೇಪರ್ನವರು. ಪ್ರೊಫೆಸರ್ ಇಲ್ವ? ಅವರನ್ನು ಭೇಟಿಯಾಗಬೇಕಿತ್ತು' ರೆಪ್ರಜೆಂಟೆಟೀವ್ ಹೇಳಿದ.

ಅಜ್ಜಿ ಗಂಭೀರವಾದರು. ಮೂವರನ್ನೂ ಮೇಲೆ-ಕೆಳಗೆ ನೋಡಿದರು. ಕ್ಷಣಕಾಲ ಆಲೋಚಿಸಿದರು. 'ಇದ್ದಾನೆ; ದೇವರ ಕೋಣೆಯಲ್ಲಿದ್ದಾನೆ. ಕರೆಯುತ್ತೇನೆ; ಕುಳಿತುಕೊಳ್ಳಿ'

ಇವರ್ಯಾರು; ನಮ್ಮ ಪತ್ರಿಕೆಗೇನು ಸಂಬಂಧ-ಮುಖ್ಯಸ್ಥರು, ವರದಿಗಾರ ಇಬ್ಬರೂ ಪ್ರಶ್ನಿಸಿದರು.

ಇವರು ಪ್ರೊಫೆಸರ್, ಇವರ ಬಗ್ಗೆ ನಮ್ಮಲ್ಲಿ ಸ್ಟೋರಿ ಬಂದಿತ್ತು. ಹೀಗೆ ಪಿಸುಗುಟ್ಟುತ್ತಿದ್ದಂತೆ ವರದಿಗಾರ ಜಾಗ್ರತನಾದ.

'ಪ್ರೊಫೆಸರ್-ಲೆಕ್ಚರ್ ಲವ್ವಿ-ಡವ್ವಿ' ಶೀರ್ಷಿಕೆಯಲ್ಲಿ ವಿಶೇಷ ಸುದ್ದಿ ಬರೆದಿದ್ದು ಆತನಿಗೆ ನೆನಪಿಗೆ ಬಂತು. ಅದು ಟೀ ಸ್ಟಾಲ್ ಮಾಲೀಕ ನೀಡಿದ ಮಾಹಿತಿ ಆಧರಿಸಿ ಮಾಡಿದ್ದಾಗಿತ್ತು. ಟೀ ಸ್ಟಾಲ್ಗೆ ಬರುತ್ತಿದ್ದ ಲೆಕ್ಚರರ್ಗಳು ಮಾತನಾಡಿಕೊಳ್ಳುತ್ತಿದ್ದನ್ನು ಕೇಳಿಸಿಕೊಂಡು ಹೇಳಿದ್ದ.

ಪತ್ರಿಕೆಯಲ್ಲಿ ಸುದ್ದಿ ಬಂದ ಮೇಲೆ ಆ ಲೇಡಿ ಲೆಕ್ಚರರ್ ಕಾಲೇಜ್ ಬಿಟ್ಟರು. ಈ ಪ್ರೊಫೆಸರ್ ಹೆಂಡತಿ ಆತ್ಮಹತ್ಯೆ ಮಾಡಿಕೊಂಡರು. ದುಃಖದಿಂದ ಅನ್ಯಮನಸ್ಕರಾದ ಇವರು ಮಾನಸಿಕ ಚಿಕಿತ್ಸೆ ಪಡೆಯುತ್ತಿದ್ದಾರೆ. ಇದ್ದ ಒಬ್ಬ ಚಿಕ್ಕ

ಮಗನಿಗೆ ತಾಯಿ ಇಲ್ಲದಂತಾಯಿತು. ಈಗ ಅಜ್ಜಿನೇ ಅಪ್ಪ–ಮಗನಿಗೆ ಬೇಯಿಸಿ ಹಾಕಬೇಕಾಗಿದೆ–ರೆಪ್ರಜೆಂಟೆಟೀವ್ ಪಟಪಟನೆ ಹೇಳಿ ಮುಗಿಸಿದ.

ಮೂವರಿಗೂ ಕೈ ಮುಗಿಯುತ್ತಲೇ ಹೊರಬಂದರು ಪ್ರೊಫೆಸರ್. ಪರಸ್ಪರರ ಪರಿಚಯವಾಯಿತು. ಬಂದ ಕಾರಣ ಕೇಳಿದರು.

ನೀವು ನಮ್ಮ ಪತ್ರಿಕೆಯ ಬಹುಕಾಲದ ಓದುಗರು. ಈ ಒಂದು ತಿಂಗಳಿಂದ ನಮ್ಮ ಪತ್ರಿಕೆ ನಿಲ್ಲಿಸಿ; ಬೇರೆ ಪತ್ರಿಕೆ ತರಿಸಿಕೊಳ್ಳುತ್ತಿದ್ದೀರಿ ಎಂದು ಏಜೆಂಟ್ ಹೇಳಿದ. ಅಲ್ಲದೇ, ಪತ್ರಿಕೆ ಬಗ್ಗೆ ತುಂಬಾ ಬೇಸರದಿಂದ ಮಾತನಾಡಿದ್ದೀರಿ ಎಂದೂ ತಿಳಿಸಿದ; ಅದಕ್ಕೆ ಬಂದೆವು–ರೆಪ್ರಜೆಂಟೆಟೀವ್ ಪ್ರಸ್ತಾಪಿಸಿದ.

'ಆ ಬಗ್ಗೆ ಚರ್ಚೆ ಮಾಡಲು ನನಗೆ ಇಷ್ಟವಿಲ್ಲ; ನೀವಿನ್ನು ಹೊರಡಿ'–ಪ್ರೊಫೆಸರ್ ತಾವು ಕುಳಿತ ಕುರ್ಚಿಯಿಂದ ಎದ್ದು ನಿಂತರು. ಮೂವರು ಮುಖ–ಮುಖ ನೋಡಿಕೊಂಡರು.

ಮುಖ್ಯಸ್ಥರು ಸವಾರಿಸಿಕೊಂಡು, 'ಬೇಸರಿಸಿಕೊಳ್ಳಬೇಡಿ ಸರ್. ಏನಾಯ್ತು ಹೇಳಿ'

'ಬೇಡ ಅಂದೆನಲ್ಲ'–ಪ್ರೊಫೆಸರ್ ಪುನರುಚ್ಚರಿಸಿದರು.

'ನನ್ನ ಜೀವನನೇ ಹಾಳು ಮಾಡಿದ್ರಿ. ಅವಳಿಗೆ ನಾನು ಪಿಎಚ್ಡಿ ಗೈಡ್. ನಾವಿಬ್ಬರು ಕುಳಿತು ಚರ್ಚಿಸುವುದು–ಓಡಾಡುವುದು ಸಾಮಾನ್ಯ. ಹೆಣ್ಣು–ಗಂಡು ಜತೆಗೆ ಇದ್ದಾಕ್ಷಣ ಲವ್–ಸೆಕ್ಸ್ ಅಂತ ಹೇಗೆ ತೀರ್ಮಾನಿಸುತ್ತೀರಿ? ನೀವು ಇನ್ನೂ ಯಾವ ಕಾಲದಲ್ಲಿದ್ದೀರಿ; ನಮ್ಮಿಬ್ಬರ ಬಗ್ಗೆ ಯಾರಾದರೂ ಕಂಪ್ಲೇಟ್ ಕೊಟ್ಟಿದ್ದಾರಾ? ಎಫ್ಐಆರ್ ಆಗಿದೆಯಾ? ಅದ್ರೂ ಹೇಗೆ ಬರೆದ್ರಿ? ಅದು ಕೆಟ್ಟ ಭಾಷೆಯಲ್ಲಿ; ನಿಮ್ಮಂತಹ ಪತ್ರಿಕೆಗೆ ಸರಿ ಹೊಂದುತ್ತಾ? ನನಗೆ ಪ್ರಮೋಷನ್ ತಪ್ಪಿಸಬೇಕು ಅಂತಲೇ ಸಹೋದ್ಯೋಗಿಗಳು ವದಂತಿ ಹಬ್ಬಿಸಿದ್ದರು. ಅದನ್ನೇ ಸುದ್ದಿ ಮಾಡೋದಾ?'–ಪ್ರೊಫೆಸರ್ ಕೋಪದಲ್ಲಿ ಕುದಿಯುತ್ತಿದ್ದರು.

ರೆಪ್ರಜೆಂಟೆಟೀವ್ ಮತ್ತು ಮುಖ್ಯಸ್ಥರು, ವರದಿಗಾರನ ಕಡೆ ತಿರುಗಿದರು.

'ಪಕ್ಕಾ ಮಾಹಿತಿ ಎಂದು ಟೀ ಸ್ಟಾಲ್ ಮಾಲೀಕ ಹೇಳಿದ್ದ... ಹಾಗಾಗಿ...' ವರದಿಗಾರ ಮಾತು ಮುಗಿಸಿರಲಿಲ್ಲ.

'ನೀನೆಂಥ ವರದಿಗಾರ? ಅವನ ಟೀ ಸ್ಟಾಲ್ಗೆ ನಾನು ಹೋಗಲ್ಲ ಎಂಬ ಒಂದೇ ಕಾರಣಕ್ಕೆ ಈ ರೀತಿ ನನ್ನ ಬಗ್ಗೆ ಹೇಳಿದ್ದಾನೆ. ಅದನ್ನು ನಂಬಿ ನೀನು ಸುದ್ದಿ ಬರೆದಿದ್ದಿಯಲ್ಲಾ' ಏಕವಚನದಲ್ಲಿ ಬೈಯುತ್ತಲೇ ಮನೆ ಒಳಗೆ ಹೋದ ಅವರು ಅಷ್ಟೇ ರಭಸದಿಂದ ಬಂದು ವರದಿಗಾರರನತ್ತ ನುಗ್ಗಿದರು.

ಹಾ... ಹೋ... ಎನ್ನುವಷ್ಟರಲ್ಲಿ ಚಾಕುವಿನಿಂದ ಹೊಟ್ಟೆಗೆ ಇರಿದೇ ಬಿಟ್ಟರು. ಮುಖ್ಯಸ್ಥರು ಓಡಿ ಗೇಟ್ ದಾಟಿಯಾಗಿತ್ತು. ರೆಪ್ರಜೆಂಟೆಟೀವ್ ಅಡ್ಡ ಬಂದು ಪ್ರೊಫೆಸರ್ ಬಳಿ ಇದ್ದ ಚಾಕು ಕಸಿದುಕೊಂಡ. ಕಂಪಿಸುತ್ತಿದ್ದ ಪ್ರೊಫೆಸರ್

ವರದಿಗಾರನತ್ತ ಮುನ್ನುಗ್ಗುತ್ತಲೇ ಇದ್ದರು. ಕುಳಿತ ಕುರ್ಚಿಯಲ್ಲೇ ವರದಿಗಾರ ಕುಸಿದು ಬಿದ್ದ. ಶರ್ಟ್ ತುಂಬಾ ರಕ್ತ. ಅಜ್ಜಿ ಕೂಗಾಡಿ ಪ್ರೊಫೆಸರ್ ಅವರನ್ನು ಒಳಗೆ ಕರೆದೊಯ್ಯಿತು. ರೆಪ್ರಜೆಂಟೆಟೀವ್ ವರದಿಗಾರರನ್ನು ನಿಧಾನಕ್ಕೆ ಎಬ್ಬಿಸಿಕೊಂಡು ಕಾರಿನಲ್ಲಿ ಆಸ್ಪತ್ರೆಗೆ ಕರೆತಂದ.

ಬ್ರೇಕಿಂಗ್ ಸುದ್ದಿ ಹರಡಿತು–ಮಾನಸಿಕ ಅಸ್ವಸ್ಥ ಪ್ರೊಫೆಸರ್‌ರಿಂದ ಪತ್ರಕರ್ತನ ಮೇಲೆ ಹಲ್ಲೆ.

ಆಸ್ಪತ್ರೆಗೆ ಮಾಧ್ಯಮವರು ತಂಡೋಪತಂಡವಾಗಿ ಬಂದರು. ತ್ವರಿತ ಚಿಕಿತ್ಸೆಗೆ ವ್ಯವಸ್ಥೆ ಆಯಿತು. ಜೀವಕ್ಕೆ ಅಪಾಯ ಇಲ್ಲ ಅಂತ ವೈದ್ಯರು ಘೋಷಿಸಿದರು.

ಎಡಿಟರ್‌ಗೆ ವಿಷಯ ತಿಳಿಸಿದ ಮುಖ್ಯಸ್ಥರಿಗೆ ವರದಿಗಾರನ ಮನೆಗೂ ಹೇಳಬೇಕು ಎಂದು ಆತನನ್ನು ನಂಬರ್ ಕೇಳಿದರು.

ಯಾರ ನಂಬರ್ ಕೊಡಲಿ? ವಯಸ್ಸು 40 ದಾಟಿದರೂ ಮದುವೆ ಇಲ್ಲ. ಊರಲ್ಲಿ ತಂದೆ ಇದ್ದಾರೆ; ತಾಯಿ ಇಲ್ಲ. ಅಡಿಕೆ ತೋಟ ಇದೆ. ಅಮ್ಮ ಸತ್ತ ಮೇಲೆ ಅಪ್ಪ ಮತ್ತೊಂದು ಮದುವೆಯಾಗಿದ್ದ. ತನಗೂ ಊರ ಸಂಬಂಧ ಅಷ್ಟಕ್ಕಷ್ಟೆ. ಅಪ್ಪನಿಗೆ ಫೋನ್ ಮಾಡಿದರೂ ಅವರು ತಕ್ಷಣಕ್ಕೆ ಬರುವ ಮನಸ್ಸು ಮಾಡುವುದಿಲ್ಲ.

ಚಿಂತಿತನಾದ; ಕಣ್ಣುಗಳು ತುಂಬಿಕೊಂಡವು.

ಮುಖ್ಯಸ್ಥರು ತಮಗೆ ಡ್ಯೂಟಿ ಟೈಮ್ ಆಯ್ತು ಅಂತ ಅವಸರಿಸಲು ಆರಂಭಿಸಿದರು. ಆಸ್ಪತ್ರೆಯಲ್ಲಿ ಜನ ದಟ್ಟಣೆ ಹೆಚ್ಚಾಗುತ್ತಿದ್ದಂತೆ ಯಾರಿಗೂ ಹೇಳದೆ ಆಸ್ಪತ್ರೆಯಿಂದ ಕಾಲ್ಕಿತ್ತರು. ತಿಂಡಿ ಪಾರ್ಸಲ್ ಮರೆಯಲಿಲ್ಲ.

ರೆಪ್ರಜೆಂಟೆಟೀವ್ ವರದಿಗಾರನ ಶುಶ್ರೂಷೆಯಲ್ಲಿ ತೊಡಗಿದ್ದರೆ, ಹಲ್ಲೆ ಖಂಡಿಸಿ ಪ್ರತಿಭಟನೆ ನಡೆಸಲು ಪತ್ರಕರ್ತರು ಸಜ್ಜುಗೊಳ್ಳುತ್ತಿದ್ದರು.

ಸಲೀಂ ನದಾಫ

ಬೆಳಗಾವಿ ಜಿಲ್ಲೆಯ ಮೋಳೆ ಗ್ರಾಮದವರಾದ ಸಲೀಂ ನದಾಫ್ ವೃತ್ತಿಯಲ್ಲಿ ವೈದ್ಯರು. ಬಹುರಾಷ್ಟ್ರೀಯ ಕಂಪನಿಗಳಿಗೆ ವೈದ್ಯಕೀಯ ಸಲಹೆಗಾರರು. ಇಂಗ್ಲಿಶ್‌ನಲ್ಲಿ The white Discharge: Private stories of a government doctor ಎನ್ನುವ ಕೃತಿಯನ್ನು ಪ್ರಕಟಿಸಿದ್ದಾರೆ. ಸದ್ಯದ ಕಥೆ ಹುಟ್ಟಿದ ಬಗೆಯನ್ನು ನದಾಫ್ ಹೀಗೆ ಗ್ರಹಿಸಿದ್ದಾರೆ:

"ಸಾವೆಂಬುದು ಎಂತಹ ವ್ಯಕ್ತಿತ್ವವನ್ನೂ ಬದಲಾಯಿಸುತ್ತದೆ. ಜೀವನದ ಎಲ್ಲ ಕ್ಷಣಗಳು ಕಣ್ಣಮುಂದೆ ಬಂದು ಹೋಗುವಾಗ ಪಶ್ಚಾತ್ತಾಪಕ್ಕೆ ವೇಳೆಯಿಲ್ಲ ಎಂಬ ಭಯ ಹತಾಶೆ ನಿರಾಶೆ ಮೂಡಿಸುತ್ತದೆ. ಲೋಲುಪ್ತ ವೃದ್ಧನಿಗೆ ಸಾವಿನ ಖಚಿತತೆ ಎಲ್ಲವನ್ನೂ ಹೇಳುವಂತೆ ಮಾಡಿತು. ಬಹುಶಃ ಪಶ್ಚಾತ್ತಾಪಕ್ಕಾಗಿ ಚಡಪಡಿಸುತಿದ್ದವನಿಗೆ ಸಹೃದಯಿ ವೈದ್ಯನೊಬ್ಬನ ಪರಿಚಯ ಕಾಕತಾಳಿಯವಾದರೂ, ಅತ್ಯವಶ್ಯವಾಗಿತ್ತು. ತನ್ನೆಲ್ಲ ಕುಕರ್ಮಗಳ ಪಶ್ಚಾತ್ತಾಪ ಮಾಡಿ ಪಾಶ್ಚಮಾತ್ಯ ಸಂಸ್ಕೃತಿಯಲ್ಲೂ ಅನೈತಿಕ ನೈತಿಕತೆಗಳ ಇರುವಿಕೆಗೆ ಈತ ಸಾಕ್ಷಿಯಾಗುತ್ತಾನೆ."

10

ಪರದೇಸಿಯ ತಪ್ಪೊಪ್ಪಿಗೆ

ಫಿಯೋನಾ ಫ್ರಾಂಕ್ಫರ್ಟ್ನಿಂದ ಕರೆ ಮಾಡಿ,

'ಹಾಯ್ ಡಾಕ್... ಯಗದಾಲ್ಪುರ್ನಲ್ಲಿ ಒಬ್ಬ ಅಂತರಾಷ್ಟ್ರೀಯ ನಿಯೋಜಿತ ಇಂಜಿನಿಯರ್ ಇದ್ದಾನೆ. ಸ್ವದೇಶಕ್ಕೆ ಮರಳಬೇಕಂತೆ, ವೈದ್ಯನೊಬ್ಬನು ಜೊತೆಯಾಗಿ ಪ್ರಯಾಣಿಸಲು ಅವರ ಕಂಪನಿ ಕೇಳುತ್ತಿದೆ. ಯಾರಾದರೂ ರೋಗಿಯನ್ನ ಅವನ ದೇಶಕ್ಕೆ ಬಿಟ್ಟು ಬರಬಹುದಾ?' ಎಂದು ಗಾಢ ಉಚ್ಚಾರಣೆಯ ಜರ್ಮನ್ ಇಂಗ್ಲೀಷ್ ನಲ್ಲಿ ಹೇಳಿದಳು

'ಯಾವ ದೇಶ... ಊರು? ಏನಾಗಿದೆ ಫಿಯೋನಾ' ಅಂದಾಗ,

'ವಿಯೆನ್ನಾ... ಆಸ್ಟ್ರಿಯನ್... ಆರವತ್ತ ಮೂರು ವರ್ಷದ ಇಂಜಿನಿಯರ್ಗೆ ಲಕ್ವಾದ ಲಕ್ಷಗಳಿವೆ. ಆತನ ಸೀಟಿ ಎಲ್ಲ ನಾರ್ಮಲ್ ಆದರೆ ಆತನಿಗೆ ವಿಪರೀತ ತಲೆ ಸುತ್ತು ನಡೆಯಲಾರ. ವಿಯೆನ್ನಾಗೆ ಬಿಟ್ಟು ಬನ್ನಿ ಪ್ಲೀಸ್.'

'ಇಲ್ಲಿ ಅವನ ಸದ್ಯದ ಠಿಕಾಣಿ?' ಎಂದೆ,

'ನಾನು ಭಾರತೀಯಳಂತೆ ಉಚ್ಚರಿಸಲಾರೆ... ಇದೆಲ್ಲೋ ಯಗದಾಲಪುರ... ಚಾಟಿಸ್ ಗಾರ್ಹ...' ಎನ್ನುತಿದ್ದಾಗ, ಗೂಗಲ್ನನಲ್ಲಿ ಟೈಪಿಸಿದಾಗ ಯಗದಾಲಪುರ ಜಗದಾಲಪುರ ಆಗಿ... ಚಾಟಿಸಗಾರ್ಹ

ಛತ್ತೀಸಗಡವಾಗಿತ್ತು. ಕುಪ್ರಸಿದ್ಧ ನಕ್ಸಲ್ ಪ್ರದೇಶದಲ್ಲಿ ಯುರೋಪಿಯನ್ ವೃದ್ಧನಿಗೇನು ಕೆಲಸ? ಎಂದುಕೊಳ್ಳುತ್ತ,

'ಫಿಯೋನಾ, ಅವನು ಜಗದಾಲ್ಪುರದಲ್ಲಿದ್ದಾನೆ. ಅವನ ವೈದ್ಯಕೀಯ ವಿವರವೆಲ್ಲ ಓದುವೆ. ನನ್ನ ಯುರೋಪಿಯನ್ ವೀಸಾ ಇನ್ನೂ ಜೀವಂತವಾಗಿದೆ. ನಾನೆ ಹೋಗಿ ಬರುವೆ. ನೀವು ವಿಮಾನಗಳ ನೋಡಿರಿ...' ಎಂದೆ.

'ಯಗದಾಲ್ಪುರ್ ಟು ವಿಯೆನ್...' ಪುನರುಚ್ಚರಿಸಿದವಳಿಗೆ,

'ಅದು ಜಗದಾಲ್ಪುರ... ನಿಮ್ಮದೇಶದಲ್ಲಿ ಆಂಗ್ಲ 'ಜೆ' ಅಕ್ಷರವನ್ನು 'ಯ' ಎಂದು ಉಚ್ಚಾರಿಸುತ್ತಿರಿ. ಇಲ್ಲಿ 'ಜೆ' ಫಾರ್... ಜಗದಾಲ್ಪುರ' ಎಂದು ಹೇಳುತ್ತ ಯೋಗಿ ಜೋಗಿ, ಯುಗಳ-ಜುಗಲಬಂದಿ ನೆನಸಿಕೊಂಡು ಪದಗಳ ವೈಚಾರಿಕ ಜುಗಲ್ಬಂದಿಗೆ ಇಳಿದು ಇವಳು ಜಯ ಜಯ ಎಂದು ಹೇಗೆ ಹೇಳಬಹುದು ಎಂದುಕೊಳ್ಳುವಷ್ಟರಲ್ಲಿ,

'ಓ ಯಾ... ಝುಗದಾಲಪೋರ್??' ಎಂದ ಫಿಯೋನಾ ನನ್ನ ವಾಸ್ತವಕ್ಕೆಳೆದು,

'ಯಾವುದು ಬೇಕು ಫ್ಲೈಟ್? ನಿಮಗೆ ಎಮಿರೆಟ್ಸ ಎತಿಹಾದ್ ಲುಫ್ತಾನ್ಸಾ? ಲುಫ್ತಾನ್ಸಾ ಆದರೆ ಫ್ರ್ಯಾಂಕ್‌ಫರ್ಟ್‌ನಲ್ಲಿ ಟ್ರಾನ್ಸಿಟ ಮೊದಲಿನವು ಮಧ್ಯಪ್ರಾಚ್ಯದಲ್ಲಿ' ಎಂದಳು,

'ಲುಫ್ತಾನ್ಸಾ ಬೇಡ, ಹಂದಿ ಮಾಂಸ ಕೊಡುತ್ತಾರೆ ಎಮಿರೇಟ್ಸ್ ಮಾಡು, ದುಬೈಲಿ ಟ್ರಾನ್ಸಿಟ್... ಊಟ ಚೆನ್ನಾಗಿರುತ್ತದೆ, ಬೆಂಗಳೂರಿನಿಂದ ಜಗದಾಲ್ಪುರ, ಅಲ್ಲಿಂದ ಡೆಲ್ಲಿ ಮುಂದೆ ದುಬೈ ಕೊನೆ ಫ್ಲೈಟ್ ವಿಯೆನ್ನಾಗೆ' ಎನ್ನುವಷ್ಟರಲ್ಲಿ,

'ನಾನು ಎಲ್ಲ ವ್ಯವಸ್ಥೆ ಮಾಡಿ ನಮ್ಮ ದೆಹಲಿ ಕಛೇರಿಯವರಿಗೆ ಈಮೇಲ್ ಮಾಡ್ತಿನಿ. ದೆಹಲಿಯಲ್ಲಿ ಒಂದು ದಿನ ಇದ್ದು ನ್ಯೂರೋಲಾಜಿಸ್ಟನ ನೋಡಿ' ಎಂದಾಗ,

'ಹೌದು ಡಾ ಮಿಶ್ರಾ ನನಗೆ ಗೊತ್ತು ಬೇಗ ನೋಡಿ ಕಳಸ್ತಾರೆ.'

'ಸದ್ಯಕ್ಕೆ ಜಗದಾಲ್ಪುರದ ವೈದ್ಯರು ಫಿಟ್ ಟು ಫ್ಲೈ ಎಂದಿದ್ದಾರೆ. ಆದರೂ ಏರ್ಪೋರ್ಟ್‌ನಲ್ಲಿ ವ್ಹೀಲ್ ಚೆಯರ್ ಸಹಾಯ ಕೇಳಿದಾಗ ಎಮಿರೆಟ್ಸನವರು ವೈದ್ಯಕೀಯ ವಿವರ ಕೇಳುತ್ತಾರೆ ಇನ್ನು ಮೂರು ದಿನ ಟೈಮಿದೆ ನೀವು ಎಮಿರೆಟ್ಸನ ಮೆಡಿಕಲ್ ಫಾರ್ಮ ತುಂಬಿ ಕಳಿಸಿ. ಎಮಿರೆಟ್ಸ ವೈದ್ಯಕೀಯ ತಂಡಕ್ಕೆ ಕರೆಮಾಡಿ ನಿಮ್ಮ ಪ್ರಯಾಣಕ್ಕೆ ಶೀಘ್ರ ಅನುಮತಿ ಕೋರುವೆ' ಅಂದಳು ಫಿಯೋನಾ.

'ಹುಂ ರೋಗಿಯೇನು ಬಾಹ್ಯ ಆಮ್ಲಜನಕ ಅವಲಂಬಿತನಲ್ಲ ಹಾಗಾಗಿ ಬೇಗ ಅನುಮತಿ ದೊರೆಯುತ್ತದೆ' ಎಂದು ಕರೆಮುಗಿಸಿ ಎಮಿರೇಟ್ಸ್‌ನ ಪ್ರಯಾಣದ ವೈದ್ಯಕೀಯ ಪರವಾನಗಿ ಪತ್ರ ತುಂಬಿ ಇಮೇಲ್ ಮಾಡಿದೆ.

ಐದು ದಿನಗಳ ಪ್ರವಾಸಕ್ಕೆ ಸಾಕಾಗುವಷ್ಟು ಬಟ್ಟೆ ಬೂಟುಗಳು. ತುರ್ತು ಔಷಧಿಗಳ ಬಗ್ಗೆ ಯೋಚಿಸುತ್ತ, ರಿಲಾಯನ್ಸ್ ಮಾರ್ಟ್‌ನಲ್ಲಿ ಮ್ಯಾಗಿ ಕಪ್ ನ್ಯೂಡಲ್ಸ್ ಒಂದು ಪಾಕೀಟು ಬೇಸನ್ ಲಾಡು ಕೊಂಡು ಮನೆಯತ್ತ ಹೊರಟೆ.

'ಡಾಕ್ ಫ್ಲೈಟ್ ಟಿಕೆಟ್ಸ್ ಬಂತು ಅಪ್ ಅಂಡ್ ಡೌನ್ ಬುಸಿನೆಸ್ ಕ್ಲಾಸ್ ಟಿಕೇಟ್ಸ್ ಕನ್‌ಫರ್ಮ್ ಆಗಿದೆ... ನೀವು ತುಂಬಿ ಕಳಿಸಿದ ಮೆಡಾ ಫಾರ್ಮ್ ಎಮಿರೆಟ್ಸಗೆ ಸಬ್ಮಿಟ್ ಆಯ್ತು ಆಪ್ರೂವ್ ಕೂಡ ಆಯ್ತು. ರೋಗಿಯ ಜೊತೆ ನೀವು ಮಾತನಾಡಿಲ್ಲ ಒಂದುಸಲ ಮಾತನಾಡಿ, ನಾನು ಅವನ ಕನ್ಸೆಂಟ್ ಪಡೆಯಬೇಕು. ರಿಕಾರ್ಡೆಡ್ ಲೈನ್ನಲ್ಲಿ ಕರೆಮಾಡಿ ಕಾನ್‌ಫರೆನ್ಸ್ ಹಾಕುವೆ' ಎಂದು ಮೊಬೈಲ್ ಕರೆ ಮಾಡಿದಳು ನಮ್ಮ ದೆಹಲಿ ಕಛೇರಿಯ ಎಕ್ಸಿಕುಟಿವ್ ಹುಡುಗಿ, ಎರಡೆ ನಿಮಿಷದಲ್ಲಿ ಮತ್ತೆ ಮೊಬೈಲ್ ಕರೆ ಮಾಡಿ,

'ಡಾಕ್ ಪೆಷಂಟ್ ಕರೆ ಸ್ವೀಕರಸಿಲಿಲ್ಲ... ಮತ್ತೆ ಮಾಡುವೆ ಅಂದಹಾಗೆ ನಿಮ್ಮ ಖರ್ಚಿಗೆ ಎಷ್ಟು ಯುರೋಸ್ ಬೇಕು?' ಎಂದವಳಿಗೆ,

'ಮನೆಯಲ್ಲಿ ನೂರು ಯುರೋಸ್ ಇದೆ... ಮುನ್ನೂರು ಕೊಡಿಸು. ಮನೆಗೆ ಕಳುಹಿಸುತ್ತೀಯಾ?' ಎಂದಾಗ,

'ಇವತ್ತು ಶುಕ್ರವಾರ ಸಂಜೆಯಾಯ್ತು ನಾಳೆ ಶನಿವಾರ. ಫಾರೆಕ್ಸ್ ಎಲ್ಲ ಮುಚ್ಚಿರುತ್ತವೆ... ದೆಹಲಿ ಏರ್ಪೋರ್ಟ್‌ನಲ್ಲಿ ಈಬಿಕ್ಸ ಕರೆನ್ಸಿ ಎಕ್ಸಚೆಂಜನ್ನಲಿ ಹೇಳಿಡ್ತಿನಿ ಕ್ಯಾಶ್ ಕೊಡ್ತಾರೆ. ನಿಮಗೆ ನಾಳಿನ ಬೆಳಗೆ ಏಳುವರೆಗೆ ಬೆಂಗಳೂರಿನಿಂದ ರಾಯಪುರ್‌ಗೆ ಫ್ಲೈಟ್ ಇದೆ. ಈ ಸೆಕ್ಟರ್ನಲ್ಲಿ ಬಿಸಿನೆಸ್ ಕ್ಲಾಸ್ ಇಲ್ಲ ಸಾರಿ. ನೀವು ರಾಯಪುರದಿಂದ ಜಗದಾಲಪುರಕ್ಕೆ ಇನ್ನೋವಾದಲ್ಲಿ ಹೋಗಿ ಅಲ್ಲಿಂದ ರೋಗಿಯ ಜೊತೆ ಮತ್ತೆ ಅದೆ ಇನ್ನೋವಾದಲ್ಲಿ ರಾಯಪುರಕ್ಕೆ ಬಂದು, ದೆಹಲಿಗೆ. ರಾಯಪುರ ದೆಹಲಿ ಕೂಡ ಎಕಾನಮಿ ಕ್ಲಾಸೆ... ಸಾರಿ ಮ್ಯಾನೇಜ್ ಮಾಡ್ಕೊಳ್ಳಿ' ಎಂದು ಕರೆ ಮುಗಿಸಿದವಳು ಟಿಕೆಟುಗಳ ಈಮೇಲ್ ಕಳಿಸಿದಳು.

ಛತ್ತೀಸಗಡ ನವೀನ ರಾಜ್ಯದ ರಾಜಧಾನಿಯತ್ತ ಹಾರಿದೆ.

ಲಾಕ್ಡೌನ್‌ಗೆ ಮುಂಚೆ ಒಬ್ಬ ರೋಗಿಯನ್ನು ಆಸ್ಟ್ರೀಯಾಗೆ ತಂದಿದ್ದೆ, ಆತನ ತೊಂದರೆ ಕೊಂಚ ಹೆಚ್ಚೆ ಇತ್ತು. ಸತತ ಹದಿನೆಂಟು ಗಂಟೆಗಳ ಕಾಲ ಶುಶ್ರೂಷೆ ಮಾಡಿದ್ದೆ ನನಗಿಂತ ಎರಡು ವರ್ಷ ಕಿರಿಯ ರೋಗಿ ಕಾಲಿಗೊಂದು ವಿಚಿತ್ರ ಗಾಯ ಮಾಡಿಕೊಂಡು ನರಳಾಡುತಿದ್ದ. ದೆಹಲಿಯಿಂದ ವಾಯಾ ಮ್ಯೂನಿಕ್ ಗ್ರಾಝ್‌ಗೆ ಬಂದಿದ್ದೆವು. ದೆಹಲಿಯಲ್ಲಿ ತುಂಬ ವಿನಮ್ರನಾಗಿ,

'ನೋಡಿ ನನಗೆ ಹಿಂದಿಬರುತ್ತದೆ, ಐ ಲವ್ ಇಂಡಿಯಾ... ಠೀಕ್ ಹೈ ಕೋಯಿ ಬಾತ್ ನಹಿ' ಎನ್ನುತ್ತ ಮ್ಯೂನಿಕ್‌ನ ಬಿಸಿನೆಸ್ ಲೌಂಜ್ನಲ್ಲಿ ಇಂಜೆಕ್ಷನ್ ಹಾಕುವಾಗ ಸಿಟ್ಟಾಗಲಾರಂಭಿಸಿದ. ಯುರೋಪಿನಾಳಕ್ಕೆ ಹೋದಂತೆ

ತನ್ನ ಬಣ್ಣ ಬದಲಾಯಿಸಲಾರಂಭಿಸಿದವ ಗ್ರಾಝ್ನ ಆಸ್ಪತ್ರೆ ಸೇರುವಷ್ಟರಲ್ಲಿ ಸಂಪೂರ್ಣ ಬೇರೆಯವನಾಗಿದ್ದ. ಗ್ರಾಝ್ನ ಆಸ್ಪತ್ರೆಯಲ್ಲಿ ಆತನ ಅಡ್ಮಿಷನ್ ತಡವಾದಾಗ ಇಡೀ ಆಸ್ಪತ್ರೆ ನಡುಗುವಂತೆ ಗಂಟಲು ಹರಿದುಕೊಂಡಿದ್ದ. ಹರುಕು ಮುರುಕು ಇಂಗ್ಲೀಷ್ನಲ್ಲಿ ನನ್ನ ಮೂದಲಿಸುತ್ತ, ಜರ್ಮನ್ ಭಾಷೆಯಲ್ಲಿ ಗೊಣಗಿಕೊಂಡಿದ್ದವನ ವರ್ತನೆಯಲ್ಲಿ ರೇಸಿಸಂ ಕಾಣುತಿತ್ತು. ಆತನ ಅರಚಾಟ ಕಂಡು.

'ಇವರು ದೆಹಲಿಯಿಂದ ಇಲ್ಲಿಯವರೆಗೆ ಸುರಕ್ಷಿತವಾಗಿ ತಂದಿದ್ದಾರೆ, ಅವರಿಗೆ ಕೃತಜ್ಞನಾಗುವುದ ಬಿಟ್ಟು, ಅಡ್ಮಿಷನ್ ತಡವಾದುದಕ್ಕೆ ಅವರ ಮೇಲೆ ಹರಿಹಾಯುತ್ತಿದ್ದೀಯ? ಇಲ್ಲಿನ ಅಡ್ಮಿಷನ್ ವಿಧಾನ ನಿನಗೆ ಗೊತ್ತಿಲ್ಲವೆ? ನಿನ್ನ ಕಂಪನಿ ನಮಗೆ ನಿನ್ನ ಆಗಮನದ ಸೂಚನೆಕೊಟ್ಟಿಲ್ಲ. ನಿನ್ನ ಗಾಯ ಪ್ರಾಣಾಂತಕವಲ್ಲ. ನಿನ್ನ ವರ್ತನೆಯ ಮೇಲೆ ಗಮನವಿರಲಿ. ಇದು ಆಸ್ಪತ್ರೆ ನೆನಪಿರಲಿ' ಎಂದು ಅಲ್ಲಿನ ಹಿರಿಯ ವೈದ್ಯನೊಬ್ಬ ಗದರಿದಾಗ,

ವಿಪರೀತ ಕ್ಷಮೆಕೇಳಿ, ಧನ್ಯವಾದ ಹೇಳಿ ಕಳಿಸಿದ್ದ. ಆದರೆ ಭಾರತಕ್ಕೆ ಮರಳುವಷ್ಟರಲ್ಲಿ ಸುಳ್ಳುಗಳ ಸರಮಾಲೆಯ ದೊಡ್ಡ ಈ ಮೇಲ್ ಕಳಿಸಿದ್ದ, ಅದಕ್ಕೆ ಒಂದು ವಾರ ಸಮಜಾಯಿಷಿ ನೀಡುವ ಪ್ರಯತ್ನ ಮಾಡಿ. ಕೊನೆಗೆ ಆತನಿಗೆ ಮಾನಸಿಕ ಖಾಯಿಲೆ ಎಂದು ಒಂದೆ ವಾಕ್ಯದಲ್ಲಿ ಉತ್ತರಿಸಿ ಪೂರ್ಣ ಅಂಕಗಳನ್ನು ಪಡೆದ ನೆನಪಾಯಿತು. ಸದ್ಯದ ರೋಗಿ ಅರವತ್ತ ಮೂರು ವರ್ಷದವ ಆತನಿಗೆ ಅಷ್ಟು ವಿವೇಚನೆ ಇದ್ದೆ ಇರುತ್ತದೆ, ಬಹುಶಃ ಯುರೋಪಿಯನ್ನತೆಯ ಅಹಂ ಇರಲಾರದು ಎಂದುಕೊಂಡು. ನನ್ನ ವೈಮಾನಿಕ ವೈದ್ಯವೃತ್ತಿಯ ನವವರ್ಷ ಪೂರ್ತಿ ಹಾಗೂ ದಶಕದ ಮಾನಸಿಕ ಸಂಭ್ರಮಕ್ಕೆ ಜಾರಿದೆ.

ಅರವತ್ತಮೂರು ವರ್ಷದವನಿಗೆ ಬಿಪಿ ಇರಬಹುದು, ಯುರೋಪಿಯನಲ್ಲಿ ಮಧುಮೇಹ ಕಡಿಮೆ, ಸೀಟಿ ಸ್ಕ್ಯಾನ್ ಸಹಜವಾಗಿದ್ದರೆ ಏನಾಗಿರಬಹುದು? ಬಹುಶಃ ಮೆದುಳಿನ ರಕ್ತಪರಿಚಲನೆಯೊಂದಿಗೆ ಕಣ್ಣಾ ಮುಚ್ಚಾಲೆಯಾಡುವ ಟಿಐಏ ಇರಬಹುದು, ಅಥವಾ ತಲೆಸುತ್ತಿಸುವ ಸರಳ ಬಿಪಿ–ಪಿವಿ. ಗಂಭೀರ ಕಾಯಿಲೆ ಅನ್ನಿಸಿದರೆ ಅವನ ದೆಹಲಿಯ ಆಸ್ಪತ್ರೆಯಲ್ಲಿ ಅಡ್ಮಿಟ್ ಮಾಡಿ ಮರಳಿ ಬೆಂಗಳೂರು ಎಂದುಕೊಂಡು ಗಗನಸಖಿ ಕೊಟ್ಟ ಪೋಹಾ ತಿಂದು ನಿದ್ರೆಗೆ ಜಾರಿದೆ. ಭೂಸ್ಪರ್ಶಮಾಡುವಷ್ಟರಲ್ಲಿ ಬಂದ ಕರೆ ಸ್ವೀಕರಿಸಿದೆ.

'ನಾನು ಶತ್ರುಘ್ನ ನಿಮ್ಮ ಕ್ಯಾಬ್ ಡ್ರೈವರ್, ವಿಐಪಿ ಲೇನಿನಲ್ಲಿದ್ದೇನೆ. ನನ್ನೆದುರು ಆಂಬ್ಯುಲೆನ್ಸ ನಿಂತಿದೆ, ಲಗೇಜ್ ಹೆಚ್ಚಿದ್ದರೆ ಸಹಾಯಕ್ಕೆ ಬರುವೆ ಕರೆಮಾಡಿ' ಎಂದವನ ಕರೆಕೊನೆಗೊಳಿಸಿ, ಹೊರಬಂದೆ. ಇನ್ನೋವಾ ಕ್ರಿಸ್ಟಾದಲ್ಲಿ ನನ್ನ ಟ್ರಾಲಿಬ್ಯಾಗ್, ವೈದ್ಯಕೀಯ ಚೀಲವಿಡುತ್ತ ಸ್ವಾಗತಿಸಿದ ಶತ್ರುಘ್ನ.

'ನಾವು ಹೋಗುತ್ತಿರುವ ಪ್ರದೇಶದಲ್ಲಿ ನಕ್ಸಲರಿದ್ದಾರಾ?' ಎಂದಾಗ,

'ಇಲ್ಲ ಸರ್ ಅದು ಅಲ್ಲಿಂದ ಮುಂದೆ ಆಂದ್ರಗಡಿಯ ಸುಕ್ಮಾ ಪ್ರದೇಶ. ಇಲ್ಲಿ ತುಂಬ ಮಳೆಯಾಗಿದೆ ದಾರಿಯಲ್ಲಿ ಚಿತ್ರಕೂಟ ಜಲಪಾತವಿದೆ ನೋಡಿಕೊಂಡು ಹೋಗುವಾ' ಎನ್ನುತ್ತ ವಾಹನ ರಸ್ತೆಯ ಮೇಲೆ ಚಿಮ್ಮಿಸಿದ. ಆಲೂ ಪರಾಠಾದ ನಾಷ್ಟಾ ಮಾಡಿ ಚಿತ್ರಕೂಟ ಸೇರುವಷ್ಟರಲ್ಲಿ ಮಧ್ಯಾಹ್ನವಾಗಿತ್ತು. ಅರ್ಧಗಂಟೆಯ ಪಿಕ್ ನಿಕ್ ನಂತರ ವಾಹನ ನೇರ ಜಗದಾಲಪುರ ಸೇರಿತ್ತು. ಬೆಳಗಾವಿಗಿಂತ ಚಿಕ್ಕದೆನಿಸಿದ ಜಿಲ್ಲಾನಗರದಲ್ಲಿ ರೋಗಿ ಹುಡುಕುವುದು ಕಷ್ಟಕರವೆನಿಸಲಿಲ್ಲ. ಕೆಸರ ನೀರುನಿಂತ ಓಣಿಯಲ್ಲಿ,

'ಹಾಯ್ ಡಾಕ್ಟರ್' ಎಂದು ನಡುಗುವ ಕೈಗಳಿಂದ ಬಾಗಿಲಬಳಿ ವಾಕರ್ ಹಿಡಿದು ನಿಂತಿದ್ದವನ ನೋಡಿ ಸಮಾಧಾನವಾಯಿತು.

'ವೆಲ್ಕಮ್ ನಾನು ಹರಾಲ್ಡ್ ಲೋಬಿಷ್ಲರ್, ನೀವು ಕೋಪಗೊಳ್ಳುತ್ತೀರೆನೋ ಎಂದು ಈ ವಾಕರ್ ಹಿಡಿದು ಬಂದೆ. ಇಲ್ಲವಾದಲ್ಲಿ ಯಾವ ಸಹಾಯವಿಲ್ಲದೆ ನಡೆಯಬಲ್ಲೆ. ನನಗೆ ಮೂರು ದಿನ ವಿಪರೀತ ಬೇಧಿಗಳಾದವು, ಸತತ ನಿರ್ಜಲೀಕರಣದಿಂದ ತಲೆಸುತ್ತು ಬಂದಂತಾಯುತು. ಬೇಧಿನಿಂತು ನಿರ್ಜಲೀಕರಣ ಸರಿಹೋದರೂ ಚಕ್ಕರ್ ನಿಲ್ಲಲಿಲ್ಲ. ಇಲ್ಲಿನ ವೈದ್ಯರು ತಲೆ ಸೀಟಿ ಮಾಡಿದಾಗ ಅದು ನಾರ್ಮಲ್, ನನ್ನರಕ್ತದೊತ್ತಡ ಹೆಚ್ಚಾಗಿತ್ತು ಅದಕ್ಕೆ ಮಾತ್ರೆ ಕೊಟ್ಟರು. ಜೊತೆಗೆ ತಲೆಸುತ್ತಿನ ಔಷಧಿಕೊಟ್ಟರು. ಈಗಲೂ ಕೊಂಚ ತಲೆಸುತ್ತು' ಎನ್ನುತ್ತ ಹವಾಯಿ ಚಪ್ಪಲಿ ಚಟ್ ಪಟ್ ಸದ್ದುಮಾಡಿ ಸೋಫಾದೆದುರು ಹೆಜ್ಜೆಹಾಕಿ ನಗಲಾರಂಭಿಸಿದ.

'ಮಿ ಹರಾಲ್ಡ್ ಇದು ಒಳ್ಳೆಯ ಸುದ್ದಿ ನನಗೆ, ಬನ್ನಿ ನಿಮ್ಮ ಬಿಪಿ ನೋಡುವೆ. ಏನಾದರೂ ನೀವು ಮನೆ ಸೇರುವವರೆಗೂ ವೀಲ್ ಚೇರ್ ಬಳಸಿ, ಎಲ್ಲ ವಿಮಾನ ನಿಲ್ದಾಣಗಳಲ್ಲಿ ಬೇಗನೆ ಸುರಕ್ಷತಾ ಪ್ರಕ್ರಿಯೆ ಮುಗಿಸಬಹದು. ನಾಳೆ ಬೆಳಿಗ್ಗೆ ಎಂಟು ಗಂಟೆಗೆ ನಮ್ಮ ಪ್ರಯಾಣ ಪ್ರಾರಂಭ, ನಾಳೆ ರಾತ್ರಿ ಡಿನ್ನರ್ ದೆಹಲಿಯಲ್ಲಿ. ನಾಡಿದ್ದು ಮಧ್ಯಾಹ್ನ ಎಮ್ಮಾರೈ ಮತ್ತು ಡಾ॥ ಮಿಶ್ರಾರ ಸಮಾಲೋಚನೆ. ಅಂದಹಾಗೆ ನಿಮ್ಮ ಬಿಪಿ ತುಂಬ ಕಡಿಮೆ ಇದೆ ಬಿಪಿ ಮಾತ್ರೆ ನಿಲ್ಲಿಸಿ. ನಿಮ್ಮ ಸೀಟಿ ರಿಪೋರ್ಟನೋಡಿರುವೆ. ನಾಳಿನ ನ್ಯೂರಾಲಜಿ ಓಪೀನಿಯನ್ ಆಗಲಿ. ಸದ್ಯಕ್ಕೆ ದೆಹಲಿ ತಲುಪುವಾ' ಎನ್ನುವಷ್ಟರಲ್ಲಿ ಗದ್ಗಿತನಾದ ಹರಾಲ್ಡ್

'ನಾನು ಇಡೀ ಪ್ರಪಂಚ ಸುತ್ತಿದ್ದೇನೆ, ಯಾವ ಪರಿಸ್ಥಿತಿಯಲ್ಲೂ ಧೃತಿಗೆಡಲಿಲ್ಲ. ಈ ಸಲ ಯಾಕೋ ಭಯಪಟ್ಟೆ, ಮನೆ ಸೇರುವ ತವಕ ಎಂದಿಗಿಂತಲೂ ಹೆಚ್ಚು. ಮಡದಿ, ಮಗಳ ಮುಖನೋಡುವ ತೀವ್ರ ಆತುರ. ' ಹನಿಗಣ್ಣಾಗಿ ಬಿಕ್ಕಿದ.

'ಮಿ. ಹರಾಲ್ಡ್ ನಿಮ್ಮ ಪರಿಸ್ಥಿತಿಗೆ ಸಹಾನುಭೂತಿಗಳು. ಮನೆಯಿಂದ ಹತ್ತು ಸಾವಿರ ಕಿಮಿ ದೂರದಲ್ಲಿ ಈ ತರಹದ ತೊಂದರೆಗೆ ಎಂಥವರೂ ಭಯಪಡುತ್ತಾರೆ. ಗಾಬರಿ ಬೇಡ ನಾನು ನಿಮ್ಮನ್ನು ಸುರಕ್ಷಿತವಾಗಿ ಮನೆಗೊಯ್ಯುವೆ. ನೀವೀಗ ಸುರಕ್ಷತೆಯ ಕೈಗಳಲ್ಲಿದ್ದೀರಿ. ಈ ಕನ್ಸೆಂಟ್ ಕಾಗದದಲ್ಲಿ ನಿಮ್ಮ ಸಹಿ ಹಾಕಿ. ಇದರಲ್ಲಿನ ಯಾವುದಾದರೂ ವಾಕ್ಯ, ಶಬ್ದ ಅರ್ಥವಾಗದಿದ್ದರೆ ಕೇಳಬಹುದು' ಎಂದು ಪೂರ್ವಾನುಮತಿಪತ್ರ ಎದುರಿಟ್ಟೆ.

'ನನಗೆ ನಿಮ್ಮ ಕಂಪನಿಯ ಮೇಲೆ ಕಿಂಚಿತ್ತೂ ಸಂಶಯವಿಲ್ಲ. ಈ ಕಾಗದದಲ್ಲಿ ಯಾವುದೇ ಅರ್ಥವಾಗದ ಶಬ್ದವಿರಲಾರದು' ಎನ್ನುತ್ತ ನೇರ ಸಹಿ ಗೀಚಿದ.

'ನಿಮ್ಮ ವಸ್ತಗಳನ್ನೆಲ್ಲ ಹೊಂದಿಸಿಕೊಳ್ಳಿ ನಾಳೆ ಎಂಟುಗಂಟೆಗೆ ಇಲ್ಲಿಂದ ಪಯಣ. ನೆನಪಿರಲಿ ನಿಮ್ಮ ಬಿಪಿ ಮಾತ್ರೆ ನಿಲ್ಲಿಸಿ. ಪಾಸ್‌ಪೋರ್ಟ್ ವೀಸಾ ವೈದ್ಯಕೀಯ ವರದಿಗಳು ಮನೆ ಸೇರುವವರೆಗೂ ನನ್ನ ಸುಪರ್ದಿನಲ್ಲಿ' ಎನ್ನುತ್ತ ವಾಹನವೇರಿ ಢಾಬಾದಲ್ಲಿ ಐದುಗಂಟೆಗೆ ನನ್ನ ಮಧ್ಯಾಹ್ನದ ಊಟಮುಗಿಸಿ ನನ್ನ ಹೊಟೇಲಿಗೆ ಸೇರಿ ಮಲಗಿ, ಏಳುವಷ್ಟರಲ್ಲಿ ಆರುಗಂಟೆ. ಸ್ವಲ್ಪ ವ್ಯಾಯಾಮ ಗಡದ್ದು ನಾಷ್ಟಾ ಮಾಡಿ ವಾಹನದಲ್ಲಿ ಕುಳಿತುಕೊಳ್ಳುವಷ್ಟರಲ್ಲಿ ಹರಾಲ್ಡ್ ಕರೆಮಾಡಿ,

'ನಾನು ರೆಡಿ... ಎಂಟುಗಂಟೆಗೆ ಹತ್ತು ನಿಮಿಷವಿದೆ...' ಎಂದ ಉತ್ಸಾಹಿತದನಿಯಲ್ಲಿ,

'ಬಂದೇ ಬಿಟ್ಟೆ, ನಿಮ್ಮ ಲಗೇಜ್ ಆಚೆ ಬರಲಿ' ಎನ್ನುತ್ತ, ಹರಾಲ್ಡನ ನಿವಾಸದ ಮುಂದೆ ನಿಂತೆ.

'ಡಾಕ್ ಈ ಮುದುಕ ನನ್ನ ಸಹುದ್ಯೋಗಿ ಕೆಮಿಕಲ್ ಎಂಜಿನಿಯರ್, ಈತ ಜರ್ಮನ್, ನಾನು ಆಸ್ಟ್ರಿಯನ್ ನಮ್ಮಿಬ್ಬರ ಮಾತೃಭಾಷೆ ಜರ್ಮನ್. ಹಾಹಾ' ಎಂದಾಗ ಎದುರು ನಿಂತ ಆರಡಿ ಎತ್ತರದ ಬೋಳುತಲೆಯ ಇನ್ನೊಬ್ಬ ಯುರೋಪಿಯನ್ ವೃದ್ಧನ ಕೈಕುಲಿಕಿದೆ.

'ಟೇಕ್ ಗುಡ್ ಕೇರ್ ಆಫ್ ಮೈ ಫ್ರೆಂಡ್ ಡಾಕ್ ಎಂದವನಿಗೆ ಕಣ್ಣಲ್ಲೇ' ಸಮ್ಮತಿಸಿದೆ.

'ಇವರೆ ಶುಕ್ಲಾಜಿ ನಮ್ಮ ಸೈಟ್ ಮ್ಯಾನೇಜರ್, ಇವರು ನನ್ನ ದೇಖರೇಖಿ ತುಂಬ ಚೆನ್ನಾಗಿ ಮಾಡಿದರು' ಎನ್ನುತ್ತ ಕುಳ್ಳ ವ್ಯಕ್ತಿಯ ತಬ್ಬಿ ಕಣ್ಣೊರೆಸಿಕೊಂಡ.

'ಬನ್ನಿ ಪ್ರವಾಸ ಮುಂಚಿತ ಪರೀಕ್ಷೆ' ಎಂದು ಆತನ ಸಾಮಾನ್ಯ ಪರೀಕ್ಷೆ ಮಾಡಿದಾಗ, ಬಿಪಿ ಕೊಂಚ ಹೆಚ್ಚಾಗಿತ್ತು. ಬಹುಶಃ ಊರಿಗೆ ಹೋಗುವ ಉತ್ಸಾಹ ಕುತೂಹಲಗಳಿರಬಹುದು' ಎಂದುಕೊಂಡು. ಹರಾಲ್ಡನ ವಾಹನದಲ್ಲಿ ಕುಳ್ಳಿರಿಸಿ ಸೀಟ್ ಬೇಲ್ಟ್ ಹಾಕಿದಾಗ ವಾಹನ ಜಗದಾಲ್ಪುರದಿಂದ ರಾಯಪುರದತ್ತ ಹೊರಟಿತು. ಹರಾಲ್ಡ್ ತುಂಬ ಖುಷಿಯಾಗಿದ್ದ. ರೋಗದ ಬಗ್ಗೆ ಮಾತನಾಡಿ

ಆತನ ಅತಂಕಪಡಿಸದೆ, ಒತ್ತಡ ನಿವಾರಕ ಹಗುರದ ಚರ್ಚೆಗಳಿಯುವ ನಿರ್ಧಾರ ಮಾಡಿ,

'ಮಿ ಹರಾಲ್ಡ ನಿಮ್ಮ ಬಗ್ಗೆ ಹೇಳಿ, ಉದ್ಯೋಗ, ವೈಯುಕ್ತಿಕ, ಗೌಪ್ಯಮಾಹಿತಿ ನನಗೆ ಬೇಡ.'

'ಹಾಂ ನಾನೊಬ್ಬ ಮೆಕ್ಯಾನಿಕಲ್ ಎಂಜಿನೀಯರ್, ಸದ್ಯಕ್ಕೆ ರಾಷ್ಟ್ರೀಯ ಖನಿಜ ಅಭಿವೃದ್ಧಿ ನಿಗಮದ ಒಂದು ಕಬ್ಬಿಣ ತಯಾರಿಕಾ ಘಟಕ ಕಟ್ಟುತ್ತಿದ್ದೇವೆ. ಇದರಲ್ಲಿ ಕಬ್ಬಿಣದ ಅದಿರಿನಿಂದ ಕಬ್ಬಿಣ ಬೇರ್ಪಡಿಸುವ ಕುಲುಮೆ ಕಟ್ಟುವ ಕೆಲಸ ನನ್ನದು. ಸರಳ ಭಾಷೆಯಲ್ಲಿ ಹೇಳಬೇಕೆಂದರೆ ನಾನು ಒಂದು ಬೃಹತ್ ಕಿಚನ್ ನಿರ್ಮಿಸುತ್ತಿದ್ದೇನೆ ಹಾ ಹಾ ಹಾ, ನಿರ್ಮಾಣಕಾರ್ಯ ಬಹುತೇಕ ಮುಗಿದಿದೆ. ನಿರ್ಮಾಣವು ಕಾರ್ಯರೂಪಕ್ಕೆ ಬಂದಾಗ ಅದರ ಗುಣಮಟ್ಟ ತಿಳಿಯುತ್ತದೆ. ಫರ್ನೇಸ್ ಸದ್ಯಕ್ಕೆ 99% ತಯಾರಾಗಿದೆ, ಅದು ಕೆಲಸ ಪ್ರಾರಂಭಿಸಿದಾಗ ಅದರ ನಿರ್ಮಾತೃವಿನ ತೀವ್ರ ಅವಶ್ಯಕತೆಯಾಗುತ್ತದೆ. ಹೊಸದರಲ್ಲಿ ತುಂಬ 'ಫೈನ್ ಟ್ಯೂನಿಂಗ್'ಗಳು ಬೇಕಾಗುತ್ತವೆ. ಹಾಗಾಗಿ ನಾನು ಎಲ್ಲ ಕೆಲಸ ಮುಗಿದಿದ್ದರೂ, ಅಪೂರ್ಣ ಭಾವದಿಂದ ಹಿಂದಿರುಗುತ್ತಿದ್ದೇನೆ' ಎಂದ ನಿರಾಶೆಯಿಂದ.

'ನಿಮ್ಮ ಕಾಯಿಲೆ ಅಷ್ಟು ಗಂಭೀರವಲ್ಲ. ಕೆಲವು ದಿನಗಳ ವಿರಾಮದ ನಂತರ ಮತ್ತೆ ಮರಳಬಹುದು' ಎಂದೆ

'ಧನ್ಯವಾದಗಳು ಡಾಕ್ಟರ್, ನನಗೆ ಭಾರತವೆಂದರೆ ಪ್ರಾಣ. ಬಹುಶಃ ಇಲ್ಲಿನಷ್ಟು ಆರಾಮದಾಯಕ ಭಾವನೆ ಬೇರೆಯಾವ ದೇಶ, ಖಂಡದಲ್ಲಿ ಸಿಗಲಿಲ್ಲ ನೋಡಿ. ಅದಿರು, ಖನಿಜಗಳಲ್ಲಿ ಜೀವನ ತೇಯ್ದ ನನಗೆ ಭಾರತದ ಪ್ರಾಚೀನ ಲೋಹಶಾಸ್ತ್ರದ ಬಗ್ಗೆ ವಿಪರೀತ ಹೆಮ್ಮೆಯಿದೆ. ಪ್ರಾಚೀನ ಭಾರತೀಯರು ಲೋಹಶಾಸ್ತ್ರದಲ್ಲಿ ಮೂಂಚೂಣಿಯಲ್ಲಿದ್ದರೆ, ಉಳಿದವರು ಶಿಲಾಯಗದವರಂತೆ ಇದ್ದರು. ನಾನು ಭಗವದ್ಗೀತೆ ಕೂಡ ಓದಿದ್ದೇನೆ, ಆಗಾಗ ಓದುತ್ತೇನೆ, ನನಗೆ ತುಂಬ ಇಷ್ಟವಾದ ಗ್ರಂಥವದು.'

'ನಿಮ್ಮ ಮೂಲ ಯಾವುದು?ಉದಾಹರಣೆಗೆ ವೈಕಿಂಗ್ಸ್ ರಂತೆ, ನಿಮ್ಮ ಜನಾಂಗಕ್ಕೊಂದು ಹೆಸರಿರಬೇಕಲ್ಲವೆ?' ಎಂದಾಗ

'ಅರ್ಥವಾಗಲಿಲ್ಲ... ನೋಡಿ ನನ್ನ ಹಾಗೂ ನಿಮ್ಮ ಕಣ್ಣಪಾಪೆಗಳು ಒಂದೆ ಬಣ್ಣ, ಇದರರ್ಥವೆನೆಂದರೆ ನಮ್ಮ ಮೂಲಗಳು ಎಲ್ಲೋ ಒಂದು ಕಡೆ ಸಂಧಿಸುತ್ತವೆ.' ಎಂದಾಗ ನನಗಚ್ಚರಿಯಾಗಿ

'ಇದರ ಬಗ್ಗೆ ನಾನು ಕೊಂಚ ಅನುಸಂಧಾನ ಮಾಡಬೇಕು. ಆದರೆ ಹಿಟ್ಲರ್ ಆರ್ಯರ ಶುದ್ಧ ರಕ್ತ ಹುಡುಕುತ್ತ ಭಾರತದತ್ತ ತನ್ನ ವಿಶ್ವಾಸಿಕರನ್ನು ಕಳಿಸಿದ್ದ.'

'ಓಹ್ಹೋ ಇದರ ಬಗ್ಗೆ ನನಗೆ ಗೊತ್ತಿರಲಿಲ್ಲ, ನಾನು ಸಂಶೋಧನೆ ಮಾಡಬೇಕು. '

'ಇಲ್ಲಿ ನೋಡಿ, ಈ ಚಿತ್ರದಲ್ಲಿನ ತಂಡ ಟಿಬೆಟ್ಗೆ ಬಂದಿತ್ತು. ಈ ನಾಝಿ ಅಧಿಕಾರಿ ಆರ್ಯನ್ನರ ಹುಡುಕಾಟದ ಕಾರ್ಯಕ್ರಮದ ರೂವಾರಿಯಾಗಿದ್ದ' ಎಂದು ಮೊಬೈಲ್ನಲ್ಲಿ ಬಿಬಿಸಿಯ ವಾರ್ತೆಯಲ್ಲಿ ಚಿತ್ರವೊಂದನ್ನು ತೋರಿಸಿದಾಗ

'ಓಹ್ಹೋ ಈತ ಹೆನ್ರಿಕ್ ಹೈಮ್ಲರ್ ಹಿಟ್ಲರನ ಆಪ್ತ... ಕುತೂಹಲಕಾರಿ ವಿಷಯ. ನಿಮ್ಮ ಪ್ರಶ್ನೆ ಈಗ ಅರ್ಥವಾಯಿತು. ನನ್ನ ಮೂಲ ನನಗೆ ಗೊತ್ತಿಲ್ಲ, ನಾನು ಶುದ್ಧ ಆಸ್ಟ್ರಿಯನ್. ಭಾರತದಂತೆ ಖನಿಜ ಸಂಪತ್ತಿನ ಆಸ್ಟ್ರಿಯಾದ ಮೇಲೆ ನೆರೆಮನೆಯ ರೋಮನ್ನರ ವಿಪರೀತ ದಾಳಿಗಳು ನಡೆದವು. ಗುಣಮಟ್ಟದ ಕಬ್ಬಿಣದದಿರಿಗಾಗಿ ರೋಮನ್ನರು ಸದಾ ದಾಳಿಮಾಡುತಿದ್ದರು. ಖಡ್ಗ ಕತ್ತಿ ಗುರಾಣಿಗಳಿಗಾಗಿ. ಯುದ್ಧವೆಂಬುದು ಆ ಕಾಲದ ಜೀವನದ ಭಾಗವಾಗಿತ್ತು' ಎಂದವನ ನಿಧಿಯಂತೆ ನೋಡುತ್ತ,

'ನೀವೇನಾದರೂ ರೋಮನ್ನರೆ?' ಎಂದಾಗ,

'ಅಸಾಧ್ಯ ನಾನು ಶುದ್ಧ ಆಸ್ಟ್ರೀಯನ್, ಸ್ಥಳೀಯ ರೈತನ ಮಗ, ನಮ್ಮ ತಾತ, ಮುತ್ತಾತರೆಲ್ಲ ಸ್ಥಳೀಯರೆ, ರೈತರೆ. ಇಟಲಿ ನಮ್ಮ ನೆರೆಯ ದೇಶ, ಆಸ್ಟ್ರಿಯನ್ ಆಲ್ಫ್ಸ್‌ಗಳಲ್ಲಿನ ಖನಿಜಕ್ಕಾಗಿ ಸತತ ಹೋರಾಟ ನಡೆದಿದೆ. ನೀವು ಕೇಳಿದಾಗಿನಿಂದ ನನ್ನ ಮಡದಿ ರೋಮನ್ನಳಾ? ಎಂಬ ಸಂಶಯ' ಎಂದು ನಕ್ಕ.

'ನಲವತ್ತು ವರ್ಷದ ಸಂಸಾರದ ನಂತರ ಮಡದಿಯ ವಂಶಾವಳಿಯ ಮೇಲೆ ಕುತೂಹಲ' ಎಂದು ನಗಲಾರಂಭಿಸಿದೆ.

'ಹಾಗಲ್ಲ... ನನ್ನ ಮಡದಿ ಅಪ್ರತಿಮ ಸುಂದರಿ... ಅವಳನ್ನು ನೋಡಿದ ಪುರುಷ ಮಹಿಳೆ ಮಕ್ಕಳೆಲ್ಲ ಅವಳತ್ತ ಆಕರ್ಷಿತರಾಗುತ್ತಾರೆ. ನಾನು ಕೋರಿಯಾದಲ್ಲಿದ್ದಾಗ ಅವಳನ್ನು ಜೊತೆಗೊಯ್ದಿದ್ದೆ, ಸ್ಥಳೀಯ ಸಹೋದ್ಯೋಗಿಯೊಬ್ಬ ನನ್ನ ಮಡದಿಯತ್ತ ದುರಾಕರ್ಷಿತನಾಗಿ ಗೆಳೆತನ ಮಾಡಲು ಪ್ರಯತ್ನಿಸಿ, ಅವಳ ಜೊತೆ ಸಿನೆಮಾ ನೋಡಲು ಎರಡು ಟಿಕೆಟ್ ತಂದು ನನ್ನ ಮುಂದೆ ನಿಂತ. 'ನನ್ನ ಮಡದಿಯ ಜೊತೆ ನೀನು? ಇಲ್ಲಿ ತಾ ಟಿಕೆಟ್, ನಾನೇ ಅವಳ ಜೊತೆ ಹೋಗುತ್ತೇನೆಂದು 'ಎರಡು ಟಿಕೇಟು ಕಸಿದುಕೊಂಡು ನಾವಿಬ್ಬರೂ ಸಿನೆಮಾ ನೋಡಿ ಬಂದೆವು. ವಿಪರೀತ ಅವಮಾನಿತನಾಗಿ ಆತ ನನ್ನ ಹಿಂದೆ ಬಾರ್ ಡಾನ್ಸರ್ ಒಬ್ಬಳ ಬಿಟ್ಟು, ತುಂಬ ಮತ್ತೇರಿಸಿ ಕುಣಿಸಿ ಅವಳ ಜೊತೆ ಕಾಮೋತ್ತೇಜಕ ಭಂಗಿಗಳ ಫೋಟೋ ಹಿಡಿದು ನನ್ನ ಮಡದಿಗೆ ತೋರಿಸಿದ, ನನ್ನ ಮಡದಿ ಸೊಪ್ಪು ಹಾಕಲಿಲ್ಲ. ಅವಳಿಗೆ ನನ್ನ ಮೇಲೆ ತೀವ್ರ ಅಭಿಮಾನ ಹಾಗೂ ಭರವಸೆ ನೋಡಿ. ನನ್ನವಳ ಸೌಂದರ್ಯ ಮೈಮಾಟದ ಪ್ರಕಾರ ಅವಳ ಪೂರ್ವಜರ ಬಗ್ಗೆ ತಿಳಿದುಕೊಳ್ಳುವ ಕುತೂಹಲ ನೋಡಿ' ಎಂದ ಹೆಮ್ಮೆಯಿಂದ,

'ಹೌದು ನನಗೂ ನಿಮ್ಮಿಬ್ಬರ ಪೂರ್ವಜರ ಬಗ್ಗೆ ತಿಳಿಯುವಾಸೆ ನೋಡಿ, ನೀವು ಮೊದಲೇ ಹೇಳಿದಂತೆ ನಿಮ್ಮ ಪಾಪೆಗಳ ಬಣ್ಣ ನನ್ನದಂತೆ... ಇಲ್ಲಿಗೆ

ಡ್ಯಾನುಬ್ ಗಂಗಾ ಸಂಗಮವಾದಂತೆ' ಎಂದು ನಗಲಾರಂಭಿಸಿದವನ ಆಶ್ಚರ್ಯದಿಂದ ನೋಡಿದ

'ಡ್ಯಾನುಬ್!?... ಹುಂಹುಂ ನಿಮ್ಮ ಜಿಯಾಗ್ರಫಿ ನಾಲೆಜ್ ಹುಬ್ಬೇರಿಸುವಂತಿದೆ... ಸಿಂಧು ನದಿಯಂತೆ ಡ್ಯಾನುಬ್ ನದಿಯದು ಕೂಡ ಸಿರಿವಂತ ಇತಿಹಾಸ. ಇಡೀ ಯುರೋಪ್ನ ಅತ್ಯಂತ ದೊಡ್ಡ ನದಿ. ಅದರ ದಡದಲ್ಲೆ ನನ್ನ ಬಾಲ್ಯ, ಯೌವ್ವನ... ಮತ್ತು ಇನ್ನು ಉಳಿದ ಮುಪ್ಪು ಕಳೆಯಬೇಕಿದೆ. ಅಲ್ಲಿಯೆ ಮಣ್ಣಾಗುತ್ತೇನೆ ಕೂಡ. ಈಗೀಗ ಸಾವಿನ ಬಗ್ಗೆ ಯೋಚನೆ ಬಹಳ ಹೆಚ್ಚಾಗಿದೆ ನೋಡಿ, ಜಗದಾಲ್ಪುರದ ತುಂಬೆಲ್ಲ ಸೈಕಲ್ ಓಡಿಸುತ್ತ ಆರೋಗ್ಯವಾಗಿದ್ದ ನನ್ನ ದೇಹ ಇದ್ದಕ್ಕಿದ್ದಂತೆ ಸಮತೋಲನ ತಪ್ಪಿ ನಡುಗಿ ಹೋಯ್ದಾಡಲಾರಂಭಿಸಿದಾಗ ನಾನು ಮುಪ್ಪಿನ ಮುಂದುವರಿದ ಭಾಗದಲ್ಲಿದ್ದೇನೆ ಅನ್ನಿಸಿ, ಸಾವು ಅಕ್ಕಪಕ್ಕದಲ್ಲಿ ಹಾದುಹೋದಂತೆ.'

'ಮತ್ತೆ ಖಾಯಿಲೆಯ ಮಾತು ಬೇಡವೆನಿಸುತ್ತದೆ. ಡ್ಯಾನುಬ್ ನದಿಯ ಮಾತು ನಡೆದಿತ್ತು' ಎಂದು ಹರಾಲ್ಡನು ಎಚ್ಚರಿಸಿದರೂ,

'ಇಲ್ಲಿ ನೋಡಿ ಸಾವಿನ ಒಂದು ಸುಳಿವು ವ್ಯಕ್ತಿತ್ವದಲ್ಲಿ ತೀವ್ರ ಬದಲಾವಣೆ ತರುತ್ತದೆ, ಕ್ಷಣ ಮಾತ್ರದಲ್ಲಿ ವಿಲೋಮ ವ್ಯಕ್ತಿತ್ವವಾಗಬಹುದು. ಇಲ್ಲಿ ಮುಂದೆ ಮಕ್ಡಿ ರೆಸ್ಟೋರೆಂಟ್ನಲ್ಲಿ ನನಗೊಂದು ದೋಸೆ ಕೊಡಿಸಿ, ಷಟ್ನಿ ತುಂಬ ಇಷ್ಟ ನನಗೆ. ಭಾರತದಲ್ಲಿ ಇಷ್ಟವಾಗುವ ಬಹಳಷ್ಟು ತಿನಿಸುಗಳಲ್ಲಿ ದೋಸೆ ಕೂಡ' ಎಂದ.

'ಷಟ್ನಿ ಅಲ್ಲ ಚಟ್ನಿ, ಉತ್ತರಭಾರತದ ದೋಸೆಗಳಿಗೆ ಹೀಗೆಂದರೆ ದಕ್ಷಿಣ ಭಾರತದ ದೋಸೆ ಚಟ್ನಿಗಳ ಆಸ್ವಾದಿಸಿದರೆ ನಿಮ್ಮ ಸ್ಥಿತಿ ಏನಾಗಬಹುದು ಎಂದು ಯೊಚಿಸುತ್ತಿದ್ದೇನೆ.'

'ಹೌದಲ್ಲವೆ...? ನನ್ನ ಏಳು ವರ್ಷಗಳು ಉತ್ತರಭಾರತದಲ್ಲೆ... ಕೊಂಚಕಾಲ ಭಿಲಾಯಿಯಲ್ಲಿ ಇದ್ದೆ. ನನಗೂ ಕಬ್ಬಿಣಕ್ಕೂ ಬಿಡಲಾರದ ಬೆಸುಗೆ ಹಾ ಹಾ ಹಾ' ಎನ್ನುವಷ್ಟರಲ್ಲಿ,

'ಸರ್ ಮಕ್ಡಿ ಇನ್ ಒನ್ ಅವರ್' ಎಂದ ಶತ್ರುಘ್ನನಿಗೆ,

'ಥ್ಯಾಂಕ್ಸ್ ಸರ್... ನಾನು ಒಂದುಗಂಟೆ ಕಾಯಬಲ್ಲೆ... ಡಾಕ್ ಮಕ್ಡಿಯ ಬಿಲ್ ನನ್ನ ಮೇಲೆ' ಎಂದ ಹೆರಾಲ್ಡ್‌ನ ಖುಷಿಗೆ ಸುಮ್ಮತಿಸಿದೆ.

'ಆಸ್ಟ್ರಿಯಾ ಜರ್ಮನ್ ಮಾತನಾಡುವ ದೇಶ, ನಿಮಗೂ ಜರ್ಮನಿಗೂ ಏನು ಸಂಬಂಧ ಸ್ವಂತ ಆಸ್ಟ್ರಿಯನ್ ಭಾಷೆ ಇಲ್ಲವೆ' ಎಂದೆ.

'ಹಿಟ್ಲರ್ನ ಆಳ್ವಿಕೆಯಲ್ಲಿ ಆಸ್ಟ್ರಿಯಾ ಜೆರ್ಮನಿಯ ಭಾಗವಾಗಿತ್ತು. ನೋಡಿ ಹಿಟ್ಲರ್ ಆಸ್ಟ್ರಿಯಾದವ, ಆತ ಕಲಾವಿದನಾಗುವ ಆಸೆಯಿಂದ ಕಲಾ ವಿದ್ಯಾಲಯದಲ್ಲಿ ಪ್ರವೇಶ ಕೋರುತ್ತಾನೆ, ಪ್ರವೇಶ ಸಿಗುವದಿಲ್ಲ ಮುಂದಿನದು ನಿಮಗೆ ಗೊತ್ತು.'

'ಓಹ್ ಹೌದಾ? ಹಿಟ್ಲರ್ ಕಲಾವಿದನಾಗಬೇಕಿತ್ತು' ಎಂದು ನಿಟ್ಟುಸಿರುಬಿಟ್ಟೆ.

'ಆಸ್ಟ್ರಿಯಾದ ಹಿಟ್ಲರ್ ಜರ್ಮನಿಯ ಸರ್ವಾಧಿಕಾರಿಯಾಗಿ ಮೊದಲು ಜನರ ಮನಗೆಲ್ಲುತ್ತಾನೆ. ನನ್ನ ಅಂಕಲ್ ಒಬ್ಬರು ಹಿಟ್ಲರ್ ಆರ್ಮಿಯಲ್ಲಿದ್ದರು, ಕಟ್ಟಾ ಅಭಿಮಾನಿ. ಹಿಟ್ಲರ್ ಸತ್ತ ಮೇಲೆ ಅರಳು ಮರಳಿನ ಅಂಕಲ್ ಹೇಲ್ ಹಿಟ್ಲರ್ ಎಂದೇ ಹೇಳುತಿದ್ದರು. ಹಿಟ್ಲರ್ನ ಸೋಲು, ಸಾವನ್ನು ಆ ಮುದುಕ ಕೊನೆವರೆಗೂ ನಂಬಲೇ ಇಲ್ಲ... ಹೇಲ್ ಹಿಟ್ಲರ್ ಹಾ ಹಾ ಹಾ' ಎಂದು ಕೈಮೇಲೆತ್ತಿ ನಕ್ಕ.

'ಇನ್ನೇನು ಹೇಳಿದರು ನಿಮ್ಮ ಅಂಕಲ್?. ನೋಡಿ ಹಿಟ್ಲರ್ನದು ಎಂತಹ ವ್ಯಕ್ತಿತ್ವ ಸೈನಿಕರ ಮೇಲೆ ತೀವ್ರ ಪ್ರಭಾವ ಬೀರಿದ್ದ' ಉತ್ಸುಕನಾಗಿ ನುಡಿದೆ.

'ಹುಂ... ಹಿಟ್ಲರ್ನ ಮುಂದಾಲೋಚನೆ ಯಾರಿಗೂ ಗೊತ್ತಿರಲಿಲ್ಲ... ಆತ ರಸ್ತೆಗಳ ನಿರ್ಮಿಸಲು ಪ್ರಾರಂಭಿಸಿದಾಗ ಜನರಿಗೆ ಬೇಸರವಾದರೂ ವಿಶ್ವಯುದ್ಧದಲ್ಲಿ ಅದರ ಪ್ರಾಮುಖ್ಯತೆ ತಿಳಿಯಿತು...' ಎನ್ನುತ್ತಿದ್ದವನ ಮಾತಿನ ಮಧ್ಯೆ.

'ಅಟೋಬಾಹ್ನ... ಅಟೋಬಾಹ್ನ... ಅಲ್ಲವೆ?' ಎಂದ ನನ್ನ ಗಂಭೀರವಾಗಿ ನೋಡಿದ ಹರಾಲ್ಡ್.

'ನೀವು ಇತಿಹಾಸದ ವಿಚಿತ್ರ ಸಂಗತಿ ಹೆಸರುಗಳ ಎಷ್ಟು ಸಲೀಸಾಗಿ ಹೇಳುತ್ತೀರಿ...'

'ನಾನೊಬ್ಬ ಇತಿಹಾಸದ ಹುಚ್ಚ, ಆರ್ಯರ ಬಗ್ಗೆ ಬರೆಯುವಾಗ ಹಿಟ್ಲರನ ಬಗ್ಗೆ ಓದಿದೆ...'

'ಹಾಗಾದರೆ ನಾನೊಬ್ಬ ಬರಹಗಾರ ವೈದ್ಯನ ಜೊತೆ ಪ್ರಯಾಣಿಸುತಿದ್ದೇನೆ. ಜನರಲ್ಲಿ ಹೇಳಿಕೊಳ್ಳಬಹುದು. ಮಡದಿಯ ತವರಿವನವರು ಶೈಕ್ಷಣಿಕ ಕುಟುಂಬದವರು. ಮನೆ ಗ್ರಂಥಾಲಯದಲ್ಲಿ ನಾಜಿಕಾಲದ ಸುಮಾರು ಪುಸ್ತಕಗಳಿದ್ದವು, ನಾನು ಓದಲಿಲ್ಲ. ಸುಂದರ ಮಡದಿಯ ಜೊತೆ ಮಕ್ಕಳು ಹುಟ್ಟಿಸುವಲ್ಲಿ ವ್ಯಸ್ತನಾದೆ. ನಂತರ ಅಂತರಾಷ್ಟ್ರೀಯ ಕೆಲಸಗಳಿಗಾಗಿ ಏಷಿಯಾದಲ್ಲೆ ಹೆಚ್ಚು ಸಮಯ ಕಳೆದೆ. ನನ್ನ ಮಡದಿ ಎರಡು ಹೆಣ್ಣು ಹೆತ್ತು ಬೆಳೆಸಿ ದೊಡ್ಡವರನ್ನಾಗಿ ಮಾಡಿದಳು. ನಾನು ದೇಶಗಳ ಸುತ್ತಿ ಕುಡಿದು, ಕುಣಿದು ಕುಪ್ಪಳಿಸಿದೆ. ಅಲ್ಲಲ್ಲಿ ಹೆಂಗಸರ ಸಹವಾಸ ಮಾಡಿದೆ, ಈಗೀಗ ಸಿಂಹಾವಲೋಕನ ಮಾಡಿದರೆ ನಾನು ಸ್ತ್ರೀಲೋಲನೆ ಅಥವಾ ನಶೆಯಲ್ಲಿ ಅಪರಿಚಿತ ಹೆಂಗಸರೊಂದಿಗೆ ಮಲಗಿ ಎದ್ದೆನಾ? ಎನಿಸುತ್ತಿದೆ' ಎಂದು ನಡುಗುವ ತುಟಿಗಳಿಂದ ಹೇಳಿದವನ ಗಂಭೀರತೆ ಮುರಿಯಲು

'ನಿಮ್ಮ ಮಕ್ಕಳೆಲ್ಲಿ?'

'ಹಾ ನನ್ನ ಹಿರಿಮಗಳು ತಾಯಿಯಂತೆ ಸುಂದರಿ, ನನ್ನಂತೆ ತಿರುಬೋಕಿ. ಏನೇನೋ ಓದಿ ಈಗ ಹಾಂಕಾಗ್ನಲ್ಲಿದ್ದಾಳೆ. ಅವಳು ಹಾಂಕಾಂಗನಲ್ಲಿ ಇದ್ದಾಗ

ನಾನು ಚೈನಾದಲ್ಲಿದ್ದೆ, ಅಲ್ಲಿಯೆ ಒಬ್ಬ ಗೆಳತಿಕೂಡ ಹೊಂದಿದ್ದೆ. ಈ ವಯಸ್ಸಿನಲ್ಲಿ ಸೆಕ್ಸ್‌ಗಾಗಿ ಗೆಳತಿಯ ಅವಶ್ಯಕತೆ ಇಲ್ಲವಾದರೂ, ಚೈನಾದವಳೊಂದಿಗೆ ಮಲಗುತಿದ್ದೆ. ನನ್ನ ಮಗಳ ಸೌಂದರ್ಯಕ್ಕೆ ಮಾರುಹೋಗಿ ಹಾಂಕಾಂಗ್ನ ಸಾಹುಕಾರ ಹುಡುಗನೊಬ್ಬ ಹಿಂದೆ ಬಿದ್ದು ಮದುವೆಯಾದ. ಕನ್ಯೆ ನೋಡಲು ಅವರೆಲ್ಲ ನಮ್ಮ ದೇಶಕ್ಕೆ ಬಂದರು ಅವರೆಲ್ಲ ಪ್ರಯಾಣ ವಸತಿಯ ಖರ್ಚು ಅಬ್ಬಬ್ಬಾ! ಅದಕ್ಕೆ ತಕ್ಕಂತೆ ಅವರು ನಮ್ಮನ್ನೆಲ್ಲ ಹಾಂಕಾಂಗ್‌ಗೆ ಆಹ್ವಾನಿಸಿ ತುಂಬ ದುಂದಿನ ಔತಣವಿತ್ತರು. ನನ್ನ ಮಗಳು ಈಗ ಚೈನಿಸ್ ಸೊಸೆ, ಹಾಂಕಾಂಗ್ ನಾಗರಿಕಳು. ನಾನು ಇಲ್ಲಿಂದ ಅವಳನ್ನು ಭೇಟಿಯಾಗುವ ನೆಪಮಾಡಿ ಹಾಂಕಾಂಗ್ ಹೋಗಿ ಅಲ್ಲಿಂದ ಚೀನಾಗೆ ಹೋಗಿ ಚೈನಾದ ಗೆಳತಿಯ ಜೊತೆ ಮಜಮಾಡಿ ಭಾರತಕ್ಕೆ ಮರಳುತಿದ್ದೆ. ಸದ್ಯದ ಅನಾರೋಗ್ಯದಿಂದ ನನ್ನ ಚೈನಾ ಗೆಳತಿಯೂ ಆತಂಕಕ್ಕೊಳಗಾಗಿದ್ದಾಳೆ. ಇದೊಂದು ತರಹದ ಅಪರಾಧಿ ಭಾವ.'

'ಮಗಳೇನು ಮಾಡುತ್ತಾಳೆ?'

'ಓ ಅವಳು ಹಾಂಕಾಗ್ನಲ್ಲಿಇಟಾಲಿಯನ್ ಫ್ಯಾಷನ್ ಬ್ರಾಂಡ್‌ಗೆ ಕೆಲಸಮಾಡುತ್ತಾಳೆ. ಆಗಾಗ ಇಟಲಿಗೆ ಬಂದು, ವಿಯೆನ್ನಾದಲ್ಲಿ ನುಸುಳಿ ತಾಯಿಯ ಭೇಟಿಯಾಗಿ ಹೋಗುತ್ತಾಳೆ. ಕೈತುಂಬ ಸಂಬಳ. ಎರಡನೆಯ ಮಗಳು ನಮ್ಮೂರಲ್ಲೆ ಮದುವೆಯಾಗಿದ್ದಾಳೆ, ಈಗ ಮಗುವಾಗಿದೆ, ಅಲ್ಪತೃಪ್ತಳು. ಅಕ್ಕನಂತೆ ದೊಡ್ಡಕನಸಿನವಳಲ್ಲ.'

'ನಿಮ್ಮ ಮಡದಿಯೇನು ಕೆಲಸ ಮಾಡುತ್ತಾರೆ?'

'ನಾನು ಹೇಳಿದೆನಲ್ಲ ಅವಳು ಸುಂದರಿ, ಅವಳತ್ತ ಜನರು ತುಂಬ ಆಕರ್ಷಿತರಾಗುತಿದ್ದರು. ಮೊದಲು ಉಡುಗೊರೆಯ ಅಂಗಡಿಯಲ್ಲಿ ಸೇಲ್ಸ್‌ವುಮನ್ ಆಗಿದ್ದಳು, ಇವಳಿಂದ ಅಂಗಡಿಯಲ್ಲಿ ಭರ್ಜರಿ ವ್ಯಾಪಾರ ನಡೆಯುತಿತ್ತು. ಮಾರಾಟದ ಕೆಲಸದಿಂದ ಬೇಸತ್ತು ಮನಃಶಾಸ್ತ್ರದ ಕೋರ್ಸೊಂದ ಮಾಡಿ ಈಗ ಮಾನಸಿಕ ಆಪ್ತಸಮಾಲೋಚಕಿ' ಎಂದು ಹೆಮ್ಮೆಯಿಂದ ನುಡಿದವನು, ಮಾತುಮಾತಿಗೆ ತನ್ನ ಮಡದಿಯ ಸೌಂದರ್ಯ ಬಣ್ಣಿಸುವುದು ನೋಡಿ. ಈತ ಬೇರೆ ದೇಶದಲ್ಲಿ ಇದ್ದಾಗ ಇವನ ಮಡದಿಯೂ ಅನೈತಿಕ ಸಂಬಂಧ ಹೊಂದಿದ್ದಿರಬಹುದೆಂದು, ಕೇಳಬೇಕೆನಿಸಿದರೂ ಅಧಿಕಪ್ರಸಂಗತನದ ಮಾತುಬೇಡವೆಂದು ಸುಮ್ಮನಾದೆ.

'ಇಲ್ಲಿ ನೋಡಿ ನನ್ನ ಮಗಳು ಹಾಂಕಾಂಗ್ನಲ್ಲಿ ಸರ್ಫಿಂಗ್ ಕಲಿಯುತಿದ್ದಾಳೆ' ಎಂದು ಮೊಬೈಲ್ನ ವಿಡಿಯೋ ತೋರಿಸಿದ. ಬಿಕಿನಿ ಹಾಕಿದ ಮಗಳು ಅಷ್ಟೇನೂ ಸುಂದರಿ ಎನಿಸಲಿಲ್ಲವಾದರೂ. ಅರೆಬೆತ್ತಲೆ ಮಗಳ ವಿಡಿಯೋ ತೋರಿಸಿದವನಿಗೆ ನನ್ನ ಮೇಲೆಷ್ಟು ನಂಬಿಕೆ ಬಂದಿರಬಹುದು? ಎಂದು ಯೋಚಿಸುತ್ತ. ಈ ವ್ಯಕ್ತಿ ದೇಶ ಬಿಟ್ಟರೂ ಈತನ ಮನಸು ಮಡದಿ, ಮಕ್ಕಳ

ಸುತ್ತ ಪ್ರದಕ್ಷಿಣೆ ಹಾಕುತ್ತಿದೆ, ಆದರೆ ಆತನ ಗೆಳತಿಯರ ವಿಚಾರ ಬೇಸರ ಮೂಡಿಸಿತು.

'ನಡೆಯಿರಿ ಮಕ್ಡಿ ರೆಸ್ಟುರಾ ಬಂತು. ನನ್ನ ಕೈಹಿಡಿಯಿರಿ ವಾಹನದ ಚಲನೆ ಮತ್ತೆ ನನ್ನ ತಲೆಸುತ್ತು ಹೆಚ್ಚಿಸಿದೆ. ಮೊದಲು ದೋಸೆ ನಂತರ ಮೂತ್ರವಿಸರ್ಜನೆ' ಎಂದವನ ಕೈಹಿಡಿದು ಹೋಟೆಲಿನ ಏಸಿ ಕೋಣೆಯಲ್ಲಿ ಕುಳ್ಳಿರಿಸಿ, ದೋಸೆಯ ಆರ್ಡರ್ ಮಾಡಿ,

'ಹರಾಲ್ಡ್ ನಿಮ್ಮ ಕಂಪನಿ ದಾರಿ ಖರ್ಚಿಗೆ ಹಣಕೊಟ್ಟಿದೆ. ನಿಮ್ಮ ಊಟ ತಿಂಡಿ ಖರ್ಚೆಲ್ಲ ನಾ ಕೊಡುವೆ' ಎಂದಾಗ,

'ಓ ಹೌದಾ? ಹಾಗೇ ಆಗಲಿ ನಾನು ವೃತ್ತಿ ಶಿಷ್ಟಾಚಾರಗಳ ಉಲ್ಲಂಘಿಸಿ ನಿಮ್ಮನ್ನು ಇಕ್ಕಟ್ಟಿಗೆ ಸಿಲುಕಿಸಲಾರೆ.'

'ಮರೆತಿದ್ದೆ, ನಿಮ್ಮ ಮನೆ ವಿಯೆನ್ನಾ ವಿಮಾನ ನಿಲ್ದಾಣದಿಂದ ಎಷ್ಟು ದೂರ?'

'ಕೇವಲ ಇನ್ನೂರು ಕಿಮಿ' ಎಂದವನ ಮಾತಿಗೆ ಗಾಬರಿಯಾದೆ.

'ಚಿಂತೆ ಬೇಡ ನಮ್ಮದು ಹೆದ್ದಾರಿ, ಯುರೋಪಿಯನ್ ವಾಹನಗಳು ನಮ್ಮನ್ನ ಎರಡು ಗಂಟೆಗಳಲ್ಲಿ ಮನೆ ಸೇರಿಸುತ್ತವೆ.'

'ನಾನು ಮರಳಿ ವಿಯೆನ್ನಾಗೆ ಬರಬೇಕಲ್ಲ. ನನ್ನ ಹೊಟೆಲ್ ವಿಯೆನ್ನಾದಲ್ಲೆ ಇದೆ. ಇರಲಿ ನಾಲ್ಕು ಗಂಟೆಯ ಪ್ರಯಾಣ... ಹೆಚ್ಚು ಕಮ್ಮಿ ಆರುಗಂಟೆ...' ಎನ್ನುವಷ್ಟರಲ್ಲಿ ದೋಸೆ ಮುಗಿಸಿದ್ದ ಹರಾಲ್ಡನ ಮೂತ್ರವಿಸರ್ಜಿಸಿಸಿ ವಾಹನದಲ್ಲಿ ಕೂರಿಸಿದೆ.

'ನೀವು ವಿಚಿತ್ರ ನೆನಪುಗಳ ಕೆದಕಿದಿರಿ ವೈದ್ಯರೆ' ಎಂದು ನನ್ನತ್ತ ನೋಡಿ, ಕೈಮೇಲೆತ್ತಿ

'ಇಸ್ ಸ್ಟೆಟ್ ಐನ್ ಸೋಲ್ಡಾಟ್ ವೋಲ್ಗಾಸ್ಟ್ರಾಂಡ್...

ಹೈ ವಾಷ್ ಫರ್ ಸೈನ ಫಾದಲ್ಯಾಂಡ್...'

ಎಂದು ಯುರೋಪಿಯನ್ ಓಪೆರಾ ಹಾಡುಗಾರರಂತೆ ಜೋರಾಗಿ ಹಾಡಿದ್ದಕ್ಕೆ ನನ್ನ ಜೊತೆ ಶತ್ರುಘ್ನ ಕೂಡ ಬೆಚ್ಚಿದ.

'ಡಾಕ್ ಈ ಜರ್ಮನ್ ಹಾಡು ನನಗೆ ತುಂಬ ವಿಶೇಷ, ಇದನ್ನು ನನ್ನ ಅಂಕಲ್ ಅದೆ ಹಿಟ್ಲರ್ನ ಸೈನಿಕ. ಅವರು ಹಾಡುತಿದ್ದರು, ಅವರ ಜೊತೆ ನಾನು ದನಿಗೂಡಿಸಿ ಹಾಡಿ ಹಾಡಿ ಕಲಿತುಬಿಟ್ಟೆ. ನಿಮ್ಮ ಜೊತೆ ಸೇರಿ ಬಾಲ್ಯಕ್ಕೆ ಜಾರಿದೆ. ಹೈಲ್ ಹಿಟ್ಲರ್ ಎನ್ನುತ ಆ ಹುಚ್ಚು ಮುದುಕ ಈ ಹಾಡು ಕಲಿಸಿದ. ಯುಟ್ಯೂಬ್ನಲ್ಲಿ ಐವಾನ್ ರೆಬ್ರಾಫ್ ಈ ವೋಲ್ಗಾಲೀಡ್ ಹಾಡನ್ನು ಮನೋಜ್ಞ ವಾಗಿ ಹಾಡುತ್ತಾನೆ ನೋಡಿ, ಕಣ್ಣೀರು ಬರುತ್ತದೆ' ಎನ್ನುತ್ತ ಯು ಟ್ಯೂಬಲ್ಲಿನ ಗಡ್ಡಧಾರಿಯ ಹಾಡು ಇನ್ನೋವಾದಲ್ಲಿ ಪ್ರತಿಧ್ವನಿಸಲಾರಂಭಿಸಿತು.

'ಈ ಹಾಡು ಜರ್ಮನ್ ಸೈನಿಕನೊಬ್ಬ ಸ್ಟಾಲಿನ್ ಗ್ರಾಡ್ನ ಯುದ್ಧದಲ್ಲಿ ಹತಾಶನಾಗಿ ಹಾಡುತ್ತಾನೆ. ಹಸಿವು, ಚಳಿ, ಮದ್ದುಗುಂಡಿಲ್ಲದೆ ನಡುಗುತ್ತ ದೇವರ ಸಹಾಯಕ್ಕಾಗಿ ಅಂಗಲಾಚುವ ಕರುಣಾರಸ ಉಕ್ಕುವ ಹಾಡು.'

'ಜರ್ಮನ್ ಸೈನಿಕ ಯಾಕೆ ಹಾಡುತ್ತಾನೆ ಅದು ರಷ್ಯಾದಲ್ಲಿ?' ಎಂದಾಗ ತುಂಬ ಉಲ್ಲಸಿತನಾಗಿ,

'ಹಿಟ್ಲರ್ ಸ್ಟಾಲಿನ್ ಗ್ರಾಡ್ ಗೆಲ್ಲಲು ರಷ್ಯಾದೊಂದಿಗೆ ಯುದ್ಧ ಮಾಡುತ್ತಾನೆ. ಸ್ಟಾಲಿನ ಗ್ರಾಡ್ ಗೆದ್ದರೆ ಹಿಟ್ಲರ್ನಿಗೆ ಕಾಕಾಸಸ್ ಪ್ರಾಂತ್ಯದ ಅಜರಬೈಜಾನ್ನ್ ಬಾಕುದಲ್ಲಿನ ತೈಲ ಬಾವಿಗಳು. ಔದ್ಯೋಗಿಕರಣಗೊಂಡ ಸ್ಟಾಲಿನ್ಗ್ರಾಡ ತುಂಬ ಅನುಕೂಲವಾಗುತ್ತದೆಂದು ಸ್ಟಾಲಿನ್ ಗ್ರಾಡ್ ಮೇಲೆ ದಾಳಿ ಮಾಡುತ್ತಾನೆ. ಸ್ಟಾಲಿನ್ ಗ್ರಾಡ್ ವೋಲ್ಗಾ ನದಿ ದಡದಲ್ಲಿದೆ ಹಾಗಾಗಿ ಹತಾಶ ಜರ್ಮನ್ ಸೈನಿಕ ವೋಲ್ಗಾ ನದಿದಡದಲ್ಲಿ ನಿಂತು ಅಳುವ ಹಾಡು ವೋಲ್ಗಾಲೀಡ್.'

'ಓಹ್ ಇಂಟ್ರೆಸ್ಟಿಂಗ್... ಸ್ಟಾಲಿನ್ಗ್ರಾಡ್... ಕತೆ ಮುಂದುವರಿಯಲಿ' ಎಂದೆ

'ಫ್ರಾನ್ಸನ ಮಣಿಸಿದ ರೀತಿಯಲ್ಲೆ ರಷ್ಯಾನ ಸೋಲಿಸಬಹುದೆಂದು ಯುಧ್ಧೋನ್ಮಾದದಲ್ಲಿ ಹಿಟ್ಲರ್ ಸ್ಟಾಲಿನಗ್ರಾಡ್ ಮೇಲೆ ಕೈಹಾಕುತ್ತಾನೆ. ಇದೊಂದು ಮೂರ್ಖತನದ ಕೆಲಸವಾಗುತ್ತದೆ. ರಷ್ಯಾದ ಚಳಿ, ಜರ್ಮನ್ ಆರ್ಮಿಯ ತರಬೇತಿ ರಹಿತ ಹೊಸ ಸೈನಿಕರು, ಆಹಾರ, ಆಮ್ಯುನಿಷನ್ ಕೊರತೆ, ಜರ್ಮನಿಯಿಂದ ದೂರದ ಸ್ಟಾಲಿನ್ ಗ್ರಾಡ್ನ ಮೇಲಿನ ದಾಳಿ ತುಂಬ ನಷ್ಟ ಉಂಟುಮಾಡುತ್ತದೆ. ಸೈನಿಕರು ಹತಾಶರಾಗಿ ಖಿನ್ನತೆಗೆ ಜಾರುತ್ತಾರೆ. ಮೊದಮೊದಲು ಬೆದರಿದ ರಷ್ಯನ್ನರ ಕೆಂಪು ಸೈನ್ಯ ಚಾಣಾಕ್ಷತನದ ಯುದ್ಧ ತಂತ್ರ ಮಾಡಿ ಜರ್ಮನ್ ಸೈನ್ಯ ಬಗ್ಗುಬಡಿಯುತ್ತದೆ. ಆಗ ಅನಾಮಧೇಯ ಜರ್ಮನ್ ಸೈನಿಕ ಹತಾಶನಾಗಿ ಈ ಹಾಡು ಹಾಡುತ್ತಾನೆ. ಎರಡೂ ಕಡೆ ಅಪಾರ ಸಾವು ನೋವಾಗುತ್ತವೆ. ಸ್ಟಾಲಿನಗ್ರಾಡನ ಯುದ್ಧ ಹಿಟ್ಲರನ ಹಿನ್ನಡೆಗೆ ನಾಂದಿಯಾಗುತ್ತದೆ. ಸ್ಟಾಲಿನ್ ಗ್ರಾಡ್ ವೋಲ್ಗಾನದಿ ದಡದಲ್ಲಿದೆ. ವೋಲ್ಗಾ ನದಿಕೂಡ ಡ್ಯಾನುಬ್ ಗಂಗಾಗಳಂತೆ ಸಂಯುಕ್ತ ರಷ್ಯಾದ ಪ್ರಮುಖ ನದಿ. ನಂತರ ಸ್ಟಾಲಿನ್ ಗ್ರಾಡ್‌ನ ಹೆಸರನ್ನು ನಿಕಿತಾ ಕ್ರುಶ್ಚೆವ್ ವೋಲ್ಗೋಗ್ರಾಡ್ಗೆ ಬದಲಾಯಿಸುತ್ತಾರೆ. ಈಗ ಮತ್ತೆ ಜರ್ಮನ್ನರು ಉಕ್ರೇನ್‌ಗೆ ಬೆಂಬಲ ನೀಡಿ ರಷ್ಯಾದೊಂದಿಗೆ ವೈರತ್ವ ಕಟ್ಟಿಕೊಳ್ಳುತ್ತಿದ್ದಾರೆ, ಹಿಸ್ಟರಿ ರಿಪೀಟ್ಸ್' ಎಂದಾಗ ನಾನು ನಿಟ್ಟುಸಿರುಬಿಟ್ಟು,

'ಅಬ್ಬಬ್ಬಾ ಅದ್ಭುತ ಇತಿಹಾಸ. ನಿಮ್ಮ ಆ ಹೇಲ್ ಹಿಟ್ಲರ್ ಅನ್ನುವ ಅಂಕಲ್ ರ ಹತ್ತಿರ ತುಂಬ ವಿವರಗಳಿರಬಹುದು. ಇದನ್ನು ವಿಮಾನದಲ್ಲಿ ಚರ್ಚಿಸುವಾ' ಎಂದು ರಾಯಪುರ ವಿಮಾನ ನಿಲ್ದಾಣದಲ್ಲಿ ದೆಹಲಿಯ ವಿಮಾನವೇರಿದೆವು. ವಿಮಾನದಲ್ಲಿ ನಮ್ಮ ಚರ್ಚೆ ಮುಂದುವರಿಯಲಿಲ್ಲ. ದೆಹಲಿಯಲ್ಲಿ ಇಳಿದಾಕ್ಷಣ

ಮರುದಿನ ಡಾ॥ ಮಿಶ್ರಾರವರ ಜೊತೆಗಿನ ಅಪಾಯಂಟ್ಮೆಂಟ್ನ ಸಂದೇಶ ಹರಾಲ್ಡನ ಮೊಬೈಲ್‌ಗೆ ಬಂದಿತ್ತು.

'ಡಾಕ್ ನಿಮ್ಮ ಕಚೇರಿಯ ಹುಡುಗಿಯರು ತುಂಬ ಸಮರ್ಥರು, ನಾಳೆ ಮಧ್ಯಾಹ್ನ ನ್ಯೂರಾಲಜಿ ಅಪಾಯಿಂಟ್‌ಮೆಂಟ್ ಆಗಿದೆ. ಇಲ್ಲಿನ ವೈದ್ಯರು ನನ್ನ ವಿಮಾನ ಪ್ರಯಾಣದಿಂದ ವಜಾಗೊಳಿಸಿದರೆ? ಎಂಬ ಭಯ.'

'ನೀವು ಈಗತಾನೆ ಒಂದು ವಿಮಾನಯಾನ ಮಾಡಿದ್ದೀರಿ ಆತಂಕ ಬೇಡ. ನಾಳೆ ಸಂಜೆ ನಾವಿಬ್ಬರೂ ಯುರೋಪ್‌ಗೆ ಹಾರಲಿದ್ದೇವೆ' ಎಂದರೂ ಚಿಂತೆಗೀಡಾದ ಹರಾಲ್ಡ್. ಸ್ಟಾಲಿನ್ಗ್ರಾಡ್ ಆತನ ಅಂಕಲ್‌ಗಳು ಮನದಲ್ಲಿ ಕಾಡುತಿದ್ದರು, ಹತ್ತಿಕ್ಕಿ ಹೋಟೆಲ್ ಸೇರಿದಾಗ,

'ನಾನೊಂದು ಬಿಯರ್ ಕುಡಿದು ಮಲಗುತ್ತೇನೆ' ಎಂದ.

'ಹರಾಲ್ಡ್ ಪ್ರಯಾಣ ಮುಗಿಯುವವರೆಗೂ ಬಿಯರ್ ವ್ಯರ್ಜಿತ, ನಿಮ್ಮ ಅಸಮತೋಲನ ಮದ್ಯದಿಂದ ಹೆಚ್ಚಾಗಿಬಹುದು' ಎಂದೆ. ಮರುದಿನ ಡಾ॥ ಮಿಶ್ರಾರ ಮುಂದೆ ನಡುಗುತ್ತ ನಿಂತಿದ್ದ ಹರಾಲ್ಡ್. ಡಾ॥ ಮಿಶ್ರಾ ಎಮ್ಮಾರೈ ಬೇಡವೆಂದರು. ಬಿಪಿ ಮಾತ್ರೆ ನಿಲ್ಲಿಸಿ, ಬೇಗ ಅವನ ದೇಶಕ್ಕೊಯ್ಯು ಎಲ್ಲ ತರಹದ ಪರೀಕ್ಷೆ ಮಾಡಲು ಹೇಳಿ. ದೊಡ್ಡ ಅಕ್ಷರಗಳಲ್ಲಿ' ಫಿಟ್ ಟು ಫ್ಲೈ' ಎಂದು ಬರೆದು ಕೊಟ್ಟರು. ಮಧ್ಯರಾತ್ರಿ ದೆಹಲಿ ವಿಮಾನ ನಿಲ್ದಾಣ ಸೇರಿ ವೀಲ್ ಚೇಯರ್ ಮೇಲೆ ಹರಾಲ್ಡ್ ಕೂರಿಸಿಕೊಂಡು ಅರ್ಧಗಂಟೆಯಲ್ಲಿ ಎಲ್ಲ ಶಿಷ್ಟಾಚಾರ ಮುಗಿಸಿ ಎಮಿರೆಟ್ಸ ಬಿಸಿನೆಸ್ ಲೌಂಜ್ ಸೇರಿದಾಗ,

'ಮೊದಲ ಬಾರಿಗೆ ಇಷ್ಟು ಕಡಿಮೆ ಸಮಯದಲ್ಲಿ ನಾನು ಎಲ್ಲ ಸೆಕ್ಯೂರಿಟಿ, ಎಮಿಗ್ರೇಷನ್ ಮುಗಿಸಿದೆ' ಎಂದು ಸಂಭ್ರಮಿಸಿದವ, ದುಬೈ ವಿಮಾನವೇರಲು ತೀವ್ರ ಉತ್ಸುಕನಾಗಿದ್ದ. ತಲೆಯಲ್ಲಿ ಆತನ ಅಂಕಲ್ 'ಹೆಲ್ ಹಿಟ್ಲರ ಹೇಲ್ ಹಿಟ್ಲರ್' ಎಂದು ಕುಣಿಯತಿದ್ದ. ಎಮಿರೆಟ್ಸ್ ಬಿಸಿನೆಸ್ ಕ್ಲಾಸ್ನಲ್ಲಿ ಜೋರಾಗಿ ಮಾತನಾಡದೆ ದುಬೈಯಲ್ಲಿ ಇಳಿದಾಯ್ತು. ವಿಯೆನ್ನಾಗೆ ಹೋಗುವ ವಿಮಾನಕ್ಕಾಗಿ ದುಬೈ ಬಿಸಿನೆಸ್ ಲೌಂಜನಲ್ಲಿ ಕಾಯುವಾಗ ಆತನ ಬಿಪಿ ಪಲ್ಸ ಎಲ್ಲ ಪರೀಕ್ಷಿಸಿ ಕಛೇರಿಗೆ ರೋಗಿಯ ಸ್ಥಿರತೆಯ ವರದಿ ಒಪ್ಪಿಸುವಾಗ, ವಿಯೆನ್ನಾದಲ್ಲಿ ರೋಗಿಯ ಕಂಪನಿ ಆಂಬ್ಯುಲೆನ್ಸ್ ವ್ಯವಸ್ಥೆ ಮಾಡಿ ನೇರ ಆಸ್ಪತ್ರೆ ಸೇರಿಸುವ ಯೋಜನೆ ಮಾಡಿದ್ದು ತಿಳಿಯಿತು. ಹರಾಲ್ಡನ ಊರಿಗೆ ಹೋಗುವ ಅವಶ್ಯಕತೆ ಇರಲಿಲ್ಲ. ಪ್ರಯಾಣದ ಮೂರನೆ ದಿನ ತನ್ನ ಪರಿಣಾಮ ತೋರಿಸಲಾರಂಭಿಸಿತ್ತು. ದುಬೈ ವಿಮಾನ ನಿಲ್ದಾಣದ ವೈಫೈನಿಂದ ತನ್ನ ಚೈನಾ ಗೆಳತಿಗೆ ವೀಡಿಯೋ ಕರೆ ಮಾಡಿ ನನ್ನ ಪರಿಚಯಿಸಿದ. ಅನೈತಿಕ ಗೆಳತಿಯೊಂದಿಗೆ ಮಾತು ನನಗೆ ಇಷ್ಟವಾಗಲಿಲ್ಲ. ಚೈನಿಸ್ ಕುಳ್ಳಿಗೆ ವಂದಿಸಿ ಕರೆಯಿಂದ ಸರಿದೆ. ಹರಾಲ್ಡನಿಗೆ ನನ್ನ ಬೇಸರದ ಅರಿವಾಗಿ ಸುಮ್ಮನಾದ.

ವಿಯೆನ್ನಾದ ವಿಮಾನವೇರಿದಾಗ ಅವನ ಮುಖದಲ್ಲಿ ಸಂತಸ ಕಾಣುತಿತ್ತು. ವಿಯೆನ್ನಾ ವಿಮಾನ ನಿಲ್ದಾಣದಲ್ಲಿ ನಮ್ಮ ಲಗೇಜ್‌ಗೆ ಕಾಯುವಾಗ ಹತ್ತಿರ ಬಂದ.

'ಡಾಕ್ ನನ್ನ ಖುಷಿ ಹೇಗೆ ತೋರ್ಪಡಿಸಲಿ? ನಿಮಗೆ ನನ್ನ ಅಂಕಲ್ನ ಬಗ್ಗೆ ತೀವ್ರ ಕುತೂಹಲವಿದೆ. ಅವರು ನಮ್ಮ ಮದುವೆಯಲ್ಲಿ ಇದ್ದರು. ಅವರ ಹತ್ತಿರ ಹಲವು ಪುಸ್ತಕಗಳು, ಆ ಕಾಲದ ವಸ್ತುಗಳಿದ್ದವು. ನಾಜಿ ಪುಸ್ತಕ ಹಾಗೂ ಸಾಹಿತ್ಯಕ್ಕೆ ಇಲ್ಲಿನ ಸರ್ಕಾರಗಳು ನಿರ್ಬಂಧ ಹೇರಿವೆ. ಆದರೂ ಹಿಟ್ಲರ್ ಸತ್ತು ನಾಜಿಜಂ ಮಣ್ಣುಮುಕ್ಕಿದರೂ ನನ್ನ ಅಂಕಲ್ ಹೈಲ ಹಿಟ್ಲರ್ ಎನ್ನುತ್ತಲೆ ಸತ್ತು ಹೋದ. ನಾನು ಅವರ ವಂಶದವ ಇಡೀ ವಿಶ್ವ ಪರಿಭ್ರಮಿಸಿದೆ. ಸಾಕಷ್ಟು ಹಣ ಸಂಪಾದಿಸಿದೆ, ಅದಕ್ಕೆ ತಕ್ಕಂತೆ ಹೆಂಗಸರನ್ನು. ಕಂಡಕಂಡಲ್ಲಿ ಅನೈತಿಕ ಸಂಬಂಧ ಹೊಂದಿದೆ. ನನ್ನ ಮಡದಿ ಸುಂದರಿಯಾಗಿದ್ದು, ನನ್ನ ಬಿಟ್ಟು ತಿಂಗಳುಗಟ್ಟಲೆ ಇರುತಿದ್ದರೂ ನಡತೆಗೆಡಲಿಲ್ಲ ನನ್ನಿಬ್ಬರೂ ಹೆಣ್ಣುಮಕ್ಕಳನ್ನು ಹೆತ್ತು ಬೆಳೆಸಿದಳು, ನನ್ನ ಮನೆಯನ್ನು ಮನೆಯಾಗಿಸಿದಳು ಹಾಳುಮಾಡಲಿಲ್ಲ. ಹೋದ ಒಂದು ವಾರದಲ್ಲಿ ನನ್ನ ಸಾವು ನನ್ನ ಹತ್ತಿರ ಸುಳಿದಾಡಿದಂತೆ. ನನ್ನೆಲ್ಲ ಕುಕರ್ಮಗಳು ನನ್ನ ಕಣ್ಣಮುಂದೆ ಕುಣಿಯುತ್ತಿವೆ. ನನ್ನ ಮಡದಿಗೆ ತುಂಬ ಮೋಸ ಮಾಡಿದ್ದೆನೆ. ಉಳಿದಿರುವ ಕೆಲವರ್ಷಗಳು ಅವಳಿಗೆ ನಿಷ್ಠಾವಂತನಾಗಿ ಬಾಳುತ್ತೇನೆ. ಅವಳ ಮುಂದೆ ನಾನು ವಿದೇಶದಲ್ಲಿ ಮಾಡಿದ ಹಾದರದ ತಪ್ಪೊಪ್ಪಿಗೆ ಮಾಡಿದರೆ ಅವಳು ಆಘಾತವಾಗಿ ಸತ್ತೆ ಹೋಗುತ್ತಾಳೆ. ನಾನು ಅವಳನ್ನು ಗಾಢವಾಗಿ ಪ್ರೀತಿಸುತ್ತೇನೆ. ಕೊನೆಗಾಲದಲ್ಲಿ ಅವಳ ಜೊತೆಯಾಗಿದ್ದು ಅವಳ ಸೇವೆ ಮಾಡಿ ಪ್ರಾಯಶ್ಚಿತ್ತ ಮಾಡಿಕೊಳ್ಳುವೆ. ನಿಮ್ಮ ಮುಂದೆಯೆ ನನ್ನ ತಪ್ಪೊಪ್ಪಿಗೆ ಇನ್ನು ಮುಂದೆ ಅನೈತಿಕ ಸಂಬಂಧದ ಮಾತು, ಚರ್ಚೆ ಇಲ್ಲ. ನನ್ನನ್ನು ಜೀವಂತವಾಗಿ ನನ್ನ ದೇಶ ಸೇರಿಸಿದ್ದಕ್ಕೆ ಅನಂತ ಧನ್ಯವಾದಗಳು' ಎನ್ನುತ್ತ 'ಡಾಕ್ ಐ ರಿಯಲಿ ಥಾಟ್ ಐ ಯಾಮ್ ಡೈಯಿಂಗ್' ಎಂದು ತಬ್ಬಿ ಅಳಲಾರಂಭಿಸಿದವ ತುಂಬ ಅತ್ತ.

'ಇಗೋ ನಿಮ್ಮ ಸುಂದರ ಮಡದಿಗೆ ಭಾರತದ ಉಡುಗೊರೆ' ಎಂದು ಚಿಕ್ಕ ಪೊಟ್ಟಣ ಕೈಗಿತ್ತೆ.

'ಓ ಸೋ ನೈಸ್ ನನ್ನವಳಿಗೆ ಭಾರತದ ಸಿಹಿತಿಂಡಿ ತುಂಬ ಇಷ್ಟ. ಇಳಿದ ಮೇಲೆ ಬೇಸರವಾಗಿತ್ತಿತ್ತು, ಆ ಪಾಪದ ಜೀವಕ್ಕಾಗಿ ಒಂದು ಮಿಠಾಯಿ ತರಲಾಲಿಗಲ್ಲವಲ್ಲ ಎಂದು. ಬೇಸನ್ ಲಾಡೂ ಅವಳಿಗಿಷ್ಟವಾಗುತ್ತದೆ. ಥ್ಯಾಂಕ್ಯೂ... ಮಿಠಾಯಿಗಾಗಿ ಮತ್ತು ನನ್ನ ಜೀವಂತ ದೇಶ ತಲುಪಿಸಿದ್ದಕ್ಕೆ' ಎಂದು ಕಣ್ಣೊರೆಸಿಕೊಳ್ಳುತ್ತ, ಆಂಬ್ಯುಲೆನ್ಸನ ಕುರ್ಚಿಯ ಮೇಲೆ ಆಸೀನನಾಗಿ ಎರಡು ಕೈಗಳಿಂದ ಮಿಠಾಯಿಯ ಡಬ್ಬ ಎದೆಗವಚಿಕೊಂಡ.

ವೀರಲೋಕದ ಪ್ರಕಟಣೆಗಳು

www.ingramcontent.com/pod-product-compliance
Lightning Source LLC
LaVergne TN
LVHW040114210825
819220LV00036B/848
* 9 7 8 9 3 9 4 9 4 2 7 4 5 *